துறைமுகம்

துறைமுகம்

தோப்பில் முஹம்மது மீரான் (1944 – 2019)

குமரி மாவட்டத்தின் கடற்கரைக் கிராமமான தேங்காப்பட்டணம் சொந்த ஊர். தந்தை முஹம்மது அப்துல் காதர். தாயார் முஹம்மது பாத்திமா. தோப்பு என்பது இவரின் வீட்டுப் பெயர்.

தேங்காப்பட்டணம் அரசு தொடக்கப் பள்ளியிலும், அம்சி உயர்நிலைப் பள்ளியிலும், நாகர்கோவில் தெ.தி. இந்துக் கல்லூரியிலும் கல்வி பயின்றார்.

தமிழ் தாய்மொழி. கல்வி பயின்றது மலையாளத்தில்.

தமிழில் ஆறு நாவல்களும் ஏழு சிறுகதைத் தொகுப்புகளும் மலையாளத்தில் இரண்டு நாவல்களும் மலையாளச் சிறுகதைகளின் மொழிபெயர்ப்பு நூல் ஒன்றும் வெளி வந்துள்ளன. சாகித்திய அகாதெமி விருது உட்படப் பல்வேறு விருதுகள் பெற்றிருக்கிறார். 'ஒரு கடலோர கிராமத்தின் கதை'யின் ஆங்கில மொழிபெயர்ப்பு "Crossword Book Award"க்குப் பரிந்துரை செய்யப்பட்டது.

தோப்பில் முஹம்மது மீரான் 10.05.2019 அன்று திருநெல்வேலியில் காலமானார்.

மனைவி: ஜலீலா. மகன்கள்: ஷமிம் அகம்மது, மிர்ஷாத் அகம்மது.

தோப்பில் முஹம்மது மீரானின் பிற நூல்கள்

நாவல்
- ❖ ஒரு கடலோர கிராமத்தின் கதை (கிளாசிக் வரிசை)
- ❖ சாய்வு நாற்காலி (கிளாசிக் வரிசை)
- ❖ குடியேற்றம்
- ❖ கூனன் தோப்பு
- ❖ அஞ்சுவண்ணம் தெரு

சிறுகதைகள்
- ❖ தோப்பில் முஹம்மது மீரான் சிறுகதைகள் (முழுத் தொப்பு)

மொழிபெயர்ப்பு
- ❖ தனிமையின் நூர் வருடங்கள் (மலையாளச் சிறுகதைகள்)

தோப்பில் முஹம்மது மீரான்

துறைமுகம்

காலச்சுவடு பதிப்பகம்

அன்பார்ந்த வாசகருக்கு,

வணக்கம்.

காலச்சுவடு நூலை வாங்கியமைக்கு நன்றி.

நூலின் உள்ளடக்கம், உருவாக்கம், அட்டைப்படம் இன்ன பிற அம்சங்கள் பற்றிய உங்கள் கருத்துகளையும் ஆலோசனைகளையும் காலச்சுவடு வரவேற்கிறது. தகவல், எழுத்து, வாக்கியப் பிழைகள் தென்பட்டால் கட்டாயம் தெரிவித்து உதவுங்கள். நூல் தயாரிப்பில் கடும் குறைபாடு இருப்பின் மாற்றுப் பிரதி உங்களுக்குக் கிடைக்கக் காலச்சுவடு ஏற்பாடு செய்யும்.

மின்னஞ்சல் : publisher@kalachuvadu.com

காலச்சுவடு நாகர்கோவில் தலைமையகத்துக்கும் கடிதம் அனுப்பலாம்.

தங்கள்
எஸ்.ஆர். சுந்தரம் (கண்ணன்)
பதிப்பாளர் – நிர்வாக இயக்குநர்

துறைமுகம் ♦ நாவல் ♦ ஆசிரியர்: தோப்பில் முஹம்மதுமீரான் ♦ © ஏ. ஜலீலா பீவி ♦ முதல் பதிப்பு: டிசம்பர் 1991 ♦ காலச்சுவடு முதல் பதிப்பு: டிசம்பர் 2019, இரண்டாம் பதிப்பு: ஜூலை 2021 ♦ வெளியீடு: காலச்சுவடு பப்ளிகேஷன்ஸ் (பி) லிட்., 669, கே.பி. சாலை, நாகர்கோவில் 629001

tuRaimukam ♦ Novel ♦ Author: Thoppil Mohamed Meeran ♦ © A. Jaleela Beevi ♦ Language: Tamil ♦ First Edition: December 1991 ♦ Kalachuvadu First Edition: December 2019, Second Edition: July 2021 ♦ Size: Demy 1 x 8 ♦ Paper: 18.6 kg maplitho ♦ Pages: 280

Published by Kalachuvadu Publications Pvt. Ltd., 669, K.P. Road, Nagercoil 629001, India ♦ Phone: 91-4652-278525 ♦ e-mail: publications @kalachuvadu.com ♦ Printed at Print Point Offset Printers, Nagercoil 629001

ISBN: 978-93-88631-80-8

07/2021/S.No.911, kcp 3131, 18.6 (2) 9ss

என்னையும் என் உடன்பிறப்புகளையும்
அன்புத் தாயாக வளர்த்து, எங்களில் தம் குழந்தை
ஆசையைத் தீர்த்துக்கொண்ட எங்கள் தந்தையின்
முதல் தாரமான எங்கள் 'மூத்தும்மா' பனவிளாகம் வீட்டில்
முகம்மது பாத்திமா அவர்களுக்கு

என்னுரை

நெல்லையிலிருந்து வெளிவரும் *மதி - நா* எனும் மாத இதழில் 1988முதல் 91 வரையிலும் தொடராக இதன் 26 அத்தியாயங்கள் வெளிவந்தன. மீதி அத்தியாயங்கள் வெளிவராதவை. கண்ணியத்திற் குரிய அண்ணன் பேராசிரியர் கா. முகம்மது பாரூக் அவர்களுடைய பேருதவி எனக்கு இருந்ததால்தான் இதைத் தொடர்ந்து எழுத முடிந்தது. அந்தப் பெருந்தகைக்கு முதலில் நன்றி கூறி என்னுரையைத் துவங்குகிறேன்.

இந்த நாவலில் சொல்லப்படும் செய்தி ஒரு காலகட்டத்தின் நிகழ்வுகள். ஒரு கிராமத்தையே பொருளாதாரரீதியாக வீழ்த்தி, வறுமையில் வாட்டிய சோக நிகழ்வுகள்.

இதில் வரும் கதாபாத்திரங்கள் என்னுடைய முந்தைய தலைமுறையினர். அவர்களில் சிலர் இப்போதும் உயிர் வாழ்ந்துவருகிறார்கள், இதில் வரும் நிகழ்வுகளுக்கு அனுபவ சாட்சிகளாக! அன்று செம்மண் தரையில் நான் நெஞ்சு கொடுத்து ஊர்ந்த பருவம். அப்போது நம்நாடு விடுதலை பெறவில்லை. நான் பிறந்ததே 1944இல். அன்றைய மக்களின் வாழ்க்கையை இன்று உங்கள் முன் திறந்து காட்டுகிறேன். என் முயற்சி வெற்றியோ தோல்வியோ? நீங்கள் முடிவு செய்யுங்கள்.

ஒரு நாவலுக்காக நான் தேடி அலைந்து தேர்வுசெய்த கதாபாத்திரங்களல்லர் இதில் வருபவர்கள். என்னை இரவுபகலாக வேட்டையாடித்

திரிந்த கதாபாத்திரங்களைத்தான் உங்கள் முன், பின்வரும் பக்கங்களில் சிறைப்படுத்தி நிறுத்தியுள்ளேன். அவர்களின் பலர் வாழ்ந்து தொலைந்தவர்கள். சிலர் இறந்து வாழ்பவர்கள். அவர்களுடைய அந்திமங்களைக் கண்ணால் பார்த்தவன்; எலும்புருவில், கந்தலுடன், ஒட்டிப்போன வெற்று வயிற்றுடன் தெருவில் திரிந்து நாவறண்டு மடிந்த பரிதாபங்களை!

இந்த நாவலை எழுதிய நிசப்த யாமங்களில் இதில்வரும் சில பகுதிகளில் என் தூரிகை முனை ஊர்ந்தபோது என் கண்களி லிருந்து நீர் அடர்ந்து வீழ்ந்ததற்குச் சாட்சிகள், அவ்விரவுகளில் அமைதியாக உறங்கிக்கொண்டிருந்த என் மனைவியும் என் இரு ஆண் மக்களும். என் இதயத்தில் ஒரு சோக நீரின் அடியொழுக்கு உள்ளதை அவர்கள் அறியமாட்டார்கள்.

1988இல் வெளியான என்னுடைய முதல் நாவலான 'ஒரு கடலோர கிராமத்தின் கதை'க்குத் தமிழ் வாசக அன்பர்களிடமிருந்து அவ்வப்போது கிடைத்த ஊக்குவிப்பு ஏற்படுத்திய மயிர்ச்சிலிர்ப்பு இன்னும் என் நெஞ்சைவிட்டு நீங்கவில்லை. என்னுடைய படைப்புகளுக்கு உரிய முறையில் மதிப்புரைகள் வெளியிட்ட இலக்கிய இதழ்களும் பிற இதழ்களும் என்னை வாழ்த்திய தித்திப்பு இப்போதும் என் பேனா முனையில் தங்கியிருக்கின்றது.

மதிப்புரைக்காக நூல்களை அனுப்பாமலிருந்தும் பல பத்திரிகைகள் என் ஆக்கங்களைத் தேடி வாசித்து மதிப்புரைகள் வழங்கின. அவற்றின் பரந்த எண்ணங்களைப் பாராட்டுகிறேன். நன்றி செலுத்துகிறேன். என் இலக்கிய வாழ்க்கையில் என்னைப் பெரிதும் மகிழ்ச்சியூட்டிய அனுபவமிது. இதுபோன்று, பல இலக்கியக் கருத்தரங்குகளிலும் மன்றங்களிலும் என் படைப்புகளைச் சர்ச்சைக்குட்படுத்தி, சிலாகித்துப் பொன்னாடை போர்த்தி என்னைச் சிறப்பித்த பேராசிரியர்களையும் இலக்கியக் கர்த்தாக்களையும் இரசிகர்களையும் என்னால் மறக்க முடியாது.

'தி.க.சி.' என்று மூன்று எழுத்துகளில் செல்லமாக இலக்கிய வட்டாரத்தில் அழைக்கப்படும் சகோதரர் திரு.தி.க. சிவசங்கரன் அவர்களும் நானும் நெல்லையில் இரட்டையர்கள். முதன்முதலாக இந்த நாவலை வாசித்துக் கருத்துக்கூறி, வெளியிட எனக்கு அன்புத் தொல்லை கொடுத்த என் சகோதரருக்கு நன்றி கூறுகின்றேன்.

இந்த நாவலை முழுதும் பார்வையிட்டுப் பிழை திருத்தங்கள் செய்து தந்த அன்புச்சகோதரர் திருப்பதிசாரம் திரு.எம். சிவசுப்ரமணியம் அவர்களுக்கும், கைப்படியை

வாசித்துச் சில திருத்தங்களைக் கூறிய நண்பர் திருப்பதிசாரம் திரு. கோலப்பன் அவர்களுக்கும், இதைப் பலமுறை வாசித்து எனக்குப் பல நல்ல கருத்துகளை வழங்கிய பிரபல நாவலாசிரியரான திரு.ஆ. மாதவன் அவர்களுக்கும், சில சந்திப்புக்களின்போது எனக்கு இலக்கிய அறிவூட்டிய இன்றைய இலக்கியத் தலைமுறையின் ‘காரணவரான’ சகோதரர் திரு. சுந்தர ராமசாமி அவர்களுக்கும் என் நன்றி.

பிற்பகுதியிலுள்ள சில அத்தியாயங்களைப் பிழையின்றித் தட்டச்சு செய்து தந்த சகோதரி சுபத்ரா அவர்களுக்கும், சகோதரி லக்ஷ்மி அவர்களுக்கும் தங்கை கீதாவிற்கும் என் நன்றி. கண்ணியத்திற்குரிய பேராசிரியர் டாக்டர். நெல்லை. க. சுப்ரமணியம் அவர்களுக்கும் என் நன்றி.

நிற்க,

என்னையும் என் உடன்பிறப்புகளையும், அன்புத் தாயாக வளர்த்து, எங்களில் தம் குழந்தை ஆசையைத் தீர்த்துக்கொண்ட எங்கள் தந்தையின் முதல் தாரமான எங்கள் ‘மூத்தும்மா,’ பன விளாகம் வீட்டில் முகம்மது பாத்திமா அவர்களுக்கு, இந்தக் கலைப் படைப்பை ஒரு நினைவு ஸ்தூபியாக எழுப்புகிறேன்.

நெல்லை
23-12-91

தோப்பில் முஹம்மது மீரான்

1

சித்திரை மாதம் பிறக்க இன்னும் சில நாட்கள்தான் இருக்கின்றன.

கடற்காற்றில் குளுமை, அத்துடன் மீன் வாசனை வேறு! காற்றின் மேனியில் புரண்டுவரும் இந்த வாடை 'மீன்பாடின்' அறிகுறிகளில் ஒன்று.

கடந்த ஆண்டு கடல் ஏமாற்றிவிட்டது. அப்படி ஏமாந்துபோன பலருக்கும் பல இழப்புகள்; கஷ்டங்கள்! பல எதிர்பார்ப்புகளும் மொட்டுப் பருவத்திலேயே வாடி வீழ்ந்துவிட்டன. அன்று, கடல் அமைதியாக இல்லை. காற்றில் குளிர்ச்சியும் இல்லை; மீன் வாடையும் இல்லை.

இன்று, அமைதியான கடல். பெரிய திரைகள் இல்லை. பருந்துகள் வட்டமிட்டுப் பறக்கின்றன. மீன் கரையை நோக்கி நெருங்கும் அறிகுறி.

கடற்கரையின் முகத்தில் புன்னகையின் குழந்தைக் கால்கள் நடை பயில்கின்றன. மேற்கு வானத்தின் கூன்விழுந்த முதுகு வழியாக வழுவி இறங்கும் சூரியன். அதை மணவறைக்கு வரவேற்றுச் செல்லச் செம்பருத்திப் பூமாலையுடன் எதிர்பார்த்து நிற்கும் அடிவானம். பகலின் வெம்மை அடங்கியபோது மேல் துண்டால் போர்த்திக்கொண்டு மக்கள் கடற்கரையை நோக்கிச் செல்கின்றனர். சுட்டுப் பழுத்த வெண்மணல் துப்பிய கடுஞ்சூடு அடங்கியது. மண்ணில் புலப்பட்ட இளஞ்சூடு காலுக்கு இதமாகத் தோன்றியது.

கடற்கரையை ஒட்டிய தென்னந்தோப்புகள் விரித்த நிழலில், சித்திரை மாதம் கடலில் இறக்கக் கூடிய மடிவலைகளை மீனவர்கள் பழுது பார்த்துக் கொண்டிருந்தனர். வெயிலின் திமிர் அடங்கியதும் வலைகளைத் தூக்கித் தோளில் எடுத்தனர். வலையில் அற்றுப்போன கண்ணிகள் தெளிவாகத்

தெரிவதற்காகச் சூடடங்கிய மணலில் போட்டுப் பழுது பார்த்தனர். தொலைவில் ஆங்காங்கே வள்ளங்களில் உளி கொண்டு வேலை செய்யும் ஓசைகள். வள்ளங்களின் கொம்புகளைச் சரிசெய்வது, வள்ளங்களின் சுவர்களில் துடுப்புகளைக் கட்டும் இடத்தைச் சரிசெய்வது, தண்ணீர் ஏறாமலிருக்க சிறு துவாரங்களைத் தகட்டால் அடைப்பது... இப்படியாகப் பலப்பல ஏற்பாடுகள். சித்திரை புலரு முன் சித்திரையை வரவேற்க இத்தனை முன்முயற்சிகள். எங்கும் நெருக்கடி. கடற்கரை தயாராகிறது. கடற்கரைக்குப் புத்துயிர் கிடைக்கிறது.

மீரான்பிள்ளை பின்னால் கைகட்டிக்கொண்டு கடற்கரைக்கு வந்தார். மடிவலைகளில் கண்ணி கட்டிக் கொண்டிருந்தவர்களி லிருந்து கொஞ்சம் விலகிநின்றார். கடலை உற்றுப் பார்த்தார்.

பாய் விரித்துச் செல்லும் மரங்கள்.

கடலில் உயர்ந்துதோன்றும் சிப்பிப் பாறையில் அலைகள் தலைமோதிச்சிதறின. கடலின் அமைதியையும் காற்றில் தென்பட்ட குளுமையையும் காற்றில் ஊடுருவியிருந்த மீன்வாடையையும் கண்டபோதும் மீரான்பிள்ளையின் முகத்தில் எந்த உணர்ச்சியும் இல்லை.

இதேபோல் எத்தனையோ தடவைகள், கடலின் அமைதியையும் காற்றின் குளிர்ச்சியையும் காற்றில் கலந்திருந்த மீன் வாடையையும் கண்டபோதெல்லாம் மனத்தின் அடித்தளத்தில் எத்தனையோ எதிர்பார்ப்புகள்.

எதிர்பார்த்தது போல் எதுவும் நடக்கவில்லை. எல்லாம் ஏமாற்றமாகத்தான் முடிந்தது.

கடந்துபோன சித்திரை மாதத்தில் பெயரளவுக்குக் கொஞ்சம் நெத்திலிப்பாடிருந்தது.

குட்டை சுமப்போருக்கும், பெண்களுக்கும், சைக்கிளில் ‘லோடு’ கொண்டுபோவோருக்கும் மட்டுமே அது போதுமா யிருந்தது. கொழும்புக்குக் கட்டியனுப்பும் அளவுக்கு மீன்பாடில்லை. என்றாலும் ஆவலால் ஒன்றிரண்டு தடவை கொழும்புக்குக் கட்டியனுப்ப நேர்ந்தது. கொழும்பில் நல்ல விலை இருந்தது. கட்டுகள் தூத்துக்குடியில் லாரியிறங்கின. தூத்துக்குடியிலிருந்து பாரம் ஏற்றிய கப்பல் அலைகளைப் பிளந்துகொண்டு நகர்ந்ததும் கொழும்பில் விலை இறங்கிவிட்டது. தலையில் துளைபோடும் வெயிலில் அலைந்ததும், மணலில் வியர்வை சிந்தியதும் மிச்சம். தூத்துக்குடியில் சென்று விற்ற பணத்தை வாங்கி எண்ணும்போது நெஞ்சு படபடத்தது. குழந்தைகளுக்கு மிட்டாய் வாங்கக்கூட லாபம் இல்லை.

உச்சி வெயிலில் சூரியனை வீழ்த்திய கந்தக பூமியிலிருந்து உயர்ந்த ஆவியில் கண்களை நட்டு இருக்கும்போது கொழும்பு கமிஷன் கடைக்காரரின் தூத்துக்குடி மேனேஜர் ஆறுதல் கூறினார்.

"என்ன காக்கா யோசிக்கியோ. இப்பிடித்தான். எப்பொளும் லாபம் கிட்டுமா?"

சரிதான். வியாபாரத்தில் லாபமும் உண்டு. நஷ்டமும் உண்டு. எப்பொழுதும் லாபம் கிடைக்காது.

கடலின், கடற்கரையின் உயிர்த்துடிப்பைக் கண்டபோது மீரான்பிள்ளை தன்னை அறியாமலேயே கடந்த ஆண்டுகளை நினைவுகூர்ந்தார்.

மடியிலிருந்து ஒரு பீடியெடுத்தார். தீப்பெட்டியை உரைத்தார். காற்றில் அணைந்தது. மீண்டும் உரைத்தார். மீண்டும் அணைந்தது. காற்றுக்கு மறைவாக நின்றுகொண்டு தீப்பெட்டியை உரைத்து, நெருப்பைக் கைக்குள் ஒதுக்கிப் பீடிக்கு நெருப்பு மூட்டினார். புகையை ஊதிவிட்டார். காற்றில் பீடிப்புகை நிறைந்தது. வலை பின்னிக்கொண்டிருந்த மீனவன் ஒருவன் அந்தப் புகையின் வாடையை நுகர்ந்தான். திரும்பிப் பார்த்தான்.

மீரான்பிள்ளை மொய்லாளி. அவன் எழும்பினான்; மீரான்பிள்ளையின் அருகில் சென்றான்.

"கொஞ்சம் தீ தராட்டீருமா மொய்லாளி?"

மீரான்பிள்ளை சப்தம் கேட்டுத் திரும்பிப் பார்த்தார். தொம்மப்பிள்ளை!

அவர் பற்றிய பீடியைத் தொம்மப் பிள்ளைக்கு நேராக நீட்டினார். தொம்மப் பிள்ளை காது இடுக்கிலிருந்து சுருட்டுத் துண்டை எடுத்துப் பற்றவைத்தான்.

"என்னப்பா தொம்மா? எப்படித் தெரீது?"

"தங்க நாயனே! கடலு சேலாத்தான் இரிக்கி. மேலே இருக்கிய ராசா எரணம் அளக்கணும்."

"சித்திரெ பெறக்குக்கு முன்னே நெத்திலிப்பாடு இரிக்குமாப்பா?"

"செல்ல முடியாரு நாயனே. மக்கக் குட்டியளெ கடலு காப்பாத்தணும். நம்மட்ட என்ன இரிக்கி? அந்தப் புண்ணியவாளன் கண்ணு தொறக்கணும்."

"போன வருசம் நெத்திலிப்பாடு இல்லே. அதுக்கு முந்தின வருஷமும் பாடு இல்லே."

துறைமுகம் 15

“சரிதான், என்ன செய்ய ? நீதி செத்துப்போயிட்டுதே. பின்னே எப்படி ஆண்டவரு எரணம் அளப்பாரும் ? செல்லுங்க புள்ளே ?”

“சரிதான் தொம்மா. காலம் மாறிப்போச்சு, நீதி, தருமம், நேர்மை, ஒண்ணுமே இல்லே.”

“ஆ . . . அப்படிச் செல்லுங்க நாயனே ! விலங்கெ[1] கெடக்க மீனு எப்படிக் கரைக்கு வரும் ?” தொம்மப் பிள்ளை தொடர்ந்தான்.

“இந்த வருசம் கடலு சதிச்சாது. ராத்திரி வெள்ளி மீனப் பாத்தா அப்படித்தான் தெரீது. பின்ன எப்படியோ ? எல்லாம் அந்த ஆண்டவரு கையிலதானே ?”

“நீ இப்ப ஆருக்க மடி வளைக்கா ?”

“நானா ? பூந்துறக்காரிக்க மாப்பிளே குருச்மிக்கேலுக்க மடிதான் வளைக்கேன்.”

“போன வருசம் அவனுக்க மடிதானே எரிஞ்சது ?”

“ஓமு”

“பெருத்த நட்டம்”

“சித்திரையிலே நெத்திலிப்பாடு இருக்குமே. அதினாலே அவனுக்கப் பெண்டாடிக்கக் காதுலயும் களுத்திலயும் கெடந்ததெப் பணயம் வச்சு, கொல்லங்கோட்டுக்குப் போயி இந்த மடிய வாங்கிட்டு வந்தான்.”

“யேய் ! நீ அத்தப் புள்ளேட்ட வேளம் பறஞ்சுட்டு நின்னா ? மடிதக்கண்டாமா. இஞ்ச வாவே.”

வலைபின்னிக்கொண்டிருந்தவர்கள் தொம்மப்பிள்ளையைக் கூப்பிட்டனர்.

“நான் வரட்டா நாயனே !” தொம்மப் பிள்ளை விடை கேட்டான்.

மீரான்பிள்ளை பின்கை கட்டிக்கொண்டு மேற்கு நோக்கி நடந்தார். பார்வை முழுவதும் கடல்பரப்பில். ஆற்றில் நீர்ப்பரப்பு கூடியிருக்கிறது. பொழி வெட்டி விடவில்லை. ஆற்றுக்கரையில் உள்ள பாறையில் வேலை முடிந்து திரும்பிவந்தவர்கள் துணி துவைத்துக்கொண்டு இருந்தனர். பாறையில் துணி அடிக்கும் சப்தம். ஓடாத நீரில் சோப்புநுரை மிதந்து நிற்கிறது. அந்திக் கதிர்கள் அதன்மீது விழுந்து பல வண்ணங்களைத் தீட்டின.

---

1. தொலைவில்

எதிர்த் திசையிலிருந்து மீராசா குளித்துவிட்டு வருவதை மீரான்பிள்ளை கண்டார். நனைந்த துண்டை உடுத்து, அதன் மேல் கறுத்த பெல்ட் கட்டி அதில் நீண்ட மடக்குக் கத்தியைச் செருகியிருந்தான். உடுத்தியிருந்த துணியைத் துவைத்துக் காற்றில் உலர இரு கைகளையும் உயர்த்தித் தலைக்குமேல் பிடித்திருந்தான். காற்றில் துணி பறந்துகொண்டிருந்தது.

"என்னப்பா மீராசா?" மீரான்பிள்ளை விசாரித்தார்.

"இந்த வருசம் நல்ல நெத்திலிப்பாடு காணும்."

"போன வருசம் இப்பபடித்தான் சொன்னானுவோ. எங்கப்பட்டுது?"

"பட்டாத்தானே வீட்லே தீ பத்தலாம். கடப்பொறத்துலே செளிப்பிருந்தா தானே நாடு செளிக்கும்."

"கஷ்டவும் நஷ்டவும் கடப்பொறத்தே நம்பியிருக்கிய நமக்குத் தானா அப்பா?"

"இந்த வருசம் சித்திரை சதிக்காது. நமக்குக் கொழும்புக்குக் கெட்டுலாம் காக்கா."

"கெட்டணும்னுதான் நெனக்கேன். எல்லாத்துக்கும் சித்திரை பெறக்கட்டுப் பார்ப்போம்."

"என்னெ அவுப்பிள்ளை காக்கா சம்பகெட்டெ விளிச்சிருக்கு, நான் பாப்போணு சொன்னேன்."

"ஏ மீராசா நீ நம்மள விட்டுராதே."

"அதெப்படி? இப்பச் சம்ப கெட்ட ஆளூ தட்டுப்பாடு. கடப் பொறத்திலே ஒண்ணும் இல்லேணு எல்லாவனும் நாலா பக்கமும் பெளப்பு தேடிப் போனான்."

"நீ நம்மக் கைவிட்டிராதே."

"நான் சாவூதுவரை ஒங்க கெட்டுக்காரந்தான் காக்கா."

தலைக்கு மேல் காற்றில் பறந்துகொண்டிருந்த துணியைத் தொட்டுப்பார்த்தான். உலரவில்லை.

"எங்க பொயிட்டு வாறா?"

"எரமன்துறைக்குப் போனேன். மரத்துக்கு அஞ்சாறு கொளுவ உண்டு. அதெக் கீலம் போட்டுக் குடுத்துட்டு வாறேன். நாலஞ்சு ரூவா கெடச்சுது. புள்ளியளுக்குக் கெளங்கு வாங்கணும். நேரத்தப்போனா அந்திக் கடய்லே வல்ல மீனும் வாண்டுலாம். நான் போட்டா?"

“நீ நேரத்தப் போ.”

நடந்து நீங்கும் மீராசாவைப் பார்த்து நின்றார். அவன் உடல் மெலிந்துவிட்டது. எவ்வளவு குண்டாக இருந்தது. நல்ல கட்டு மஸ்தான உடல். ஆங்காங்கே தசைகள் உருண்டுதிரண்டு இருந்தன. கழுத்தில் நரம்புகள் புடைத்துநின்றன. கைகளுக்குத்தான் எவ்வளவு சக்தி. எந்தவிதத் தளர்ச்சியும் இன்றி ஐந்நூறும் அறுநூறும் கட்டுகள் ஒரேமூச்சில் கட்டுவான்.

மீராசா லாரி வந்தாச்சு. உடன் கட்ட வேண்டும் என்று சொன்னால் போதும்.

‘எத்தரெ மணிக்கு வேணும்?’

‘பந்திரண்டு மணிக்குத் தருவியா?’

‘பதினொண்ணே முக்காலுக்குத் தாரேன்.’

பம்பரம்போல் சுழல்வான். சிலவேளை பதினொன்றரைக்குள் லாரி பாரம் ஏற்றிப் புறப்பட்டுப் போயிருக்கும்.

திறமையானவன்.

இன்று வெறும் எலும்பும் தோலும். கடற்கரையில் மீன்பாடு குறைந்ததும் முழுப் பட்டினியும் அரைப் பட்டினியும். அவனுக்கு எவ்வளவோ சுமைகள். நாலைந்து குழந்தைகள். சம்பை கட்டுவோர் பலரும் பல இடங்களுக்கும் சென்றுவிட்டனர். சிலர் கொழும்பிற்குச் சென்றனர். சிலர் ஓட்டலில் வேலை தேடிச் சென்றனர். சிலர் சுமை தூக்கச் சென்றனர்.

“காக்கா”

சப்தம் கேட்டு மீரான்பிள்ளை திரும்பிப் பார்த்தார் நூக்கண்ணு!

“நீ எப்பண்டா வந்தா?” மீரான்பிள்ளை கேட்டார்.

“ரெண்டு நாளாச்சு”

“ஏன் வந்துட்டா?”

“நான் கள்ளத் தோணியில் இல்லியா போனேன். அஞ்சாறு நாளு நிண்ணேன். எவனோ செல்லிக் குடுத்துட்டான். போலீசுக்காரன் புடிச்சு உடுத்த துணியோடச் கப்பலு ஏத்தி அனுப்பிட்டான். நம்ம ஊருகாரனுவோ குசும்பு புடிச்சவனுவோ. சாவவும் உடமாட்டான்; பௌக்கவும் உடமாட்டான். உங்களைத் தேடி ஊட்டுக்குப் போனேன். நீங்க கடப்பொறத்துக்குப் போயிருக்கீண்ணு சொன்னாங்கொ.”

"என்ன விசேசம்?"

"ஒண்ணும் பெளப்பு இல்லே. நீங்க தொறக்குச் சம்ப வாங்கப் போவும்போ ஒங்கக்கூட நானும் வாரேன் எனக்கு என்னவாவது ஒரு சின்ன சம்பளம் தந்தா மதி."

"சித்திரை பெறக்கட்டு, பார்ப்போம்."

"கொழும்பிலெ நெத்திலி கருவாட்டுக்கு நல்ல புரியம்."

"என்ன புரியம் இருந்தாலும் நமக்கு விதிச்சது தானப்பா கெடக்கும்."

"அது சரிதான். கடப்பொறத்துலே ஒரு பொர கட்டிப்புட்டு பயறு கச்சோடம் செய்யலாம்ணு பார்த்தேன். பொரகட்டக் கய்யிலே காய் இல்லே. அந்தாக்கிலெ தான் ஒங்கட்டே கேக்கலாம்ணு வந்தேன்."

"மீம்பாடு பாத்துட்டு நான் ஒன்னே உளிக்க[2] ஆளு அனுப்பேன்."

"சரி காக்கா."

நூக்கண்ணு சென்றதும் மீரான்பிள்ளை ஆற்றின் கரையோரமாகச் சென்றார். காலும் முகமும் அலம்பினார். தண்ணீரின் சூடு குறையவில்லை. இருந்தாலும் அன்றைய வெயிலுக்கு, முகத்தில் நீர்பட்டதும் ஒரு சுகம் தோன்றாமலும் இல்லை. முங்கிக் குளித்தாலோ? வேண்டாம். சாயங்காலம் குளித்தால் சிலவேளை சளி பிடிக்கும். சளி பிடித்தால் கொஞ்ச நாட்களுக்குக் குணமடையாது. திடீரென மீன்பாடு தொடங்கி விட்டால் குழப்பமாகிவிடும். மீரான்பிள்ளை நேராகக் கிழக்கு நோக்கிச் சென்றார்.

தாழ்ந்திறங்கும் சூரியன். கடலும் வானும் கட்டித் தழுவும் இடத்தை நோக்கிச் சூரியன் நகர்ந்தபோது வெட்கத்தால் அடிவானத்தின் கன்னம் சிவந்தது. மீரான்பிள்ளை கொஞ்ச நேரம் அந்தச் சிவந்த கன்னத்தின் அழகைப் பார்த்து நின்றார்.

ஒரு பகல் முடிவடைகிறது.

---

2. கூப்பிட்டு

2

மம்மாத்தில் தூக்கத்திலிருந்து எழும்போது நேரம் புலர்ந்துவிட்டது. ஒரு நுள்ளு உமிக்கரி எடுத்தார். பாசி மூடிய சுடுகாட்டு ஆற்றின் கரைக்குச் சென்றார். படித்துறையில் கூடிக்கிடந்த முட்டத் தாளியைக் காலால் நீக்கினார். சிறு வால்கள் முளைத்த பேத்தை[1]களைக் கொஞ்ச நேரம் பார்த்து நின்றார்; ரசித்தார். வாயைக் கொப்புளித்து உமிழக் கையில் நீரை எடுத்தார். கையில் எடுத்த நீரில் ஒரு பேத்தை கிடந்து துடிப்பதைக் கண்டார். அதைக் கரையில் போட்டுவிட்டார். கரையில் கிடந்து துடிப்பதைப் பார்த்தபோது இரக்கம் தோன்றியது. மெதுவாகக் கையிலெடுத்துத் தண்ணீருக்குள் விட்டார். அது வாலைக் குலுக்கிக்குலுக்கி நீந்திப் பாசிக்குள் மறைந்தது.

மம்மாத்தில் வாயைக் கழுவினார். தண்ணீரில் பாசியின் வாடை. ஆற்றின் கரையில் குந்தியிருந்து பல் துலக்கினார். எச்சில் ஊறியது. நீரில் உமிழ்ந்தார். கருப்பான எச்சில். பதுங்கியிருந்த மீன்கள் திரண்டு ஓடி எச்சிலை வளைத்துக்கொண்டன. மம்மாத்திலுக்குச் சிரிப்பு வந்தது. மீண்டும் கொஞ்சம் விலகித் துப்பினார். மீன்கள் அங்கும் திரண்டன. காறிச் சளியாக ஆங்காங்கே துப்பினார். மீன்கள் மாறி மாறி அங்குமிங்கும் ஓடுவதைப் பார்த்து இரசித்துக் கொண்டிருக்கும்போது கொஞ்சம் தொலைவில் தென்னையிலிருந்து ஓர் ஓலை விழும் சப்தம் கேட்டது. கொஞ்சம் தொலைவிலிருந்து வந்துகொண்டிருந்த ஒரு முக்குவச்சி ஓலையையெடுக்க ஓடி வருவதைப் பார்த்தார். மம்மாத்திலு விடவில்லை. எல்லாச் சக்தியும் சேர்த்து ஓடினார். இருவரும் ஒரே நேரத்தில் ஓலையை எட்டிப் பிடித்தனர். அவள் தும்பிலும் மம்மாத்திலு மட்டையின் பக்கத்திலும்.

---

1. தவளைக் குஞ்சு

“நாயில்லியா ஆத்தியம் எடுத்தேன் விடும்மே.”

“நாயில்லியா வுட்டி ஆத்தியம் எடுத்தேன்.”

“அய். அரென்ன நாயம்? நாந்தானே எடுத்தேன்?”

“நிக்க மாப்ளக்க ஓலையா வுட்டி. உடுட்டி” மம்மாத்திலு ஓலையை வெட்டி இழுத்தார். ஓலையின் தும்பு அவள் கையிலிருந்து தெறித்தது.

ஓலையை வெட்டி இழுக்கும்போது ஓர் ஈர்க்கிள் குச்சி அவள் படங்கையில் குத்தி ஏறியது. கையிலிருந்து இரத்தம் கனிந்தது. அவள் அதைப் பார்த்தாள். கையில் வலி.

“தாந்துபோனவாருவனி, பைய வலிச்சிப் படாரா?” அவள் ஏசினாள். அவள் தொண்டை கரகரத்தது. அவள் ஏசியது மம்மாத்திலுவைக் கோபம் அடையச் செய்தது. அவர் திரும்பி நின்றார். அவளைச் சுட்டெரிக்கும்படியாக முறைத்துப் பார்த்தார்.

“என்ன பாக்கீரும் பொரிச்சுப் போடுவீரோ?”

“பொரிக்கமாட்டேன். பல்லெ ஒடப்பேன்” மம்மாத்திலு எச்சரித்தார்.

“ஒடப்பீரும், ஒம்மைத் தெரியாராக்கும், நெத்திலிப்பாடு வந்தா தொறையிலே கடவச்ச வராட்டீரா? அப்பம் பாக்கலாம் ஒம்மை.”

“நீ பாப்பா கொறைய.”

“உம் பாக்கமாட்டேன்”. “முறத்துக்குள் மீன் வட்டியை வைத்துத் தலையில் சுமந்துகொண்டு படங்கையை மலர்த்தி ஊதி ஊதி நடந்து செல்வதை மம்மாத்திலு பார்த்து நின்றார்.

“தூ . . .” மம்மாத்திலு நீட்டித் துப்பினார்.

“லெவிண்டி, வந்திரிக்கா ஓலயெடுக்க. ராவு முளுவனும் முளிச்சிருந்து நான் ஓலப் பெறக்கிக் கூட்டீட்டிருக்கேன் . . .”

அவர் ஓலையைத் தோளில் சுமந்துசென்றார். ஓலையின் தும்பு தரையில் கிடந்து சப்தம் எழுப்பியது. தரையில் நீளமான கோடுகளைக் கிழித்தது.

வீட்டு வளாகத்துக்குள் இரவு பொறுக்கிக்கூட்டிய ஓலைகளின் கூட்டத்தில் இதையும் சேர்த்தார்.

ஓலை விழும் சப்தம் கேட்டதும் ஆமினா அடுப்பங்களை யிலிருந்து எட்டிப்பார்த்தாள்.

“ஆரு?”

"நான்தான் குட்டி"

"நீங்களா ?"

"நாப்பத்தி ஒம்பதாச்சு. ஆடு கடிக்காத பாத்துக்கோ"

"அங்க என்ன சத்தம் ?"

"ஓல வுளுந்தது. நாம் போயி எடுக்குக்கு முந்தி ஒரு தொறயக்காரி எடுத்தா. அவளுட்டயிருந்து புடிச்சுப் பறிச்சேன். குடுப்பெனா ?"

"ராத்திரி பெறக்குன ஓலையைக் கீறாண்டாமா ?"

"ஓம். நான் பல்லு தேச்சிட்டு வந்து கீறலாம்." மம்மாத்திலு மீண்டும் ஆற்றின் கரைக்குச் சென்றார். பல் தேய்த்து வாயைச் சுத்தம் செய்தார். தோளில் கிடந்த குற்றாலம் துண்டை எடுத்து முகம் துடைத்தார். இனியும் கொஞ்சம் ஓலைகள் தேவை. அப்படியானால்தான் புரை கட்டமுடியும். இன்னும் இரண்டு இரவுகள் உறங்காமல் இருந்தால் போதும். வெயில் காலம் ஆதலால் ஆங்காங்கே ஏராளம் தென்னை ஓலைகள் வீழ்ந்து கிடக்கும்.

மம்மாத்திலு ஆற்றோரத்தில் உயர்ந்து நிற்கும் தென்னை மண்டைகளை நிமிர்ந்து பார்த்தார். ஏராளம் ஓலைகள் பழுத்து நிற்பதைக் கண்டார். பகல் நேரம் விழுந்தால் தனக்குக் கிடைக்க வாய்ப்பில்லை. வழிப்போக்கர் யாராவது எடுத்துச் செல்வார்கள். அவர்களோடு மல்யுத்தம் செய்ய வேண்டும்.

"டேய் பீரு" மம்மாத்திலு ஆற்றின் கரையிலிருந்து மகனை உரக்கக் கூப்பிட்டார். அவன் சப்தம் கேட்டு ஓடிவந்தான். பொத்தான் இல்லாத நிக்கரை வேட்டி உடுப்பதைப் போல் இடுப்பில் செருகிவைத்தான். பல்லும் முகமும் சுத்தம் செய்ய வில்லை. வாப்பா கூப்பிட்டது கேட்டு உறக்கப் பாயிலிருந்து எழும்பி ஓடி வந்தான்.

வாப்பாவின் முன் வந்துநின்று கண்ணிமையில் ஒட்டி யிருந்த பீழையை நகத்தால் கிள்ளியெடுத்தான். வாயின் இரு பக்கங்களிலும் காய்ந்து ஒட்டியிருந்தது சளுவை. சுண்ணாம்பு காய்ந்து ஒட்டியிருப்பதுபோல்.

"பல்லு தேச்சாயாடா ?"

"இல்ல" தலையசைத்தான்

"பெறவு தேக்கலாம். நீ இஞ்ச இருந்துக்கோ. நெறைய ஓல பளுத்து இரிக்கிது பாத்தியா ? விளும். விளுந்தா ஓடிப்போய் எடுக்கணும். ஆருக்கும் குடுக்காதே."

பீர் இல்லையென்று தலையசைத்தான்.

ஒரு தென்னையின் மூட்டில் மரத்தோடு சாய்ந்து உட்கார்ந்தான் பீர். தரையில் கிடந்த, காய்ந்துபோன ஒரு தேங்காய் நெட்டியை எடுத்துத் தரையில் அடித்தான். ஒரு பாட்டும் பாடினான்.

வேலியில் வாசல் கட்டு அவிழ்க்கும்போது மம்மாத்திலு மனைவியைக் கூப்பிட்டார்.

"குட்டியே"

ஆமினா வந்து எட்டிப் பார்த்தாள்.

"பீயாத்தி எடு. ஓல கீறட்டு" இரவு பொறுக்கிக் கூட்டிய ஓலைகளின் அருகில் குந்தியிருந்தார். பார்வை ஓலையின் மீது. கறுத்த பெல்டின் தேய்ந்துபோன ஜேப்பிலிருந்து ஒரு தீப்பெட்டியை எடுத்தார். சப்பிப்போன தீப்பெட்டியைத் தள்ளித் திறந்தார். அதற்குள் இருந்து ஒரு துண்டு பீடியெடுத்தார். எஞ்சியிருந்த ஒரு தீக்குச்சியைப் பற்றவைத்தார். புகை ஊதிவிடும்போது, கொஞ்சம் முடி வளர்ந்த மொட்டைத் தலையைச் சொறிந்தார். சங்கிலிபோல் கொட்டாவி நீண்டுநீண்டு வந்தது.

"கண்ணு தூங்குது. கொஞ்சம் தேயிலை வெள்ளாம் போடுட்டீ" கத்தியுடன் வந்த மனைவியிடம் சொன்னார். பளபளக்கும் கத்தி. அதன் வாயில் தொட்டுக் கூர்மை பார்த்தார்.

ஆமினா ஓலையின் நுனியைத் திருகி ஒடித்தாள். நெருப்புப் பற்றவைக்க.

"நீ இப்பிடித் தும்பெல்லாம் முறிச்சிட்டுப் போனா ராத்திரி ஓலை திருமியெடுக்கத் தும்பு வேண்டாமாவுட்டி?"

"அப்ப நீங்க துணியெடுத்தா தேயில காச்ச?"

"போவுட்டி செய்தானுக்க மொளே."

இரவு விழித்த தளர்ச்சி மம்மாத்திலைத் தொட்டதற்கெல்லாம் கோபம் அடையச் செய்தது. இரவு ஊரும் காலும் அடங்கிய பின் ஓலை திருகச் சென்றுவரும்போது வைகறைப் பாங்கொலி கேட்டது.

கழையின் ஒரு முனையில் தும்போலையை எடுத்துக் கயிற்றால் கட்டிக் கைக்கெட்டாத ஓலைகளைக் கீழே நின்றுகொண்டு தென்னை ஓலையில் தும்பில் செருகிப் பிடித்துக்கொண்டு கழையை மெதுவாகச் சுழற்றுவார். இரு தும்போலைகளும் ஒன்றோடொன்று பிணைந்துவிடும். பிறகு கொஞ்சம் விலகிநின்று கழையை வெட்டி இழுக்கும்போது தென்னையிலுள்ள ஓலை அடர்ந்து விழும். கையெட்டுபவற்றைக் கீழே நின்றுகொண்டு முனையில் பிடித்து

வெட்டி இழுப்பார். குலுங்கிச் சிரிக்கும் நிலவை இருளின் சிறைக்குள் சங்கிலியால் கட்டி இடும்வரை மம்மாத்திலு இப்படி ஓலை சேர்ப்பதிலேயே மூழ்கியிருப்பார்.

சித்திரை மாதம் பிறக்கு முன் இருநூறு கீற்று ஓலை கீறி முடைய வேண்டும். கடற்கரையில் நான்கு கால் நாட்டிச் சிறு புரை கட்டி அதில்தான் வியாபாரம் செய்ய வேண்டும். சித்திரையில் மீன்பாடு இருக்குமானால் வியாபாரம் ஜோராக இருக்கும். வேகவைத்த சிறு பயறு, மரச்சீனிக் கிழங்கு, கிழங்குப் புட்டு, சுக்குக் காப்பி, ஆப்பம், மோர், சுருட்டு, பீடி, வெற்றிலை பாக்கு – இப்படி ஏராளம்.

"கேட்டியளா? சித்திரப்பாடு நல்லா இருந்தா நமக்கு இந்த வீட்டுக் கூரையப் பிரிச்சுக் கெட்டணும். மள வந்தா கெடக்க வளியில்லே."

"பாப்பம் குட்டி, தொண்டப் பாக்கியம் எப்படி இருக்கிதோ."

"கிழங்கு மாவும் அரிசி மாவும் இடிக்கண்டாமா?"

"இடிக்கணும்."

"ஒணக்கக் கிளங்கும் பச்சரியும் வேண்டித் தாருங்கோ."

"எனக்கிட்டே சக்கரம் எங்கே இருந்து? நிக்கா தேரு வாளியும் அலுக்கத்தும் களத்தித் தா. கொண்டு பணயம் வைக்கட்டு."

"அந்த ரெண்டையும் களத்தித் தந்திட்டு நான் மூளியா நடக்குக்கா?"

"செய்த்தானுக்க மோளே! சென்னதைக் கேக்கணும். சித்திர களிஞ்சா ஒடனே திருப்பி எடுக்கலாமே."

"நிங்கக் கூட இருந்து பத்து பதினஞ்சு வருசம் ஆச்சில்லியா. நீங்க என்னத்தையாவது ஒரு உருப்படி போட்டுத் தந்தியளா? எக்க உம்மாயும் வாப்பாயும் போட்டுத் தந்ததுதானே. எல்லாச் சித்திர மாசமும் கடப்பொறத்தலே கட வைக்கும்போ எக்கெ உருப்படி தானே நிங்களுக்கு உபகாரப்படுது."

"நின்னாணம் குட்டி, நிக்க வாப்பணம் குட்டி. இந்தச் சித்திரையிலே நிக்கு ஒரு மூக்குத்தி செய்து தருவேன்."

"ஓ... செய்து தந்தியொ கொறய. எல்லா வரிசவும் இப்படித்தான் செல்லுது."

"இந்த வரிசம் பாரு."

"பாத்தாங்கோ." பொன்னகை கொடுப்பதற்கான பகுதி விருப்பத்துடன் ஆமினா தும்போலையுடன் அடுக்களைக்குள் நுழைத்தாள்.

மம்மாத்திலு குற்றாலம் துண்டையெடுத்துத் தலையில் வட்டமாகக் கட்டினார். ஓலையை எடுத்தார். மடலை வெட்டி நீக்கினார். ஓலையை நீளமாகப் பிளந்தார். பிளந்த ஓலையில் அதிகமாக இருந்த மடலைச் செதுக்கிக் களையும்போது தொலைவில் ஓர் ஓலை விழும் சப்தம் கேட்டது. உடன் கத்தியைத் தரையில் எறிந்தார். வேலி வாசலை அவிழ்த்துக்கொண்டு வெளியே குதித்தார். பீரு தென்னை மூட்டில் ஓர் அட்டையைப்போல் சுருண்டு கிடப்பதைக் கண்டார். கீழே விழுந்த ஓலையைச் சிறாங்கு தோளில் சுமந்துகொண்டு செல்வதை மம்மாத்திலு கண்டார். மம்மாத்திலுக்குக் கோபம் பலூன் பொட்டுவதுபோல் பொட்டியது. பல்லை நெரித்துக்கொண்டு ஓடிச்சென்றார். தென்னை மூட்டில் சுருண்டுகிடந்த பீரின் கையைப் பிடித்துத் தூக்கினார். பையன் நடுக்கத்தோடு வாப்பாவைப் பார்த்தான்.

“களுதக்குப் பெறந்த பயலே! ஒன்னெ இதுக்காடா இஞ்சக் காவல் இருத்தினேன். அன்னாப் பாத்தியாடா சிறாங்கு ஓல யெடுத்துட்டுப் போறான்.” பையனின் குருத்துத் தொடையில் நாலைந்து அடி கொடுத்தார்.

“எக்க உமச்சா... எக்க உமச்சா... நான் ஒறங்க மாட்டேனோ...” பீரு துடிதுடித்தான்.

மம்மாத்திலு தலைக்கட்டை அவிழ்த்தார். துண்டை உதறினார். கோபம் கூடும்போது இப்படித்துண்டை உதறுவதுண்டு. கோபமெல்லாம் சிறாங்கின்மீது மையங்கொண்டது. சிராங்கின் வாயில் பனியனை எட்டிப் பிடித்து, ஒரு குலுக்குக்குலுக்கி அவனது எலும்பு தள்ளிய நெஞ்சில் இரண்டு இடிகொடுக்கத் தோன்றியது. கடற்கரையில் கடை நடத்தும்போது மீன் பொறுக்கிவிட்டு வந்து ஓசு பீடி கேக்கும்போது பார்ப்போம். ஓலையைத் தோளில் சுமந்துகொண்டு சிறாங்கு பார்வையிலிருந்து மறைவதுவரை மம்மாத்திலு பார்த்துக்கொண்டே நின்றார். ஏதோ ஒரு நிதி கைவிட்டுப் போனதுபோல் மரமாக நின்றார். சித்திரை பிறக்க இன்னும் அதிக நாட்களில்லை. மம்மாத்திலு துண்டைத் தலையில் கட்டினார்.

“இனி ஒறங்குனா இன்னக்கு வீட்டிலே நிக்கு சாப்பாடு இல்லே. பாத்துக்கோ” பீரை எச்சரித்துக்கொண்டு மாம்மாத்திலு வீட்டை நோக்கி நடந்தார்.

3

அந்தக் கிராமத்தில் அரசு அலுவலகங்களாக ஒரு மருத்துவமனையும், ஒரு தபால்நிலையமும் உண்டு. ஒரு சிறிய கடையில் தபால்நிலையம் இயங்கி வந்தது. ஒரு போஸ்ட் மாஸ்டரும் ஒரு தபால்காரரும் அங்கு பணிபுரிந்து வந்தனர். ஊர் மக்களில் பெரும்பாலோருக்குக் கொழும்பில் வியாபாரம். எனவே கொழும்புத் தபால்தான் அதிகமாக வரும்.

மருத்துவமனை டாக்டரும் தபால்காரரும்தான் ‘பேண்ட்’ அணியும் இரு நபர்கள். பிரம்புக் குடையைக் கையில் தூக்கிக்கொண்டு, காக்கித் தொப்பியைத் தலையில் மாட்டிக்கொண்டு, தளதளப்பான காக்கிச் சட்டையுடன், முட்டுக்காலுக்குச் சற்றுக் கீழே நீண்டிருந்த காக்கி ‘பேண்டும்’ அணிந்து கொண்டு வரும் செருப்புப் போடாத தபால்காரர் அங்கிருந்தோர் பலர்க்கும் பெரிய எதிர்பார்ப்பாகும்.

தபால்காரர் அம்புரோஸுக்கு எல்லா வீடுகளையும் எல்லா நபர்களையும் நன்கு தெரியும்.

‘எனக்கு எழுத்துண்டா ஸாரே?’

அம்புரோஸ் நிற்பார். கேட்டவரைக் கூர்ந்து பார்ப்பார்.

‘நாளெ’

‘இல்லை’ என்று ஒருபோதும் சொல்லமாட்டார். தபால் உருப்படிகளை அடுக்கும்போது யாருக்கெல் லாம் தபால் உண்டு, இல்லையென்பதை நினைவில் வைத்திருப்பார். ஒருபோதும் ஆள்மாறித் தபால் கொடுத்ததில்லை. கொழும்பிலிருந்து வரும் கடிதங்கள் ஆதலால் பல இரகசியங்களும் அதில் இருக்கும் அல்லவா?

ஒவ்வொரு வீட்டின் முன்வாசலிலும் சாக்கினாலோ துணியினாலோ ஆன திரை தொங்கும். அந்த வாசல் திரையின் மறைவில் தபால்காரர் வரவை

எதிர்நோக்கிப் பல பெண்கள் நிற்பார்கள். பணமோ கடிதமோ வரும் என்ற எதிர்பார்ப்பு அவர்களுக்கு எப்போதும் உண்டு.

அம்புரோஸைப் பார்த்ததும் திரையின் பின் பகுதியிலிருந்து குரல் உயரும்.

“எளுத்துண்டா?”

அம்புரோஸ் யார் முகத்தையும் பார்ப்பதில்லை. குரலாலே ஆட்களைத் தெரிந்துகொள்வார்.

“உண்டும்மா, பணம் வந்திரிக்கி.”

திரையின் பின்பகுதியில் பலகை போட்டு உட்கார்ந்திருப் பார்கள். திரையின் இடைவழியாக இடதுகைப் பெருவிரல் வெளியே நீண்டுவரும். அம்புரோஸ் ஜேப்பிலிருந்து சதுரமான டப்பாவை எடுப்பார். இடதுகைப் பெருவிரலைப் பிடித்து டப்பாவிலுள்ள கறுப்பு மையில் உருட்டுவார். பிறகு மணியாடர் படிவத்தில் அந்த விரலைப் பிடித்து அழுத்தமாகப் பதித்தெடுப்பார்.

எச்சிலைத் தொட்டு நோட்டை எண்ணுவார். திருப்பித் திருப்பி மூன்று தடவை எண்ணுவார். எத்தனை தடவை எண்ணினாலும் அம்புரோஸுக்கு எண்ணிக்கையில் சந்தேகம்தான். திரையின் பின்பக்கமிருந்து பெண்கள் ரூபாய் நோட்டுகளை எண்ணும்போது அம்புரோஸ் திரையினிடையில் பார்வையைச் செலுத்தி எண்ணிக்கையைக் கவனிப்பார்.

“சரியா இரிக்கிது.”

“ஒண்ணுகூட எண்ணுங்க உம்மா.”

மீண்டும் எண்ணுவார்கள்.

“சரிதான்.”

“நான் போட்டா” அம்புரோஸ் விடை கேட்பார்; ஆனால் போகமாட்டார். போவதுபோல் ஒரு நடிப்பு.

“இன்னா” நாலு சக்கரமோ எட்டு சக்கரமோ[1] கொடுப்பார்கள். அதன் பெயர் “காப்பி குடிக்க. அம்புரோஸ் காசைக் கைநீட்டி வாங்கியதும் இரு கண்களில் ஒத்தி ஜேப்பில் செருகுவார். இது மாமூல். சிலருக்கு அம்புரோஸ்தான் கடிதம் எழுதிக் கொடுப்பதும், வரும் கடிதங்களை வாசித்துக் கொடுப்பதும்! அதற்கும் அம்புரோஸுக்கு ‘ஃபீஸ்’ உண்டு. அது காசாகவோ சாயாவாகவோ இருக்கும். கடிதங்களிலுள்ள இரகசியங்களைக் கடைசி வரை அம்புரோஸ் யாரிடமும் சொன்னதில்லை. பெரும்பாலும் எழுதிய

1. சக்கரம் – பழைய திருவாங்கூர் நாணயம் (நாலு சக்கரம் – கால் ரூபாய்)

கடிதங்களை அம்புரோஸின் கையில்தான் கொடுப்பார்கள். மூன்றரை மணிக்குச் செல்லும் 'மரண விலாசம் மோட்டார் சர்வீசில்' தான் மெயில் பை கொண்டுசெல்வது. தபால் நிலையத்திற்கும் பஸ் ஸ்டாண்டிற்கும் இடையே தூரம் கொஞ்சம் அதிகம். பஸ்ஸிலிருந்து மெயில் பையைக் கொண்டு வருவதும் பஸ்ஸுக்கு மெயில் பையைக் கொண்டுகொடுப்பதும் அம்புரோஸ்தான்.

மம்மாத்திலின் மனைவி ஆமினாவின் வாப்பா கொழும்பில் இருந்தார். ஒரு தடவை ஆமினா அவள் வீட்டில் சர்க்கரைக் கஞ்சி வைத்து யாசீன் ஓதினாள். கொழும்பிலுள்ள தகப்பனுக்குச் சர்க்கரைக் கஞ்சி கொடுக்க மிகவும் ஆசை. கணவரோ யாருக்கும் கொடுக்க விரும்பமாட்டார். கணவருக்குத் தெரியாமல் ஒரு சின்ன தூக்குச்சட்டியில் சர்க்கரைக் கஞ்சி எடுத்துக்கொண்டு 'கவுணி'யில் மறைத்துப் பிடித்தவாறு அம்புரோஸ் வருவதை எதிர்நோக்கி வாசலில் காத்து நின்றாள். அம்புரோஸின் காக்கித் தொப்பியைக் கண்டதும் ஆமினா தலையைத் துணியால் மறைத்தாள்.

"ஸாரே!" ஆமினா கூப்பிட்டாள்.

அம்புரோஸ் பக்கத்தில் வந்ததும் 'இன்னா' என்று கையில் இருந்த தூக்குச்சட்டியை உயர்த்திக் காட்டினாள். அம்புரோஸ் நெருங்கி வந்ததும் நாலா பக்கமும் பார்த்துக்கொண்டு மெதுவாகச் சொன்னாள்.

"இண்ணக்குயாஸீன் ஓதுன நேச்சை.ரண்டாம்பேரு அறியாதெ இந்தச் சக்கரக் கஞ்சியைப் போட்டாபீசிலே பெட்டியிலே சிந்தாத போட்டு எக்கெ வாப்பாக்கு அனுப்புங்கோ. நேச்சையில்லியா. பெத்த தவப்பனும் கொஞ்சம் குடிக்கட்டு."

அம்புரோஸ் தூக்குச்சட்டியைக் கையில் வாங்கினார். நடக்கும்போது உற்சாகம் மனத்திற்குள் நுரைத்துப் பதைத்தது. ஆள் நடமாட்டம் இல்லாத ஓரிடத்தை அடைந்ததும் பாத்திரத்தைத் திறந்தார். ஏலக்காயும் வெல்லமும் சேர்ந்த ருசிமிக்க வாசம் அவரின் மூக்கைத் துளைத்து உள்ளே புகுந்தது. நின்ற நிலையில் 'சர்க்கரைக் கஞ்சியை' ஓர் இழுப்பில் குடித்து முடித்தார். நாலைந்து நாட்கள் கழிந்தபின் பாத்திரத்தைத் திருப்பிக் கொடுத்தார்.

"நிங்க வாப்பா நேச்செ குடிச்சிட்டுப் பாத்திரம் அனுப்பித் தந்தது."

அம்புரோஸ் வேலையிலிருந்து விடைபெற்ற பின் இந்த இரகசியத்தைச் சொல்லிச்சொல்லிக் குலுங்கிக்குலுங்கிச் சிரிப்பதுண்டு.

28 தோப்பில் முஹம்மது மீரான்

காலையில் திருவனந்தபுரத்திலிருந்து புறப்பட்டுப் பத்து மணிக்கு அங்கு வந்துசேரும் பஸ்ஸில்தான் மெயில் பை வரும். அம்சி இறக்கம் இறங்கும்போது பஸ்ஸின் ஹார்ன் ஓசை கேட்டதும் மீரான்பிள்ளை துண்டையெடுத்துத் தோளில் இட்டார்.

“எங்கப் போறியோ ?” கதீஜா கேட்டாள்.

“மெயில் வண்டிக்கச் சத்தம் கேக்குது. கொழும்பிலே இருந்து வல்ல எளுத்தும் உண்டாணு பாத்துட்டு வரியேன். கொழும்பு மார்க்கட்டு தெரியிலாம்”

மீரான்பிள்ளை இறங்கி நடந்தார். சுடுகாட்டு ஆற்றின் கரையோரமாக நடந்து பாலத்தை அடைந்தார். பாலத்தின் பக்கத்தில் ரொம்பக் காலமாக அடைத்துக்கிடந்த கடையின் தூசிபடிந்த வராந்தாவில் குந்தியிருந்தார்.

கையில் துருப்பிடித்த ‘சவரப் பெட்டியும்’ தூக்கிக்கொண்டு ஆனவிழுங்கி ஓசா அங்கு வந்தான்.

“வேல செய்யணுமா தம்பி?” ஆனவிளுங்கியின் தடித்த மீசையின் கீழுள்ள கறுத்த உதட்டில் புன்னகை பாம்பின் உடல் போல் மினுங்கியது.

“வேண்டாம்”தலையும் முகமும் தடவிப் பார்த்துக்கொண்டு சொன்னார் மீரான்பிள்ளை.

சவரம் செய்த முடி பாலத்தின் சுவரையொட்டிக் குவிந்து கிடப்பதைக் கண்டார். கறுத்ததும் நரைத்ததுமான முடி.

“முடி வளந்தாச்சே !” ஆனவிளுங்கி நினைவுபடுத்தினான்.

“வளரட்டப்பா . . . வளரட்டு. . . ரண்டு நாள் களிச்சுப் பாப்போம்.”

“மடியிலெ வல்லதும் கெடக்குதா தங்கம். தேயிலே வெள்ளம் குடிக்க.” ஆனவிளுங்கி மீரான்பிள்ளையின் மடியைக் கவனித்தான்.

“ஒண்ணும் இல்லெனே.”

“ஒரு வீடி தாருங்க கண்ணே.”

மீரான்பிள்ளை ‘இல்ல’வென்று சொல்லவில்லை. தபால்காரரை எதிர்பார்த்திருப்பதால் ஏற்படும் சோம்பலைப் போக்குவதற்காக வீட்டிலிருந்து வரும்போது சுற்றுப்பீடி ஒன்றை மடியில் வைத்திருந்தார். அதை எடுத்து நீட்டினார். ஆனவிளுங்கி மடியிலிருந்து தீப்பெட்டியை எடுத்தான். மீரான்பிள்ளை கொடுத்த பீடியைத் தீப்பெட்டிக்குள் பத்திரப்படுத்தி மீண்டும் மடியில் கட்டினான்.

ஆனவிளுங்கி ஓசா நகர்ந்த பின்புதான் மீரான்பிள்ளைக்கு மூச்சு நேராக வந்தது. பெருந்தொல்லை. பார்த்தால் ஏதாவது வாங்காமல் நகரமாட்டான். என்ன கொடுத்தாலும் திருப்தியில்லை. எப்போதும் பட்டினி கிடந்த கதைதான் அவன் வாயில் வரும்.

தலை மொட்டை அடிக்கும்போதுதான் முகச்சவரமும் செய்வது. அதற்கிடையில் முகச்சவரம் செய்வதேயில்லை. தலையிலும் முகத்திலும் முடி வளர்ந்துவிட்டது. சவரம் செய்ய எண்ணம் உண்டு. சவரம் செய்துகொண்டிருக்கும்போது தபால்காரர் வந்தால், கடிதம் வந்திருந்தால் தருவார். அந்தக் கடிதத்தைப் பார்த்தால் போதும், கொழும்பிலிருந்து தபால் வந்ததாக ஊரெங்கும் சொல்லித்திரிவான். பிறகு ஒவ்வொரு சம்பை வியாபாரியும் ஓடிவருவார்கள், கொழும்பிலுள்ள விலை நிலவரம் தெரிய; ஆனவிளுங்கி ஒருவன் போதும் காடுகலக்க. கையிலிருந்து ஒரு பீடியைக் கொடுத்து அவனைச் சொல்லியனுப்பியதன் பின்னாலுள்ள நோக்கம் இதுவாகத்தான் இருந்தது.

மீரான்பிள்ளையின் பார்வை வடபக்கமாக இருந்தது. வடக்குத்திசையிலிருந்துதான் அம்புரோஸ்வருவார். அம்புரோஸின் கறுத்த குதிரை முகத்துக்கு மேல் தொளதொளவென்று கிடக்கும் காக்கிக் 'கால் சுராவை' மீரான்பிள்ளை கண்டார். உடன் எழுந்தார். கொஞ்சம் விலகிப் பிறர் பார்வை படாத ஓரிடத்தை அடைந்தார். அம்புரோஸ் நெருங்கிவந்தார்.

"ஸ்ஸு – எளுத்துண்டா?" குரலைத் தாழ்த்திக் கேட்டார்.

'உண்டு' அம்புரோஸ் ஓரத்தில் சிவப்பும் நீலமும் கலந்த கோடுகள் பதித்த ஒரு தபால் உறையை நீட்டினார். யாரேனும் பார்க்கிறார்களா என்று சுற்றுமுற்றும் பார்த்தார் மீரான்பிள்ளை. இல்லை. தபால் உறையை வாங்கிக் கக்கத்தில் இடுக்கிக் கொண்டார். துண்டை எடுத்துப் பிறர் பார்க்காதவாறு உடலோடு சேர்த்து மறைத்துக்கொண்டார். பாலம் இறங்கிச் சுடுகாட்டு ஆற்றின் கரையோரமாக விடுவிடென வீடு நோக்கி நடந்தார்.

"குட்டியேய்! எளுத்து வந்திரிக்கி" மீரான்பிள்ளை மனைவியின் காதில் சொன்னார். தபால் உறையைத் திறந்தார். கடிதத்தை வெளியே எடுத்து விரித்தார். மெல்லிய காகிதம். கறுத்த மையில் வடித்தெழுதிய கையெழுத்து. மீரான்பிள்ளை மேலும் கீழும் பார்த்தார். எழுத்துக்கூட்டி வாசிக்க முயன்றார். முடியவில்லை. ஆங்காங்கே பொறுக்கியெடுத்த சில எழுத்தறிவுதான் உண்டு. கதீஜாவும் கடிதத்தை எட்டிப் பார்த்தாள்

"இதென்னம்மா ஒரு தினுசு தாளு. குப்பாயம் அடிக்கிலாமே."

தொலைவிலுள்ள ஆங்கிலப் பள்ளிக்கூடத்திற்குப் படிக்கச் சென்ற மகன் காசீம் மாலையில் நான்கு மணிக்குத்தான் வருவான். அதுவரையிலும் மீரான்பிள்ளைக்குப் பொறுமையில்லை. கொழும்பில் நெத்திலிக்கு இப்போது என்ன விலை என்று தெரிந்தால் போதும். அங்கு நல்ல விலை இருக்குமேயானால் இந்தச் சித்திரையில் கொழும்புக்கு ஏராளம் சம்பை கட்டி அனுப்பலாம். கடல் சதி செய்யாமல் இருக்க வேண்டும்.

போஸ்டு மாஸ்டரை அணுகினாலோ? வேண்டாம். அவர் வெற்றிலை போடாமல் இருக்கும்போது கோபம் மூக்கின் முனையில் மோதி நிற்கும். ஆஸ்பத்திரியில் டாக்டரை அணுகினாலோ? சுவர்க் கடிகாரத்தைப் பார்த்தார். 11–30. பதினொன்றுக்கு ஆஸ்பத்திரி அடைத்துவிடுவார்கள். டாக்டர் சைக்கிளில் ஏறிச் சென்றிருப்பார்.

பொறுமையிழந்து கடிதத்தைக் கையில் பிடித்துக் கொண்டு அங்குமிங்கும் நடக்கும்போது காசீம் ‘செத்த வேலி’யின் வாசல்கட்டை அவிழ்த்துக்கொண்டு உள்ளே வருவதைக்கண்டார்.

“என்னடா நேரத்தே வந்துட்டா?”

“பீஸ் கட்டாத்ததாலே ஸாரு, ஊட்டுக்குப் போவச் சொன்னாரு.”

“பணம் வச்சிட்டாடா பீஸ் கட்டாத்தது? நம்ம நேரம். வருமானமுள்ள வஸ்துவெல்லாம் போயாச்சு. சம்ப யாவாரத்தி லெயும் ஒரு வறுக்கத்தும் இல்லே. பணயம் வச்ச உருப்படியும் இன்னும் எடுக்கல்லே நான். என்னடா செய்ய? நானும் ஓடியாடி ஒளச்சுத்தான் பாக்கேன். ஆண்டவன் நெனக்கண்டாமா? நீ இதோடப் படிப்பை நெறுத்து. எனக்கக் கூட யாவரத்துக்கு வா.”

“வாப்பா.”

“உனக்க வருத்தம் எனக்குத் தெரியும். நம்மட்ட சக்தியில்லே. படிச்சது மதி, நிறுத்து. இந்த எளுத்த வாயிச்சிச் செல்லு.”

மீரான்பிள்ளை மகனுக்கு நேராகக் கடிதத்தை நீட்டினார். காசீம் கடிதத்தை வாங்கினான். விரித்தான். சப்தம் தொண்டையில் தடுமாறி நின்றது. வெளிவரவில்லை. மனம் பள்ளிக்கூடத்தைச் சுற்றித் தேடிப் பறந்தது. கண் முன்னால் உடன் படித்தவர்கள். அவர்களிடமிருந்து நிரந்தரமாகப் பிரிந்துசெல்ல வேண்டிய நிலை ஏற்பட்டதால் ஏற்பட்ட துக்கம் மனத்துக்குள் பாரமாகியது. எல்லாவற்றையும் மறந்து பள்ளியின் பின்பகுதியில் வளர்ந்து படர்ந்தோங்கி நிற்கும் பலா மரத்தின் நிழலில் ‘மட்டைப் பந்து’ விளையாடும் காட்சி.

"ஏண்டா வாயிக்கல்லே?"

காசீம் வாப்பாவின் குரல் கேட்டுக் கனவிலிருந்து விழித்தான். கடிதத்தைத் திறந்து படித்தான்:

மதிப்பிற்குரிய ஜனாப் மீரான்பிள்ளை ஸாஹிப் அவர் களுக்கு, கொழும்பு ஈ. பீ. கு.வின் அஸ்ஸலாமு அலைக்கும்.

நலம்.

தங்கள் சுக விவரத்துக்குத் தபால் எழுதுங்கள். நிற்க.

நாயன் துணையால் இங்கு நெத்திலி மார்க்கட் ரெம்பவும் பிரியம். நம் பகுதியில் சித்திரை மாதம் பெருவாரியாக நெத்திலி படும் என்று கேள்விப் பட்டோம். ஆண்டவன் துணை புரியட்டும். தாங்கள் கூடுதல் நெத்திலிக் கருவாடு வாங்கித் தாரையில்லாமல் கட்டி எங்கள் கடைக்கு அனுப்பிவையுங்கள். தங்கள் ஆளாகவே நாங்கள் இருந்து தங்களுக்குக் கூடுமானவரை நல்ல விலைக்கு விற்று முதல்செய்து பணமும் பட்டியலும் அவ்வப்போது அனுப்பிவைக்கிறோம். எங்கள் தூத்துக்குடி கடையில் தங்கள் சரக்கு வந்திறங்கியதும் அங்கிருந்து தேவையான முன்பணம் பெற்றுக்கொள்ளலாம்.

தாரை[2] இல்லாமல் நல்ல காய்வாகவும் வலை நெத்திலி கலவாமலும் சுத்த மடி நெத்திலியாக அனுப்பிவையுங்கள்.

வரும் ஆள்வசம் தங்களுக்கு ஒரு சிங்கம் மார்க்கு குடை அனுப்பி வைக்கிறேன்.

மார்க்கெட்டு நிலவரம்	ரூ.
நெத்திலி – மடி	140–160
நெத்திலி – வலை	115–130
அருக்குலா	190–225
வெஞ்சிலா	160–175
பாரை	150–165

வேணும் ஸலாம்.

இப்படிக்கு
ஈ. பீ. கு.

மீரான்பிள்ளை, மகனின் கையிலிருந்து கடிதத்தை வாங்கினார். நாலாக மடித்துத் தபால் உறைக்குள் திணித்தார். பாதுகாப்பாக லாச்சிப் பெட்டி[3]க்குள் வைத்தார்.

2. மணல்
3. மரப்பெட்டி

திண்ணையில் வந்து கட்டிலின் மேல் உட்கார்ந்து சில கணக்குகள் மனத்தால் போட்டார். கொழும்பில் நல்ல விலை உண்டு. இந்த வருடம் கடல் சதி செய்யாமல் இருக்குமேயானால் அடகுவைத்த தோப்புகளையும் நகைகளையும் திருப்பி யெடுக்கலாம். இன்னும் அதைத் திருப்பியெடுக்காவிட்டால் வட்டிச் சுமையால் அந்த நகைகள் ஏலத்தில் போய்விடும். கூரையை முட்டி நிற்கும் மகள் ராஹிலாவின் கலியாணத்திற்கு நகையாக இதுவல்லாமல் வேறில்லை. கடந்த இரண்டு மூன்று வருடங்களாகச் சித்திரை மாதம் மீன்பாடு இருந்தபோது கொழும்புக்குச் சம்பை கட்டி அனுப்பப்பட்டது. ஒவ்வொரு தடவையும் விற்று முதல் பட்டியலில் நஷ்டம்தான். அங்கிருந்து வரும் தந்திகளில் காணும் விலையாக இருக்காது. சரக்கு கொழும்பிற்குச் சென்ற பிறகுள்ள விலை. திடீரென்று விலை தலைகுப்புற விழும். மலபாரிலிருந்து ஏராளம் கட்டுகள் வந்திறங்கியது காரணமாக விலை சரிந்து விட்டதாக விற்று முதல் பட்டியலோடு இணைத்திருக்கும் கடிதத்தில் காணும் பதிவான வாசகம்.

நம் ஊர்வாசி. சொந்தக்காரன். ஒரு ஜாதி. ஒரு மதம். ஒருபோதும் துரோகம் செய்யமாட்டார்கள் என்ற கபடம் கலவாத நம்பிக்கை எப்போதும் மீரான்பிள்ளையின் மனத்திற்குள் உண்டு.

"வாப்பா" காசீமின் பரிதாபமான குரல் கேட்டபோதுதான் மீரான்பிள்ளைக்குச் சுற்றுப்புற நினைவு வந்தது.

மகனின் முகத்தை ஏறிட்டு நோக்கினார்.

"இனி ரண்டு மாசந்தான் பரீட்சைக்கு உண்டு" – காசீம் இரங்கிக் கேட்டவாறு நின்றான்.

'உம்' மீரான்பிள்ளை முனகினார். காசீமின் முகத்தைப் பார்க்கவில்லை. அவனிடம் எதுவும் பேசவில்லை. அதற்கான மனவலிமை இல்லாமல் முகத்தைக் குனிந்துகொண்டு, ஒரு வேதனையின் கடலை உள்ளுக்குள் ஒதுக்கிப் படியிறங்கினார். இடவழியாகக் கடற்கரையை நோக்கி நடந்தார்.

4

சாமக் கோழியின் கூவல் எங்கிருந்தோ கேட்டது. பாயில் உருண்டும் புரண்டும் படுத்திருந்த காசீமின் காதில் அது விழுந்தது. நேரம் நடுநிசியானதை அப்போதுதான் அவன் தெரிந்துகொண்டான். அவனுக்கு அறவே தூக்கம் வரவில்லை . திண்ணையில் 'உடம்பறை'[1]யின் மீது சிவப்புச் சாயம் முக்கிய பனையோலைப் பாய் விரித்துப் படுத்திருந்தான் அவன். எவ்வளவோ முயன்றும் தூக்கமே வரவில்லை. ஜன்னலைத் திறந்து வைத்தான். அது வழியாகக் குளிர்ந்த கடற்காற்று உள்ளே வந்தது. காற்று வருடியபோது அந்த வெப்பம் நிறைந்த இரவு இதமாகத் தோன்றியது. மனத்தை ஒரு புள்ளியில் மையப்படுத்த முயன்றான். முடியவில்லை. கட்டவிழ்ந்த மனம் எங்கெல்லாமோ மேய்ந்தது. மனத்திற்கு நிம்மதியில்லை. உற்சாகம் இல்லை. கலங்கிக் கொந்தளிக்கிறது. பள்ளிக்கூடத்தை வட்டமிட்டு நெருங்கி நிற்கும் நினைவுகள், பசுமையான நினைவுகள், திடீரெனப் படிப்பை நிறுத்த நேர்ந்தது. இன்னும் இரண்டு மாதங்களே உள்ளன கடைசித் தேர்வுக்கு. அத்துடன் 'மெட்ரிகுலேஷன்' படிப்பு முடிவுக்கு வரும். வெற்றி உறுதி. கடந்த தேர்வுகளில் எல்லாம் அதிகமான மார்க்குகள் வாங்க முடிந்தது. 'ஸ்கூல் ஃபைனல்' வெற்றிபெற்ற பெருமையாவது கிடைக்கும்.

பொழுது புலர்ந்தால் உடன்படித்தவர்களை நேரில் எப்படிப் பார்ப்பது? அவர்களெல்லாம் ஆளுக்கொரு கேள்வி கேட்பார்களே? என்ன பதில் சொல்ல முடியும்?

அதிக மார்க்குகள் வாங்கும் மாணவன். ஆகதால் படிப்பு நிறுத்திய செய்தி ஆசிரியர்களுக்கும் அதிர்ச்சியைக் கொடுக்கும்.

---

1. தானியங்களைப் பாதுகாத்து வைக்கும் பெரிய மரப்பெட்டி, கட்டிலாகவும் பயன்படுத்தப்படும்.

மாதா கோவிலிலிருந்து அதிகாலை மணி முழங்கியதைக் கேட்டான். காசீம் பாயில் உட்கார்ந்தான். நீண்ட மணி முழக்கம் நின்றதும் குளத்துப் பள்ளியிலிருந்து பாங்கொலி உயர்ந்தது. தொடர்ந்து பெரிய பள்ளியிலிருந்தும் வைகறையின் மௌனக் கம்பி வழியாக மோதீனின் தொண்டைக் குழாயிலிருந்து உயர்ந்த தொழுகைக்கான அழைப்பு அந்தக் கிராமம் எங்கும் ஒலித்தது. செட்டி வளாகத்திலுள்ள முத்தாரம்மன் கோவிலிலிருந்து மணியோசை, அந்தக் கிராமத்தை அதிகாலைக் காற்று மயிர்சிலிர்க்க வைத்தது. அந்தச் சிலிர்ப்போடு அக்காற்று கிராமத்தைப் பல தடவை வலம்வந்தது.

கிணற்றிலிருந்து வாளி தண்ணீரில் மூழ்கி உயரும் ஓசை. உம்மா தொழுகைக்கு விழித்துவிட்டதைக் காசீம் உணர்ந்தான். அவன் கிணற்றடிக்குச் சென்றான். மகனைக் கண்டபோது கதீஜாவுக்கு வியப்பாக இருந்தது. இன்றுவரை இவ்வளவு அதிகாலையில் அவன் விழிப்பதை அந்தத் தாய் பார்த்ததில்லை. அந்தக் கண்கள் மலர்ந்தன.

"என்னடா நேரமே முளிச்சியாக்கும்?"

"ஒறக்கம் வரயில்லே."

அவள் வேறெதுவும் கேட்கவில்லை. கைகால்களைச் சுத்தம் செய்துவிட்டு வீட்டினுள் நுழையும்போது காசீம் கூப்பிட்டான்.

"உம்மா"

தாயார் திரும்பிப் பார்த்தாள்.

"இனி ரெண்டு மாசம் கூடிப்படிச்சா ஸ்கூல் ஃபைனல் ஜெயிக்கலாம்" அவன் கெஞ்சிக் கேட்டான்.

"வாப்பாக்க நெலமெ தெரியாதா?"

"தெரியும்."

தாயார் மேற்கொண்டு எதுவும் பேசவில்லை. வீட்டிற்குள் நுழைந்தாள். காசீம் தண்ணீர் எடுத்து முகம் அலம்பினான். தூக்கம் இல்லாததால் தடித்துப்போன கண்ணிமைகளில் குளிர்ந்த நீர் பட்டபோது சுகமாக இருந்தது. கண் எரிச்சல் கொஞ்சம் அடங்கியது. வாயைக் குலுக்கி உமிழ்ந்தான். வேட்டியின் முந்தானை கொண்டு முகத்தைத் துடைத்தான்.

உயரமான படியில் ஏறக் கழுக்கோலில் ஒரு தடித்த கயிறு கட்டியிருந்தது. காசீம் அந்தப் பிடி கயிற்றைப் பிடித்துக் கொண்டு படியேறினான். கீழ்த்திசையைத் திரும்பிப் பார்த்தான். சாய்ந்த கொல்ல மா மரத்தின் மறுபக்கம் உள்ள

பாறைக்கூட்டத்திற்கிடையில் நிர்வாண வானத்தின் விலாவில் ஒரு சிவப்பைக் கண்டான். அந்தக் கிராமத்தில் தினமும் காலையின் மொட்டு மலர்ந்து விழுவதை அவன் அன்று முதல் தடவையாகப் பார்த்தான். கொஞ்ச நேரம் இமைகள் மூடாமல் பார்த்துக்கொண்டே நின்றான். அந்த அழகு அவன் மனத்தில் போதையாக மாறியது. தூங்காத இரவின் கொடுமையை அவன் மறந்து நின்றான். இனிக்கும் பதினேழு வயது மங்கையின் செழிப்பான கன்னத்தில் தென்படும் துடிப்பையும் வெட்கத்தையும் அவன் அந்தக் காலைச் சிவப்பில் கண் குளிரக் கண்டான். இளமை அவன் மனத்துக்குள் மூரி நிமிர்த்தியபோது மீண்டும் அவன் பள்ளிக்கூடத்தை நினைத்தான். அந்த நினைவு இனித்தது. உடன்படித்தவர்கள் முகங்கள் மனத்தில் தெளிவாகத் தெரிந்தன. மாணவிகளின் நாணம், குலுங்கிச் சிரிக்கும் சிரிப்பு, பார்வையின் கவர்ச்சி, கன்னக் கதுப்புகள் அலை எழுப்பும் செந்நிறம்.

மனத்திற்குள் மீண்டும் இழப்புணர்வு!

மவுனமான அவன் உதட்டிலிருந்து மவுனமாக வெளிவந்தன, சில தொடர்கள்.

'இன்ப வைகறையே! என்றும் இளமை மாறா எழில் மகளே! நீ ஒரு பேரழகி! கவிஞர்களின் காதலி உலக மகாகவிஞர்கள் உன் காலடியில் வீழ்ந்துகிடந்த உணர்ச்சியின் இரகசியம் இதுதானோ?'

"குட்டியேய் நான் போயிட்டு வரட்டா?"

வாப்பா விடைபெறும் குரல். காலரில்லாத சட்டை போட்டுத் தலைப்பாகை அணிந்துகொண்டு குடை ஊன்றிக் கட்டிலில் உட்கார்ந்திருக்கும் வாப்பாவைக் கண்டான். தொலைவான இடங்களுக்குப் பயணம் செய்யும்போது வாப்பா குடையெடுப்பது வழக்கம். கக்கத்தில் காகிதத்தில் பொதிந்த பத்திரக் கட்டு.

"போயிப் பாக்கட்டு."

மீரான்பிள்ளை சந்தேகத்தோடு சொன்னார். தலை நிமிர்த்திப் பார்த்தார். வாசலில் உம்மாவின் பின்பக்கம் காசீம் நிற்பதைக் கண்டார்.

"நீ என்னடா நேரமே முளிச்சிருகியா."

காசீம் பதிலேதும் சொல்லவில்லை. மவுனமாக நின்றான்.

"நான் வாரேன்" மீரான்பிள்ளை படியிறங்கினார். வேட்டியைத் தூக்கிக் கட்டினார். கக்கத்தில் இருந்த பத்திரக் கட்டைக் கையில் எடுத்தார். குடையைக் கக்கத்தில் இடுக்கிக்கொண்டார். வழியில் கட்டிக்கிடந்த இருளில் கலங்கிச் சேர்ந்த காலை ஒளியில்

இறங்கி நடந்தார். செருப்பு உப்புக் குத்திக் காலில் மோதும் சப்தம் அகன்று அகன்று போனது.

இரண்டு மைல் தொலைவில் சாலையின் அருகே உயர்நிலைப் பள்ளி. முதலில் ஆரம்பப்பள்ளியாகத்தான் அது இருந்தது.

பிறகு நடுநிலைப் பள்ளியாக மாறியது. பார்ஸ்ட் பாரம்[2] முதல் ஆங்கிலம் கற்பித்துக் கொடுத்தது பக்கத்துக் கிராமத்திலுள்ள முஸ்லிம்கள் யாருக்கும் தெரியாது. வருடங்கள் பல கடந்தன. மாணவர்கள் எண்ணிக்கை கூடியது. அரசாங்கம் நடத்திய தேர்ட் பாரம் கடைசிப் பரீட்சையில் அதிகமான மாணவர்கள் வெற்றி பெற்றனர். அப்போது உயர்நிலைப் பள்ளி வெகு தூரத்தில் இருந்தது. காரும் வண்டியும் அதிகம் இல்லை. வெகு தொலைவில் சென்று படிக்க மிகவும் சிரமம், அப்படிப் பொதுமக்கள் வேண்டுகோளுக்கிணங்க நடுநிலைப் பள்ளி உயர்நிலைப் பள்ளியானது. உயர்நிலைப் பள்ளியான அந்த வருடம் போர்த் பாரம் சேர்ந்த ஒரே முஸ்லிம் மாணவன் காசீம்.

"புள்ளை படிச்சிதா ?"

ஒரு தடவை மீரான்பிள்ளை கருவாடு எடை போட்டுக் கொண்டிருக்கும்போது அமிர்தம் கேட்டான். அந்தக் கேள்வி மீரான்பிள்ளைக்கு விருப்பமில்லாத ஒன்று.

"ஓம் பொத்தவொம் தூக்கிட்டுப் போறான்." மீரான்பிள்ளை வெறுப்போடு பதிலுரைத்தார்.

"இந்த வருசம் செவிச்சுதா ?"

"ஜெயிச்சானா தோத்தானா அது எனக்குத் தெரியாதப்பா."

"புள்ளெ செவிச்சதும் தோத்ததும் தெரியாதா ?" அமிர்தம் வியப்படைந்தான்.

"இப்ப எந்த கிளாசிலே படிச்சிது ?"

"எந்த எளவு கிளாசிலே படிக்கானோ எனக்கு இது வொண்ணும் தெரியாது ?"

"இது கொள்ளாமே நாயம் ? பெத்த புள்ளெ படிச்சித கிளாசு தெரியாத தவுப்பனா நிங்கோ ?"

"அந்த நாயருக்க பள்ளிக்கூடத்துக்குப் போறேன்னு சொல்லிட்டுப் போறான். வீட்ல நின்னா சல்லியம்பாரம். கொல்ல மாவிலெ ஏறித் துணியெல்லாம் அண்டிக் கறை ஆக்கான்.

---

2. பழைய திருவாங்கூர் கல்வி முறையில் ஐந்தாம் வகுப்பிற்குப் பின் First Form தொடங்கி Sixth Form உடன் உயர்நிலைக் கல்வி (SSLC) முடியும்.

இல்லேன்னா பொளியிலே போயி அந்திவரெ கெடந்து குளிப்பான். வீட்ல நின்னா அந்த எளயப் பெண்ணப் போட்டு அடிப்பான். அந்த சல்லியம் நீங்கட்டுணு பள்ளிக்கூடத்துக்கு போறான்னா போட்டுன்னு உட்டேன்?"

காசீம் எந்த வகுப்பில் படிக்கிறான் என்றோ அவன் ஜெயிப்பதோ தோற்பதோ எதுவும் மீரான்பிள்ளைக்குத் தெரியாது. தெரிய வேண்டுமென்ற விருப்பமும் அவருக்கில்லை. மகன் படிக்கும் பள்ளிக்கூடத்தில் அவர் நுழைந்ததே கிடையாது.

தேர்ட் பாரம் கடைசிப் பரீட்சைக்கு முன், சான்றிதழில் பெற்றோர் ஒப்பம் பெறத் தகப்பனாரை அழைத்துவர ஹெட்மாஸ்டர் கூறினார். எல்லா மாணவர்களும் அவரவர் பெற்றோர்களை அழைத்துவந்தனர். ஹெட்மாஸ்டர் முன் எல்லோரும் கையொப்பம் இட்டனர். காசீமின் சான்றிதழில் ஒப்பமிட அவன் தகப்பனாரோ பாதுகாவலரோ வரவில்லை.

"காசீம்! நாளெ ஒன் சர்டிபிகேட்டிலே ஒப்பிட வில்லையானால் கடைசிப் பரீட்சை எழுத முடியாது" – ஹெட்மாஸ்டர் எச்சரித்தார்.

கொழும்புக்கு அனுப்பிய சம்பை விற்றுவந்த கணக்கை மீரான்பிள்ளை பார்த்துக்கொண்டிருந்தார். விற்று வரவுப் பட்டியலில் பார்வையைச் செலுத்தினார். முன்பணம் பெற்றுக் கொண்டதைவிட விற்றுவரவுத் தொகை குறைவு. பட்டியலோடு இணைத்த கடிதத்தின் கடைசி வரியை மீரான்பிள்ளையின் உதடுகள் பல தடவை உச்சரித்தன.

"நீக்கிப் பற்று ஆறாயிரத்தி முந்நூற்றி இருபத்தொன்பது ரூபா பத்து சக்கரம். இந்த ரூபாய் உடனே எங்கள் தூத்துக்குடிக் கடை மானேஜரிடம் ஒப்படைக்கவும்."

அன்று பகல் பெய்த மழைநீர் முற்றத்தில் கட்டிக் கிடந்தது. அது கண்குழிகளில் கட்டி நிற்கும் கண்ணீராகத் தோன்றியது. உச்சிவெயிலில் சிந்திய வியர்வையாகத் தோன்றியது. அந்த நீரில் பார்வையின் ஆணிவேரை இறக்கிக்கொண்டிருந்தார் மீரான்பிள்ளை.

"வாப்பா" பின்பக்கமிருந்து காசீம் கூப்பிட்டான்.

"உம்" மீரான்பிள்ளை திரும்பிப் பார்க்கவில்லை; முனகினார்.

"சர்டிபிகட்டிலே ஒப்பிடனும்."

"ஒப்பா?"

"ஆமா."

“என்னத்துக்குடா ஒப்பு.”

“பரீச்ச எழுத.”

“நீ எழுதண்டாம் . . . எழுதண்டாம்டா. நீ படிச்சுத் தொரை ஆயி எனக்குச் சாப்பாடு தராண்டாம்.”

காசீம் பிறகு எதுவும் பேச நிற்கவில்லை. மனத்திற்குள் ஒரு முடிவெடுத்தான். மறுநாள் பள்ளிக்கூடம் செல்லும்போது மீராசா எதிரில் வருவதைக் கண்டான்.

“மாமா ! ” மீராசாவைக் காசீம் அப்படித்தான் கூப்பிடுவது.

“என்ன மக்கா ?”

“எனக்கக் கூடெ பள்ளிக்கூடத்துக்கு வருவியளா ?”

“என்னத்துக்கு ?”

“ஒரு ஒப்பு போட.”

“அல்லோ ! ஒப்பு போடுக்கா ? நான் வரமாட்டேன். எனக்கு மூணு மூடு தெங்கும் ஒரு சின்ன வீடும் உண்டு. நான் ஒண்ணுலேயும் ஒப்பு போட மாட்டேன் மக்கா” மீராசா நிற்காமலேயே நடையைக் கட்டினான். காசீம் எதுவும் புரியாமல் கொஞ்ச நேரம் நின்றான்.

ஆனவிழுங்கி ஒசாவைக் கூப்பிட்டாலோ ? சிலவேளை ஆனவிழுங்கியும் ஒப்புபோடப் பயப்படலாம். காசீம் சிந்தனையில் ஆழ்ந்திருக்கும்போது முந்தைய நாள் பெரியபள்ளிக்கு வந்த நாகூர் சாகிப் நினைவுக்கு வந்தது. காசீம் பெரியபள்ளிக்குச் சென்றான். பெரியபள்ளியின் முன் பகுதியிலுள்ள கறுத்த கல்லில் நீண்ட தாடியும் பச்சைத் தலைப்பாகையுடனும் சாகிப் உட்கார்ந்து இருப்பதைக் கண்டான்.

“பாய் . . .” சாகிப் தலை நிமிர்ந்தார்.

“என்ன மோனே !” வெளுத்த பற்களில் சிரிப்பு புழுவைப் போல நெளிந்தது.

“எனக்கக்கூடப் பள்ளிக்கூடத்துக்கு வருவியளா ?”

“வாரேன்.”

“ஒரு ஒப்பு போடணும்.”

‘நூறு ஒப்பு போடுறேன்’ சாகிப் கறுப்புக் கல்லிலிருந்து எழுந்தார். காசீமின் பின்னால் நடந்தார்.

“நிங்க எனக்க வாப்பண்ணு சொல்லணும். நிங்க பேரு

கேட்டா மீரான்பிள்ளைண்ணு செல்லணும்."

"செல்லுதேன்."

காசீம் ஹெட்மாஸ்டரின் அறையில் சென்று கூப்பிட்டான்.

"சார்"

"யாரது?"

"காசீம்"

"உன் தகப்பனார் வந்தாரா?"

"உண்டு."

காசீமும் சாகிபும் தலைமை ஆசிரியர் அறைக்குள் நுழைந்தனர். தலைமை ஆசிரியர் தடித்த மூக்குக்கண்ணாடி வழியாகக் காசீமின் வாப்பாவை நோக்கினார். கண்ணாடிக்குள் ஹெட்மாஸ்டரின் கண்கள் விரிந்தன.

காசீம் விறைத்தான். சாகிபுக்கும் நடுக்கம்.

"பேரு?"

"மீரான்பிள்ளை" வாயிலிருந்து எச்சில் தெறித்தது. சாகிபின் சட்டையிலிருந்து வெளியேறியது புளித்த வியர்வை நாற்றம். ஹெட்மாஸ்டர் முகத்தைத் திருப்பிக்கொண்டார். சற்று விலகி உட்கார்ந்தார். சர்டிபிகேட் புக்கை நிமிர்த்திக் கம்பினால் ஒப்பிடவேண்டிய இடத்தைச் சுட்டிக்காட்டினார். சாகிப் மீரான்பிள்ளையென்று பெயரெழுதி ஒப்பிட்டார். ஹெட்மாஸ்டரின் அறையிலிருந்து வெளியேறியபோதுதான் இருவருக்கும் மூச்சு நேராக வந்தது.

மூன்றாம் படிவத்தில் அதிக மார்க்குகளுடன் காசீம் வெற்றி பெற்றான். அது உயர்நிலைப் பள்ளியானபோது நான்காம் படிவத்தில் சேர்ந்தான். நான்காம் படிவத்திலும் ஐந்தாம் படிவத்திலும் அதிக மார்க்குகள் வாங்கி வெற்றியடைந்தான். பள்ளியிறுதித் தேர்விலும் அதிக மார்க்கு வாங்கும் எதிர்பார்ப்பு அவனுக்குண்டு.

அந்த எதிர்பார்ப்பின் தோணியில் நாட்களின் கடல்களைக் கடக்கும்போதுதான் நடுவழியில் தோணி மூழ்கியது. மூழ்க வில்லை; மூழ்கடிக்கப்பட்டது. ஒருசில வாரங்களுக்கு முன் வெள்ளிக்கிழமை ஜும்ஆவுக்குப் பின் வாமனபுரத்திலிருந்து வந்த ஒரு மௌலவியின் சொற்பொழிவின் நெருப்புக் குண்டுகள் பாய்ந்துதான் அந்தத் தோணி மூழ்கியது.

5

வீட்டிலிருந்து பொழுது புலருவதற்கு முன் புறப்பட்ட மீரான்பிள்ளை மங்கிய வெளிச்சத்தில் சுடுகாட்டு ஆற்றின் கரை வழியாகத் தெற்குத் திசை நோக்கி நடந்தார். பிறகு கிழக்குப் பக்கமாக நடந்து குருசடியைக் கடந்தார். மீன் வலை உலரப்போடும் மணல் மேட்டை அடைந்தார். செறிந்த மணல் ஆனதால் காலை எட்டி வைத்து நடக்க முடிய வில்லை. முன்போல் நடக்கவும் முடியவில்லை. பத்துப் பனிரண்டு மைல் உட்காராமல் நடந்த காலம் ஒன்றிருந்தது – கொப்புளம் உண்டாக்கும் வெயிலும் பேய்க்காற்றிலும். இன்றோ மூன்று மைல்கூட நடக்க முடியவில்லை. களைத்துப்போய் விடுகிறது.

செருப்பைக் கழற்றிக் கையில் எடுத்தார். வளைந்த பிடியுள்ள கொழும்புக் குடையை முதுகு வழியாகத் தோளில் தொங்கப்போட்டார். செருப்பைக் கழற்றிக் கையில் எடுத்தபோதும் நடக்க இயலவில்லை. கால் முட்டில் வலி. மணலில் கால் புதைகிறது. பழைய சக்தியெல்லாம் சென்றுவிட்டது. குளிர்ந்த மணலில் சற்றுநேரம் உட்கார்ந்து களைப்பை மாற்றினார்.

மீண்டும் நடையைத் தொடங்கினார். காரும் வண்டியும் கடந்துசெல்லாத ஒரு குக்கிராமம். ஒற்றையடிச் செம்மண் பாதை. நடக்காமல் வேறு வழியில்லை. நண்பகல் வருமுன் திரும்பி வர வேண்டும். வெயில் மூத்தால் மணல் ஈயப்பொடி களாக மாறிவிடும்.

வானத்தின் நடுவில் குந்தியிருந்து தீ ஊதிப் பூமியைச் சட்டியில் இட்டு வறுக்கும் சூரியனைப் பற்றி நினைத்தபோது மீரான்பிள்ளை நடுங்கினார். நடக்கும் வழியில் தென்பட்ட ஒரு சாயாக் கடையில் நுழைந்தார். பாயிலர் சூடானது. கரி தட்டும் ஓசை. ஒரு கடுஞ்சாயாவை ஊதிக் குடித்தார். 'கைநீட்டம்'

ஆதலால் சாயா ஜோர். தெம்பு தோன்றியது. மீண்டும் நடந்தார். பகலின் சிவந்த பிஞ்சுக்கால்கள் நிலத்தை மிதிக்கத்தொடங்கின. எங்கும் நிற்கவில்லை; நேராக நடந்தார். மேற்கிலிருந்து பின்தொடர்ந்து வந்த நீண்ட நிழலுக்கு நீளம் குறைந்துகொண்டே வந்தது. நிழலின் நீட்டத்தில் நேரத்தை அளந்தார்.

மீரான்பிள்ளை அக்கிராமத்தை அடைந்தபோது நேரம் காலை எட்டுமணியைத் தாண்டிவிட்டது. துறைக் குத்தகைக் காரர் ஐதுரூஸ் முதலாளியைத் தேடித்தான் அங்கு வந்தார். கொல்லங்கோடு முதல் கோவளம் வரையுள்ள துறைகளி லிருந்து சம்பை எடை போட்டு எடுக்கும் பெரிய வியாபாரி. தலைவாசலின் மேல் தலை நிமிர்த்திக் கொண்டு கிடக்கும் சிங்கத்தின் இரு சிலைகளுள்ள மதிற்கட்டிற்குள் 'நாலுகெட்டு வீடு.' அதுதான் ஐதுரூஸ் முதலாளியின் வீடு. நான்கு துறைகளின் குத்தகைக்காரர் அவர். கொழும்புக்கு ஏராளம் சம்பை கட்டி அனுப்பும் முகவரியுள்ள வியாபாரி.

உதவி தேடிச்செல்லும் எவரையும் நிராசைப்படுத்தாதவர். கடந்த மூன்றாம் ஆண்டு அவர் வாரி வழங்கிய 'சக்காத்தின்'[1] மகிமை இன்றளவும் பலர் நாவிலும் வேர் விட்டுக் கிடக்கிறது.

அடைத்துக்கிடந்த கதவின் இடைவழி வழியே மீரான்பிள்ளை உற்றுநோக்கினார். பிரம்பு நாற்காலியில் கால்மேல் கால்வைத்து வெற்றிலை போட்டுக்கொண்டிருக்கும் முதலாளியின் வெளுத்த உடலையும் அவர் நெஞ்சில் படர்ந்திருந்த முடியையும் கண்டார். மீரான்பிள்ளையின் மனத்துக்குள் குளிர் அருவி பாய்ந்தது.

தோளில் தொங்கப்போட்டிருந்த குடையைக் கையில் எடுத்துக்கொண்டார். செருப்பைக் காலில் மாட்டினார். சட்டையையும் வேஷ்டியையும் சரிப்படுத்திக்கொண்டார். தடித்த செம்பாணிகள் அறைந்த தலைவாசலை மெதுவாகத் தள்ளித் திறந்து உள்ளே நுழைந்தார். ஐதுரூஸ் முதலாளி தலை நிமிர்ந்து பார்த்தார்.

"இது ஆரு? என்ன ... வளி தப்பிப் போச்சா?" ஐதுரூஸ் முதலாளி மீரான்பிள்ளையை வரவேற்றார். மீரான்பிள்ளையின் காய்ந்த உதட்டில் மிகவும் சிரமத்துடன் புன்னகை உயிர்பெற்றது.

"இல்லை. நிங்களெப் பார்க்கத்தான் வந்தேன்" மீரான்பிள்ளை யின் வறண்ட தொண்டையிலிருந்து சப்தம் மெதுவாக எழுந்தது.

"இரியுங்கோ" முன்னால் கிடந்த நாற்காலியைச் சுட்டிக் காண்பித்தார். "வந்த விஷயம் என்ன? ஒரு நாளும் வராத்த ஆளூ திடீர்னு காணுது?"

---

1. நோன்புக் காலங்களில் வழங்கும் ஈகை.

“வரவேண்டியது வந்தது,”

“நிங்க ஊருலே சித்திரப்பாடு எப்படி ?”

“நல்லாயிருக்குமெண்ணு சொல்லாங்கொ.”

“எப்படியிருந்து என்ன செய்ய ?” ஐதுரூஸ் முதலாளியின் குரலில் தோல்வியின் நிழல் தென்பட்டது. சற்று நேரம் எதுவும் பேசாமல் மௌனமாக இருந்தார். பிறகு மெதுவாக மீரான்பிள்ளையை ஏறிட்டுப் பார்த்துக் கேட்டார்.

“யாபாரம் எப்படி ? கொள்ளாமா ?”

மீரான்பிள்ளை பதில் சொல்லத் தயங்கினார். ஐதுரூஸ் முதலாளியின் முகத்தை உற்றுப்பார்த்தவாறு இருந்தார். அந்த முகத்தில் முன்னால் கண்ட களிப்பில்லை. கண்ணிலிருந்த பிரகாசம் இல்லை. பார்வையில் பழைய பொலிவு இல்லை. குரலில் முன் தொனித்திருந்த கம்பீரம் இல்லை. என்ன நேர்ந்தது ? மீரான்பிள்ளைக்கு ஒன்றும் புரியவில்லை.

“ஒரு மாதிரிப்போவுது” மீரான்பிள்ளை தாழ்ந்த தொனியில் பதில் சொன்னார். அந்தப் பதிலில் வியாபரத்தின்மீது ஒரு வெறுப்பின் குரல் தலையெடுத்தது. முற்றத்தில் கிளைத்து நின்ற புற்களும் அவற்றிற்கிடையில் தலைநிமிர்த்தி நிற்கும் அஸர்ப் பூக்களும். அவற்றிலுள்ள மொட்டுகளையும் கூம்பிய பூக்களையும் வட்டமிடும் வண்டுகளும் தேனீக்களும். ஐதுரூஸ் முதலாளி புகை பிடித்துவிட்டு எறிந்த பீடித் துண்டிலிருந்து அதன் கடைசி உயிர்மூச்சான மெல்லிய புகை உயர்ந்தது. புற்களுக்கிடையில் தலைபுகுத்தி மண்ணிரை தேடியலையும் இரண்டு மூன்று கோழிகள். ஐதுரூஸ் முதலாளி முற்றத்தில் பார்வையைச் செலுத்திக்கொண்டு ஏதோ சிந்தனையில் மூழ்கியிருந்தார். திடீரென நினைவு வந்தது போல் கேட்டார்.

“ஒரு மாதிரிப் போவுது இல்லியா ?”

“ஓ ...”

“மிச்சப்பாடு உண்டா ?”

“என்ன மிச்சப்பாடு ? உண்ட சோறும் ஓதுன பாத்தியாயும் தான்.”

ஐதுரூஸ் முதலாளி மீண்டும் மவுனமாக இருந்தார். மீரான்பிள்ளை அவர் முகத்தையே உற்றுநோக்கினார். பார்வையைத் திருப்பவே இல்லை. மவுனத்தின் காலடியில் கிடந்து நெரிந்து சில வினாடிகள் கடந்தன. முற்றத்தில் கொத்தித் திரியும் கோழியைப் பார்த்துக்கொண்டேயிருந்தார் ஐதுரூஸ் முதலாளி.

"வெயிலுக்க முன்னப்போவனும்" மீரான்பிள்ளை மவுனத்தின் வேலிக்கட்டை அவிழ்த்துவிட்டார்.

"சொல்லுங்கோ" கனவிலிருந்து விழித்தவனைப்போல முதலாளி சொன்னார்.

"ஒரு ஒபகாரம் செய்யணும்?"

"என்ன ஒபகாரம்?"

மீரான்பிள்ளையின் நா உயரவில்லை. வெட்கம் நாவில் ஆணி அடித்து இறங்கியது. தொண்டையில் ஈரம் அறவே இல்லாமல் போய்விட்டது. காய்ந்த தொண்டையில் குரல் கால்சறுக்கி விழுந்தது. எப்படித் தொடங்க வேண்டும் என்று தெரியாமல் மீரான்பிள்ளை குழம்பினார். இதுவரையிலும் யாரிடமும் எந்த உதவியும் கேட்கவில்லை . வேறு எந்த வழியும் தெரியாததால் இங்கு புறப்பட்டு வந்தார். ஐதுரூஸ் முதலாளியின் பரோபகாரத்தைப் பற்றி நன்கு தெரியும். அந்த அறிவின் உந்துதலால் புறப்பட்டார். வைக்கவேண்டிய நகைகளெல்லாம் அடகு வைத்தாகிவிட்டது. வட்டிக்குமேல் வட்டிச் சுமை. வருவாயுள்ள பல நல்ல தோப்புகளும் சம்பை வியாபாரத்தில் அவ்வப்போது ஏற்பட்ட நஷ்டத்தால் கடன் அடைக்க கமிஷன் கடை முதலாளியின் பெயரில் 'ஒற்றி' எழுதிக் கொடுத்தாகி விட்டது. சில அவருக்கே விலையானது. மீன்தொழில் அல்லாமல் வேறு எந்தத் தொழிலும் தெரியாது.

"என்ன ஒபகாரம்?" ஐதுரூஸ் முதலாளி நினைவுபடுத்தினார். மீரான்பிள்ளை சிந்தனையிலிருந்து விழித்தார்.

கூச்சத்துடன் கையிலிருந்த பத்திரக் கட்டை ஐதுரூஸ் முதலாளியின் நேராக நீட்டினார். அவர் அதைப்பெற்று மேலே சுற்றியிருந்த காகிதத்தைப் பிரித்துப் பார்த்தார்.

பத்திரம்.

"இந்தப் பிரமாணம் எதுக்கு?"

"இதை வச்சிட்டு ஐயாயிரம் ரூபா தாருங்கோ. சித்திரப்பாடு களிஞ்சதும் நான் திருப்பித் தாரேன். ஊட்டியிலெ கொஞ்சம் தேங்கா எனக்குக் கெடக்கிதை நீங்க வெட்டி எடுங்கோ அதுவரெ."

ஐதுரூஸ் முதலாளி பெரம்பு நாற்காலியின் கைமீது பத்திரக் கட்டை வைத்தார். புன்னகை பூத்தார். அந்தப் புன்னகையில் மிதந்த நிராசையின் உட்பொருள் மீரான்பிள்ளைக்குப் புரிய வில்லை . புரியமுடியாத புன்னகையாக இருந்தது அது. மனத்தின்

அடிமட்டத்தில் நுரைத்துப் பதைக்கும் நோவுக்கு அந்தப் புன்னகை மேலுறையாக இருந்தது.

பதிலுக்காக மீரான்பிள்ளை ஐதுரூஸ் முதலாளியின் முகத்தை நோக்கியிருந்தார். முதலாளியின் பார்வை எங்கோ ஊன்றியிருந்தது. ஏதோ சிந்தனை மண்டலத்தில் அலைந்தது. மவுனம் மறக்கச் செய்த சில நிமிடங்கள் நகர்ந்தன. அவர் நாற்காலிக் கையிலிருந்த பத்திரக் கட்டில் சுட்டுவிரலால் தட்டிக்கொண்டேயிருந்தார். ஏதோ சொல்ல நினைத்தார். ஏதோவொரு சக்தி அவர் நாவை உள்ளே இழுத்தது. மீண்டும் மீரான்பிள்ளையை நோக்கிப் புன்முறுவல் செய்தார். அந்தப் புன்முறுவலில் முதல் புன்முறுவலைவிட ஆழம் அதிகமாக இருந்தது. அதிகப் பொருளும் அதில் தொனித்தது. காய்ந்த உதடுகளை நாவின் முனையால் ஈரப்படுத்தினார். மிகவும் சிரமப்பட்டுப் பேசத் தொடங்கினார்.

"வேறே ஒண்ணும் நெனெக்கண்டாம். நான் இப்போ பழய மாதிரி இல்லெ. இந்த வீடு மட்டுந்தான் இப்ப எனக்கு இரிக்கிது. யாபாரம் நிறுத்தி வருசம் ஒண்ணு ஆச்சு."

"கொல்லங்கோடு முதல் கோவளம் வரை சம்பை வாங்கிக் கொழும்புக்குக் கெட்டுனீயளே."

"கெட்டுனேன்" நிறுத்திவிட்டார். சற்று மவுனத்துக்குப் பின் தொடர்ந்தார்; "எனக்கத் தலையிலெ அடிச்சு என்ன அப்படியே இருத்திப் போட்டானுவோ." ஐதுரூஸ் முதலாளி மீண்டும் அமைதியாகிவிட்டார். தொலைவில் தெரிந்த தென்னை மண்டையில் பார்வையைச் செலுத்தினார். மீரான்பிள்ளைக்கு அவர் சொல்லிவருவதன் பொருள் என்னவென்று முழுமையாகப் புரியாவிட்டாலும் புரிந்ததுபோல் தலையசைத்துக் கொண்டிருந்தார்.

"பெருத்த நட்டமா?"

"நட்டமில்லே நட்டப்படுத்திப்போட்டான். வேணுமின்னே என்ன வீட்டிலே இருத்திப்போட்டான். அவன் சம்பாரிக்க நம்ம ஊணும் ஒறக்கமும் இல்லாம பாடுபடணுமா? அவனுக்க பெண்டாட்டிக்க தாலிக்குக் கனம் கூடிவருது. நம்ம பெண்டாட்டிமாருக்கதாலிசெட்டியாருக்ககடயிலேபெட்டியிலே இரிக்கி."

"நீங்க செல்லூது சரிதான்."

"இப்பத்தான் எல்லாம் மனசிலாச்சி. இவனெல்லாம் நம்ம ரெத்தம் குடிக்கும் பாம்பாக்கும்."

“இப்ப யாபாரம் அறவே இல்லியா?”

“இல்லெ.”

“குத்தகையோ?”

“ரெண்டாம் தவணை பணம் கெட்டாமக் குத்தகையும் போச்சு.”

“இப்படிப் பெருத்த நட்டம் எப்படி வந்தது?”

“அது ஒரு கதை. எல்லாம் ரப்பு அறிவான். நேரான ரப்பு ஆனா எனக்க மனம் துடிக்கிறதுபோல அவனும் நம்ம கண்ணுக்கு முன்னால் துடிச்சுச் சாவான்.”

“என்ன நடந்தது?”

“மூணு வருசத்துக்கு முன்னே நோம்பிலே நான் சக்காத்து கொடுத்தேன். நம்மட்ட உள்ளதுபோலப் பார்த்துப் பார்க்காம வந்தவங்களுக்கெல்லாம் கொடுத்தேன். அந்த வருசம் குத்தகையில்லெ கொஞ்சம் கொணம் உண்டு. அந்த ரமலான்லெ ஈ. பீ. கு. ஊருக்கு வந்தாரு.

நோம்பிலெ அவரும் சக்காத்து கொடுத்தாரு. சக்காத்து வாங்கப்போன சில ஆளுவ அவருட்டப் போயி சொன்னானுவ. ஐதுரூஸ் முதலாளிட்டெ போனோம். ஈனா பீனா கூனா, என்ன தந்தாருன்னு கேட்டாரு. பத்து தந்தாருண்ணு சொன்னா ரண்டு மடங்கு இருபது தருவாரு. அஞ்சுண்ணு சொன்னா பத்து, இதக் கேட்டதும் அவருக்கொரு வைராக்கியம். என்ன மிஞ்சி இந்த ஊருலெ சக்காத்து கொடுக்க ஒருவன் உண்டா? அடுத்த வருசம் அவனெக் குடுக்காம ஆக்கிப்போடுவேன் பார். அப்படியே ஆக்கிப்போட்டாரு. நெறைய கெட்டு அனுப்பினேன். கொஞ்சம் அருக்குளா கெட்டு, வரவே இல்லேண்ணு பொய்க் கணக்கு சொல்லி நிமிந்திட்டாரு. மிச்ச கெட்டெல்லாம் ஒண்ணுக்குக் காலு வித்ததா பட்டியலு வந்தது. பட்டியலும் கணக்கும் பார்த்ததோடெ நான் தளர்ந்து இருந்தேன். அந்த இருப்புதான், அஞ்சாறு நாள் களிச்சி ஒரு எளுத்து வந்தது.”

தாங்கள் பற்றிய ரூபாயில் தங்கள் சரக்கு விற்று வரவு ரூபா நீக்கிப் பாக்கி ரூபா மூணு லச்சத்தி ஐம்பத்தி மூணாயிரத்தி அறுநூத்தித் தொண்ணூத்தி ஆறு. உடனடியாக எங்கள் தூத்துக்குடி கடையில் கொடுத்துவிடவும். அது துகை கொடுத்தால்தான் மேலும் வரவுசெலவு நடக்கும். ரொக்கமாகக் கொடுக்க வசதி இல்லையென்றால் தங்கள் சொத்துகளை எனது மூத்த மகன் அப்துல் ரஷீது பெயருக்கு விலை எழுதிக் கொடுக்கவும். பெருவாரியாக சக்காத்து வாரிவழங்கும் தங்களுக்கு இது பெரிய துகையல்ல; சிறிய தொகை,

இந்தச் சிறுதொகைக் கடனை உடனடியாக அடைத்தால்தான் தாங்கள் அப்துல் மஜீது மகன் ஐதுரூஸ் முதலாளியாக இருப்பீர்கள்.

இப்படிக்கு,

ஈ. பீ. கு.

கொழும்பு.

“எளுத்து கெடச்ச மறுநாளே அவனுக்கக் கடத்துக்கு சொத்தை எளுதிக் கொடுத்தேன். தொறையிலே உள்ள கடத்துக்கு மிச்சம் கெடந்த சொத்துகளை வித்துக் கொடுத்தேன். இப்ப நானும் இந்த வீடும்தான் மிச்சம். இன்னும் கொஞ்சம் பாக்கி குடுக்கணும்.”

மீரான்பிள்ளை தலையில் கைவைத்தார். முகம் குனிந்து உட்கார்ந்தார். ஐதுரூஸ் முதலாளியைப் பற்றிக் கேள்விப்பட்ட தெல்லாம் மனத்திரையில் தெளிவாகத் தெரிந்தது. எந்த நடுநிசி யில் சென்றாலும் செல்வோரை முறையாக உபசரிக்கும் நல்ல மனம் படைத்தவர். எவரையும் நோவ வைக்காத பேச்சு. யாரையும் பயப்படுத்தாத சுபாவம். அந்தப் பேருக்கே ஒரு மதிப்பு உண்டு. வீரம் உண்டு.

பல் கழன்றுபோன, வீரம் இழந்துபோன ஒரு சிங்கம்தான் தன் எதிரில் நாற்காலியில் உட்கார்ந்திருப்பதுபோல் மீரான்பிள்ளைக்குத் தோன்றியது. நாற்காலியிலிருந்து ஐதுரூஸ் முதலாளி எழுந்தார். இடுப்பிலிருந்து உரிந்து விழப்போன துணியை நேராக உடுத்துக்கொண்டு வீட்டுக்குள்ளே நுழைந்தார்.

அந்தக் கதை மீரான்பிள்ளையைச் சோர்வடையச் செய்து விட்டது. எதிர்காலம் அவர்முன் இருள் சூழ்ந்ததாகத் தோன்றியது. பகல் வெயிலில் வேர்த்துக்கொட்டி உழைத்தும் சொத்துகள் எல்லாம் பிறர் கையில் போய்விட்டன. நகைகள் எல்லாம் அடகுக் கடைகளில், நாளை நமக்கும் ஐதுரூஸ் முதலாளியின் நிலைதானா? உழைப்போம். உழைக்கத்தானே கையும் காலும். தருவது இறைவன். விதிபோல் நடக்கும்வரை நடக்கட்டும்.

ஐதுரூஸ் முதலாளி வீட்டிற்குள்ளேயிருந்து வந்தார். நாற்காலியில் உட்கார்ந்தார். நாற்காலிக் கையிலிருந்த பத்திரக் கட்டையெடுத்து மீரான்பிள்ளையிடம் நீட்டினார்.

“இதைக் கொண்டு போங்க.”

மீரான்பிள்ளை பத்திரக்கட்டை வாங்கினார்.

“நான் போட்டா?” மீரான்பிள்ளை விடை கேட்டார். ஐதுரூஸ் முதலாளியும் நாற்காலியிலிருந்து எழுந்தார்.

“பளைய ஐதுரூஸாக்கும் எண்ணு நம்பி என்னெத் தேடி வந்தியோ. சும்மா போவாண்டாம். உங்க யாபாரம் பரக்கத்தா இருக்கட்டு. இன்னா.” மடியிலிருந்து ஒரு தங்கத் தலையை எடுத்துக் கொடுத்தார். “பத்துப் பவுனுக்க மாலை. இதக்கொண்டு பணயம் வச்சு எடுங்கோ. சித்திரக் களிஞ்சு மூண்டு தந்தா போதும்.”

“அல்லோ எனக்கு வேண்டாம், நான் எப்படியும் ரூபா மறிப்பேன்” மீரான்பிள்ளை பின்வாங்கினார்.

“நான் வாரேன்” மீரான்பிள்ளை படியிறங்கினார். தென்னை ஓலை தரையில் விரித்த நிழலில் நடந்தார். மண் மூடிக்கிடக்கும் புத்தன் ஆற்றில் சுண்ணாம்புப் பரவர்களின் கழுதைகள் முகங் குனிந்து மோப்பம் பிடித்து நடந்தன. மீரான்பிள்ளை வேட்டியைத் தூக்கிக் கட்டினார். குடையைத் தோளில் தொங்கவிட்டார். மீன் குட்டை சுமந்துசெல்லும் மீனவப் பெண்கள் சந்தைக்கு நேரமாகிவிட்டதால் விரைந்து ஓடினர். அவர்கள் கடந்து போனபோது காற்றின் சிறகில் ஒட்டியிருந்த மீனின் கெட்ட வாடை அங்கு பரந்தது. பழக்கப்பட்டுப் போனதால் மீரான்பிள்ளை மூக்கைப் பொத்தவில்லை. ஐதுரூஸ் முதலாளியின் வெளுத்த உடலும் தொப்பையும் வழுக்கைத் தலையும் மனத்துக்குள் நிரம்பி நின்றன. இமயமலை ஒரு மொட்டைக் குன்றாக மீரான்பிள்ளை முன் குறுகியது இல்லை. “ஐதுரூஸ் முதலாளி ஒரு இமயமலையேதான்!” மீரான்பிள்ளை தானாகத் திருத்திக்கொண்டார். ஒரு மனிதனை அளக்கும் அளவுகோல் பொருளல்ல; இதயம். இதயத்தின் பரப்பும் ஆழமும். எல்லாம் இழந்தபோதும் எந்தத் தயக்கமும் இல்லாமல் பத்துப் பவுன் மாலையைத் தந்து உதவி செய்ய வேண்டும் என்ற அந்த மனத்தின் விசாலம் மீரான்பிள்ளையை அற்புதத்தில் ஆழ்த்தியது. தங்க மாலையைநீட்டிக்கொண்டுஐதுரூஸ்முதலாளிமீரான்பிள்ளையைப் பின்தொடருகிறார். மீரான்பிள்ளை இடையிடையே திரும்பிப் பார்த்தார். வரிவரியாக நிற்கும் தென்னை மரங்களை மட்டுமே கண்டார். மீன் வலையை உலரப்போடும் மணலை மீரான்பிள்ளை அடையும்போது ஆகாயத்தின் பரந்த மார்பில் சூரியன் இருந்து எரிந்தது.

6

முந்தைய இரவு தொடங்கிய மழை அடித்துப் பெய்தது. வானத்தின் நீல நிறத்தைப் பார்க்க முடியாதவாறு கார் மேகம் மூடியிருந்தது. முந்தைய நாள், நேரம் விடிந்தது முதல் வானம் இருண்டுதான் இருந்தது. கடுங் குளிர்காற்றும் இருந்தது. மழை பெய்யத் துவங்கியது மாலையில். விடியும் வரை தளராமல் பெய்தது. இடையிடையே இடியும் மின்னலும். இடி இடிக்கும்போது தனது வீடு இடிந்து தன் மீதும் தன் குழந்தைகள் மீதும் விழுந்துவிடுமோ என்று தோன்றியது மீராசாவிற்கு. பயந்து நடுங்கும் குழந்தைகளைத் தன்னோடு அணைத்துப் பிடித்துக் கொண்டார்.

கூரை வேய்ந்து வருடங்கள் பல ஆகிவிட்டன. அதனால் வீட்டில் மழைத் தண்ணீர் ஒழுகியது. பொதுமிய மண் சுவரில் மழைத் தண்ணீர் கால்வாய் வெட்டியது. வீட்டுத் தரையில் மண்ணும் நீரும் கட்டிக் கிடந்தன.

மீராசாவின் மனைவி சல்மா மழை ஒழுகும் இடங்களிலெல்லாம் பாத்திரங்களை வைத்தாள். தண்ணீர் நிரம்பியதும் உடனுக்குடன் வெளியே கொட்டிக்கொண்டிருந்தாள். இரவு யாரும் தூங்க வில்லை. ஒழுக்கில்லாத இடங்களில் எல்லோரும் ஒதுங்கியிருந்தனர். குளிரைப் போக்குவதற்காகக் கைகளை நெஞ்சோடு பிணைத்துக் கூனிக் குறுகியிருந்தனர். குளிர் கூடியபோது தாடை எலும்புகள் விறைத்தன. கைகள் மரத்துவிட்டன. தலைவிரித்தாடிய அந்த இரவின் கொடூரம் காலை விடிந்ததும் அடங்கியது. புன்னகையுடன் காலை புலர்ந்தது. மஞ்சள் கதிர்கள் மழைத் துளிகளைத் தாங்கி நின்ற புல்லின் முனைகளில் முத்தமிட்டன. பல வர்ணஜாலங்கள் படைத்தன. அன்றைய காலை முத்தொளி பரப்பியது.

மீராசா முற்றத்தில் இறங்கும்போது முட்டளவு நீர் கட்டி நின்றது. வேட்டியை உயர்த்திக்கொண்டு நடந்தார். ஆங்காங்கே நீர் கட்டிக்கிடப்பதைக் கண்டார். ஒவ்வொருவராகப் பஸ் ஸ்டாண்டிற்கு வந்தனர். சாயாக் கடையின் முன்பிருந்த பெஞ்சில் இடம்பிடித்துக்கொண்டனர். பல வீடுகள் இடிந்து விழுந்த செய்தி அங்கு பரவியது. பல வீடுகளின் மேற்கூரையைச் சூறாவளிக் காற்று சுருட்டிக் கொண்டுபோன செய்தியும் அங்கு பரவியது. எல்லோரும் வானத்தைப் பார்த்தனர், கீழ்த் திசையில் பற்றி எரியத் தொடங்கிய சூரியன் உமிழ்ந்த ஒளியில் சூடு அவ்வளவாக இல்லை. பொய் வெயில், மேற்கு மூலை கருத்து வருவதைத் தென்னை மண்டைகளினூடே சிலர் பார்த்தனர்.

"இன்னும் மளெ பெய்யும்" ஒரு கிழவரின் கணிப்பு.

"இனியும் மழை வரும்" என்று கேட்டபோது மீராசாவின் நெஞ்சம் படபடத்தது. மழை தொடர்ந்து பெய்யுமானால் சித்திரையில் நெத்திலிப்பாடு இருக்காது. நெத்தலி பட்டால் கூடக் காயப்போட்டுக் கருவாடு ஆக்கவும் முடியாது. கருவாடு ஆகவில்லையானால் எப்படிச் சம்பைக் கட்டு வேலை நடக்கும்? இவ்வளவு நாளும் வயிறு காய்ந்தது போதாதா?

காதை அடக்கி மஃப்ளர் கட்டியபடியும், துண்டு கட்டிய படியும் பலர் பஸ் ஸ்டாண்டில் வந்து கூடினர். சாயாக் கடையின் முன் கூட்டம் கூடியது. சூடு சாயா குடித்துக் குளிரை மாற்றி பாய்லரிலிருந்து உயரும் நீராவியைக் கண்டபோது உதடுகள் விறைத்தன. முந்தைய நாள் பெய்த மழையைப் பற்றி அங்கு பேச்சு அடிபட்டது. மரம் முறிந்து விழுந்து மின்கம்பி அறுந்து தொங்கியதும், அதை மிதித்த ஒரு குழந்தை இறந்தது பற்றியும் அங்கு யாரோ சொன்னார்கள். சாயாக் கடையின் முன் கூடி இருந்தோர் ஆவலாகக் கேட்டனர்.

ஆற்றில் கலங்கல் வெள்ளம் பெருக்கெடுத்ததனால், வடக்குப் பக்கத்திலும் மழை பலமாகப் பெய்ததாக எல்லோரும் ஊகித்துக் கொண்டனர்.

"துனியாவெல்லாம் மளெதான்" மீராசா வெறுப்புடன் சொன்னார். பெஞ்சில் உட்கார்ந்து முட்டுக் காலைத் தடவி விட்டார். "நேத்து ஒரு கண்ணு ஒறங்கல்லே. வீடெல்லாம் ஒளுக்கு, எங்கெ போயிக்கெடக்க? குந்தியிருக்க இடமில்லே. நாசம் புடிச்ச ஒரு மளெ வந்து...?"

"மளெ அல்லாக்க ரஹ்மத்து இல்லியா ஓய்? மளெயெ சபிக்காதே, மளெயில்லாண்ணா தெரியும்" வள்ளக்காரன் மம்மாலி மீராசாவைக் கடிந்துகொண்டார், பீடிப் புகையை ஊதிவிட்டார்.

"என்னாலும் பெய்யூக்கு ஒரு கணக்கு வேண்டாமாப்பா. இப்படிச் சொரிஞ்சு எறங்குனா பாவங்களுக்கு வீட்லே கெடக்கண்டாமா?" மீராசா எழுந்தார்.

மரச்சீனிக் கிழங்கு எடைபோட்டு விற்கும் இடத்தை நோக்கி நடந்தார். மரச்சீனி முழுவதும் சேறு ஒட்டிப் பிடித்திருந்தது. முக்காலியில் ஓட்டை விழுந்த தராசுத் தட்டைக்கொண்டு மரச்சீனிக் கிழங்கை எடைபோட்டு விற்பனை நடைபெற்றுக் கொண்டிருந்தது. மழை காரணமாக ஒன்றுக்கு மூன்று மடங்கு விலை. எடைப்படி வைத்திருக்கும் தராசுத் தட்டுக்கு நேர் கீழே தங்கையாவின் கால் பெருவிரல் தராசின் அடிப்பகுதியைத் தொட்டு நின்றது. மீராசா அதைக் கவனித்துக்கொண்டார். ஆனால் வாய் திறக்கவில்லை. மரச்சீனிக் கிழங்கு வாங்கப் பெண்கள் கூடி நின்றனர். ஒரு வண்டிக் கிழங்குதான் வந்துள்ளது. இன்னும் காத்து நின்றால் எல்லாம் விற்றுத் தீர்ந்துவிடும். மீராசா மரச்சீனிக் கிழங்கு வாங்கினார். மீராசா சேறு அப்பியிருந்த மரச்சீனிக் கிழங்கைக் கையிடுக்கில் எடுத்துக்கொண்டார். வீட்டை நோக்கி நடந்தார். இரவு பட்டினி. மழை காரணமாக அடுப்பில் நெருப்பு மூட்ட முடியவில்லை. எதிரில் ஒரு மீனவப் பெண் மரச்சீனி வாங்க வேகமாக நடந்து வந்துகொண்டிருந்தாள்.

"புள்ளேய்! வல்ல கருவாடும் இருகியா?" மீராசா அவள் தலையிலிருந்த பெட்டியை ஒரு கையால் பிடித்துப் பார்த்தார்.

"ஒண்ணும் இல்லெ தங்கம்" அவள் தலையிலிருந்த பெட்டியைக் கவிழ்த்துக் காட்டினாள்.

"கண்டம் வெட்டித் தின்னட்டு" மீராசா தானாக முணுமுணுத்துக் கொண்டு நடந்தார். வீட்டுக்குள் ஏறும் முன் இளைய மகள் ருகியா ஓடி வருவதைப் பார்த்தார்.

"வாப்பா! தம்பிக்குக் காச்சலு! மேலெல்லாம் சுடுது."

மீராசா வீட்டிற்குள் விரைந்து ஏறினார். வீடெங்கும் மண்தரை பொதுமிச் சேறாகிக் கிடந்தது. கையிடுக்கிலிருந்த மரச்சீனிக் கிழங்கைத் தரையில் போட்டார். வடக்குப் பக்கமுள்ள வாசல் படிக்குக் கீழ் காய்ச்சல் பாதித்த இளைய மகனை மடியில் வைத்துக்கொண்டு சல்மா இருப்பதைப் பார்த்தார்.

"புள்ளெக்கு என்ன செய்யுது?"

"நல்ல காச்சலு."

"இஞ்சி தல்லிக் குடுத்தியா?"

"இஞ்சி இல்லே, நிங்கொ வயிச்சியருட்டெ கொண்டு காட்டுங்கொ?"

சல்மாவின் முகம் விளறிப் போயிருப்பதை மீராசா கவனித்தார். குனிந்து குழந்தையின் நெற்றியில் தன் புறங்கையை வைத்துச் சோதித்துப் பார்த்தார். அதிகச்சூடு. இரு விலாவிலும் கையை வைத்துப் பார்த்தார். காய்ச்சல் அதிகமாக உள்ளது. இனி தாமதிக்கக் கூடாது.

"மோனே", மீராசா குனிந்து கூப்பிட்டார். குழந்தை கண் திறக்கவில்லை.

"ஒரு குப்பியெடு."

மீராசா குழந்தையைத் தோளில் எடுத்தார். ஒரு துண்டால் குழந்தையின் தலையை மூடினார். வெயில் படாமலிருக்கக் குடையை எடுத்துக்கொண்டார். மருந்து வாங்கப் பாட்டிலோடு இறங்கினார். வைத்தியர் வீடு சற்றுத் தொலைவில். சுடுகாட்டு ஆறையும் சாய்ந்த கொல்லமாவையும் கடந்து செல்ல வேண்டும். மீன்வலை உலரப்போடும் வெள்ளை மணலின் மறுபக்கமுள்ள உண்டவிட்டான் பாறை ஏறியிறங்கிச் செல்ல வேண்டும்.

"வைத்தியர் வீட்டில் இருப்பாரா ?"

மீராசா வேகமாக நடந்தார். இடையிடையே குழந்தையின் முகத்தைக் கவனித்தார். குழந்தையின் சூடான மூச்சு மீராசாவின் தோளில் தட்டிக் கடந்துசென்றது. தோளில் கொப்புளம் ஏற்படுமோ என்பதுபோல் தோன்றியது. மூச்சில் அவ்வளவு சூடு. குழந்தையின் முக்கலும் முனகலும் கேட்டபோது மீராசாவின் நெஞ்சுச் சுவர்கள் வெடித்துச் சிதறிவிடும்போல் தோன்றியது. எனினும் மனத்தைக் கட்டுப்படுத்திக்கொண்டு குழந்தையோடு ஓடினார். சீக்கிரம் வைத்தியரிடம் காட்ட வேண்டும்.

நல்ல காலம். செல்லப்பன் வைத்தியர் வீட்டில் இருந்தார்.

"புள்ளைக்கு என்ன செய்யுது ?"

"காய்ச்சலு"

வைத்தியர் குழந்தையின் நாடியைப் பரிசோதித்துப் பார்த்தார். மூடியிருந்த குழந்தையின் கண்களைத் திறந்து பார்த்தார். குழந்தையின் வயிற்றில் அமுக்கிச் சோதித்தார்.

"பேதி போச்சா ?"

"தெரியாது."

"காய்ச்சல் எப்ப முதலு ?"

"இன்னைக்குத்தான். நேத்தக்குச் செல்லம்போல இருந்தான்."

செல்லப்பன் வைத்தியரின் முகத்தில் முதலில் கண்ட தெளிவு இல்லை. சந்தேகங்களின் கறுத்த நூல்கள் அந்த முகத்தில் வலை

பின்னுவதைப் பார்த்தார். அவர் ஏதோ சொல்ல நினைக்கிறார். ஆனால் சொல்லத் தயங்குகிறார். வைத்தியர் மீண்டும் நாடியைப் பரிசோதனை செய்தார். மீராசாவின் முகத்தை உற்று நோக்கினார். அந்தக் கண்களில் எதிர்பார்ப்பு ஒரு பட்ட மரம் போல் நிற்கிறது. மீராசா ஏதேதோ கேட்க முற்பட்டார். நாக்கு உயரவில்லை. தொண்டையில் கண்ணுக்குத் தெரியாத ஏதோவொரு சக்தி மேலெழும்பவிடாமல் கீழே இழுக்கிறது. மீராசாவும் வெளியிட முடியாத ஓர் உணர்ச்சியுடன் வைத்தியரின் கண்களை நோக்கினார். இரு விழிகளும் மோதிப் பின்வாங்கின.

"எனக்கப் புள்ளக்கு என்ன செய்யுது வயிச்சியரே?"

"புள்ளக்கு ஒண்ணும் இல்லே. சீதம் கூடிப் போச்சு. மருந்து தாரேன். நேரமெ வீட்டுக்குக் கொண்டுபோயிடுங்கோ."

"வயிச்சயரே!"

"பேடிக்கண்டாம்."

வைத்தியர் தந்த தைலத்தை எடுத்துக்கொண்டு மீராசா படியிறங்கி விரைந்தார்.

"நேரமெ வீட்டுக்குக் கொண்டு போயிடுங்கோ."

வைத்தியர் ஏன் இப்படிச் சொன்னார்? எம் புள்ளக்கு என்ன நேர்ந்தது?

"பொன்னு மோனே!"

குழந்தையின் சூடான மூச்சு அப்போதும் தோளில் பட்டு உரசிக் கடந்துசென்றது.

மீராசா உண்டவிட்டான் பாறை ஏறி இறங்கினார். மீன் வலை உலரப்போடும் ஈரமான வெள்ளை மணலில் பாதம்பட்ட தெளிவான சுவடுகள் பின்னால் கடந்துசென்றன.

"புள்ளைக்கு என்ன நாயனே?" சுடுகாட்டு ஆற்றில் பல் விளக்கிக்கொண்டு நின்ற ஒரு மீனவப் பெண் கேட்டாள்.

"காய்ச்சலு"

"தாந்துபோன மளெ புள்ளியளுக்குத் தீனத்தையும் கொண்டா வந்துது? எக்க மொவுளுக்குப் புள்ளெயும் தலை குத்திறெக் கெடக்கிரு, கெவர்மெண்டு ஆஸ்பத்திரிலே ராக்குட்டருட்டே காட்டாட்டீரா? ஊசி குத்துவாரே."

"செல்லப்பன் வைத்தியருட்டே காட்டுனேன்."

"ஆ! கெள்ளாம், நல்ல கைப்புண்ணியம் உள்ள வவ்ச்சியரு. பத்தியம் காக்கனும் மொய்லாளி."

மீராசா வேகமாக நடந்தார்.

"மோனே... பொன்னு மோனே..."

பதிலில்லை.

தோளில் மூச்சின் சூடு தட்டி உரசிக் கடந்துசென்றது. பழுக்கவைத்த ஒரு கம்பி தோள் வழியாக உருவி இழுப்பதுபோலத் தோன்றியது.

ஆகாயத்தின் மேற்கு மூலை கறுத்து வருவதைக் கவனித்தார். இடையிடையே மின்வெட்டு. இடி முழக்கம். இன்னும் மழை பெய்தால் நோய் பீடித்த இந்தக் குழந்தையை எங்கே கிடத்துவது? கால் குந்தியிருக்க இடமில்லை. தரையெங்கும் நனைந்து சேறாகிக் கிடக்கிறது. வீட்டின் முன் வாசலில் நாடியில் கை வைத்துக்கொண்டு கவலையுடனிருக்கும் சல்மாவையும் பிற குழந்தைகளையும் பார்த்தார். சல்மாமுற்றத்தில் இறங்கிவந்து குழந்தையை வாங்கி நெஞ்சோடு அணைத்துக்கொண்டாள்.

"மூணு நேரத்துக்குத் தைலம் தந்தாரு. இஞ்சி சாறிலே குடுக்கணும்." மீராசா வேறொன்றும் சொல்லவில்லை. சல்மாவின் முகத்தையும் பார்க்கவில்லை. கண்ணில் ஊறிவரும் கண்ணீரை மனைவியிடமிருந்து மறைக்கக் கிணற்றின் கரையை நோக்கி நடந்தார். வைத்தியரின் சொற்கள் செவியில் முழங்கின. தலைக்குள் முழங்கின. எங்கெல்லாமிருந்தோ அசரீரிபோல் முழங்கின.

"நேரமெ வீட்டுக்குக் கொண்டு போயிடுங்கொ."

மீராசா விம்மிவிம்மி அழுதார்.

'எனக்கப் பொன்னு மோனே! இனி உனக்கு எஞ்சியிருப்பது சில வினாடிகளா? நிமிடங்களா? மணிகளா?'

"மோனே!" மீராசா கிணற்றின் கரையிலிருந்து தன்னை அறியாமலேயே உரக்கக் கூப்பிட்டார். வீட்டை நோக்கி ஓடி வந்தார். செல்லக் குழந்தையின் முகத்தை உற்றுநோக்கினார். கண்கள் மூடியிருந்தன. மூச்சு நேராக வந்துகொண்டிருந்தது. உடலெங்கும் சுட்டுப் பொசுக்குவதுபோல் இருந்தது.

மீராசா காலையில் கொண்டு போட்ட மரச்சீனிக் கிழங்கு அந்த இடத்திலேயே கிடந்தது. பசி, எலிக்காலால் வயிற்றுக்குள் சுரண்டியபோது பிற குழந்தைகள் பச்சைக் கிழங்கைக் கடித்துத் தின்றுவிட்டு வீசிய கிழங்குத் தோல்கள் ஆங்காங்கே சிதறிக் கிடந்தன. சல்மா குழந்தையின் நெற்றியில் முத்தமிட்டாள்.

"செல்ல மோனே! எக்கப் புள்ளக்கு என்ன செய்யுது?"

மீராசா கடுங்காப்பி வாங்க அலுமினியத்தூக்குச் சட்டியுடன் இறங்கினார். அரசாங்க மருத்துவமனையில் கூட்டம் கூடியிருந்தது. மருத்துவமனையின் முன் பக்கத்திலுள்ள கடை வராந்தாவில் சாய்ந்து உட்கார்ந்து மம்மாத்திலு ராகத்தோடு 'தகராப் பாட்டு' பாடிக்கொண்டிருந்தார். மம்மாத்திலைக் கடற்கரையில் பிடித்து உட்காரவைத்துப் பிறர் சுற்றி உட்கார்ந்துகொள்வார்கள். பெம்மாத்திலு ராகமாகப் பாடுவார். எல்லோரும் தொடையில் தாளமிடுவார்கள். 'தகராப் பாட்டு' காலையில் சுப்ஹு நேரத்தில் ஒவ்வொரு வீட்டு வாசலிலும் நின்று பாடித் தூங்குவோரை எழுப்பித் தொழுகைக்குக் கூப்பிடும் தப்லீக் பாட்டு, ஜின், இராஜகுமாரியைக் கடத்திக் கொண்டுசென்ற பாட்டு, பதறுப்படைப் பாட்டு, இப்படியாகப் பலப்பல பாடல்கள். மம்மாத்திலுதான் பாடுவது, மம்மாத்திலு 'கடப்புறத்தில்' பாட உட்கார்ந்தால் எங்கிருந்தாலும் மீராசா ஓடிவருவார்.

கடை வாரந்தாவில் தனியாக இருந்து மம்மாத்திலு பாடிய போது மீராசா திரும்பிக்கூடப் பார்க்காமல் வேகமாகச் சென்றதை மம்மாத்திலு கவனித்தார். பாட்டை இடையில் நிறுத்திவிட்டு மீராசாவின் பின்னால் சென்றார்.

"மீராசாக்கா ! நில்லுங்கொ. என்ன ?"

"புள்ளக்குச் சுகமில்லெ" சொல்லும்போதே மீராசாவின் தொண்டை கரகரத்தது.

"சனியம் புடிச்ச ஒரு மளெவந்து எனக்க ஊடெல்லாம் கொளமாச்சு. ராத்திரி ஒரு கண்ணு ஒறங்கல்லே. சுபக்கு வாங்கு விளிச்சாக்லே வந்து இந்தக் கட வராந்தயிலே வந்து கொஞ்சம் தடி நிமுத்தினேன். நேத்து ஓலெ மட்டெ பெறக்கவும் போவயில்லே."

மீராசா எதையும் காதால் கேட்கவில்லை. அலுமினியத் தூக்குச் சட்டியில் காப்பியுடன் திரும்பினார். எதிரே இளைய மகள் ருகியா ஓடிவருவதைப் பார்த்தார்.

"என்ன மோளே ?"

"தம்பி" அந்தப் பெண் குழந்தை வெடித்து அழுதாள்.

மீராசா ஓடினார். அவருக்குப் பின் ருகியா ஓடினாள், ருகியாவுக்குப் பின் மம்மாத்திலும் ஓடினார்.

7

அன்று மீன்பாடு இல்லை. அதனால் அந்திக் கடையிலும் மீன் வரவில்லை. மீன் வராததால் கிராம மக்கள் கவலைப்பட்டனர். மத்தியான உணவு மீன்கறியில்லாமலேயே கழிந்தது. பகல் உணவு யாருக்கும் திருப்திகரமாக இல்லை. உணவுக்கு மீன்வாடை மிக முக்கியம். ஆனவிளுங்கி ஔசாவும், மம்மாத்திலும், மீரான்பிள்ளையும் ... இப்படிப் பலர் கட்டுமரத்து மீன் வாங்கும் வருகைக்காகச் சூரியன் சாயத் தொடங்கியதும் அந்திக் கடையில் வந்து ஆங்காங்கே குந்தியிருந்தனர். மம்மாத்துலு வாரில் செருகியிருந்த ஆறாம் நம்பர் கத்தியை யெடுத்துக் கால் நகம் வெட்டினார். ஆனவிளுங்கி ஒரு கடை வராந்தாவில் சாய்ந்து உட்கார்ந்து சுவரில் முதுகை உரசி ஊரலை அடக்கிக்கொண்டான். மீரான்பிள்ளை அங்கு கிடந்த அணைந்த தீக்குச்சி ஒன்றை எடுத்துத் தரையில் கோடு வரைந்து கொண்டிருந்தார். இடையிடையே எல்லோரும் தெற்குத் திசையை நோக்கிக் கொண்டிருந்தனர்.

புதுக்கடை ஜெயஶ்ரீயில் 'ஆரிய மாலா.' பகல் காட்சிக்குச் செல்ல கார் ஏறவந்த மரிய அந்தோணி யோடு மம்மாத்திலு விசாரித்தார்.

"கும்பாரி![1] மரத்துக்கு வல்லதும் உண்டா?"

"ஆ... சின்னத்துறையிலெ மரத்துக்குக் கொளுவ உண்டு."

கொளுவை மீன் என்று கேட்டபோது ஆனவிளுங்கியின் நாக்கில் நீர் ஊறியது. சுவரிலிருந்து முதுகை எடுத்தான்.

கொளுவ மீனை மிளகாய் சேர்த்துக் கறிவச்சு மரச்சீனிக் கிழங்கு மசாலா போட்டு அடித்தால்! மூக்கு முட்ட அடிக்கலாம்! நாக்கில் ஊறிவந்த நீரை விழுங்கினான்.

---

1. நண்பனே

வராந்தாவிலிருந்து ஆனவிளுங்கி இறங்கிவந்தான். தரையில் கோடு வரைந்து, சிந்தனையில் ஆழ்ந்திருந்த மீரான்பிள்ளையை அணுகினான். பக்கத்தில் சென்று தலையைச் சொறிந்தான்.

“நாயனே! சட்டப்பைலே வல்லதும் கெடக்கா? புள்ளியளுக்கு ரண்டு சக்கரத்துக்கு மீனு வாங்கட்டு. மீனு கூட்டி பத்து நாளாச்சு” மீரான்பிள்ளை தலையை நிமிர்த்திப் பார்த்தார்.

ஆனவிளுங்கியின் மொட்டத் தலையும் மேல் உதட்டை மூடி நிற்கும் கப்படா மீசையும். ஆயிரங்கால் அட்டை மயங்கிக் கிடக்கும் கீழுதட்டில் புன்னகையின் சடலம். இடதுகையில் துருப்பிடித்த சவரப்பெட்டி தலையைச் சொறிய வலதுகையை உயர்த்தியபோது கக்கத்திலிருந்து விலாவழியாக வியர்வைக் கால்வாய்!

மீரான்பிள்ளை முகத்தைத் திருப்பிக்கொண்டார். தோளில் கிடந்த துண்டையெடுத்து மூக்கைப் பொத்தினார்.

“ஒண்ணு இல்லெனே! எப்பக் கண்டாலும் இதானா வேலெ.”

“சேண்டப் பள்ளியாண, ஆத்துப் பள்ளியாண நேத்தக்குப் பட்டினி.”

“அதுக்கு நான் என்னெனெ செய்ய? இப்ப ஒண்ணும் இல்லெ.” மீரான்பிள்ளைக்குக் கோபம் வந்தது.

ஆனவிளுங்கியை வெறித்துப் பார்த்தார்.

“சரி நாயனே, இல்லேன்னா வேண்டாம். இன்னய்க்கும் பட்டினிதான்” – ஆனவிளுங்கி பிருஷ்டத்தைச் சொறிந்தான்.

சூரியன் வலிய பள்ளியை நோக்கிச் சாய்ந்துகொண்டிருந்தது. தெற்கிலிருந்து மீன்காரி யாரும் வரவில்லை. அந்திக்கடை கூடுவதற்கு நேரமாயிற்று. நாடாத்திகள் காய்கறி கொண்டுவந்து தரையில் பரப்பினர். நாடார்கள் நாரில் தொலித்த தேங்காயைக் கோர்த்துக்கொண்டு வந்தனர். சில பெண்கள் பலாமர இலையில் ஒட்டிவைத்த கோர்ப் புளியைக் கையில் ஏந்தி நின்றனர். சூடு ஆறாத கறுப்புக்கட்டியின் ருசிமிக்க மணம் அங்கு வியாபித்தது. பரத்தி சுண்ணாம்புப் பெட்டியை இறக்கிவைத்தாள். முட்டை மறைத்துக்கொண்டு கால்நீட்டி உட்கார்ந்தாள். காதின் சோணையில் தொங்கிய பாம்படத்தை அவள் தோள் தாங்கி நின்றது. எல்லாக் கண்களும் தெற்குப் பக்கம் நோக்கியே இருந்தன. வட திசையிலிருந்து காரின் ஹாரன் ஓசை கேட்டது. பிறகு காரின் இரைச்சல். மாட்னி ஷோ பார்க்கச் செல்வோர் கூட்டம். காரில் இடித்து ஏற ஒவ்வொருவரும் வேட்டியை மடக்கிக் கட்டினர். சலவை செய்த சட்டை அணிந்திருந்தோர் சட்டையைக் கழற்றிச்

சுருட்டிக் கையில் வைத்துக்கொண்டனர்; சட்டையிடாதோர் உடம்பிலுள்ள அழுக்குப் படாமலிருக்க.

வடக்கிலிருந்து வந்த கார். 'பொப்பொப்பாய்' ஓசை முழக்கியது. கிழக்கே திரும்பியது. பின்பு ஒரு சீறல். பின்பக்கம் வந்து தெற்கே பிருஷ்டத்தைக் காட்டி நிற்கும்போதும் இன்னொரு சீறல்.

"இரு என்ன சத்தம்? மனுசனுக்குத்தானே உண்டு. மோட்டாருக்கும் உண்டா?" ஒரு தொறயக்காரன் சொன்னான். சிலர் சிரித்தனர். பெண்கள் நாணமடைந்து நின்றனர். மக்கள் இடித்து ஏறுவதற்குத் தயாராயினர். சிலர் கையில் எச்சில் உமிழ்ந்து இரு கைகளையும் சேர்த்துத் தேய்த்துக்கொண்டனர். அப்படியானால்தான். கம்பியில் பலமாகப் பிடிக்க முடியும்.

'மரண விலாஸம்' மோட்டார் சர்வீசிலிருந்து ஆட்கள் பரபரப்போடு இறங்கினர். அந்த பஸ்ஸில்தான் மம்மது ஹாஜி அங்கு முதலில் வந்து இறங்கியது. கறுப்பும் நரையும் கலந்த முடி. முடியைத் தோள் வரையில் வளர்த்திருந்தார். தலையில் சிவப்புத் தொப்பி. அழுக்கடைந்த உடை. கக்கத்தில் ஒரு துணிக்கட்டு. கொஞ்சம் கூன் உண்டு. வயோதிகக் கூன் அல்ல. உயரம் குறைவு. கையில் வெள்ளிப் பிடியுள்ள ஒரு கம்பு. ஊன்றி நடப்பதற்கல்ல. அந்த முச்சந்தியில் இறங்கி மம்மதாஜி சந்தேகத்துடன் நின்றார். புதிய இடம். எங்கு செல்வதெனத் தெரியாது. சுற்றிலும் நோக்கினார்.

அந்த வெளியூர்வாசியை முதலில் பார்த்தது ஆனவிளுங்கி.

"இந்த ஆளுக்க ஊர்லெ ஒசா[2] இல்லியோ?" ஆனவிளுங்கி நினைத்தான். நேரே வெளியூர்வாசியை அணுகினான்.

"எந்த ஊரு?"

அவர் ஆனவிளுங்கியைப் பார்த்தார்.

"எந்த ஊரு?" மீண்டும்.

"காஞ்ஞிரப்பள்ளி."

"வடக்கன் . . . மலையாளம்?"

ஆமாவென்று தலையசைத்தார்.

"முஸ்லியாரா? தங்ஙளா?"

இல்லையென்று தலையசைத்தார்.

"முடி களையணுமா?"

அவர் ஆனவிளுங்கியை மேலும் கீழும் நோக்கினார்.

---

2. நாவிதன்

“எங்க ஊர்லெ கிராப்பு வக்கப்படாது.”

“இது சுன்னத்து முடி ! கிராப்பு இல்லெ.”

“இந்த ஊருச் சட்டப்படி. முடி வளர்த்தப்படாது.”

“அப்படியா ?”

“முடி வளர்த்திட்டு ஆரு இந்த ஊருக்குள்ளெ வந்தாலும் அந்த ஆளப் புடிச்சு முடி களைஞ்சு உட முஹல்ல உத்தரவு.”

“அப்படியா ?”

“ஜெர்மனி கத்தியிருக்கு. ஜோரா களஞ்சு தாரேன். ரண்டு காயி கெடச்சா புள்ளியளுக்கு கௌங்கு வாங்குலாம்.”

“பள்ளியெங்கே ?”

“இப்படியே போவணும்” தெற்கு நோக்கிக் கையைச் சுட்டிக் காட்டினான். அவர் திரும்பினார்.

“முடி களையாண்டாமா, கேட்டியளா ?”

“வேண்டாம்” என்று கை காட்டினார். நிற்கவில்லை. நடையைக் கட்டினார்.

“எளவுடுப்பான் ஒரு காயும் தராத பொயிட்டானே !” ஆனவிளுங்கி ஏமாற்றத்துடன் நின்றான். மம்மதாஜி கூனிக்கூனி நடந்தார். தாரிடாத மெட்டல் ரோடு. தோல் செருப்பு உப்புக்குத்தியில் மோதி ஓசை உண்டாக்கியது. சிறிய பாலத்தைக் கடந்தார். தட்டானின் கடை வராந்தாவிலுள்ள பதிவுப் புள்ளிகள் மம்மதாஜியைக் கூர்ந்து நோக்கினார்.

“எந்த ஊரு ?” பல்லி மம்மூனு வராந்தாவிலிருந்து உரக்கக் கேட்டான்.

மம்மதாஜி நின்று பதில் சொன்னார்; “காஞ்ஞிரப்பள்ளி”.

மம்மதாஜி தலைமுடியை அப்போதுதான் எல்லோரும் கவனித்தனர்.

“தலையிலெ என்ன, கேட்டியளா ?”

“தொப்பி ?”

“தொப்பிக்க அடியிலெ என்ன கேட்டியளா ?”

“முடி.”

“இந்த ஊருலே முஸ்லிங்கள் முடி வளத்தப்படாது. தெரியுமா ?”

மம்மதாஜி எதுவும் பேசவில்லை. விழித்தார். பல்லிமம்மூனு தலையைச் சுற்றிக் கட்டியிருந்த சிவப்புத் துண்டை அவிழ்த்தான். "தலெ இப்படியிரிக்கணும்." மொட்டை அடித்த தலையைத் தடவிக் காண்பித்தான்.

"தீனுல் இஸ்லாத்துக்க சின்னம் மொட்டை. தெரியுமோ? முடி வளத்தீட்டு நடக்கூதுயெல்லாம் காஞ்ஞிரப் பள்ளியிலே!"

மம்மதாஜி பதில் எதுவும் சொல்லவில்லை. சொல்லுவதற்குப் பதிலும் இல்லை. புதிய ஆட்கள், புதிய இடம். வந்து இறங்கியதுதான் உண்டு. இங்குள்ளவர்கள் பக்தியுள்ள மக்களென்று கேள்விப்பட்டதுண்டு. எந்த முகப்பழக்கமும் இல்லாதவர்களோடு எதற்கு விவாதிக்க வேண்டும்?

மம்மதாஜி பல்லிமம்மூனைப் பார்த்து மனமாரச் சிரித்தார். அந்தச் சிரிப்புக்கு ஈர்ப்பு சக்தி இருந்தது. அந்தப் பார்வையில் அன்பு தோய்ந்திருந்தது. மம்மதாஜியின் சிரிப்பும் பார்வையும் பல்லிமம்மூனின் ஆவேச சக்தியைத் தணியச் செய்தது. மம்மூனு துண்டை யெடுத்துத் தலையைச் சுற்றிக் கட்டினான். வராந்தாவில் ஏறி முட்டுக்கட்டி உட்கார்ந்துகொண்டான்.

"பள்ளிக்குத் தூரம் உண்டா?"

"கிட்டத்தான்" மம்மூனு வழி சொல்லிக்கொடுத்தான். மம்மதாஜி நடந்தார். வலது பக்கமாகப் பிரியும் இடைவழியில் திரும்பியபோது வலிய பள்ளியையும் பாங்கு மேடையையும் நகராவையும் கண்டார். வழி நெடுகிலும் மக்கள் மம்மதாஜியைக் கூர்ந்து நோக்கினர். சாக்குத் திரைகளினூடே முடி வளர்த்திய மம்மதாஜி யைப் பெண்கள் மூக்கில் விரல் வைத்து ஆச்சரியத்துடன் பார்த்தனர். மம்மதாஜி வழியில் பார்த்த ஆண்களுக்கெல்லாம் ஸலாம் கூறினார். ஆனால் பதிலில் உற்சாகமில்லை. எல்லோர் பார்வையும் மம்மதாஜியின் தலையில் மையம்கொண்டது. அவர் உதட்டில் புன்னகை பூத்தது.

பள்ளிவாசலுக்கு வெளியே முன்பக்கமுள்ள கறுத்த கல்லில் துணிக் கட்டை இறக்கிவைத்தார். வெள்ளிப் பிடியுள்ள கம்பையும் வைத்தார். தலையிலிருந்து தொப்பியைக் கழற்றினார். கல்லில் இருந்தபோது சிறு குளிர்ச்சி தோன்றியது. வியர்த்துக் கொட்டியதால் சட்டையைக் கழற்றினார். வாயில் பனியனுக்குள் ஊதிக்கொண்டார்.

"எந்த ஊரு?" – உரத்த ஓசை கேட்டதும் மம்மதாஜி நடுங்கித் திரும்பிப் பார்த்தார். பள்ளியிலிருந்து மொதீனார் இறங்கி வருவதைக் கண்டார்.

“காஞ்ஞிரப்பள்ளி”

“தங்ஙளா ? மொய்லியாரா ?”

“சாதாரண ஆளு. ஸஃபராளி[3].”

“தலையிலெ என்ன ?” – மோதினார் ஒரு போலிஸ் அதிகாரி போல் கேள்வி தொடுத்தார். ஹாஜி தலையைத் தடவிக்கொண்டார். கேள்வியின் கௌரவம் புரிந்தது.

“இது சுன்னத்து முடி”

“எந்த முடியும் இந்த ஊருலெ வக்கப்படாது.”

“இது இஸ்லாத்திலே சொன்ன முடி. சுன்னத்தான முடி.”

“சுன்னத்தும் கின்னத்தும். இந்த ஊர்லெ முஸ்லிம்களு மொட்டத்தான் அடிக்கணும்.”

ஹாஜி தலை கவிழ்ந்தார். என்ன சொல்ல வேண்டும் ? தெரியாமல் குழம்பினார். மோதீனாரைப் பணிவோடு பார்த்தார்.

“வலிய வலிய தங்ஙம்மாரும் மொய்லியாக்கமாரும் உள்ள ஊரிது. இதெல்லாம் ஒங்க ஊர்லே. இஞ்ச இரிக்கணுமா நாளெ காலத்தெ முடி களஞ்சு வலியாத்துலே போயி குளிக்கணும். இல்லேண்ணா காரு ஏறணும், மனசிலாச்சா ? மொதலாளிமாரெல்லாம் இப்பம் அஸரு தொள வார நேரம். உம்ம மண்டையெ அவங்கட்டே காட்டப்படாது ?”

மம்மதாஜி திகைத்துப்போனார்.

“இவ்வளவு பக்தியுள்ள மக்களா ?” ஹாஜி வெட்கப்பட்டுப் போனார். தொப்பியை எடுத்துத் தலையில் கவிழ்த்து முடியை மறைத்தார். சட்டைப் பையிலிருந்து ஒரு பீடியை எடுத்தார். தீப்பெட்டி உரைத்துப் பற்றவைத்தார். புகை மோதீனாரின் மூக்கினுள் ஏறிச் சென்றது. மோதீனாரின் உதடுகள் துடித்தன. உதட்டில் ஆவலின் ஊற்றுப் பெருக்கு.

“வேறெ வீடி யிரிக்கா ? ஒண்ணு இஞ்ச தாரும். ஒரு தம்மடிப்போம்” ஹாஜி ஒரு பீடி கொடுத்தார். மோதினாரும் புகையை ஊதி விட்டார்.

“வீடி கொள்ளாம். இது என்ன வீடி ?”

“தொழிலாளி”

“நிங்கப் பேரு.”

---

3. பயணி

"முஹம்மது ஹஸன் ஹாஜி."

"சுப்ஹானல்லா. ஹாஜியாரா? ஹாஜியாருக்கத் தலையிலா முடி? முடி வக்கேது ஹராமில்லியா கேட்டீயளா?"

ஒரு பீடி கொடுத்ததோடு மோதினாரின் குரலில் ஒரு தணிவு தெரிந்தது.

"இல்லெ. நபி வச்சிருந்தது போலத்தான் நான் முடி வச்சிருக்கேன். இது ஹராமில்லே."

"நபி எப்படி முடி வச்சாங்கோன்னு எனக்கென்ன தெரியும்? எங்க ஊருலெ முடிவச்ச ஆளுக்க ஊட்டுக் கலியாணத்துக்கும் மவுத்துக்கும் ஊரு சேராது, இஞ்ச ஆரும் முடி வளத்தல்ல. வளத்தினவனெல்லாம் கெட்டிவச்சு மொட்டை அடிச்சோம். நாளெ காலத்தெ மொட்ட அடிச்சிருங்கொ நிங்களும்."

ஹாஜியார் மவுனமாகவே இருந்தார். கல்லின் மீது அசையாது உட்கார்ந்துகொண்டார். கையிலிருந்த பீடித் துண்டு அணைந்துவிட்டது. தோளில் கிடந்த துண்டை எடுத்து முடி தெரியாதபடி காதை அடக்கித் தொப்பியைச் சுற்றித் தலைப்பாகை கட்டினார். மதரஸாக் குழந்தைகள் ஹாஜியை ஆச்சரியத்துடன் பார்த்தனர். ஹாஜி குழந்தைகளை நோக்கி அன்புடன் சிரித்தார்.

அன்று இரவு ஹாஜியார் பள்ளியில்தான் தூங்கினார். விடியப்போகும் பகலைப் பற்றியும் அங்குள்ள மக்களைப் பற்றியும் சிந்தித்துச் சிந்தித்து இரவின் இதழ்களைப் பிய்த்து எடுத்தார்.

8

இடி மின்னலுடன் மூன்று நான்கு தினங்கள் மழை தொடர்ந்து பெய்தது. மலைப் பகுதிகளிலும் பெரும் மழை. குழித்துறை ஆற்றில் மலை வெள்ளம் பெருக்கெடுத்தது. குழித்துறை ஆறு இரு கரைகளையும் பிய்த்துப் பிறாண்டிக்கொண்டு பாய்ந்து ஒழுகியது. வெள்ளத்தின் இரைச்சல் கேட்டு ஆற்றுக் கரையோரங்களில் குடில் கட்டித் தங்கியிருந்தோர் பயந்தனர். எவரும் தூங்கவேயில்லை. எப்போது வெள்ளம் வந்து குடிலை இழுத்துச் செல்லுமென்று தெரியாது. இரைச்சலுடன் பாயும் குழித்துறை ஆற்றின் கலங்கல் நீரில் கண்களை நட்டு நின்றனர். நெஞ்சில் திருமலையப்பன். கும்மிருட்டில் ஆங்காங்கே ராந்தல் விளக்கின் திரி உயர்ந்தது. ஒளி பரந்தது. ஆற்றோரங்களில் தங்குவோர் எச்சரிக்கையுடன் இருப்பதைத் தெரிவிக்கக் கூவினர். மறுகரையில் கூவலைக் கேட்டோர் பதிலுக்காகத் திருப்பிக் கூவினர்.

கலங்கல் நீர் நிறைந்தது, வலியாற்றுக்கு மூச்சுத் திணறியது. ஒரு வழியும் தெரியாமல் திகைத்தது. 'பொளியை' வெட்டித் திறக்க எவரும் முன்வரவில்லை. தானாக ஒரு வழியைத் திறந்து கொண்டு வலியாற்றின் கலங்கல் நீர் அரபிக் கடலைப் பார்த்து மரணத்துடிப்புடன் குதித்தோடியது. நீல நிற அரபிக்கடலின் ஓரத்தில் காவி நிறக் கரை போன்ற வலியாற்றில் கலங்கல் நீர் ஒட்டிச்சேர்ந்தது.

கடலும் கொந்தளித்தது. உயர்ந்து அடிக்கும் அலைகள், வள்ளமோ வலையோ யாரும் கடலில் இறக்கவில்லை. அடிவானக் கோட்டின் அருகில் புகை துப்பி இழைந்து செல்லும் கப்பலின் சிறிய உருவம். அதோடு பாய்மரங்கள் கறுத்த பூனை உரோமம் போல்.

முந்தைய நாள் கடலில் இறக்கிய மரங்கள் கரை அடைவதைப் பார்த்து எல்லோரும் கடற்கரையில் நின்றனர். ஒரு மரம் கரை சேருவதைப் பார்த்தனர். கடற்கரையிலுள்ள மீனவர்கள் அத்தனை பேரும் நெஞ்சில் சிலுவை அடையாளம் இட்டனர் "ஆண்டவரே காப்பாத்தும்."

கரையை நெருங்கிவந்த மரம் அலையில் உயர்ந்து தாழ்ந்தது. உயர்ந்து தாழ்ந்த மரத்தின் தலைப்பகுதி கட்டுப்பாடிழந்து சுற்றியது. பலமாக உயர்ந்து அடித்த ஓர் அலையின் உந்துதலில் கட்டுப்பாடு இழந்த மரம் கவிழ்ந்தது. மரத்திலிருந்தவர்கள் அலையோடு மல்லிட்டனர். ஆனால் மரத்தின்மீது வைத்திருந்த பிடிப்பைத் தளர்த்தவில்லை. மரம் அவர்களோடு உயர்ந்து தாழ்ந்தது. மரம் தாழ்ந்த சந்தர்ப்பத்தைப் பயன்படுத்தி மரத்தின் பக்கங்களைப் பிடித்து நிமிர்த்தினர். மீண்டும் அலறி உயர்ந்த ஒரு திரையின் சக்திவாய்ந்த தள்ளுதலால் மரத்தைக் கரையைப் பார்த்துத் துழாவினர். மரம் மணலில் தட்டியபோது கரையில் நின்றிருந்தோர் ஓடிவந்து மரத்தைக் கரைசேர்த்தனர். மரத்திலிருந்த பிராஞ்சீசும் மிக்கேலும் தரையில் தளர்ந்து உட்கார்ந்துவிட்டனர். மூச்சுவாங்கினர். நெஞ்சு விரிந்து சுருங்கியது. மூக்கு வழியாகவும் வாய் வழியாகவும் மூச்சு விரைந்து வெளியேறியது. அவர்கள் யாரிடமும் எதுவும் பேசவில்லை. நாவறண்டுபோன அவர்களின் வயிறு முதுகெலும்போடு ஒட்டிநின்றது.

ஏலம் கேட்பவர்கள் ஓடிவந்தனர். தலையிலும் சைக்கிளிலுமாகச் சந்தைக்கு மீன் கொண்டுசெல்லும் குட்டைக்காரர்களும், ஓடிக்கூடினர். மரத்தோடு கட்டிவைத்திருந்த வெற்று உமலில்[1] எல்லாக் கண்களும் பாய்ந்தன. சுருட்டிக்கட்டிய உமலில் மீன் இல்லை என்ற உண்மையைத் தெரிந்தபோது கூடி நின்றோர் நாலாப் பக்கமாகச் சிதறினர்.

கத்தியைக் கையின் பின்பக்கம் மறைத்துக்கொண்டு மீராசா கடற்புறத்தை நோக்கி ஆவலுடன் வந்தார். கரைசேர்ந்த கட்டுமரத்தைச் சுற்றிநின்ற குட்டைக்காரர்கள் கலைந்து போவதைக் கண்டபோது மரத்தில் மீன் இல்லை என்பதைப் புரிந்துகொண்டார். மீராசா பிறகு மரத்தை நெருங்கவேயில்லை. சோர்வடைந்து தென்னைமர நிழலில் நின்றார். கோராத்துணியில் தைத்த பனியனுக்கு வெளியே நெஞ்சுப் பகுதியில் தெரிந்த உரோமங்களைக் கடற்காற்று அசைத்தது.

குழந்தை இறந்து மூன்று நாளாகிவிட்டது. மூன்று நாளும் வேலைக்குச் செல்லவில்லை. வீடு முழுப் பட்டினி. பிற குழந்தைகள் ஆங்காங்கே சுருண்டு கிடந்தனர். பழந்துணிபோல் தரையோடு

1. ஓலைக்கூடை

ஒட்டிக்கிடந்தனர். கடன் வாங்கித்தான் உயிர்த்துடிப்பு அடங்கிய குழந்தையை 'வலிய பள்ளி'யின் தெற்குப் பகுதியிலுள்ள கருவேப்பிலை மரமூட்டில் மண்ணிடம் திருப்பி ஒப்படைத்தது. இன்று மூன்றாம் ஃபாத்திஹா. ஏதாவது நேர்ச்சை வைத்துப் பள்ளி மோதீனைக் கூப்பிட்டு யாசீன் ஓதவேண்டிய நாள். நேர்ச்சை வாங்கக் காசு வேண்டும். லெப்பைக்குக் கைமடக்குக் கொடுக்கவும் காசு வேண்டும். மூன்று நாட்களாக நெருப்பை அடிவயிற்றில் சுமந்துகொண்டு அங்குமிங்கும் தளர்ந்து கிடக்கும் குழந்தைகளுக்கு இன்று இரவாவது மரச்சீனிக் கிழங்கு வாங்கிக் கொடுக்க வேண்டும். இல்லாவிட்டால் அவர்களின் உயிரையும் பட்டினியின் விஷப்பல் கொத்தி விழுங்கும்.

கடற்கரையிலிருந்து எழுந்த கூப்பாட்டிலிருந்து மரம் கரையை நெருங்கிவிட்டதாகத் தெரிய முடிந்தது. கூரையில் செருகி வைத்திருந்த மீன் வெட்டும் கத்தியை உருவினார். கத்தியின் வாய் துருவேறியிருந்ததைக் கண்டார். படிக்கல்லில் கத்தியைத் தீட்டிக் கூர்மைப்படுத்தினார்.

"படச்சவனே !" மீராசா பெருமூச்சுவிட்டார். "நீ பாவப்பட்ட எங்களெ ரெம்ப ரெம்ப சோதிக்கியா ?"

கத்தியைத் தரையில் போட்டார். வெள்ளை மணலில் உட்கார்ந்தபோது ஏங்கி அழத் தோன்றியது. அழுகை வரவில்லை. மவுனமாக அழுதழுது கண்ணீர் வற்றிப்போன கண்களும் ஏங்கி ஏங்கித் தளர்ந்துபோன இதயமும்.

எவ்வளவோ மகா பாவிகளின் மாமிசம் உண்டு தடித்த மண்ணு பாவம் தெரியாத அந்தக் குழந்தையின் பிஞ்சு மாமிசத்தையும் உண்டு கொழுத்திருக்கும். மாமிசக் கொதி தீராத இந்த மண்ணு இன்னும் எவ்வளவோ மனிதர்களை உண்டுபண்ணும் – மகாபாவிகளாக, கொடியவர்களாக, துஷ்டர்களாக, கொலையாளிகளாக, வஞ்சகர்களாக. இறப்புக்குப் பின் இவர்களின் பாவங்களை ஃபாத்திஹாவினாலோ. நேர்ச்சையினாலோ கழுவி இல்லாமலாக்க முடியுமோ ? இவர்களின் நேர்ச்சையும் நெய்ச்சோறும் இறைச்சியும் இறைவனிடம் செல்லுமா ?

இல்லை. ஒருபோதும் இல்லை.

என் குழந்தைக்கு மூணாம் ஃபாத்திஹா தேவையில்லை. மோதீனுக்குக் கைமடக்குத் தேவையில்லை. நேர்ச்சையும் தேவையில்லை. பட்டினி கிடந்து மரணத்தின் விளிம்பில் தவித்து நிற்கும் மற்றக் குழந்தைகளைக் காப்பாத்துவோம்.

மீராசா எழும்பினார். கத்தியைக் கையில் எடுத்தார். எனது விந்துவில் பிறந்த என் அருமை மக்கள் பட்டினி கிடந்து இன்று

மூன்றாவது நாள். தொழில் செய்யும் என் கத்திக்குத் தொழில் இல்லை. கடல் சதி செய்துகொண்டிருக்கிறது.

சித்திரை பிறக்க இன்னும் அதிக நாட்கள் இல்லை. சித்திரை வஞ்சிக்குமா? அப்படியானால் ஒருநாள் கூரை ஒழுகும். சுவர் இடிந்துவிழும். உத்தரமும் கழுக்கோலும் இற்றுப்போகத் தொடங்கிய வீட்டுக்குள் பட்டினிமென்று உமிழ்ந்துவைத்த சடலங்கள் எறும்பு அரித்துக்கிடக்கும். அல்லது இனிவரும் மழையில் வீடு இடிந்து கொஞ்சம் உயிர்கள் சிதைந்து ஜடமாகக் கிடக்கும். அங்கு மனிதர்கள் யாரும் இருக்கமாட்டார்கள். ஜடங்கள்தான் கிடக்கும்.

முன்னால் கொழும்பிலிருந்து திரும்பும்போது கொண்டுவந்த கொம்புப்பிடியுள்ள – ஒன்றரை அடி நீளமுள்ள – இங்கிலாந்துக் கத்தியை மீராசா தூக்கிப் பார்த்தார். பட்டினியால் ஒரு நேரம் காய்ந்தபோது, என்னை ஒரு தொழிலாளியாக மாற்றியது இந்தக் கத்திதான். என்னைப் பட்டினியிலிருந்து இது காப்பாற்றியது. இன்று என் குழந்தைகளைக் காப்பாற்ற அதனால் முடியவில்லை. மீனின் மாமிசம் உண்டும், அதன் இரத்தம் குடித்தும் அதற்குப் போதும் என்றாகிவிட்டது. ஆனால் உழைத்தது போதும் என்று எனக்கு ஆகவில்லை. இன்னும் நான் உழைத்துக்கொண்டே இருப்பேன். என் குழந்தைகள் வளரும்வரை; என் தசைகள் காயும்வரை; என் நரம்புகள் தளரும் வரை; அவற்றில் இரத்த ஓட்டம் நிற்கும் வரை; என் கைகளில் நடுக்கம் உண்டாகும் வரை; இல்லை; என்றென்றும், என் கண்மூடும் வரை.

ஆனால் இந்தக் கடற்கரையில் பிறந்து விழுந்த இந்தக் கடலோர மக்களுக்காக இறைவன் இந்தக் கடலை ஆசீர்வதித்து அருளினான். இந்த மக்கள் இன்று கடலுக்கும் வேண்டாம். கடலும் கைவிட்டு விட்டது. கடல் அல்லாத ஓர் உலகை அறியமாட்டோம். இந்த வெள்ளை மணலில் வளர்ந்த நாங்கள் வெளியுலகம் தெரியாத ஆமைகள்.

மீராசா கத்தியைப் பிடித்துக்கொண்டு நடந்தார். அரசாங்க ஆரம்பப் பள்ளியின் முன் பக்கத்திலுள்ள இடுங்கிய வழியாக நடந்தார். அந்த வழியில் எங்கும் நெய்ச்சோறு, இறைச்சிக் கறியின் மணம் முற்றி நின்றது. மூக்கின் வாசலைத் தள்ளித் திறந்துகொண்டு மீராசாவின் வயிற்றுக்குள் கடந்து பசியின் அக்கினியை ஊதிப் பெருக்கியது. மீராசா தலையில் கட்டியிருந்த கட்டை அவிழ்த்தார். மணம் நுகராமலிருக்கத் துண்டின் முனையால் மூக்கை மூடினார்.

நாலுகட்டு வீட்டில் பவுருப் பிள்ளையின் 'கத்தநாள்'[2] அன்று என்ற நினைவு மீராசாவுக்கு அப்போதுதான் வந்தது.

---
2 இறந்தவருக்குச் செய்யும் சடங்கு

தோப்பில் முஹம்மது மீரான்

கட்டிய மூன்று மனைவிகளையும் பிள்ளைகளையும் வீட்டை விட்டுத் துரத்திவிட்டுச் சொத்துகள் அனைத்தையும் தம்பியின் பிள்ளைகளுக்கு எழுதி வைத்த கஞ்சன் பவுருப் பிள்ளையை வலிய பள்ளியின் தெற்குப் பக்கமுள்ள மதில்கட்டிற்குள் உள்ள மண்ணில் புதைத்து இன்று இருபதோ, இருபத்தைந்தோ நாளாகி விட்டது. அந்தக் கஞ்சனின் பிள்ளைகள் ஆங்காங்கே சிதறி வயிற்றுச் சோற்றுக்காகக் கூலி வேலை செய்கின்றனர். அவரின் கத்தத்துக்குப் பதினாறு கடாவும் நூறு படி அரிசியுமாக, ஊராருக்கு நெய்ச்சோறு. நாற்பது கத்தம்[3] ஓதி முடிக்க நாற்பது லெப்பைமார்கள்.

சொந்த உடலோடு ஒட்டிக்கிடந்த மனைவிகளை ஆதரவற்றவர்களாக்கி, சொந்த இரத்தத்தில் பிறந்த குழந்தைகளை அநாதைகளாக்கிய ஒரு பாவியின் பாவத்தைக் கழுவி நீக்கும் நாள். அவர் செய்த பாவம் சமையல் புரையிலிருந்து உயரும் நீராவியாகவும் புகையாகவும் கரைகிறது.

பவுருப் பிள்ளையின் நாலுகட்டு வீட்டிலிருந்து கொஞ்சம் விலகி, ஒரு நிழலில் சம்மணம் போட்டிருந்து மம்மாத்திலு ‘பதறுப்படை’ பாட்டுப் பாடினார். கொஞ்சம்பேர் அவரைச் சுற்றி நின்று தாளம் போடுவதை மீராசா பார்த்தார். கத்தியுடன் வரும் மீராசாவைக் கண்டதும் சிலர் வழியொதுங்கி நின்றனர். மம்மாத்திலு பாட்டை நிறுத்தினார்.

மீராசா கடந்துசென்றதும் மம்மாத்திலு எழுந்து பின்னால் ஓடினார்.

“காக்கா! இப்பம் வெளப்பம்[4] நடக்கும். எங்கே போறியோ?” மம்மாத்திலு கேட்டார்.

“சீ போடா... இவனுக்கக் கத்தச் சோறு உண்ணவா நான் வந்தேன்?”

மீராசா நடந்தார்.

மம்மாத்திலு பின்னால் ஓடினார்.

“நில்லுங்கோ”

“என்ன?”

மீராசா நின்றார்.

“கத்தியுங்கொண்டு விறுவிறுன்னு எங்கெ போறியோ?”

“எனக்க மக்களெல்லாம் பட்டினி கெடக்கு.”

---

3 திருமறையை முழுவதும் ஓதுவது

4. சோறு பரிமாறுதல்

"அதுக்கென்ன? பவுருப் பிள்ளைக்கக் கத்தச் சோறு. தின்ன புள்ளியெள இஞ்செ கூட்டிட்டு வாருங்களேன்."

"மம்மாத்திலு!" மீராசா அலறினார். "எனக்குக் கையிலே என்ன இருக்கிறது பாத்தியா? செல்லாத வேளம்[5]. சென்னா வெட்டிப் போடுவேண்டா. எனக்க மக்களெ கத்தச் சோறு கொடுத்து வளத்தல்லே. நான் ஒளெச்சு வளத்தினேன். இனியும் ஒளப்பேன்."

மீராசா விறுவிறென்று நடந்தார். நேரே சென்றது வீட்டுக்கு. நனைந்த துணி தரையோடு ஒட்டிக் கிடப்பதுபோல் குழந்தைகள் தரையோடு தரையாகக் கிடந்தனர். பார்த்தபோது இதயம் வெடித்துச் சிதறுமோ என்று தோன்றியது. உணர்ச்சிகளைக் கடித்து அடக்கினார்.

"ருகியா." மீராசா கூப்பிட்டார்.

தரையில் கிடந்தபடியே ருகியா முனகினாள்.

"வாப்பா கெளங்கு வாங்கிட்டு வாரேன். ஒரு பெட்டி எடு."

ருகியா ஓலைப்பெட்டி ஒன்றை எடுத்துக்கொடுத்தாள்.

"காய் இரிக்கியா?"

"இரிக்கி மோளே."

அதைக் கேட்டபோது ருகியாவின் முகத்தில் ஆவல் மலர்ந்தது. மீராசா நடந்தார். அந்திக்கடையை அடைந்தார். சாயாக் கடைக்காரனின் மேஜைமீது கத்தியை வைத்தார்.

"எனக்கட்ட ஒரு கத்தி நீங்க வாண்டிக் கேட்டியளே. இந்தக் கத்தியை எடுத்துட்டுப் பைசா தாருங்கோ."

"வெலை?"

"இதுக்க வெலெ எனக்க ஆயுசுக்க வெலெ. எனக்கப் புள்ளைகளுக்க உயிருக்குள்ள வெலெ. அதை நான் கேக்கல்லே. இப்போ நீங்கோ ஒரு வெலெ போட்டுத் தாருங்கோ" கடைக்காரர் கத்தியை எடுத்துத் திருப்பித் திருப்பிப் பார்த்தார். கூர்மையைப் பெருவிரலால் தடவிப் பார்த்தார்.

"நான் வெலெ சொல்லுது எனக்கும் எனக்க மக்களுக்கும் வெலெ சொல்லுது போலாக்கும். அது வேண்டாம். நீங்க ஒரு வெலெ தந்தா மதி."

---

5. பேச்சு

“இது பளைய கத்திதானே ! வாயும் தேஞ்சுப் போச்சு. புடியும் தேஞ்சுப் போச்சு.”

“சரிதான் எனக்க மக்களுக்க உயிரு போறதுக்கு முன்னெ நிங்க நெனெச்சபடி தாருங்கோ. நான் கெளங்கு வாங்கிட்டுப் போட்டு.”

சாயக்கடை முதலாளி இரண்டு ரூபாய் நோட்டை எடுத்து மேஜைமீது வைத்தார். மீராசா எதுவும் பேசவில்லை. அந்த நோட்டை எடுத்து மரச்சீனிக் கிழங்கு எடைபோட்டு விற்பனை செய்யும் இடத்தை நோக்கி நடந்தார். பெட்டியில் கிழங்கு வாங்கிக்கொண்டு வீட்டை நோக்கி விரைந்தார். வீட்டு நடையில் ஸ்டீபன் நிற்பதைக் கண்டார்.

“என்ன ஸ்டீபா ?”

“மரத்துக்கு நாலஞ்ச புள்ளி சுறாவு பட்டுது. கீலம் போடணும், ஓடி வாருங்கே.”

மீராசா நின்றிருந்த தரை வெடித்துப் பிளந்தது. உள்ளே தாழ்ந்து, தாழ்ந்து, தாழ்ந்து போனார்.

9

இஸ்லாம் மதத்தைத் தழுவிய சேரமான் பெருமாளின் கட்டளையின்படி, மாலிக் இப்னு தீனார் நாற்பது வெள்ளை யானைகளுடன் வந்து ஒரே இரவில் மலபார் கடற்கரை நெடுகிலும் நாற்பது பள்ளிவாசல்கள் கட்டினார். எல்லா சிபத்தும்[1] அமையப்பெற்ற ஒரே பள்ளிவாசல்தான் அங்குள்ள பள்ளிவாசல் என்பது அந்தக் கிராம மக்களின் நம்பிக்கை. இரவு எல்லோரும் தூங்கச் செல்லும்போது அங்கு எதுவும் இல்லாமல் இருந்தது. காடாக அடர்ந்து கிடந்த அங்கு இருட்டு மட்டுமே இருந்தது. காலை புலர்ந்தபோது அந்தக் கிராம மக்கள் கண்டது, ஊரின் மேற்கு ஓரத்தில், கடலுக்கு வடக்கு, வலியாற்றுக்கு கிழக்கே கருங்கல்லினால் கட்டிய ஒரு பள்ளிவாசல் தலைநிமிர்ந்து நிற்பதை. இதுதான் அங்குள்ள ஜும்ஆ பள்ளியின் வரலாறு என்ற நம்பிக்கை. எழுதப்படாத இந்த வரலாறு பத்துப்பன்னிரண்டு நூற்றாண்டுகளாக, தலைமுறைகளின் செவி வழியாகப் பயணம் செய்துகொண்டிருக்கிறது. அங்குள்ளவர்களுக்கெல்லாம் இந்தப் பள்ளிவாசல் வரலாற்றில் ஒரு பெருமை.

இங்குள்ள முஸ்லிம்களின் பாரம்பரியம் சேரமான் பெருமாள் கேரளத்தை ஆளும் முன்னரே தொடங்குகிறது. இந்தச் சிறு கிராமத்தின் பெயரையும் பெருமையையும் அங்குள்ள தென்னந்தோப்பு களில் மோதிச்செல்லும் காற்று எங்கும் பரப்பியது. எல்லோரும் அறிந்துகொண்டனர். மாலிக் இப்னு தீனார் வெள்ளை யானைகள் கொண்டு கருங்கல் தூக்கிவைத்துக் கட்டிய நாற்பது பள்ளிகளில் ஒன்று நிலை நிற்கும் இப்புனித கிராமத்தைப் பார்க்கப் பற்பல ஊர்களிலிருந்தும் பல மௌலவிகளும் தங்ஙள்மார்களும் வருகை தந்தனர். விஜயம் செய்தவரெல்லாம் இக்கிராம மக்கள் முன்னிலையில் மதச் சொற்பொழிவாற்றினர். அதுவும் பத்து

---

1. சிறப்பும்

பன்னிரண்டு நூற்றாண்டுகளாகத் தொடர்ந்துகொண்டே யிருந்தது. அந்தத் தொடர்ச்சியில் வாமனபுரத்திலிருந்து வந்த மௌலவி ஒரு வெள்ளிக்கிழமை ஜூம்ஆ தொழுகைக்கு பின் வஃழு[2] ஆற்றினார். உருக்கம் மிகுந்த ஆவேசமான சொற்பொழிவு.

ஏய்! முஸ்லிம்களே! சகோதரர்களே! கியாமம்[3] நெருங்கி விட்டது. கியாமநாள் நெருங்குவதன் அறிகுறிகள் கண்டாகிவிட்டது. பெண்கள் எவருமே தலையில் துணி போடுவதில்லை. முகமும் முன்கையும் நீங்கலாக மீதிப் பாகங்களை மறைக்கவேண்டுமென அல்லாஹ் கூறியதை, நீ மறந்துவிட்டாயா? நாளை மஹ்ஷரில்[4] தலையில் துணியிடாப் பெண்களுக்கு நெருப்பால் 'மக்கன்னா' போட்டு இறைவன் தண்டிப்பான். காஃபிரீன்கள்[5] போல் கிராப்பு வைத்துக்கொண்டு ரோட்டில் நடந்து செல்லும் இளைஞனே! நீ மறந்துவிட்டாயா நாளை மஹ்ஷரில் உன் கிராப்புத் தலையி லுள்ள ஒவ்வொரு ரோமத்தையும் தீக்கங்கு தின்னும். கடும் விஷமுள்ள பாம்புகளைக்கொண்டு உனது ஒவ்வொரு உரோமத்தை யும் இறைவன் பிடுங்கி எடுப்பான். நஸ்ரானிகளின் மொழியைப் படித்து கிராப்பும் வைத்து தீனுல் இஸ்லாத்தை மறந்துகொண்டு திரிகின்றனர் இன்றைய இளைஞர்கள். நஸ்ரானிகளின் மொழி[6] உண்மை முஸ்லிம்களுக்கு விலக்கப்பட்டதாச்சே. மக்கள் செய்யும் இக்குற்றங்களுக்குத் தாய் தந்தையரை இறைவன் தண்டிப்பான். காலு ஸுராயும் போட்டு தலையில் கிராப்பும் வைத்து வாயில் நஸ்ரானி மொழியும் கொண்டு நடப்பவர்களே! உங்களுக்கு நரகம்தான். அல்லாஹு உங்களை நரகத்தில் போட்டுத் தீ தின்ன வைப்பான்.

வாமனபுரம் முஸ்லியார் நீட்டிநீட்டி இராகமாகச் சொற்பொழிவாற்றினார். இடையிடையே அவர் தொண்டையில் அழுகை தடையாக நின்றது. முஸ்லியாரின் தொண்டையில் அழுகை அடைத்தபோது மக்களின் கண்கள் நனைந்தன.

மீரான்பிள்ளையின் கண்ணும் நனைந்தது. வாமனபுரம் முஸ்லியாரின் சொற்பொழிவு எல்லோருக்கும் நன்கு பிடித்திருந்தது. முஸ்லியாரின் பேச்சிலும் நடிப்பிலும் மக்கள் சொர்க்கத்தின் அழகையும் நரகத்தின் கொடூரத்தையும் அறிந்துகொண்டனர். அன்று காலையில் புறப்பட்ட மரண விலாஸம் மோட்டார் சர்வீசில் முஸ்லியாரை வழியனுப்ப மக்கள் திரண்டனர். ஒரு பெருந்தொகையை அன்பளிப்பாகக் கொடுத்தனர். வண்டி

---

2. மதச் சொற்பொழிவு
3. கடைசி நாள்
4. மறு உலகம்
5. முஸ்லிமல்லாதோர்
6. ஆங்கிலம்

புறப்படும்போது மக்கள் உரக்கக் கூறினர்: நாரே தக்பீர்; அல்லாஹு அக்பர்

அன்று இரவு வலிய பள்ளியில் இஷா[7] தொழுகைக்கு நிறையப்பேர் வந்தனர். தொழுகைக்குப் பின் ஊர்த் தலைவர் சொன்னார். "குடும்பக்காரரெல்லாம்[8] நில்லுங்கோ. மத்தவங்க போங்கோ."

பொருள் வசதி படைத்தவர்களும் நிலங்களுக்குத் தீர்வை செலுத்துவோருமான வெள்ளைநிறத் தோற்றமுள்ள முதலாளிகள் வலிய பள்ளியின் முன் ஹாலில் எஞ்சினர். மற்றவர்கள் பள்ளிக்கு வெளியே சென்றனர்.

ஊர்த் தலைவர் பரீதுப்பிள்ளை சொன்னார்:

"எனக்கு மக்களும் குட்டியும் இல்லே. நான் நரகத் துக்குப் போவமாட்டேன். நான் செல்லூதே கேளுங்கோ. நம்ம ஊருலே ஆரும் கிராப்பு வைக்கப்படாது. ஆரும் நாயருக்கப் பள்ளிக்கூடத்துலே போயி படிக்கப்படாது. ஆகிரத்துக்குள்ள படிப்பு மதி. முஸ்லியாரு சென்னதை கேட்டியளா? மக்களெக் காஃபிருக்கக் கோலத்துலே ஆக்காதேங்கோ."

ஊர்த்தலைவரின் கருத்தோடு எல்லோரும் இணங்கினர். யாரும் எதிர்த்துப் பேசவில்லை. மறு வெள்ளிக்கிழமை ஜூம்ஆ தொழுகை நேரம் ஊர் முடிவை நகரா அடித்துத் தெரிவித்தனர்.

மறுநாள் முதல் கிராப்பு வைத்திருந்தவர்களெல்லாம் தாமாகச் சென்று மொட்டையடித்துக் கொண்டனர். மொட்டை யடிக்க விருப்பம் இல்லாதவர்களைப் பிடித்துக் கட்டி, மொட்டையடிக்கச் செய்தனர். பிடித்துக் கட்ட நாலு சட்டம்பிமாரை ஏற்பாடு செய்தனர். அவர்களுக்கு மூன்று நேரம் உணவும் சம்பளமும் ஊர்க் கணக்கில், பிடித்த இடத்திலேயே மொட்டை அடித்துவிட ஆனவிளுங்கி பின்னாலே.

வெள்ளிக்கிழமை ஜூம்ஆவில் நகரா அடித்து ஊர் முடிவைத் தெரிவித்ததும் மீரான்பிள்ளை வெட்கித் தலை குனிந்தார். நாயரின் பள்ளிக்கூடம் சென்று ஆங்கிலம் படிக்கும் ஒரே மாணவன் காசீம்.

பள்ளிவாசலில் எல்லோரும் மீரான்பிள்ளையைத் திரும்பித் திரும்பிப் பார்த்தனர். அந்தப் பார்வை கார முட்களாக அவருடைய இதயத்தில் அங்குமிங்கும் குத்தியேறியது. அந்தப் பார்வையில் ஒரு மகாபாவியை பார்க்கும் வெறுப்பும்.

---

7. இரவு
8. குடும்ப அந்தஸ்துடையோர்

மீரான்பிள்ளை வேதனையை அடக்கிக்கொண்டு உக்கிப்போய்த் தலைகுனிந்திருந்தார். பிள்ளைகள் செய்யும் பாவங்களுக்குத் தாய் தந்தையரை அல்லாஹ் தண்டிப்பான் என்ற வாமனபுரம் முஸ்லியாரின் வஃழு காதுக்குள் முழங்கிக் கொண்டேயிருந்தது. மீரான்பிள்ளை ஜூம்ஆ தொழுது முடித்தார். மனம் தொழுகையில் ஒன்றி நிற்கவில்லை. சிறகு விரித்து எங்கெல்லாமோ பறந்து திரிந்தது. தொழுகை இயந்திர இயக்கமாகவே இருந்தது. தொழுகை முடிக்கும் சப்தம் கேட்டபோதுதான், தொழுகை முடிந்துவிட்டது என்பதை அவர் தெரிந்துகொண்டார். தொழும் போது ஓதும் சொற்களையெல்லாம் ஓதினேனா என்று நினைத்துப் பார்த்தார். ஓதியதாக நினைவு வரவில்லை.

மீரான்பிள்ளை பள்ளிவாசலை விட்டு இறங்கும்போது தலையில் போட்டிருந்த துணியை விலக்கவேயில்லை. எவர் கவனத்திலும் படாமல், எவர் முகத்தையும் திரும்பிப் பார்க்காமல் தலைகுனிந்தவாறே வீட்டை நோக்கி நடந்தார்.

வீட்டில் வந்தபோது யாரிடமும் எதுவும் பேசவில்லை. மௌனத்தின் சிக்கலில் மாட்டிக்கொண்டார். கட்டிலில் உட்கார்ந்தார். ஜன்னல் வழியாகப் பார்வையைத் தெருவில் செலுத்தினார். பீடியை எடுத்து விறுவிறுவென்று புகைப்பிடித்து எறிந்தார். துருப்பிடித்து இற்றுப்போகத் தொடங்கிய ஜன்னல் கம்பிகள் திட்டுத்திட்டாக இளகி நிற்பதைக் கண்டார். எரியும் நண்பகல் உமிழ்ந்த வெயில் முற்றத்தில் பரந்து கிடந்தது. காற்றில் அசைந்த தென்னை ஓலைகளின் நிழல் தரையில் அசைந்தது.

பள்ளியில் வைத்து மற்றவர்கள் தன்னைப் பார்த்தது எதற்காக? நாயரின் ஆங்கிலப் பள்ளிக்கூடத்திற்குப் போகும் காசீமின் தகப்பனார் என்பதற்காகவா? இருக்கலாம். தான் வேண்டுமென்றே அவனைப் பள்ளிக்கூடத்திற்கு அனுப்பவில்லை என்ற உண்மையை யாரறிவார்? அவன் சொந்த விருப்பப்படி அவனது முயற்சியால் பள்ளிக்கூடத்தில் சேர்ந்து படிக்கிறான். படிக்கவேண்டாம் என்று சொல்லவில்லை. கொழும்பிலிருந்து வரும் கடிதங்களும் தந்திகளும் வாசிக்கப் பிறரை நம்பியிருக்க வேண்டாம் என நினைத்து மௌனமாக இருந்தேன் என்பதுதான் உண்மை. நாயரின் பள்ளிக்கூடம் போய்ப் படிப்பது ஹராமானால் அவன் படிப்பை நிறுத்திவிடுகிறேன்.

"ஏன்? உம்முணு இருக்கியோ? சோறு உண்ணயில்லியா?"

மீரான்பிள்ளை மனைவியைப் பார்த்தார். உடன் பார்வையைப் பின்வாங்கினார். மீண்டும் தெருவிலேயே பார்வை சென்றது.

“என்ன சிந்தனை? எளும்பிவந்து சோறு தின்னுங்கோ” மீண்டும் மனைவி நினைவுபடுத்தினாள். மீரான்பிள்ளை எழும்பிச் சென்றார். சோறு சாப்பிட உட்கார்ந்தார்.

“நீங்க ஏன் ஒண்ணும் பேசாம இருக்கியோ? என்ன விஷயம் சொல்லுங்கோ.”

“ஒண்ணும் இல்லே.”

“பின்ன ஏன் உம்முனு இருக்கியோ?”

“போன வெள்ளியாச்செ வாமனபுரம் முஸ்லியாகு பள்ளியிலெ வஃழு சொன்னாரு. இங்கிலீசு படிக்கிது ஹராமாம். கிராப்பு வெட்டுதும் பாவமாம்.”

“பொறந்த கொளந்தைக்கத் தலையிலெ முடியிருக்கிதே அது ஹராமா?” கதீஜாவுக்குச் சந்தேகம் தோன்றியது.

மீரான்பிள்ளைக்குப் பதில் கொடுக்க முடியவில்லை. நியாயமான கேள்வி என்பது புரிந்துவிட்டது. இந்தக் கேள்வியைத் தான் யாரிடம் கேட்பது?

“நாளெ முதலு அவனெ நாயருக்கப் பள்ளிக்கூடத்துலே போவாண்டாண்ணு செல்லு.”

“படிக்கீது ஹராமா?”

“ஓதுலாம். இங்கிலீசு படிக்கீதுதான் ஹராம்.”

“அதும் இதும் படிப்புதானே?”

“குட்டீ! அரபி அல்லாக்க பாசெ. இங்கிலீசு நஸ்ராணிக்க பாசெ. முஸ்லியாரு தெரியாதயா சொன்னாரு?”

அரபி இறைவனின் மொழியென்பதைக் கதீஜா அப்போது தான் தெரிந்துகொண்டாள். யஹூதி நஸ்ராணிகள் நபிநாயகத்தின் எதிரிகள் என்ற வரலாறு கதீஜாவுக்கு முன்னரே தெரியும்.

“ஓஹோ! அப்போ இங்கிலீசு நசுராணிக்க பாசெயா?”

காசீமின் படிப்புக்கு முற்றுப்புள்ளி வைக்க வேண்டிய அவசியத்தைக் கதீஜா தெரிந்துகொண்டாள்.

காசீம் புத்தகத்துடன் பள்ளிக்கூடம் விட்டு வரும்போது மணி ஐந்தைத் தாண்டிவிட்டது.

வழக்கமாக நண்பகல் உணவுக்குப் பின் மீரான்பிள்ளை கடற்கரைக்குச் செல்வதுண்டு. பெருவாரியாக மீன்பாடு இல்லா விட்டாலும் கரைசேரும் வலைகளின் பக்கத்தில் செல்லுவார். சூரியன் கடலில் மறையும்வரை கடற்கரையில் நிற்பார். கண்ணில்

தென்படும் மீனவரிடம் எல்லாம் வரும் சித்திரை மாத நெத்திலிப் பாடைப் பற்றி விவரம் கேட்டுத் தெரிந்துகொள்வார். அன்று கடற்கரைக்குப் போகவே இல்லை.

"டேய்... இஞ்ச வா..."

காசீம் வாப்பாவின் பக்கம் சென்றான்.

"இனிநாயருக்குப்பள்ளிக்கூடத்துலேபடிக்கப்போவப்படாது."

"வாப்பா ?"

"நீ இங்கிலீசு படிச்சா நரகத்திலெ போவூது நானாக்கும்."

"இங்கிலீசு படிச்சா ஏன் நரகத்துக்குப் போவணும்?"

"ஹராம்"

'இந்திய சுதந்திரத்துக்காகப் போராடிய மௌலானா முகம்மது அலி ஆங்கிலம் படித்தவர். அவருக்கு நரகமா? குர்ஆனை ஆங்கிலத்தில் மொழிபெயர்த்த பிக்தாக்லுக்கும், யூசூப் அலிக்கும் நரகமா கிடைக்கும்?' காசீமின் மனதில் ஆயிரம் கேள்விகள் உதித்தன. ஏதோவொரு முஸ்லியாரின் தப்பான சொற்பொழிவைக் கேட்டுக்கொண்டு, வாப்பா தன் படிப்பை நிறுத்த முயற்சிக்கிறது. அலீகர் பல்கலைக்கழகம் நிறுவிய சர். சையது அஹமதுகானுக்கு காபிர் பட்டம் வழங்கினார். கிராப்பும் வைத்து, ஆங்கிலமும் படித்த முகம்மதுஅலி ஜின்னாவைக் காபிர் என்று கூப்பிட்டனர். அந்தப் பரம்பரையில் வந்த ஏதோவொரு முஸ்லியார் ஜும்ஆப் பள்ளியில் வந்து சொற்பொழி ஆற்றியிருக்கக் கூடும். எதற்காக ஆங்கிலம் படிக்கக் கூடாதென்று நாட்டுப்பற்றுடைய அன்றைய மத அறிஞர்கள் தடைசெய்தனர்? அப்படித் தடைசெய்ததன் உட்பொருள் இந்த மௌலவிகளுக்குத் தெரியுமா? யாரோ சொன்னதைக் கேட்டு, கேட்டதை அப்படியே சொல்கிறார்கள். இவர்களின் பலகீனமான சொற்பொழிவு சமுதாயத்தைக் கல்வித்துறையில் பின்னடைந்த நிலையில் தள்ளிவிட்டது. நான் ஒருபோதும் இந்த அறிவீனத்தின் முன் பலியாடு ஆகமாட்டேன்.

"வாப்பா! நான் ஸ்கூலுக்குப் போறேன்."

"பாவம் கிட்டும்."

"கிட்டாது வாப்பா, இனி ரண்டு மாசம்தான் உண்டு." மீரான்பிள்ளை மவுனமாக நின்றார்.

காசீம் கையும் காலும் முகமும் அலம்பிவிட்டு வெளியே கிளம்பினான். அவனுடைய மனத்தில் நிம்மதியில்லை. மனிதனின் மனத்தையும் சிந்தனையையும் மரப்பித்து நிறுத்தும் போக்குகள்... போதிய மத அறிவு இல்லாதவர்களின் கைகளில் மண்டிக்கிடக்கும்

புரோகிதத் தன்மை. விரிவடைய வேண்டிய மனத்தை இது சுருக்கி வட்டத்திற்குள் கட்டிப்போட்டு விடுகிறது. விரிவாகவும் ஆழமாகவும் செல்லவேண்டிய சிந்தனைகளை ஒரு புள்ளியில் மட்டும் மையப்படுத்தி நிறுத்துகிறது. பழைய நம்பிக்கைகள் வைத்திருக்கும், பிற்போக்குச் சிந்தனைகள் மட்டும் தெரியும் சமுதாயம். இந்தச் சமுதாயம் ஒரு முற்போக்கின் விடியலை எப்போதுதான் காணும்?

சுடுகாட்டு ஆற்றின் கரையில் வெள்ளை மணலில் முட்டூன்றிக் கிடந்துகொண்டு காசீம் சிந்தனை செய்தான்.

அந்திக்கடை முடிந்து மீனவப் பெண்கள் திரும்பிச் செல்வதைக் கவனித்தான். பாறைக் கூட்டங்களுக்கிடையில் உயரமாக வளர்ந்து நின்ற பனைமர ஓலையில் தங்கி நின்ற மஞ்சள் வெயில் மறைந்ததை அறிந்தான்.

கை முட்டில் ஒட்டியிருந்த மண்ணைத் தட்டி நீக்கிவிட்டு எழுந்தான். முட்டத்தாளி நிறைந்த ஆற்றில் இறங்கிக் காலும் கையும் அலம்பினான். குளத்துப் பள்ளியின் முன்பக்கமாக மேற்கு நோக்கி நடக்கும்போது சற்றுத் தொலைவில் ஆட்கள் கூடிநிற்பதைக் கண்டான். காசீம் வேகமாக நடந்தான்.

ஊரார் ஏற்பாடு செய்த நாலு சட்டம்பிமாரும் ஆனவிளுங்கியும் அங்குண்டு; நாலு சட்டம்பிமாரும் சூழ்ந்து நிற்கின்றனர். நடுவில் முந்தைய நாள் கொழும்பிலிருந்து வந்த யூசூஃப். கிராப்புத் தலையை மொட்டையடிக்க விருப்பப்படாததால் அங்கு வந்த யூசுஃபைப் பிடித்துவைத்துத் தலையை மொட்டையடிப்பதைக் கண்டான்.

காசீம் பல்லை நெரித்தான். வலது கையைச் சுருட்டி, அவனது இடது கையில் இடித்தான்.

“நாய்களே . . . சொர்க்கத்துக்குப் பாதை வெட்டப் போறியளா?” மனத்திற்குள் அலறினான்.

முதலாளிமாருக்கொப் பெண் மக்களெக் கெட்ட வாரக் கிராப்பு வச்சப் புதிய மாப்பிள்ளெகளுக்கத் தலெயெ மொட்ட அடிச்சிட்டுத்தான் நிக்காஹ் செய்து கொடுக்கணும்.” கும்பலைப் பார்த்துக் கத்தினான்.

“ஆருடா அது? மொதலாளிமாரப் பத்திப் பேசினது?”

“நான்தான். மீரான்பிள்ளக்க மொவன் காசீம். உனக்க மொதலாளிமாருட்டப் போய்ச் சொல்லு.”

10

பொன் நகையை அடகு வைப்பதற்காகப் புதுக்கடைக்குச் சென்ற மீரான்பிள்ளை இரவு நீண்ட நெடு நேரமாகியும் திரும்பி வரவில்லை. இரவுத் தொழுகைக்கான பாங்கு ஒலித்தது. தொழுகையும் முடிந்தது. 'ராத்தீபும்' முடிந்தாகிவிட்டது. ஊரும் காலும் அடங்கிவிட்டன. வீடுகளிலிருந்து தெருவில் தெறித்து விழுந்த மங்கிய ஒளிகளும் கெட்டுவிட்டன. தெருவில் எங்கும் இருள் வியாபித்தது. கிராமமே இருளின் கருவறைக்குள் தூங்கியது. வீடுவந்து சேராத கணவனை நினைத்துக் கதீஜா வேதனையடைந்தாள். இரவு யாரும் உணவு உண்ணவில்லை. கதீஜா மவுனமாகவே இருந்தாள். உம்மாவின் மவுனத்தின் காரணம் ராஹிலாவுக்குப் புரிந்தது. ஜன்னலைத் திறந்துவிட்டுத் தெருவில் தலை விரித்தாடும் இருட்டில் கதீஜா பார்வையைச் செலுத்தியிருந்தாள். ராஹிலாவும் ஜன்னல்வழித் தெருவில் உற்றுப் பார்த்துக்கொண்டிருந்தாள். எங்கு சென்றிருந்தாலும் இஷாவுக்கு முன் வீட்டுக்கு வந்துவிடுவார். இன்று இதுவரையிலும் வராததை நினைத்து உம்மாவும் மகளும் கவலைப்பட்டனர்.

காசீமும் இன்னும் வீடுவந்து சேரவில்லை. இப்போதெல்லாம் இரவு வெகுநேரம் கடந்த பிறகுதான் வீட்டுக்கு வருவது வழக்கம். எங்கு போகிறான். எதற்குப் போகிறான் ஒன்றுமே தெரிந்து கொள்ள முடியவில்லை. அவன் யாரிடமும் சொல்வதும் இல்லை. வீட்டிற்குள் நுழைந்ததும் புத்தகத்தை எடுத்துப் படிக்க உட்காருவான். எல்லோரும் தூங்கிய பிறகும் அவன் தூங்குவதில்லை. எப்போது படுக்கைக்குச் செல்கிறான் என்பதும் தெரியாது. இப்போதெல்லாம் அவனுடைய நடைமுறை பாவனைகளிலும் பேச்சுகளிலும் காணும் மாற்றங்களைக் கவனிக்க முடிகிறது. இருந்தாலும் அதன் உட்பொருளைப் புரிந்துகொள்வதற்கான அறிவில்லை.

“குட்டியேய்!” மீரான்பிள்ளை குரல் கொடுத்தார்.

கதீஜா மீரான்பிள்ளையின் முன்வந்தாள். அவர் துணைவியை அடி முதல் முடி வரை நோக்கினார். உதட்டில் வெள்ளைச் சிரிப்பு பரந்தது. அந்தச் சிவந்த உடலின் அழகுக்கு மெருகூட்டிக் கொண்டிருந்த நகைகள் எதுவுமே இல்லை. கையிலும் காதிலும் இடுப்பிலும் கிடந்தவையெல்லாம் அவ்வப்போது வாங்கி அடகு வைக்கப்பட்டன. அடகு வைத்த எதனையுமே இதுவரையிலும் திருப்பி எடுக்கவில்லை. சில விலையாகிவிட்டன. திருப்பி எடுக்கப் பொருள் வசதி இல்லாததுதான் காரணம். வியாபாரத்தில் ஏற்படும் நஷ்டங்கள் மீரான்பிள்ளையை நாளுக்குநாள் நலிவடையச் செய்துகொண்டிருந்தன.

“என்னத்துக்கு விளிச்சியோ?”

அவர் மனைவியின் கழுத்தை ஆசையோடு உற்று நோக்கினார். முப்பது ஆண்டுகளுக்கு முன் கேஸ் லைட்டின் பச்சையான ஒளியில் நூற்றுக்கணக்கான பெண்கள் மலர்ந்த விழிகளுடன் ஆனந்த சலசலப்புடன் நிற்கவே, நாணித் தலை குனிந்து இருந்த அவளின் கழுத்தில், தலையிலிருந்த ‘கசவுக் கவணியை’ நீக்கிவிட்டுக் கட்டிய தாலி முன்னைவிட இப்போது அதிகம் பிரகாசமாக இருப்பதாகத் தோன்றியது, கல்யாண இரவில் பிரகாசித்ததுபோல.

“கைஜா”.

“சொல்லுங்கோ.”

“கேட்டியா! ஒரு வளியும் இல்லே. செலப்போ சித்திரப்பாடு நல்லா இருக்குமெண்ணு எல்லாரும் செல்லு ஆங்கோ. கையிலே ஒரு காயில்லெ. நீ...”

அவர் முழுமைப்படுத்தவில்லை. முழுமைப்படுத்தாமல் விட்ட அச்சொல் தொடரின் பொருள் என்னவென்று கதீஜா ஊகித்துக் கொண்டாள். கதீஜா தன் கழுத்தில் கிடந்த தாலிமீது கை வைத்தாள்.

“இதெயா?”

அவள் நடுக்கத்துடன் கேட்டாள். மீரான்பிள்ளை ‘ஆமா’வென்று தலையசைக்கும்போது அந்த இதயத்தில் ஒரு குற்றஉணர்வு நுரைத்தது.

கதீஜாவின் கண்களில் நீர் ததும்பியது; பெய்யவில்லை.

“இதயும் களத்தித் தந்தா நாளெப் பெண்ணுக்கு?”

அந்தக் கேள்வி மீரான்பிள்ளையின் கண்களுக்குள் இருளின் அலைகளைத் திணித்தது. இளமையின் மலையுச்சியில் நிற்கும்

ராஹிலா ஒரு கேள்விக்குறியாக அவர் முன்பு நின்றாள். அவளைப் பற்றிச் சிந்திக்கும்போது அந்த இதயத்திற்குள் எங்கிருந்தோ சுட்டுப் பழுத்த கூரிய ஆணிகள் பலமாக வந்து குத்தியேறின. மீரான்பிள்ளை தலைகுனிந்தார். ஜன்னல் ஓரமாகக் கிடந்த கட்டிலில் வந்து உட்கார்ந்தார்.

ஜன்னல் கட்டையில் ஒரு வாலாட்டிக் குருவி வந்து உட்கார்ந்தது. சலம்பிவிட்டுப் பறந்தோடியது. அந்தக் குருவியின் உற்சாகம் அவரைச் சிந்திக்கச் செய்தது. இவ்வளவு காலம், தான் வாழ்ந்ததன் பொருள்தான் என்ன? வாழ்க்கையை வாழ முடிந்ததா? உயிரோடு அலையத்தான் முடிந்தது. எதைப் பெற்றோம்? இந்தக் குழந்தைகளுக்காக என்னதான் செய்தோம்? இருந்ததை யெல்லாம் ஒன்றன்பின் ஒன்றாக இழந்ததல்லாமல் எதைப் பெற்றோம்? ஒரு வாப்பா என்ற நிலையில் அவர்களுக்காக என்ன செய்ய முடிந்தது? வெறும் உணவும் ஆடையும் கொடுத்ததனால் கடமையின் அத்தியாயம் முடிந்துவிடுமா? இல்லை. அதற்கு மேலும் சில கடமைகள் இல்லையா? ஒருதரப்பினர் உழைத்து உழைத்து அங்குலம் அங்குலமாக அழியும்போது இன்னொரு தரப்பினர் பொருளாதாரத்தில் வளர்ச்சியடைகின்றனர். பிறர் உழைப்பில், அவர்களின் பட்டினியின்மீது, வியர்வையின்மீது. அவர்களின் அழிவின் அடிமட்டத்தில் ஒரு பணக்காரச் சமுதாயம் எழும்பி வந்து இந்த உழைக்கும் வர்க்கத்தை வெறுப்புடன் பார்க்கின்றது. அவர்களைக் காலடியில் போட்டு மிதித்துத் தேய்க்கின்றது. அந்த மிதியின் வேதனையையல்லவா நான் இப்போது அனுபவிப்பது?

மீரான்பிள்ளையுடைய மௌனத்தின் ஆழத்தில் அந்த மனத்தின் அலையோசையை அவர் மனைவி கேட்டாள். அந்த மனத்தின் நிசப்தமான துடிப்பை அவள் கண்டாள். சிரமமான காலங்களிலும் பிச்சிப்பூப்போலப் புன்னகை சிந்திக் கடத்திவிட்ட முப்பது நீண்ட ஆண்டுகளை நினைத்தாள். அந்த நினைப்பின் கண்ணாடியினூடே கண்ட அந்த இதயத்தின் களங்கமின்மை மனைவியைத் தளரச் செய்தது. ஒரு குற்றவுணர்வுடன் கதீஜா கணவனின் பக்கத்தில் நெருங்கினாள். கழுத்தை நீட்டினாள்.

“நிங்க கெட்டுன தாலியை நிங்க கையாலெ களத்துங்கோ.”

“வேண்டாம். ராஹிலாவுக்கு வேண்டி அந்த ஒண்ணும் கெடக்கட்டு.”

“ஆண்டவன் தருவான். நீங்க இதெக் களத்திக்கொண்டு போய்ப் பணயம் வைங்கோ.”

“வேண்டாம்.” அவர் தடுத்தார்.

"அப்பம் நான் களத்தித் தாரேன்" கதீஜா கழுத்தில் கிடந்த தாலியைக் கழற்றிக் கணவரின் கையில் கொடுத்தாள். அவருடைய நடுங்கும் கரங்கள் இயந்திர கதியாக அதை வாங்கின. கொஞ்ச நேரம் மௌனமாகச் சூன்யத்தில் பார்வை செலுத்தியிருந்தார்.

அந்தத் தாலியுமாகத்தான் அவர் புதுக்கடைக்குப் புறப்பட்டுச் சென்றது. புறப்பட்டுச் செல்லும்போது வெயிலின் சூடு தணிந்திருந்தது. ஒரு பயணம் புறப்பட்டுச் செல்லும் நினைப்பு எவருக்கும் தோன்றாதவாறு குடையெடுக்காமல் தோளில் ஒரு துண்டை மட்டும் போட்டுக்கொண்டு பயணமானார். பஸ்ஸ்டாண்டிலிருந்து காரில் ஏறவில்லை. வழி நெடுகிலும் காண்போரிடமிருந்தெல்லாம் விசாரணைகள்:

"எங்கே போறியோ?"

பொய்தான் செல்ல வேண்டிய கட்டாயம். புதுக்கடைக்கு என்று சொன்னால் நகை அடகு வைக்கச் செல்வதாக ஊகித்துக்கொள்வார்கள். இதிலிருந்து விடுபட பஸ் நிலையத்திலிருந்து வடக்கு நோக்கிச் செல்லும் சாலை வழியாக நடந்தார். வடக்கு நோக்கிப் புகை கக்கிக்கொண்டுவந்த மரண விலாஸம் மோட்டார் சர்வீசைக் கைகாட்டி நிறுத்தினார்.

வண்டியில் ஏறி உட்கார்ந்தார்.

சாலை ஓர வீடுகளும் மரங்களும் மனிதர்களும் தெற்கு நோக்கி ஓடுவதைப் பார்த்தார். மீரான்பிள்ளைக்கு ஆச்சரியமாக இருந்தது. வீடுகளும் மரங்களும் மனிதர்களும் அல்ல ஓடுவது எனப் புரிந்த அவர், தம் அறிவீனத்தை நினைத்து வெட்கப்பட்டுத் தலையைச் சொறிந்தார்.

நகையை மடியிலிருந்து எடுத்துச் செட்டியாரின் கையில் கொடுக்கும்போது கைகள் நடுங்கின.

"கை வெறைக்கிது." செட்டியார் கேட்டார்.

நாக்கு காய்ந்துபோனதால் மீரான்பிள்ளை பதிலேதும் சொல்லவில்லை.

"சித்திரப் பெறக்குக்கு முன்னே ஓங்க ஊர்லெயிருந்து நிறைய உருப்படி வந்து குவிஞ்சிட்டிது" செட்டியார் பேசத் தொடங்கினார்.

"நான் உருப்படி கொண்டு வந்து பணயம் வெச்சது ஆருட்டேயும் செல்லண்டாம். இது எனக்கெ பெண்டாட்டிக்கத் தாலிச் சவுடியாக்கும்."

"உங்கப் பெண்டாட்டிக்கதா?" செட்டியாரின் நெற்றியில் சுருக்கங்கள் விழுந்தன.

"ஓ வேறெ ஒண்ணும் இல்லே."

செட்டியார் நீட்டிய நூறு ரூபாய் நோட்டுகளை வாங்கி அடிமடியில் கட்டினார். இடுப்பில் கிடந்த கறுத்த நூல் கொடியை எடுத்து வேட்டியின் மேல் கட்டினார், வேட்டி அவிழ்ந்து விழாமலிருக்க. அங்கிருந்து புறப்படும்போது இரவாகிவிட்டது.

ஓட்டாஃபீசின் முன் பக்கம் வந்து காருக்காகக் காத்து நின்றார். வடக்கே சென்ற பஸ் திரும்பி வரவேயில்லை. ஒரேயொரு பஸ்தான் அந்தக் கிராமத்தை வெளியுலகுடன் இணைக்கும் கண்ணி. மாலிக் இப்னு தீனாரின் பள்ளிவாசல் நிலைகொள்ளும் அந்தத் தெக்கன் கிராமத்திலிருந்து புறப்படும் பஸ் பூரண கர்ப்பிணியைப்போல மூச்சிழுத்துத் தளர்ந்து, ஆடியாடிச் செல்லும். புகை உமிழ்ந்து, தண்ணீரைக் காணும் இடமெல்லாம் நின்று ரேடியேட்டரின் தொண்டையும் வயிறும் நிரப்பிவிட்டுப் புதுக்கடைச் சந்தைக்கு முன், வானத்திலிருந்து கீழே குதித்தவனைப்போல எல்லா நாடி நரம்புகளும் தளர்ந்து நிற்கும். பிறகு அங்கிருந்து தள்ளிவிட்டோ, அல்லாமலோ புறப்படும் வண்டி தொடுவெட்டியை அடைந்து திருப்பி நிற்கும்போது அங்கு முழுவதும் கறுத்த புகைப்படலத்தைக் கொண்டுவந்து நிரப்பும். அப்படி தொடுவெட்டி மக்களும் தொடுவெட்டிச்சந்தைக்குவந்துபோவோரும்சூட்டிய அருமையான பெயர்தான், மரண விலாஸம் மோட்டார் சர்வீஸ். புதுக்கடை மக்களும் மீன் சுமப்போரும் சேர்ந்து செல்லமாக அதனை அழைக்கும் பெயர், 'மண்ணெண்ணெய் டப்பா.'

மீரான்பிள்ளைக்கு நின்று கால் கடுத்தது. நேரம் அதிகம் கடந்துவிட்டது. சில கடைகள் அடைப்பதைக் கண்டபோதுதான் இரவு வெகு நேரமாகிவிட்டது என்பதை அறிந்தார். அங்கு சைக்கிளில் வந்த ஒருவர் உரக்கச் சொல்லிக்கொண்டே போனார்: 'மண்ணெண்னெய் டப்பா அஞ்சு கண்ணு கலுங்கிலே கொணங்கிக் கெடக்கிது.' இதைக் கேட்டதும் மீரான்பிள்ளை நடுங்கிவிட்டார் மூன்று மைல் நடக்கவா ?

மடியில் பணத்தையும் வைத்துக்கொண்டு மீரான்பிள்ளை இரவு தனியாக இருட்டில் நடந்துசெல்ல அஞ்சினார். குண்டும் குழியும் தடித்த கற்களும் நிறைந்த பாதை. அனந்தமங்கலம் ஆலமரத்தில் குடியிருக்கும் பிசாசுகள். ஊரெங்கும் திருடித் திரியும் 'நாக்கனும்' அவளது இரத்தக் கண்களும் தடித்த மீசையும். வீட்டில் மனைவியும் குழந்தைகளும் எதிர்பார்த்திருப்பார்கள் என்ற நினைவு மனத்திற்குள் ஒளிபோல் கடந்தபோது மீரான்பிள்ளை, கட்டவிழ்த்து நாலாப் பக்கமும் மேய்ந்து நடக்கும் மனத்தைக் கட்டுப்படுத்தினார்.

தென்னை மரத்திலுள்ள கொதும்பை[1] நீட்டமாகக் கிழித்துக் கட்டிவைத்திருந்த 'சூட்டுக் கட்டு' ஒன்று ஒரு பெட்டிக்

1. பாளையை

கடையிலிருந்து விலைக்கு வாங்கினார். மூன்று மைல் நடக்க ஒரு சூட்டுக் கட்டுப் போதாது. நான்கு மெழுகுதிரியும் ஒரு தேங்காய்ச் சிரட்டையும் வாங்கினார். மேல் துண்டின் முனையில் அவற்றைக் கட்டினார். தெற்கு நோக்கி நடந்தார். சற்று நடந்த பிறகு சூட்டைப் பற்றவைத்துப் பிடித்தார். சூட்டை வீசிவீசி நெருப்பு வளர்த்தார். அந்த ஒளியில் சாலையிலுள்ள குண்டும் குழியும் பார்த்துப் பாதம் தூக்கி நடந்தார். முகத்திற்கு எதிரே இருள் மலையாய் நின்றது. சூட்டு ஒளி மலைகளைப் பிளந்தது. மலை இடுக்கு வாயிலாகத் துடிக்கும் நெஞ்சோடு நடந்தார். ஆலமரம் நெருங்க நெருங்க இதயத்தின் துடிப்பு கூடிக்கூடி வந்தது. ஆலமரத்தில் தொங்கி நிற்கும் விழுதைப் பிடித்து தொங்கி ஆடி முன்னால் குதித்து நின்று அட்டகாசம் செய்யும் மாடன். மூக்கு வழியாக இரத்தம் உறிஞ்சிக் குடிக்கும் இரத்த வெறிபிடித்த பேய்கள். கை உயர்த்து நிற்கும் இராட்சச உருவங்கள். வாய் ஓரத்தில் வெளியே தள்ளி நிற்கும் உளி போன்ற இரண்டு பற்கள்.

கையிலிருந்த சூட்டு அணைந்தது.

பேய்கள் ஊதி அணைத்திருக்கலாம். மீரான்பிள்ளை தளர்ந்துவிட்டார். உடலெங்கும் வேர்த்துக் கொட்டியது. கால் முன்னே செல்லவில்லை. திரும்பி ஓடக்கூடாது என்று சொல்லிக் கேள்விப்பட்டதுண்டு. ஓடவும் இல்லை.

மாலைப் பனை ஏறிவிட்டுக் களைத்துவரும் தொழி லாளி களின் பேச்சு சற்றுத் தொலைவில் கேட்டது. மீரான்பிள்ளைக்கு தைரியம் ஏற்பட்டது. அவர்களிடம் பேச்சு நெருங்கி நெருங்கி வருவதை மீரான்பிள்ளை கூர்மையாகக் கவனித்தார்.

இடுப்பிலிருக்கும் அரிவாள் பட்டையில் பாளை இடுக்கி மோதும் ஒசை நெருங்கி நெருங்கி வந்தது.

"நாடாரே!" மீரான்பிள்ளை பயந்தவாறே கூப்பிட்டார்.

"எவம்பிலே?"

"நாந்தான்"

"நாந்தாண்ணா?"

இருவர் மீரான்பிள்ளையை நெருங்கினர். முகத்தோடு முகம் சேர்த்துக் கூர்ந்து நோக்கினார். முகம் தெரியவில்லை.

"புதுக்கடைக்குப் போனேன். காரு கெடக்கல்லே. சூட்டு பொலிஞ்சு போச்சு."

"ஆளாரு?"

"நாந்தான்"

"மெய்லாளியா? யாமானா"

"சம்ப யாவாரி மீரான்பிள்ளை."

"தெக்கத்து மெய்லாளியா?"

"ஓ"

"நுங்களுக்கு என்ன வேணும் கேட்டுவா"

"என்னெ இத்திப்போல அந்த முக்கு கடத்தி உடணும். இந்தச் சூட்டையும் பத்தித் தரணும்."

"இதுதானா? வரணும்." பனையேறும் ஊன்று கம்பைத் தோளில் வைத்துக்கொண்டு அவர்கள் நடந்தனர். மீரான்பிள்ளை அவர்களுடன் ஒட்டி நடந்தார். ஆலமரத்தைத் திரும்பிப் பார்க்கவேயில்லை. ஆலமரம் கடந்தபோது தான் உயிர் திரும்பி வந்தது.

"இனி நான் போவுலாம்" மீரான்பிள்ளை நன்றியொடு சொன்னார். பனையேறும் தொழிலாளிகள் பற்றவைத்துக் கொடுத்த சூட்டை வீசி வீசி நடந்தார்.

"புள்ளேய்! பேடிச்சண்டாம், நம்ம இடந்தானே. நம்ம ஆளுவொதானே, தைரியாமாப் போங்கோ" அவ்விருவரும் வேறு வழியாக நடந்து சென்றனர்.

பாறக்கோட்டை பள்ளிக்கூடம் வந்ததும் சூட்டுக் கட்டு எரிந்து இறந்தது.

நெருப்பு அணையும் முன்னே மீரான்பிள்ளை மேல் துண்டின் நுனியிலிருந்து மெழுகுத்திரி எடுத்துப் பற்றவைத்தார். சிரட்டையில் அதை நாட்டிக் காற்றில் அணைந்து விடாதபடி கையால் மறைத்துக் கொண்டு நடந்தார்.

அங்கு வரும்போது பஸ் நிலையம் சூனியமாக இருந்தது. வீட்டை நோக்கிக் கால் எட்டிவைத்து நடந்தார். தென்னை ஓலைகள் அடர்ந்துவிழும் சப்தம். மீரான்பிள்ளை நின்று, அந்தத் திசை நோக்கிக் காதை திருப்பினார். மீண்டும் மீண்டும் தென்னை ஓலைகள் அடர்ந்து விழும் ஓசை வந்துகொண்டேயிருந்தது. பள்ளித் தோப்புக்குக் காவலாளி இல்லை என்பது மீரான்பிள்ளைக்குத் தெரியும். ஒன்றன்பின் ஒன்றாக ஓலை விழுவதிலிருந்து யாரோ ஓலை திருகி எடுப்பதாக மீரான்பிள்ளைக்குத் தெரிந்தது.

"ஆரு ஓய் அது?" மீரான்பிள்ளை உரக்கக் கேட்டார்.

பதில் இல்லை. சற்று நேரத்துக்கு ஓலை விழும் ஓசை நின்றது. மீண்டும் ஓர் ஓலை விழுந்தது.

"ஆருடா ஓலை அடத்தூது?"

"கேக்கேது ஆருடா?"

துறைமுகம்

மீரான்பிள்ளைக்குப் பரிச்சயமான குரல்.

“மம்மாத்திலா ?”

“ஓம். மீரான் பிள்ளாக்காயா ?”

“ஓ”

மம்மாத்திலு தோளில் தோட்டக்கழையும் தாங்கிவந்தார்.

“இந்த நடுச்சாமத்துக்கு எங்கயிருந்து வாறியோ ?”

“கொழும்புக்குத் தந்தி கொடுக்கப் போனேன். வந்த காரு அஞ்சு கண்ணு கலுங்கிலே கொணங்கிக் கெடக்குது. அங்கயிருந்து நடந்து வாறேன்.”

“அப்ப நேரத்தப் போங்கோ.”

“நீயேன் இந்த வேலை செய்யா ? ஆருட்டையாவது கொஞ்சம் ஓலை கேட்டு வாண்டப்படாதா ?”

“ஆருட்டே கேக்கே ? உள்ளோனுட்டே போயி கேட்டா தருவானுவளா ? வாண்டக் காயி இல்லெ. சித்திரை வருது இல்லியா ? கடப் பொறத்துலெ ஒரு பெரெ கெட்டிக் கருப்பட்டிக் காப்பி விக்கிலாம்ணுதான்.”

“அதுக்கு இது பள்ளிவெள இல்லியா ?”

“நான் இல்லாதவன்தானெ. ஆண்டவன் பொறுக்குவான்.”

“ஒன் பாடுபோலச் செய்.” மீரான்பிள்ளை நடந்தார்.

“நில்லுங்கோ” மம்மாத்திலு கூப்பிட்டார். “ஒரு விஷயம். நிங்கொ மோனுக்கெப் போக்கு சரி இல்லெ.”

“என்ன ?” மீரான்பிள்ளை சந்தேகத்தோடு நின்றார்.

“பேப்பரு வாயிக்கான்.”

“என்ன பேப்பரு ?”

“நம்ம நாட்டுக்குச் சொதந்திரம் வேணும்னு காந்தியும் ஜின்னாவும் செல்லுதாங்களே அந்த விசயம் திவசவும் எழுதி வருதில்லியா ? வலிய தாளுபோல உள்ள அந்த பேப்பரு.”

“சுப்ஹானல்லாஹ் ! உள்ளதா ?”

“அல்லாணெ எனக்கரெண்டு திருட்டியாலெ கண்டென். நாலஞ்சு காபிரு புள்ளியளும் அவனும் சேந்து படிக்கியானுவோ. இப்பளே தட்டி விலக்குங்கோ. பேப்பர் படிச்சா புள்ளியோ தொலஞ்சு போவுங்கோ.”

மம்மாத்திலு திரும்பி நடந்தார்.

பேப்பர் படித்தால் முஸ்லிம்கள் வழி தவறி விடுவார்கள் என்று கோழிக்கோட்டிலிருந்து வந்த முஸ்லியார் வஃழு சொன்னது மீரான்பிள்ளைக்கு நினைவு வந்தது.

உரிய நேரத்தில் தகவல் சொன்னதற்கு மம்மாத்திலிடம் நன்றி தோன்றியது.

காசீம் எதற்காகப் பேப்பர் வாசிக்கிறான்? அதனால் என்ன நன்மை? தீமையல்லவா அதிகம். காசீம் அவன் வயதையொட்டிய பிள்ளைகளை வழி தவறத் தூண்டுவதாகப் பல புகார்கள் அவன் பெயரில் வந்ததுண்டு. காசீமுடன் உறவு வைக்கக் கூடாதென்று சில பிள்ளைகளை அவர்களின் தந்தைமார்கள் கண்டித்ததாகவும் கேள்விப்பட்டதுண்டு.

மீரான்பிள்ளை வீட்டு வாசலைத் தட்டினார். கதீஜா ஓடி வந்து வாசலைத் திறந்தாள். வீட்டில் யாரும் தூங்கவில்லை.

"நீங்க ஆரும் உறங்கல்லியா?" மீரான்பிள்ளை விசாரித்தார்.

"எப்படி ஒறக்கம் வரும்? இத்தரெ நேரம் எங்கே போனியே?"

மீரான்பிள்ளை பதில் எதுவும் சொல்லவில்லை.

"காசீம் எங்கே?" சிறிது மவுனத்துக்குப் பின் கேட்டார்.

"அறையிலிருந்து படிக்கியான்."

"டேய் மம்மாசீன்!"

காசீம் வாப்பாவின் முன்வந்தான். அவர் கண்கள் நெருப்பு கொட்டுவதைக் கண்டான்.

"நீ என்ன செய்யியா?"

"படிக்கியேன்"

"என்ன படிக்கியா?"

"பரீட்சைக்கு"

"நீ பேப்பர் படிக்கியாயா? உள்ளதா?"

"உள்ளதுதான்"

"எம் படிக்கியா"

"நாட்டு விஷயம் தெரியலாமெண்ணு."

"பேப்பரு படிக்கப்படாது."

அது ஒரு கடும் எச்சரிக்கையாக இருந்தது. அந்தக் குரலில் முன் ஒருபோதும் கண்டிராத கடுமை காசீமை அதிர்ச்சி அடையச் செய்தது. காசீம் தலைகுனிந்து நின்றான்.

11

அரபிக்கடல் அமைதியாகக் கிடந்தது. பெரிய திரைகள் இல்லை. ஒழுக்கும் இல்லை. ஒரு காயலைப் போல் காட்சி அளித்தது. வானமும் கடலும் கட்டித் தழுவி நிற்கும் ஆளில்லாத இடத்தில் வரிவரியாக நகர்ந்துசெல்லும் கப்பல்கள், தோணிகள், கறுத்த பாய் விரித்துச் செல்லும் பாய்மரங்கள், கட்டுமரங்கள்.

அரபிக்கடலின் முகத்தில் கோபம் கொஞ்சம்கூட இல்லை. சில வேளை ஹால்[1] எழும்பும். ஹால் எழும்பினால் ஒரு பிடியிலும் ஒதுங்காது, அலறலும் கொலைக் கூப்பாடுமாக இருக்கும். கரையை நீண்ட நாக்கினால் சுழற்றி நக்கி எடுக்கும். கொஞ்சம் தென்னை மரங்களைத் தூக்கி விழுங்கும். கொஞ்சம் மீனவக் குடில்களை இழுத்துச்செல்லும். பிறகு டச்சுக்காரர்களின் பீரங்கிக் குண்டுகள் தாக்கிக் குழிகள் விழுந்த உண்டவிட்டான் பாறையை நெருங்கி முறைக்கும். நிறை விழிகளுடன் நிற்கும் மீனவப் பெண்களின் விம்மலையும் அழுகையையும், கன்னம் வழியாக ஒழுகும் நதியையும் பார்த்த பிறகுதான் கோபம் தணியும். கரையிலிருந்து நக்கியெடுத்த மணலை மீண்டும் கரைப்பக்கமாகக் கொண்டு உமிழ்ந்துவிடும்.

"அந்தோணியாரே! காப்பாத்தாட்டூருமா? எம் பிதாவே! எங்களையும் மக்களையும் ரச்சிச்சு, எங்க வீடுகளையும் வவுத்துப் பிளப்புக்குள்ள யாத்தனகளையும் காப்பாத்துமே. ஆமேன்"

குருசில் அறையப்பட்ட ஏசுநாதரின் படத்திற்கு முன் முட்டு மடக்கிப் பிரார்த்தனை செய்யும் அவலமான குரல்கள், குடில்களுக்குள்ளிருந்து மேற்கூரையில்வழிகள்திறந்து ஆங்காங்கேஉயரும்.அந்த குடில்கள்மீது வீசி அடிக்கும் ஈரமான கடற்காற்றின்

1. கோபம்

செவிகளில் அந்த இதய வேதனை கரையும். ஆதரவற்ற அவர்களின் இதய வேதனையை ஈரமான சிறகுகளில் ஒட்டி எடுத்துக்கொண்டு தென்றல் காற்று அரபிக்கடல் கடந்து பார்வைக்கப்பால் உயர்ந்து செல்லும். எல்லாம் வல்லோனின் திருவடிகளில் இந்தப் பட்டினிப் பாவம்களின் உப்புச்சுவையுள்ள வேண்டுதலைச் சமர்ப்பிக்கும். ஆடித்தளர்ந்த கடல் பிறகு திரும்பிச் செல்லும். நீண்ட அமைதி, சித்திரை மாதம் கழியும் வரை.

பொதுவாகச் சித்திரை பிறப்பதற்கு முன் நெத்தலிப் பாடு இருக்கும். ஆனால் இதுவரை மீன் படவில்லை. பழுது பார்த்து வைத்த மடிகளைக் கடற்கரையில் ஆங்காங்கே குழியெடுத்துச் சாணி கலக்கிய நீரைக் கொதிக்கவைத்து மடியைப் 'புழுக்கவைத்து' நாட்கள் பல கடந்துவிட்டன. பழுதுதீர்த்த வள்ளங்கள் எல்லாம் கடலோரத்தில் கொட்டாவி விட்டுக் கிடந்தன.

மம்மாத்திலு வெள்ளிக்கிழமை ஜும்ஆ தொழுது விட்டுக் கடற்கரையில் கடை கட்டுவதற்காக அரையன் தோப்பில் நான்கு தென்னைகளுக்கிடையில் கால் நாட்டினார். ஆங்காங்கே வேறு சில கடைகளும் தோன்றின. கால் நாட்டியபடியும், கூரைகள் வேய்ந்த நிலையிலும் பலப்பல கடைகள்.

மம்மாத்திலு குழியில் பந்தலுக்குள்ள காலை ஊன்றும்போது தலையைத் துணியால் மறைத்துக்கொண்டார். உதட்டில் 'பிஸ்மில்லாஹ்'.

மாலிக் இப்னு தீனார் பள்ளிவாசலில் பாங்கு சொல்லும் மோதினார் கால்நாட்டுச் சடங்குக்குச் சந்தனத்திரி பற்றவைத்து 'யாசீன்' ஓதினார். 'துஆ' இரந்து கைமுத்தினார்.

மம்மாத்திலு கைமடக்கிக்கொடுத்ததட்சிணையைமோதீனார் கை நீட்டிப் பெற்றுக்கொண்டார். கையை மூடியபடியே வைத்துக் கொண்டு விரல்களுக்கிடை வழியாக உள்ளங்கையிலிருக்கும் தொகையைப் பார்த்தார்.

"நாலு சக்கரம்!"

வானத்தின் கன்னி மூலையில் நகர்ந்தக் கறுத்த துண்டு மேகம் மோதீனார் முகத்தில் வழுக்கி விழுந்தது.

"பொருத்தப்படுங்கோ எலப்பே! இல்லாதவனில்லியா? கடப் பொறத்துலே மீனுவாண்ட வரும்போ எடக்கும் மொறைக்கும் ஒரு சுக்குக் காப்பி அடிக்கலாம்."

மம்மாத்திலு மோதீனாரிடம் தம் வறுமையை வெளிப் படுத்தினார்.

“சரி வறுக்கத்தா இரிக்கட்டு. புள்ளியளுக்குக் கெளங்கு வாண்டலாம். நா வரட்டா?”

“நேச்செ எடுங்கோ”

மம்மாத்திலின் கையிலிருந்த காகிதத்திலிருந்து ஒரு நுள்ளு சீனியையெடுத்து வாயில் இட்டார்.

மம்மாத்திலைச் சுற்றிப் பத்துநூறு மீனவக் குழந்தைகள் கூடிக் கை நீட்டினார். மம்மாத்திலை மொய்த்து இடித்தனர். ‘மெய்லாளி எனக்கு, மெய்லாளி எனக்கு’

அந்தக் குழந்தைகளின் நெரிசலுக்கிடையே ஒரு பெரிய கை நீண்டது.

ஜும்ஆப் பள்ளியிலிருந்து வெளியேறும் முதல் மனிதர் ஆனவிழுங்கி ஓசா. நடந்தல்ல வருவது; குதித்துச்சாடி! வெளியிலுள்ள வாசலில் நின்று தொழுகை முடிந்து செல்வோரைக் கவனிப்பான். மோதீனார் யார் பின்னால் செல்கிறாரோ அவரைத் தொடர்ந்து செல்வது வழக்கம். அவ்வாறு பின்தொடர்ந்துதான் ஆனவிளுங்கி அங்கு வந்துசேர்ந்தது.

“எனக்கு நேச்சே தாருங்கோ தம்பி” குரல் கேட்டு மம்மாத்திலு ஒரு நுள்ளுச் சீனியையெடுத்து ஆனவிளுங்கிக்குக் கொடுத்தார்.

“அல்லாணெ வாப்பாணெ எக்கேத் தல சுத்தீட்டே வருது. நான் இப்பொத் தாளெ விளுவேன். ரண்டு நாளாச்சு வல்லதும் தின்னு. தேயிலெ வெள்ளம் போட்டுக் குடிக்கட்டு இத்திப்போலக் கூடத் தாருங்கோ.”

மம்மாத்திலு ஒரு கோப்பை சாயா போட்டுக் குடிக்கும் அளவுக்குச் சீனி கொடுத்தார். அதை மடியில் கட்டிக்கொண்டு ஆனவிளுங்கி கடற்கரை வழியாக வேகமாக மேற்கு நோக்கி நடந்தான்.

கடற்கரையில் வெண்மணலில் நண்பகல் சூரியன் தன் உடலில் கொளுத்திவிட்டுத் தீப்பந்தத்தை வீசியெறிந்தது. வெண் மணலும் பற்றியெரிந்தது. ஆவி பொங்கியது. சூனியத்தில் ஆவியின் தாண்டவ நடனம்.

அந்தப் பழுத்த மணலில் மீராசாவின் இளைய மகள் ருகியா தலையில் ஒருபெட்டியைக்கவிழ்த்துக்கொண்டு சட்டையில்லாமல் குருத்துக் காலூன்றிக் கிழக்குப் பக்கமாக நடந்தாள். தொலைவில் ஒரு கட்டுமரம் கரைசேர்ந்தது அவள் கண்ணில்பட்டது. குட்டைக்காரர்களுடன் அவளும் ஓடினாள். கரைசேர்ந்தது தட்டுமடி. தட்டுமடியில் பட்டது ‘வெள்ள நெத்தோலி.’

நேரிய நூல்கொண்டு பின்னிய சற்றுப் பெரிய கண்ணிகளா லான வலை. அதில் வெள்ளை நெத்தோலியின் தலைமாட்டிக் கொள்ளும்,

மரம் கரைசேர்ந்ததும் வலைக்காரர்கள் மரத்திலிருந்து கீழே குதித்தனர். தலையிலுள்ள தண்ணீரைக் கையால் வடித்து விட்டனர். கோவணத்தைச் சரியாக்கிக்கொண்டனர்.

மரத்திற்குச் சுற்றிலும் கூடிநின்றவர்களைக் கண்டபோது கோபம் கரை கடந்தது.

"வலுது ஒண்ணும் இல்லியா?" ஒரு குட்டக்காரி விசாரித்தாள்.

"நிச்ச மாப்ளயெ வந்து மரம் தள்ளச் செல்லம்பே – வலிய மீனு கெடச்சும். போ அங்கே" வலைக்காரன் குட்டக்காரியின் தலையிலிருந்த மீன் குட்டையைப் பிடித்துத் தள்ளினான். குட்டை அவள் தலையிலிருந்து கீழே விழுந்தது.

"போவுடுங்கோ இல்லாட்டி அடிவச்சிடுவேன்" சுற்றிலும் மீன் பொறுக்கக்கூடிய சிறுவர்களைப் பார்த்து மிதிக்கக் காலைத் தூக்கினான். "போவுடுங்கோ சவுட்டுடுவேன்."

இரு வலைக்காரர்களும் வலையை விரித்துத் தலையை வலைக்குள்ளே புகுத்தினர். வலையின் கண்ணிகளில் மாட்டிக் கிடந்த நெத்தோலியைக் கையால் தட்டினர். நெத்தோலியெல்லாம் வலையின் உட்பகுதியில் குவிந்தது. கையால் தட்டும் வேகத்தில் சில நெத்தோலிகள் வலைக்கு வெளியே விழுந்தன. சிலர் பொறுக்கி எடுத்தனர். மீராசாவின் மகள் ருகியா ஆங்காங்கே ஓடியோடி நெத்தோலியைப் பொறுக்கினாள். பெட்டியில் சேகரித்தாள். மரம் கரை சேர்ந்த விபரம் தெரிந்ததும் வலைக்காரர்களின் மனைவிகள் மீன்வட்டிக்குள் கடலிலிருந்து வந்த கணவர்களுக்குச் சோறும் வேகவைத்த மரச்சீனிக் கிழங்கும் சுமந்துவந்தனர். மண்கலத்தில் குடிப்பதற்கான தண்ணீர் இடுப்பில். வெளியே சிதறிக்கிடந்த நெத்தோலியைக் குழந்தைகள் பொறுக்கி எடுப்பதை வலைக்காரன் மரியந்தோணியின் மனைவி திரேசியா கண்டாள். கோபம் முட்டிவந்து தொலைவிலிருந்தே கெட்டவார்த்தை சொல்லிக்கொண்டு விரைந்து நடந்துவந்தாள்.

"தாந்துபோன வாருவனியளே, வெளங்காத வாருவனிகளே, பளந்தொரப்பாயெடுத்து மொவத்தெக் களுவுடுவேன்." திரேசியா கைவீசிக் கைவீசி நடைக்கு வேகமூட்டினாள். வலையை நெருங்கியதும் சாப்பாட்டை இறக்கிவைத்தாள். தலையிலிருந்த கமுகின் பாளையைக் கையில் எடுத்தாள். மீன் பொறுக்கிக் கொண்டு நின்றவர்களை நெருங்கினாள். திரேசியாவைக் கண்டதும்

சிறுவர்கள் ஓடிவிட்டனர். ருகியா ஓடவில்லை. பயந்து பதுங்கி நின்றாள். ருகியாவின் முதுகில் அடி விழுந்தது.

ருகியா உடுத்தியிருந்த கந்தல் துணியை உரித்தெடுத்துக் கடலில் வீசத் திரேசியா முற்பட்டாள். அந்தக் குழந்தை துணியைப் பலமாகப் பிடித்துக்கொண்டு அனல் கக்கும் மணலில் குனிந்திருந்து அழத் தொடங்கியது. திரேசியா இரண்டு கையாலும் மண்ணை அள்ளி அவளுடைய புண்பட்ட தலையில் வீசினாள்.

"கடல்லே போவூனுக்குத்தானே வருத்தம் தெரியும், மனியேன் பஞ்சத்தாலே பட்டினி கெடந்து சாவுரு. இந்தக் கள்ளக் கொம்பே நெத்தோலி பெரக்க வந்திருக்கா. சீலே உரிஞ்சுக் கடல்லே எறிஞ்சுடுவேன். ஓடுத் தப்புக்கோ." தெரேசியா கையைச் சுட்டிக்காட்டி எச்சரித்தாள்.

மீன் பொறுக்க வருபவர்களின் உடுதுணியை உரிந்து கடலில் வீசுவது வழக்கம். தலையிலும் கண்ணிலும் மண்ணை அள்ளிப்போடுவதும் உண்டு.

ருகியா பெட்டியையும் தூக்கிக்கொண்டு பயந்தபடி எழும்பினாள். ஒரு மீனவன் அவள் தலையில் குட்டினான். "இரெங்கே கெடந்தது ? காலுக்க எடையிலே கெடந்து நைங்குது", அவள் பொட்டி அழுதாள். அவன் குட்டு அவள் தலையிலுள்ள புண்ணில்பட்டது. அணிந்திருந்த கந்தலின் நுனியைக்கொண்டு கண்ணீர் பெய்யும் கண்களைத் துடைத்தாள். கண்ணீர் அணை உடைத்துக் கன்னம் வழியாகப் பாய்ந்தது. புறங்கையால் மீண்டும் கண்களைத் துடைத்துக்கொண்டு விம்மிவிம்மி அழுதாள். சற்றுத்தொலைவிலுள்ள தென்னைமர நிழலை நோக்கி நடந்தாள். ஒரு தென்னை மரத்தில் சாய்ந்து உட்கார்ந்து அழுதாள்.

மீரான்பிள்ளை சட்டை போடாமல் மேல் துண்டை மடக்கித் தலையில் வைத்துக்கொண்டு கடற்கரைக்கு வந்தார்.

"என்ன பட்டுது ?"

எதிரில் வந்த குட்டைக்காரியிடம் விசாரித்தார்.

"வலெ நெத்தோலி."

"நல்ல பாடா ?"

"ஏய். இம்புடுக் காணும்." உள்ளங்கையை வளைத்துக் காட்டினாள், கொஞ்சமெனெ.

"ஏந்தான் இப்படிப் போச்சோ ? செல்ல ராசாவே. கடலு இப்படிச் சரிச்சா எப்புடித் தங்க நாயனே. மக்க குட்டியாளக் காப்பாத்திரு ? ஆண்டவரே !" குட்டக்காரி நெஞ்சில் கைவைத்துக்

கண்களை வானுக்கு நேராக உயர்த்தினாள். உயரத்திலிருக்கும் இறைவனை அக்கண்களால் வேண்டினாள்.

அந்த வலையில் பட்ட மீனை வாங்க அங்குள்ள மீனவப் பெண்கள் போட்டியிட்டனர். நான்கைந்துபேர் ஒன்று சேர்ந்து அந்த வலையிலுள்ள மீனை வாங்கித் தமக்குள் பங்கு வைத்துக்கொண்டனர். அந்திக்கடையில் கொண்டுசென்று 'மொய்லாளிகளுக்கு' நல்ல விலைக்கு விற்க.

மீரான்பிள்ளை சோர்ந்த முகத்துடன் மவுனமாகக் கடலைப் பார்த்து நின்றனர். அந்தக் கண்களில் ஆவல் ஒரு பட்ட மரம் போல் நின்றது.

நகையை அடகு வைத்தாகிவிட்டது. கிடைத்த நூறு ரூபாய் நோட்டுகள் பெட்டியில் பாதுகாப்பாக உள்ளன. இன்னும் மீன் படவில்லையானால் அந்த ரூபாயை எடுத்துத்தான் செலவு செய்ய வேண்டும். தினமும் அது கரைந்துகொண்டு வந்தால்?

நினைக்கக்கூட மனம் வரவில்லை. உள்ளே நெருப்புக் குண்டம் வளர்கிறது. கொழும்பிலுள்ள கமிஷன் கடைக்காரன் கடனைத் திரும்பிக் கொடுக்கவில்லை. விற்கவோ அடகு வைக்கவோ, நகைகள் இல்லை; சொத்துகளும் இல்லை.

கடற்கரையில் ஆங்காங்கே நாட்டியிருக்கும் புரைகால்களையும், ஓலைவேயாத புரைகளையும் பார்த்தார்.

"எல்லா எதிர்பார்ப்புகளும் நொறுங்குமோ? படச்சரப்பே." மீரான்பிள்ளையின் கண்கள் பக்தியில் தோய்ந்தவாறு மேலே ஆகாயத்தைப் பார்த்து உயர்ந்தன. எத்தனையோ ஆயிரம் பட்டினி ஏழைகள் இந்த 'பஹ்றை' நம்பி வாழ்கிறார்கள். அது அவர்களுக்குத் தீனி கொடுக்கிறது. சிலவேளை அவர்களின் மனத்தில் தீயையும் வளர்க்கிறது. கடல் சதி செய்யாது. சதித்ததும் இல்லையென்று முன்னோர் சொல்லிக் கேட்டதும் உண்டு.

கடலின் மேற்பகுதியில் பருந்துகள் வட்டமிட்டன. அது சில எதிர்பார்ப்புகளை அளித்தது. பருந்துகள் வட்டமிடுவது மீன்படுவதற்கான அறிகுறிகளில் ஒன்று. பிறகு ஏன் மீன் படவில்லை? விடை கிடைக்காத வினா.

வயிற்றுப் பிழைப்பில் மண்ணை அள்ளிப்போட்டது யாரோ? நினைத்தபோது இதயச் சுவர்களில் வெடிப்புகள் வீழ்ந்தது போல் ஒரு தோற்றம். அதிகம் சிந்திக்கவில்லை. படச்சவனின் கட்டளை போல் நடக்கட்டும்.

மீரான் பிள்ளை வழுக்கை விழுந்த தலையில் தென்பட்ட வெள்ளை ரோமங்களுக்கிடையே விரலை ஓட்டிச் சொறிந்தார்.

துண்டை எடுத்துக் கக்கத்தில் ஊறிய வியர்வையை வீசித் துடைத்தார். துண்டைத் தோளின் போட்டுக்கொண்டு கையைப் பின்னால் கட்டித் திரும்பி நடக்கும்போது தென்னை மூட்டில் சாய்ந்திருந்து அழும் ருகியாவைக் கண்டார். அவள் பக்கத்திலிருந்த பெட்டியில் கிடந்த சில நெத்தோலி மீன்களை ஒரு பருந்து ராஞ்சிக் கொண்டுபோனது. அவள் பெட்டியை எத்திப் பிடித்தாள். பார்த்தபோது ஒரேயொரு நெத்தோலியே எஞ்சியது. ருகியா வாய் விட்டழுதாள். மீன் பொறுக்காமல் சென்றால் உம்மா அடி தந்தாலோ?

"இத்திரை நேரம் எங்கவுட்டி போனா?" உம்மா கன்னத்தில் நுள்ளியெடுப்பாள். அந்த நினைப்பு அவளை மேலும் தளரச் செய்தது.

"ஏங்குட்டி கரையியா?" மீரான்பிள்ளை அவளிடம் கேட்டார்.

"மீனு பெறக்க வந்தேன். அந்தத் தொறயக்காரி என்ன அடிச்சா?"

"நீ ஆருட்டீ?"

"கெட்டுக்காரன் மீராசாக்க மொவொ."

மீரான்பிள்ளை திகைத்துப் போனார். மூக்கில் விரலை வைத்தார். அனல் துப்பும் நண்பகலில் கொப்புளம் எற்படுத்தும் மணலில் மீன்பொறுக்க இறக்கிவிட்ட வறுமை இழையும் அடையாளங்கள் அந்தக் குழந்தையின் வயிற்றிலும் கன்னத்திலும் தெரிந்தன.

சட்டைக்கு மேல் நூற்றுக்கூநூறு லுங்கி உடுத்து அதன்மீது இரட்டைப் பாக்கட் உள்ள கறுத்த அகல பெல்டும் மாட்டி, ஒரு கையில் கைலேசும் வீசிக்கொண்டு சுருண்ட முடியைப் பின்னால் ஒதுக்கி நடந்து திரிந்த மீராசாவின் கடந்த காலம், மீரான்பிள்ளை யின் கண்முன்னால் ஒரு வயற்காடு போல் பரந்து விரிந்து கிடந்தது. அந்த மீராசாவின் குழந்தையா? மீரான் பிள்ளையின் நெஞ்சுக்குள் ஏதோ ஒரு மூலையிலிருந்து கனிவின் ஊற்று கிளம்பியது.

"எளும்பு"

அவள் எழும்பினாள்.

"கரையாதே" மீரான்பிள்ளை இடுப்பில் செருகிவைத்திருந்த காகிதப் பொதியை எடுத்தார். ஒரு வெள்ளித்துட்டை அவளிடம் நீட்டினார்.

"மீனு வேண்டீட்டு ஊட்டுக்குப் போ."

"எக்கு வேண்டாம்" அவள் திரும்பிப் பார்க்காமலேயே நடந்தாள். நடக்கும்போது அந்தக் குழந்தையின் கால் மூட்டுக்கும் இடுப்புக்கும் இடையே ஆங்காங்கே துணி கிழிந்திருப்பதைப் பார்த்தார். அந்தக் குருத்துக் கால்களுக்கு மேல் முதுகெலும்போடு ஒட்டிவைத்த விலா எலும்புகள் கழன்று போகாமல் இருக்க மெல்லிய தோலால் மூடிய உடல். அவள் கண்களிலிருந்து தென்னை மரங்களுக்கிடையே மறையும்வரை அவர் பார்த்துக்கொண்டே நின்றார்.

"படச்ச ரப்பே! இந்தக் கடக்கரயிலே சீவன் பாக்கி கெடக்க ஜனங்களுக்கு நீ ஒரு வாழ்வு குடுப்பியா?"

மீரான்பிள்ளையின் இதயத்தின் நாவுகள் எழுப்பிய அந்த விண்ணப்பத்தைத் தென்றல் காற்று இறக்கையில் ஒதுக்கிக்கொண்டு ஏழாம் ஆகாயத்தை நோக்கி உயர்ந்தது.

12

ஊர் முஹல்லத் தலைவர் பரீதுப்பிள்ளை சாகிப் சுப்ஹுத் தொழுகைக்கு வரும்போது தரையில் வெளிச்சம் விழவில்லை. ஆகாயத்தில் விண்மீன்களின் ஜொலிப்பும் குறையவில்லை. காற்றில் குளிர் இருந்ததால் காதோடு சேர்த்துத் தலைப்பாகை கட்டியிருந்தார். சிறு சூடு கிடைப்பதற்காக இரு கைகளையும் விலாவுடன் சேர்த்துப் பின்பகுதியில் விரல்களைக் கோர்த்துப் பிடித்தார்.

தென்னை மரத்தில் குருத்தோலைகள் குளிர்காற்றில் ஒன்றோடொன்று உராவியெழுப்பிய ஓசையில் இன்பம் தொனித்தது. நான்கு திசைகளி லிருந்தும் கோழிகள் விழித்துக் கூவத் தொடங்கின. யானைப் பாறை சரிவு இறங்கிக் காக்கான்குளம் இடைவழியினூடே முத்துப்பிள்ளை பால் செம்பு தூக்கிக்கொண்டு அத்ரானின் சாயாக் கடையை நோக்கி நடந்தான். இராயப்பனின் எலும்பு துருத்திய கழுதை, அழுக்குக் கட்டை சுமந்துகொண்டு சுடுகாட்டு ஆற்றைப் பார்க்கச் சென்றது.

முத்துப்பிள்ளை கடந்து சென்றபோது மண்ணின் நாற்றமும் வியர்வையின் நாற்றமும் வைகறைக் காற்றில் தேங்கி நின்றது. அந்தக் காற்றைச் சுவாசித்த போது பரீதுப்பிள்ளை சாகிபுக்கு மனம் குமட்டியது. பல் துலக்காத எச்சிவாயில் துப்பல் ஊறியபோது காறிக்காறித் துப்பினார்.

மாலிக் இப்னு தீனார் கட்டிய கல் பள்ளியின் உட்பகுதியில் கரிபடிந்த ராந்தல் விளக்கின் நீண்டதிரி உமிழ்ந்த வெளிச்சம் வாசல் வழியாக இருள் பதுங்கிய தரையில் நீண்டு நிமிர்ந்து கிடந்தது. அந்த வெளிச்சத்தில் ஒரு வார்ச் செருப்புப் பள்ளிப் படியில் அநாதையாகக் கிடப்பதைக் கண்டு கூர்ந்து நோக்கினார். பள்ளிப் படியில் வழக்கமாகக் காணாத செருப்பு.

யாருடையதாக இருக்கலாம்?

யாராவது சஃப்ராளிகள்[1] வந்திருக்கக் கூடும்.

ஹவ்லின்[2] மேல் பகுதியிலுள்ள வாரியில் செருகி வைத்திருந்த மிஸ்வாக்கை[3] எடுத்து ஹவ்லின் ஓரத்தில் குந்தியிருந்து பல்லில் படிந்திருந்த வெற்றிலைக் கறையைத் தேய்த்துச் சுத்தம் செய்தார். இரண்டு விரல்களை வாய்க்குள் செலுத்தி நாக்கின்மீது உராவி ஓசையெழுப்பிக் காறிக் கனைத்து உமிழ்ந்தார்.

ஒலு செய்தபின் பள்ளிக்குள் ஏறியபோது ஒரு துணிக் கட்டைத் தலைக்கு வைத்துப் படுத்திருக்கும் மம்மதாஜி அவர் கண்களுக்குத் தென்பட்டார். மம்மதாஜியின் தலைமுடி துணிக்கட்டின் மீது பரந்து கிடந்ததைக் கண்டபோது பரீதுப்பிள்ளை சாகிபுக்குக் கோபம் பீரிட்டெழுந்தது.

"ஏ மோதீன்!" அவர் உரக்கக் கூப்பிட்டார்.

ஊது பத்தி பற்றவைத்து அதன் புகையைப் பள்ளியின் ஒவ்வொரு மூலையிலும் காட்டிக்கொண்டிருந்த மோதீனார் ஓடிவந்தார்.

"இதாரு?"

"சஃப்ராளி"

"அவனுக்கத் தலையிலெ என்ன?

"முடி."

"ஏம் பள்ளியிலெ ஏத்தினீரு?"

"அது சுன்னத்து முடிண்ணு நெனைச்சேன்."

"ஒரு முடியும் வக்கப்படாதுண்ணு தெரியாதா ஓய்?"

"மன்னியுங்கொ ."

"எளுப்பும்"

மோதீனார் மம்மதாஜியைத் தட்டியெழுப்பினார். மம்மதாஜி விழித்துக் கொட்டாவி போட்டார். கறுத்த தொப்பியை எடுத்துத் தலையில் வைத்தார். துண்டு எடுத்துத் தொப்பியைச் சுற்றிக் கட்டினார். ஊர்ச் சபைத் தலைவரைப் பதற்றத்துடன் நோக்கினார்.

"எந்த ஊரு?"

---

1. பயணிகள்
2. நீர் நிலை
3. பல் துலக்கும் குச்சி

“காஞ்ஞிரப்பள்ளி.“

“இந்த ஊர்லெ முடிவக்கப்படாதுன்னு தெரியாதா.”

“நேத்துச் சொல்லித் தெரிஞ்சேன்.”

“பேரு”

“மம்மதாஜி”

“சுப்ஹான ஜல்லஜலாலஹு. ஹாஜியாரா? ஹாஜியாருக்கத் தலையிலெயா முடி தொலைஞ்சுபோச்சு. கியாமத்துக்க அடையாளம்.” மூக்கில் விரல் வைத்தார்.

“இங்கே வந்தது என்னதுக்கு?”

“சஃபர்”

“சபரும் கபுறுந்தான். நேரம் வெளுத்த உடனே முடி களையணும். இல்லையானாப் புடிச்சுக் கட்டி முடி களைவோம். தெரியுமா? முடி வைக்கது ஹராம்னு தெரியாதா ஓய்? காபிர்லா முடி வைக்கது.”

மம்மதாஜி எதுவும் பேசவில்லை. நிசப்தமாக எல்லா வற்றையும் கேட்டார். எழும்பி மூத்திரப் புரை நோக்கி நடந்தார்.

“ஓய் லெப்பை! ஏன் ஓய் முடி வச்சவனெப் பள்ளியில் கெடக்க விட்டீரு! ஓமக்கு நெளிவச்சுப் போச்சு. ஓம்மச் சம்பளத்திலே அஞ்சு ரூபா புடிச்சுப் போடுவேன் பாரும்.”

மூத்திரப் புரையில் குந்தியிருந்த மம்மதாஜி அந்த அலறலைக் கேட்டு நடுங்கினார். ஒரு பயணிக்கு இரவு தலைசாய்க்க இடங்கொடுப்பதற்கு அபராதமா? பயணிகளின் பாதுகாப்பிடமல்லவா பள்ளி? இந்த உண்மை தெரியாதவரா ஊர்ச் சபைத் தலைவர்? அறிவுள்ளவரை அறிவு கெட்டவர் ஆளும் காலம். தலைமுடி வளர்க்கக்கூடாதென்று எதில் சொல்லப்பட்டுள்ளது? அறிவிலிகளின் கூடாரமா இந்த இடம்? மத அறிஞர்கள் தங்கும் இடம் என்று கேட்டுத் தெரிந்ததுண்டு. இங்கு பண்பாடற்றவர்களைத்தான் பார்க்க முடிகிறது.

எதுவானாலும் முடியெடுக்கப் போவதில்லை. இங்கேயே கொஞ்ச காலம் தங்க வேண்டும். வருவது வரட்டும். மதத்தின் பெயரில் மனிதர்களை விவசாயம் செய்யும் அறிவிலிகள்.

மம்மதாஜி மூத்திரப் புரையில் காறித் துப்பினார். “தூ ...” எழும்பினார்.

நேரம் பரபரவென்று புலர்ந்தது. யானைப் பாறைக்கு மறுபக்கமிருந்து தலையுயர்த்திய சூரியனின் சிவந்த முகத்திலிருந்து

வெளியான கதிர்கள் மாலிக் இப்னு தீனார் பள்ளியின் வெள்ளையடித்த வெளிச்சுவரில் சிவப்புச் சாயம் பூசியது. கறுத்த கல்லில் மம்மதாஜி வந்திருந்தபோது கல்லின் குளிர்ச்சி மம்மதாஜியின் உச்சியைத் தொட்டது. துணிக்கட்டை அவிழ்த்து ஒரு பீடியை எடுத்துப் பற்றவைத்தபோது ஒரு சுகம். பள்ளிக்குள்ளிருந்து வந்தவர்களும், பள்ளிக்குள் செல்பவர்களும் மம்மதாஜியை ஆச்சரியத்துடன் நோக்கிச் சென்றனர். காலையில் மதரஸாவில் ஓதவந்த குழந்தைகளைப் பார்த்து மம்மதாஜி சிரித்தபோது நிலா உதித்தது. அந்தச் சிரிப்பின் ஈர்ப்பில் குழந்தைகளின் கன்னத்தில் செல்லமாகக் கிள்ளினார். மொட்டைத் தலைகளைத் தடவிக் கொடுத்தார்.

"மக்களே! நல்லமாதிரி ஓதணும்."

குழந்தைகள் சிரித்தபோது பால்நதி ஒழுகியது.

பிஞ்சுக் குழந்தைகளின் முகமலர்களில் மயங்கி நின்றவர், ஆனவிளுங்கியும் வேறு சிலரும் பள்ளியை நோக்கி வருவதைக் கவனிக்கவில்லை. வந்தவர்கள் மம்மதாஜியின் முன்வந்து தொண்டையைக் கனைத்து மம்மதாஜியின் கவனத்தை ஈர்த்தனர். பரிச்சயமில்லா முகங்கள் இருந்தும், அவர்களைப் பார்த்துச் சிரித்தார். வந்தவர்கள் எதுவும் தெரியாத பாவனையில் ஹாஜியை வளைத்துக்கொண்டனர். மம்மதாஜி புன்சிரிப்புடன் ஒவ்வொருவரையும் மாறிமாறிப் பார்த்தார்.

"இரியுங்கோ."

கல்லில் உட்கார ஒவ்வொருவரையும் வேண்டினார்.

"இரிக்க வரயில்லே." வந்தவர்களில் ஒருவர் சொன்னார்.

"தீன் நடத்த வந்தோம்." வேறொருவர் சொல்லி முடியவில்லை, மற்றொருவர் மம்மதாஜியைக் கட்டிப்பிடித்தார். வேறொருவர் மம்மதாஜியின் கால்கள் இரண்டையும் இணைத்துத் தோளில் கிடந்த துண்டால் கட்டினார். ஒருவர் மம்மதாஜியின் தலையிலிருந்த தொப்பியைக் கழற்றினார்.

"விடாதெங்கொ தங்கம். புடிச்சிக்கொளுங்கொ. வடக்கனாக்கும் பெலமுண்டு". ஆனவிழுங்கியின் துரும்புப் பிடித்த கத்திப்பெட்டி கரகரவெனத் திறந்தது.

"ஏய் இது என்ன வேலெ? ஒரு வெளியூர்க்காரண்ட இப்படியாப் பரிமாறது? விடுங்கோ" மம்மதாஜி பிடியிலிருந்து தப்ப வீண் முயற்சி செய்தார். ஹஜ்ஜுப் பெருநாளுக்குக் குர்பானி கொடுக்கப்படும் காளை, கட்டிலிருந்து குதிப்பதுபோல் குதித்தார்.

ஒரு பைத்தியக்காரனையோ ஒரு திருடனையோ பிடித்துக் கட்டுவதுபோல் வந்தவர்களெல்லாம் சேர்த்துப் பிடித்துக் கொண்டனர். கைகளைப் பின்பக்கமாகத் துணியால் கட்டினர். ஒருவர் அசைக்க முடியாதபடி தலையை இறுக்கமாகப் பிடித்துக் கொண்டார்.

ஆனவிழுங்கியின் கறுத்த ஜெர்மன் கத்தி மம்மதாஜியின் தலையில் தடுமாறியது. குழந்தைகள் வியப்போடும் அச்சத்தோடும் பார்த்து நின்றனர். நரைக்கத்தொடங்கிய நீண்டமுடி மம்மதாஜியின் தோள் வழியாகவும் நெஞ்சு வழியாகவும் மசுக்குட்டி செத்து விழுவது போல் வந்து விழுந்தது.

"அல்லோ இந்த ஒசாக்க வாய் நாறுது. மூக்குப் பொத்த கையிலுள்ள கெட்ட அவுத்து உடுங்கோ." மம்மதாஜி கெஞ்சினார்.

"முடியாது." ஆனவிழுங்கியின் வாயிலிருந்து சாரல் வீசியது. ஆனவிழுங்கியின் கத்தி மம்மதாஜியின் முடியைப் பிய்த்துப் பிடுங்கி எடுத்தது. அத்துடன் ஹாஜியின் வெளுத்த மொட்டைத் தலையில் நெடுகிலும் குறுக்காகவும் ஆங்காங்கே சிவந்த கோடுகளை உருவாக்கியது. அவைகளிலிருந்து இரத்தம் கசிந்தது.

"எனக்கத் தலெ காந்துதே."

"காந்தும் கூவா. காந்தும். ஒன்னாம் நம்பர் ஜர்மன் கத்தி தெரியுமா? நூறாமாண்டு எனக்க உப்பா கொளும்பிலெ இருந்து கொண்டுவந்ததாக்கும். எனக்க உப்பாயும் வாப்பாயும் வேலெ செய்த கத்தி. எல்லா மோலாளிமாருக்கத் தலையுலெயும் ஏறி எறங்கின கத்தியாக்கும். எப்படிக் காந்தும் கொள்ளாமெ கூத்து."

தலை முழுவதும் கத்தியால் பிராண்டி மார்பிள்போலப் பளபளப்பாக்கினான். காலையில் சூரியன் மம்மதாஜியின் தலையில் பிரதிபலித்தது.

"இப்பத்தான் இஸ்லாத்துக்கக் கோலம் ஆச்சு." கெட்டை அவிழ்த்து மம்மதாஜியைச் சுதந்திரம் ஆக்கிய பின் மக்கள் கூறினர். ஒரு நாட்டைப் பிடித்து அடக்கிய வெற்றித் தோரணையில் சிரித்துக்கொண்டு தலை நிமிர்ந்து செல்லும்போது ஆனவிழுங்கியோடு வந்தவர்கள் ஒலி எழுப்பினர். "நாரே தக்பீர்! அல்லாஹு அக்பர்."

மம்மதாஜி திகைத்து நின்றார். எதுவும் பேச முடியாத நிலை. தொண்டை காய்ந்துவிட்டது. தலையில் கத்தி ஏற்படுத்திய காயங்களின் வேதனை. கை கால்களைப் பிடித்து இழுத்துக் கட்டியதால் ஏற்பட்ட வலி. இப்படிப்பட்ட ஒரு செயலை மம்மதாஜி கொஞ்சம்கூட எதிர்பார்க்கவில்லை. மம்மதாஜிக்கு

அழுகை வந்தது. அழவில்லை. அடக்கிக்கொண்டார். கொஞ்ச நேரம் தலைகுனிந்து நிசப்தமாக இருந்தார்.

“என்ன யோசனெ?” கல்லாம் பொத்தையிலிருந்து திரும்பி வந்தார், மோதீனார். மம்மதாஜி தலையை உயர்த்திப் பார்த்தார்.

“இப்பந்தான் முஸ்லிமுக்கொ மொகம் போலெ ஆச்சு...” மோதீனார் சிரித்துக்கொண்டே கூறினார். மோதீனார் முகத்திலிருந்து பார்வையைத் திருப்பினார் மம்மதாஜி.

“கக்கூஸுக்குப் போவணுமானாக கல்லாம் பொத்தப் பாறையிலெப் போலாம். ஆத்துலப் போயி குளிக்கலாம்.” மோதீனார் சொன்னதற்கு மம்மதாஜி எதுவும் பேசவில்லை. கை ஊன்றித் தலைகுனிந்து கால் அசைத்துக்கொண்டிருந்தார்.

“ஒரு வீடி தருவியளா?” மோதீனாரின் உதட்டில் ஆசை ஓர் ஆலமரம் போல் பரந்து நின்றது.

மம்மதாஜி ஜேப்பிலிருந்து ஒரு பீடியை எடுத்துக் கல்லின்மீது வைத்தார்.

“தேயிலெ வெள்ளம் குடிச்சியளா? கிட்டத்தான் கடை. நானும் வரியேன். பள்ளி மோதீனுக்கு ஒரு தேயிலெ வெள்ளம் வாண்டிக் கொடுத்தா சொர்க்கத்திலே கூலியுண்டு.”

மம்மதாஜி தலை நிமிர்ந்து பார்க்கவோ பேசவோ இல்லை. காலை அசைத்துக்கொண்டே இருந்தார். குழந்தைகள் மதரஸா விட்டுக் கூக்குரலுடன் வெளியே கிளம்பினர். குழந்தைகளெல்லாம் மம்மதாஜியை வளைத்துக்கொண்டனர்.

“உப்பா நீங்கெ முடியை ஏன் புடிச்சு வச்சுக் களஞ்சாங்கோ.”

எனக்குத் தெரியாது என்ற பொருளில் கையை விரித்தார்.

“முடி வச்சீது பாவமா?”

மீண்டும் கையை விரித்தார்.

“முடி வச்சாட்டா சொர்க்கம் கிட்டுமா உப்பா?”

கையை விரித்தார்.

“ஏன் உப்பா நீங்கொ வேளம் பறயல்லெ?”

மம்மதாஜி குழந்தையைக் கருணையுடன் பார்த்தார்.

“நிஞ்சொ ஊரு எங்கெ?”

இல்லையென்று தலையசைத்தார்.

“உப்பா பாவம். உப்பாயைக் கெட்டி வச்சு முடி களைஞ்சாங்கொ.” குழந்தைகள் தங்களுக்குள் கூறினர்.

“கை நோவுதா ?”

மம்மதாஜி எந்த உணர்ச்சியுமின்றிக் குழந்தைகளை நோக்கினார். பிறகு துணிக்கட்டைத் தூக்கிக்கொண்டு எழுந்தார். சிவப்புக் கலந்த காலைச் சூரிய ஒளியில் பள்ளியைச் சுற்றிலும் பார்த்தார். உட்கார்ந்திருந்த கல்லின் பளபளப்பையும் திரட்சியையும் நோக்கினார். நூற்றாண்டுகளின் கதைகள் தெரிந்த கறுத்த கல். இங்குதான் மாலிக் இப்னுதீனர் வந்தார். இங்குதான் அரபிப் பயணிகள் வந்தனர். இங்குதான் அறிஞர்கள் வாழ்ந்திருந்தனர். இன்று இங்கு வாழ்வோர்? மம்மதாஜி கல்லாம் பொத்தைப் பாறைக்குச் செல்லும் வழியைக் கேட்டு நடந்தார். அக்குளில் துணிக்கட்டை இடுக்கிக் கையில் வெள்ளிப் பிடியுள்ள கம்பையும் தூக்கிக் கூனிக்கூனி நடக்கும்போது வேதனையுடன் மொட்டைத் தலையைத் தடவினார்.

13

காசீம் வீட்டை விட்டுச் சென்று மூன்று நாட்கள் ஆகிவிட்டன. எங்கு சென்றான் எனத் தெரியவில்லை. எங்கு செல்கிறான் என வீட்டில் யாரிடமும் சொல்லவும் இல்லை. மூன்று நாட்களாக அவனைக் காணாததால் வீட்டினுள் நிம்மதியின்மை, பாம்புகளைப்போலப் படமெடுத்து நின்றது. ஊர் மக்களின் விருப்பத்திற்கு எதிரான அவனது செயல்களில் மீரான்பிள்ளைக்குக் கோபம் உண்டு. எனினும் தனது ஒரே ஆண் மகன் என்ற சிந்தனை கிளறிய உணர்ச்சி மனத்தின் ஏதோவொரு மூலையில் முளைத்துப் பதைத்தது. அந்த நுரையும் பதையும் அளித்த மனச் சஞ்சலத்தால் இரவில் தூக்கமின்றி உருண்டும் புரண்டும் கிடந்தார்.

அவனுடைய உம்மா நிசப்தமாக விம்மினாள். அவள் கண் தடங்களில் நீர் துளும்பி நிரம்பி நின்றது. அக்கண்ணீரில் அரபிக்கடலின் ஆழத்தைத் தெரிய முடிந்தது. அவள் கணவனின் பக்கமாக முகத்தைக் காட்டாமல் வேறுபக்கம் திருப்பினாள். அந்த வீட்டிற்குள் மவுனத்தின் பூனை பாதம் பதித்து நடந்தது. யாரும் யாரிடமும் எதுவும் பேசவில்லை. அவர்கள் மவுனமாக மனத்திற்குள் 'வேலியேறிய'[1] வேதனையைத் தம் உதடுகளைக் கடித்து அடக்கினர்.

'அந்த ஹராத்துலெ[2] பெறந்த கழுதெ எங்கப்போயும் தொலையட்டு' திடீரென மனத்திற்குள் சுழன்றடித்த ஆனியாடிக் காற்றில் மீரான்பிள்ளை முணுமுணுத்தார். பிறகு கால் முட்டின்மீது முகத்தைச் சாய்த்துக் குனிந்து உட்கார்ந்தார். தன்னை அறியாமல் கண்ணிலிருந்து சுரந்த ஊற்றைக் கால் முட்டால் துடைத்தார். அதை யாரும் பார்க்கவில்லை.

1. தண்ணீர்ப் பெருக்கு
2. தீய வழியில்

துறைமுகம்

பகல் ஒழுக்கிய வெயிலில் முற்றத்திலுள்ள மணல் வெந்து உருகியது. வெந்துருகிய மணலில் வெறும் பாதம் ஊன்றி நடந்தார் மீரான்பிள்ளை. உள்ளில் கொதிக்கும் வேதனையில் மணலின் சூடு குளிர்ச்சியாக இருந்தது. பின்னால் கைக்கட்டிக்கொண்டு ஆடிஆடி நடந்தார் தொலைவில் முட்டுக்கும் கரண்டைக்கும் இடையில் தொட்டு நிற்கும் அம்புரோஸின் காக்கிக் 'கால்சுறாவைக்' கண்டார். நெற்றியில் கைசேர்த்து நோக்கினார். அம்புரோஸ் தட்டாக்குடி இடுக்கில் திரும்பவில்லை. நேரே வருகிறான். உதுமான் பிள்ளையின் 'செத்தெ' வேலி பரப்பிய நிழலில் ஒதுங்கி நின்றார். வேலியிலிருந்து ஓர் ஈர்க்கிலைக் கிழித்தெடுத்தார். பல்லிடுக்கைக் குத்தினார். பல்லிடுக்கில் உணவின் மிச்சமீதி எதுவும் இல்லை.

அம்புரோஸ் பக்கத்தில் வந்தபோது கேட்டார்:

"எளுத்துண்டா?"

"இல்லெ"

"வேறெ ஆருக்கெங்கிலும் உண்டா?"

காசீமிற்கோ அல்லது காசீம் அனுப்பியதோ ஆன ஏதேனும் கடிதங்கள் உண்டோ என்ற பொருளில்தான் அவர் கேட்டது.

அம்புரோஸ் சிரித்தார்.

அந்தச் சிரிப்பின் பொருள் மீரான்பிள்ளைக்கு தெரியும். 'கடிதம் உண்டு. ஆனால் சொல்லமாட்டேன்' என்பதாகும். ஒருவருக்கு வரும் கடிதங்களைப் பற்றி அம்புரோஸ் பிறரிடம் சொல்வதில்லை. ஆள் மாறிக் கொடுப்பதுமில்லை. அதுதான் அம்புரோஸின் தனித்தன்மை. சிலர் கடிதங்களை வாசித்துச் சொல்ல வேண்டுவதுண்டு. சிலர் கடிதங்கள் எழுதிக் கொடுக்கவும் கேட்பதுண்டு. எழுதியதிலோ வாசித்ததிலோ உள்ள இரகசியங் களை இன்றளவும் அம்புரோஸ் யாரிடமும் சொன்னது இல்லை. அம்புரோஸின் மனத்திற்குள் பிறர் இரகசியங்கள் குப்பை போல் குவிந்து கிடக்கின்றன.

அம்புரோஸ் சென்ற பிறகும் மீரான்பிள்ளை சற்று நேரம் அந்த வேலியின் நிழலில் வேலியைப் பிடித்துக்கொண்டு நின்றார். வேலியின் மேற்பகுதியில் ஓர் ஓணான் இருப்பதைக் கண்டார். அதன் கழுத்து முதல் அடிவயிறு வரை சிவந்திருப்பதைக் கவனித்தார். தொப்புள் வழி கண்ணுக்குப் புலப்படாத குழாய் வைத்து மனித இரத்தத்தை உறிஞ்சிக் குடித்து வயிற்றை நிரப்பியுள்ளதனால்தான் இந்தச் சிவந்த நிறமோ? அவரை அறியாமலேயே சிந்தனை கமிஷன் கடை முதலாளியின் பக்கமாகத்

திரும்பியது. அவரின் சிவந்த தொப்பை விழுந்த வயிற்றையும் வழுக்கைத் தலையையும் நினைத்தார். சற்று நேரம் சிந்தனையில் மூழ்கி நின்றுவிட்டார். காசீம் திடீரென்று மறைந்ததை ஊரில் அனைவரும் தெரிந்துகொண்டனர். தெரிந்தவர்களுக்கெல்லாம் மகிழ்ச்சி.

"ஒரு நஜீசு நீங்கிச்சு". காசீம் இனி ஒருபோதும் திரும்பி வரமாட்டான் என்று மக்கள் ஆனந்தம் கொண்டனர். திரும்பி வராமல் இருக்கவும் போனபோக்கு, 'ஒடுக்கத்தெப் போக்கா'க இருக்கவும் பரீதுப்பிள்ளை சேண்ட பள்ளிக்கு நெய்யப்பம் கொடுக்கவும், வால மஸ்தானின் கபரடியில் மெழுகுவர்த்தி பத்தி வைக்கவும் மாலிக் இப்னு தீனார் பள்ளியின் முன்பக்கத்தி லுள்ள கறுத்த கல்லின்மீது மாலையில் சம்மணம் போட்டு உட்கார்ந்துதான் நேர்ச்சை நேர்ந்தது. சேண்ட பள்ளிக்கு நேர்ச்சை நேர்ந்தால் பலன் கிடைக்கும் என்று பரீதுப்பிள்ளைக்குத் தெரியும். தீனுல் இஸ்லாத்திற்கு எதிராகச் செயல்படும் ஒருவன் திரும்பி வராமல் இருக்கத்தான் நேர்ந்தது. நேர்ந்த இடமோ இஸ்லாம் மதம் பரப்பிட ஆயிரத்து இருநூறு ஆண்டுகளுக்கு முன் கப்பலேறி வந்த மாலிக் இப்னு தீனார் வெள்ளை யானைகளைக் கொண்டு கட்டிய மிகப் பழமையான பள்ளியின் முன்னாலுள்ள கறுத்த கல்லின் மேல். அன்று அவர்கள் ஓய்வெடுத்தது இந்தக் கல்லின்மீது இருந்துதான்! பல புனிதர்கள் உட்கார்ந்த சூடு ஆறாத கல்லின்மீது!

மம்மதாஜியைப் பிடித்துக் கட்டிவைத்துத் தலையை மொட்டையடித்துத் தீன் நடத்திய அன்று மதியம் புன்னைமர மூட்டில் நான்கு பேர் கூடும் இடத்தில் காசீம் உரக்கச் சொன்னான்.

"மானங்கெட்டவனுவோ, ஒரு வெளியூர்க்காரனப் புடிச்சுக் கட்டிவச்சு முடி களைஞ்சானுவொ. இவனுவொ பெறக்கும்போ மொட்டை அடிச்சிட்டாப் பெறந்தானுவோ. நான் முடி வக்கத்தான் போறேன். என்ன மொட்ட அடிக்கட்டும் பாப்போம். அண்ணு தெரியும் பிள்ளை படுவ பாடு. மானமும் வெவரமும் உள்ள நாலு பயலுவொ எனக்கூட உண்டானா இவனுவொளெ என்ன செய்வேன் தெரியுமா?"

அந்திக் கடையில் மரச்சீனிக் கிழங்கு வாங்கிக்கொண்டிருந்த 'காருவா' இதைக் காது கொடுத்துக் கேட்டார்.

"புள்ளெ சொல்லுது சரிதான்." காருவா அப்போது அதை ஆமோதித்தார். பிறகு உடனேயே செய்தியை பரீதுப்பிள்ளையின் காதில் ஊதினார்.

"நிங்களெ மானங்கெட்டவெண்ணு சென்னான் அந்தக் கருவாடுக்காரனுக்க மொவன். நிங்க வாப்பா ஆரு? நிங்க உம்மா

ஆரு? இதெல்லாம் அந்தப் பயலுக்குத் தெரியுமா வுள்ளெ. இந்த மாதிரித் தலெ தெறிச்சு புள்ளியோ பெறந்ததனாலத் தானே நாட்டிலே சாமம். நம்ம படிச்சமா? நம்ம முன் காமியொ படிச்சாங்களா? படிக்காத்த நம்ம வாள இல்லியா? நம்ம காலத்திலெ இந்த மாதிரிச் சாமம் உண்டா? இன்னா பாருங்கோ. இந்தக் கைல இருக்கிய கெளங்கு நாலியக்கிரம். நம்ம செறுப்ப காலத்திலெ நாலியக்கிரத்துக்கு ஒரு செம கெளங்கு கெடெக்கும்."

காருவா போனபின் பரீதுப்பிள்ளைக்கு இருப்பு வரவில்லை. வாயில் கவணியையெடுத்துத் தலையில் கட்டினார். குடையை எடுத்து அக்குளில் வைத்துக்கொண்டு மாலிக் இப்னு தீனார் பள்ளியை நோக்கி நடந்தார். பள்ளியைச் சுற்றிலும் கண்ணை ஓட்டினார். வேதனையுடன் நினைத்துப் பார்த்தார்: "நாளெ இந்தப் பயன் இந்தப் பள்ளியெயும் பூட்டிப் போடுவான். இவனெ விடப்பிடாது" பரீதுப்பிள்ளை கறுத்த கல்லில் உட்கார்ந்தார்.

அங்கு வந்த ஊர் முக்கியஸ்தர்களிடம் காசீம் ஊர்த் தலைவரைத் தவறாகப் பேசியதைப் பற்றிக் கூறப்பட்டது. கேட்டவர்களெல்லாம் திகைத்து நின்றனர்...

"சுப்ஹான ஜல்ல ஜலாலஹு. இந்த மீரான்பிள்ளைக்க மொவனா?"

"ஓ"

"அப்போ எல்லாரும் முடி வளத்தி காஃபிரா மரிக்கணும்னா அந்தப் பயன் செல்லு ஆன்?

"ஓ"

"விடப்பிடாது"

"அவனுக்க வாப்பாய உளிச்சி விவரம் செல்லுவோம்."

"செல்லணும்"

"அந்தப் பகயனெ நம்மக்கொண்டு அடக்க முடியாட்டா அவனையும் அவனுக்க வாப்பாயெயும் ஊர் வெலக்குவோம்."

"அதுதான் புள்ள சரி!"

அன்று இரவு மீரான்பிள்ளை உறங்கவே இல்லை. காசீம் வீட்டுக்கு வரும்வரை விழித்திருந்தார். அவன் வரும்போது நடுநிசியாகிவிட்டது. ஒற்றைப்பனை மூட்டில் வரும்போது ஒரு நாய் குறுக்கே ஓடியது. காசீம் நடுங்கினான். ஒற்றைப்பனை பேய் பிசாசுகளின் பாசறை. அங்கு வைத்துத்தான் சாலி இரத்தம் கக்கி இறந்தது. இறக்கும்போது அவனுக்கு வயது இருபது. இரவு மாலிக் இப்னு தீனார் பள்ளிவாசலில் கொடுங்கல்லூர் மவ்லவியின்

வஃழு கேட்டுவிட்டு வரும்போது கல்லடித் தோப்பிலுள்ள மரியம் ஒற்றைப் பனையின் பக்கத்தில் ஒருவர் நிற்பதைக் கண்டாள், வெள்ளை ஆடையும் தலைப்பாகையும் கட்டிய மவ்லவியின் தோற்றத்தில். அந்தப் பழக்கமில்லா நபர் நெருக்கமானவரைப் போல் புன்சிரி பூத்தார். அந்தச் சிரிப்பு அவளில் லகரியாகப் படர்ந்தது. அந்த லகரியில் அவள் வீட்டுக்குச் சென்றதும் தலைமுடியை அவிழ்த்து ஆடினாள். ஆடி... ஆடிக் குழைந்து கிடந்தாள். பிறகு எழும்பவே இல்லை. அப்படி எத்தனை எத்தனையோ உயிர்களை ஊற்றிக்குடித்த பேய்களின் பாளையம்தான் ஒற்றைப்பனை.

காசீம் இழந்த தைரியத்தைத் திருப்பிப் பெற்றான். அங்கேயே நின்றான். அந்த வெள்ளை நாய் மனித உருவம் எடுக்கிறதா என்று கவனித்தான். இல்லை! எலும்பு தள்ளிய தெரு நாய். ஒரு காலை உயர்த்திக் குத்துக்கல்லின் மூட்டில் மூத்திரம் பெய்தது. நாய்தான் என்று தெளிவானதும் நடையைத் தொடர்ந்தான். பல நூல்கள் வாசித்ததால் செழிப்படைந்த மனம். இப்படிப்பட்ட காரியங்களை நம்பாமல் இருக்க முயன்றான். மனிதன்தான் மிக மேன்மையான படைப்பு என்ற எண்ணம் அவனைத் தன்னுள் அடக்கியது. அவன் நடந்தான். எல்லா வீடுகளும் அடைத்துக் கிடந்தன. ஆழ்ந்த நித்திரை அங்கு சலங்கை கட்டித் திரிந்தது. கட்டுக்குள் ஒதுங்கி நின்ற நிசப்தம். சில திகிலூட்டும் ஓசைகள் கேட்டபோது மீண்டும் திகைத்துப் போனான். சுற்றிலும் பார்த்தான். முணுமுணுத்து வீசிய சிறு காற்றில் கரியிலைகள் உருண்டோடும் ஓசையென்று உறுதியான பிறகு நடையைத் தொடர்ந்தான்.

அவன் வீட்டு வேலிக்குள் நுழைந்தான். ஜன்னல் கம்பியிடுக்கு வழியாக ராந்தலின் துக்கமான ஒளி புகைபிடித்துக் கறுத்த கண்ணாடியின் வாயிலாக வெளியே சிந்துவதைக் கண்டான். அந்த முனகல் ஒளி, வீட்டு வேலிக்குள் பாதையைக் காட்டியது. இரவு யாராவது வெளியிலிருந்து வரவேண்டியிருந்தால் ஜன்னல் கதவுகளைத் திறந்துவிட்டு ஜன்னல் திண்டில் விளக்குவைப்பது வழக்கம்.

காசீம் கதவைத் தட்டினான். கதவைத் திறந்தது அவனுடைய வாப்பா.

"நீ எங்கடா போனா?"

"தொடுவெட்டிக்குப் போனேன். காரு ரிப்பேராப் போச்சு."

"எனத்துக்குடா போனா?"

காசீம் பதில் எதுவும் சொல்லவில்லை.

"பின்னெ மூட்டிலே வச்சு நீ என்னடா சென்னா?"

"என்ன சென்னேன்?"

"நீ பரீதுப்பிள்ளையைப் பறஞ்சாய?[3]"

"பறஞ்சேன்."

"ஏன்?"

வெளியிலேயிருந்து வந்த ஒரு முஸாபரை[4] புடிச்சுக்கெட்டிவச்சு முடி களைஞ்சது சரியா?"

"முடி வெக்கீது ஹராமில்லியா?"[5]

"இல்லே."

"காசீம்!" மீரான்பிள்ளையின் குரல் உயர்ந்தது. அந்த நிசப்த நிசியில் அது ஒரு அலறலாக மாறியது. அந்த அலறலில் அவன் உம்மாவும் அவன் தங்கையும் நடுங்கி விழித்தனர்.

"ஹராமில்லே, ஹராமில்லே" அவன் திடமாகக் கூறினான்.

"நீ மொய்லியாராடா?"

"மொய்லியாரு எங்கேயிருந்து வந்தானுவோ?"

"மொய்லியாக்கமாரெ ஒண்ணும் செல்லாதே. வாய் புளுத்துப் போவும்."

"எனக்க வாயி புளுக்காது வாப்பா. இந்தச் சமுதாயத்தை இருட்டுலே தள்ளுவனுக்கே வாய்தான் புளுக்கும்."

"மரியாதக்குப் பேசு. நின்னாலெ இந்தக் குடும்பமே அளியப் போவுது. ஊட்டிலெ கொமரு இரிக்கி."

"என்னாலெ குடும்பம் அழியாது. இந்த ஊரையும் இந்தச் சமுதாயத்தையும் இருட்டிலே ஆக்கினவன் குடும்பம்தான் அழியும். அவனுவளெ நான் உடமாட்டேன்."

"நீ என்னடா செய்வா?" அந்த மவுன இரவில் அந்தக் குரல் பீரங்கி முழக்கமாக மாறியது.

"நான் எதுப்பேன்."

"நீ ஏண்டா எனக்கு மொவனாப் பெறந்தா? நீ எங்கேங்கும் தொலைஞ்சு போடா. எங்களெ ஊரோடெ ஒட்டி வாள விடு."

---

3. திட்டினாயா?
4. பயணி
5. விளக்கப்பட்டது

மீரான்பிள்ளை விரித்துக் கிடந்த பாயில் சுருண்டு கிடந்தார். வாசலில் அவன் உம்மா வடியும் விழிகளோடு நிற்பதைக் கண்டான். கையில் வைத்திருந்த தகரவிளக்கின் சிவந்த முகத்திலிருந்து வெளிக்கிளம்பிய கறுத்த புகையிலும் மங்கிய ஒளியிலும் அந்த வடியும் நீரைப் பார்த்தான்.

"நீ வல்லதும் தின்னு மோனே!"

துக்கம் அடைத்த தொண்டையில் வார்த்தைகள் நெளிந்தன.

"வேண்டாம்" அவன் பனையோலைப் பாயில் ஏறிச் சுருண்டு கொண்டான்.

நேரம் பரபரவென்று வெளுத்தபோது அவன் கிடந்த இடத்தில் சுருட்டிவைத்த பனையோலைப் பாய் மட்டும்தான் இருந்தது.

அன்று சுப்ஹுக்குப் பள்ளிவாசலில் தொழ வந்தவர்கள் பல மகான்கள் உட்கார்ந்த சூடு ஆறாத கறுத்த கல்மீது ஏதோ சாக்பீஸால் எழுதியிருப்பதைப் பார்த்தனர்.

புலர் வேளையிருளில் எழுத்துகள் தெளிவில்லாமல் இருந்தன. மோதீன் ராந்தல் விளக்கில் திரியை நீட்டினார். அங்கு கூடியிருந்தவர்களால் அதை வாசிக்க முடியவில்லை. ஏதேனும் கெட்டவார்த்தைகளாக இருக்குமோ? சில ஹராம் குட்டிகள் சுவரில் எழுதும் கெட்ட வார்த்தைகள். மோதீன் வந்தவர்களை யெல்லாம் கூப்பிட்டுக் காட்டினார். யாராலும் வாசிக்க முடிய வில்லை. சிலருக்கு ஓரிரு எழுத்துகள் மட்டும் பிடி கிட்டின.

"இது புதிய தமிளு..." வாசிக்கத் தெரியாதவர்கள் திருப்தி யடைந்தனர்.

"நேரம் வெளுக்கட்டு."

பொறுமையோடு தொழச் சென்றனர். நேரம் வெளுத்தது ஊர்மக்கள் அங்கு கூடினர். ஊரில் தமிழ் சரளமாக வாசிக்கத் தெரிந்த ஒரே நபர் மாப்பிள்ளைப் பாட்டுப் பாடும் மம்மாத்திலு ஒருவர்தான். மம்மாத்திலை அழைத்து வந்தனர். மம்மாத்திலு முதலில் மனத்திற்குள் வாசித்தான். பிறகு சுற்றும் கூடிய மக்களைப் பார்த்துக் கூறினார்.

"வாயிக் கீதே பாவம்."

"தௌபா[6] செய்லாம். வாயிச்சுச் செல்லப்பா." ஊர் மக்கள் ஊக்குவித்தனர்.

---
6. மன்னிப்பு

"நான் எப்படி இந்த நாக்காலெ வாயிப்பேன். நானும் ஒரு முஸ்லிம் இல்லியா?"

"அதுக்கென்னப்பா? வாயிச்சுச் செல்லு. பைத்தா?[7]"

"இல்லெ" மம்மாத்திலு சொன்னான்.

"தமிள் கவிதையா?"

"இல்லெ" கொஞ்சம் மவுனத்துக்குப் பின் கூறினான், "நான் வாயிக்கட்டா?"

"ஓ" ஊர் மக்கள் உரத்த குரலில் கூறினர்.

"சத்தம் போடாதீங்கோ."

மம்மாத்திலு கையை உயர்த்தி மக்களைப் பொறுமையுடன் இருக்கச் சொன்னார். எல்லாப் பார்வையும் மம்மாத்திலுமீது பதிந்தது. மம்மாத்திலின் உதடு அசைவதை மக்கள் கூர்ந்து கவனித்தனர். எங்கும் அமைதி. மலையாத் தங்ஙளின் கபறின் பக்கத்தில் நிற்கும் கொன்னைத் தெங்கின் காய்ந்த ஓலையில் ஒரு காகம் உட்கார்ந்து 'கிராம் கிராம்' என்று கரைந்து அந்த மவுனத்தின் கட்டை அவிழ்த்துவிட்டது. மக்கள் ஒன்றுகூடிக் கையுயர்த்திக் காகத்தை விரட்டினர். மம்மாத்திலு உரக்க வாசித்தார்.

"பள்ளிப் பணத்தைக் கொள்ளையிடும் முஹல்லத் தலைவரே! இராஜினாமாச் செய். மக்களை ஏமாற்றி முடி களஞ்சு நீ இஸ்லாத்தைக் காப்பாற்ற வேண்டாம். நீ இஸ்லாத்தைத் தெரிந்து வாழ்ந்தால் போதும்."

இப்படிக்கு,
ஒரு பொதுநலத் தொண்டன்.

மக்கள் கொஞ்ச நேரம் சிலையாக நின்றனர். முகத்தோடு முகம் நோக்கினர். சிலர் அந்தப் புனிதமான கறுத்த கல்லின்மீது எழுதிய பாவம் நிறைந்த எழுத்துகளைக் கண்ணால் பார்க்காமல் இருக்க முகத்தைத் திருப்பினர். சிலர் அந்தப் பாவ எழுத்துகளை எட்டிப் பார்த்தனர்.

'பாக்காதேங்கோ, நாளெ ஆக்கிரத்திலே[8] திருக்கல்யாணம் பாக்க வேண்டிய கண்ணு' வயதானவர்கள் விலக்கினர். எழுத்துகள் கோடுகளாகக் கண்களுக்குத் தெரிந்தவர்கள் பாவமன்னிப்புக் கேட்டனர்.

---

7. புகழ்ப் பாடல்
8. மறுமையில்

“அஸ்தஃபிருல்லாஹில் அழீம் தௌபா,”[9] கண்களைத் துடைத்துக் கண்களில் ஒட்டியிருந்த எழுத்துக்ளைக் கோடுகளைத் துடைத்து எறிந்தனர்.

பள்ளி மோதீன், மூக்கில் விரல்வைத்து ஒரு குத்துக்கல் போல் சுவரில் சாய்ந்து நின்றார். மதரஸாக் குழந்தைகள் கூடினர். மதரஸாவுக்கு அன்று விடுமுறை அளிக்கப்பட்டது. பிறர் கண்களில் படாமலிருக்க எழுதிய இடத்தை ஒரு துணியால் மறைத்தனர். பரீதுப்பிள்ளையின் வருகையை மக்கள் எதிர்நோக்கி நின்றனர்.

அங்கு வந்து, தலைநிமிர்த்திப் பார்த்த மம்மதாஜிக்கு எதுவும் புரியவில்லை. புனிதவான்கள் ஓய்வெடுத்த கல்லின்மீது ஒரு வெள்ளைத் துணியால் எதையோ மூடியிருப்பதைக் கண்டார். பொதுமக்கள் துக்கம் தாங்க முடியாமல் ஆங்காங்கே குந்தியிருப்பதையும் தலைக்குக் கைகொடுத்துத் துக்கபாரத்தை இறக்குவதையும் கண்டார். ஒரு மரண வீட்டின் மவுனமும் அசைவற்ற தன்மையும்.

“என்ன விசயம்?” மம்மதாஜி விசாரித்தார், ஒரு கோங்கண்ணனிடம். கோங்கண்ணன் மம்மதாஜியைப் பார்வையால் சுட்டுப் பொசுக்கினான். இருந்தாலும் அவனது பார்வை மம்மதாஜியின்மீது பதியவில்லை. காரணம் இரு கண்களும் இரு திசையில் இருந்தன.

“என்னப்பா சங்கதி?” மம்மதாஜி மீண்டும் விசாரித்தார்.

“ஓம்மாலெ வந்த பார எளவு, நீரு என்னத்துக்கு ஓய் இஞ்ச வந்தீரு? ஓம்ம ஊருக்குப் போயித் தொலயும். இல்லேண்ணா பயலுவொ கடல்லெ கெட்டித் தாத்து போடுவானுவோ.”

மம்மதாஜி பிறகு யாரிடமும் விசாரிக்கவில்லை. நேராகக் கிழக்குப் பக்கமாக நடந்து வடக்குப் பக்கம் திரும்பும் முடுக்கு வழியாக நடந்தார். புன்னைமூட்டுக் கடவை அடைந்தார். ஆற்றில் தண்ணீர் இல்லை. இரவு ஓடிய பொளியில் நீர் வற்றிவிட்டது.

---

9. பாவமன்னிப்பு

14

வியாழன் பகல் சாய்ந்த வெள்ளி இரவு. பிறை பதினொன்று. குளத்துப் பள்ளியில் அன்றிரவு ‘குத்துபியத்து.’ முஹ்யித்தீன் அப்துல் காதிர் ஜீலானி அவர்களைப் புகழும் ‘யாக் குத்துபா’ என்ற கவிதை அரங்கேற்றம்!

குத்துபியத்துக்கு ஏராளம் நேர்ச்சை வரும். அவித்த முட்டை, நெய்யப்பம், பழம், வறுத்த அரிசி, புட்டு, பால் இப்படிப் பல. கொழும்பில் ‘ஆண்டுமாறி’ நிற்கும் கணவனை ஊருக்கு வரவழைக்கவும், கொழும்பிலும் சிங்கப்பூரிலும் நிற்கும் பிள்ளைகளிடமிருந்து அம்புரோஸ் வழி பணம் கிடைக்கவும், திருமணம் ஆகாதவர்களுக்கு உடனடி நிக்காஹ் நடக்கவும்,பெறாதவர்கள் பெறவும், ஆண் குந்தைக்கு வேண்டியும், பெண் குழந்தைக்கு வேண்டியும், நோய் நீங்கவும் . . . நூறு நூறாயிரம் ஹாஜத்துகள். ஆசைகள் நிறைவேறிட ஒவ்வொரு பிறையிலும் 11 ஆம் இரவு குத்துபியத்துக்கு நேர்ச்சை வந்து குவியும்.

ஒற்றைப் பனைக்கும் குத்துக் கல்லுக்கும் கிழக்கே, ஓலை வேய்ந்த மண் சுவர்கள் வளர்த்த சிறு குடில்களில் தங்கும் ஏழைகளுக்காக ஓதுக்கியது தான் குளத்துப்பள்ளி. அங்கு வைத்துத்தான் குத்துபியத்து ஓதுவது. குத்துபியத்து நாட்களில் மக்ரிபு[1]க்கும் இஷா[2]வுக்கும் வழக்கத்திற்கு அதிகமாக மக்கள் தொழக் கூடுவார்கள். ஒற்றைப் பனைக்கும் குத்துக்கல்லுக்கும் மேற்கே ஓடு வேய்ந்த ‘நாலுகட்டு’களிலும் ‘மங்களாக்’களிலும் தங்கும் குடும்பப் பெருமை வாய்ந்த பணக்காரர்களும், கல்லறைக்கல் வீட்டிலும், புத்தன் வீட்டிலும் உள்ள குறைஷிகளும் எவருமே குளத்துப் பள்ளியில் காலெடுத்து வைப்பதில்லை. அதன் பக்கம் இவர்கள்

1. மாலை சாய்ந்த நேரம்
2. இரவும்

செல்வதுகூட அவர்கள் பிரதாபத்தின் கீரிடத்திலிருந்து ஓர் இரத்தினக் கல் தெறித்து வீழ்வதற்கு ஒப்பாகும். அதெல்லாம் அவர்களுக்கு அய்பு[3].

ஒற்றைப் பனைக்கும் குத்துக்கல்லுக்கும் மேற்கே உள்ள பிரதாபிகளின் மணிமாளிகைகளுக்கு நடுவே, அவர்களுடைய பிரதாபம் போல் நிமிர்ந்து நிற்கும் மாலிக் இப்னு தீனார் பள்ளிவாசலின் பின்பகுதியில் வண்ணான் குளம்பாறையின் அடிவாரத்தில் புறம்போக்கில் செத்தைக் குடிலில் நரகிக்கும் ஒஸாமாரும்[4], வள்ளத் தொழிலாளிகளும். குத்துப்பிய்யத்து இரவில் அவர்கள் கறுத்த உடலைக் கிழிந்த துண்டால் மூடி அந்தி சாய்ந்த நேரம் மெதுவாகக் கிழக்கே பார்க்க நடப்பார்கள். வழக்கம்போல் அன்று முதன்முதலாகக் குளத்துப் பள்ளியில் வந்தது ஆனவிளுங்கி யாகும்.

தலைமறைத்துத் தொழச் செல்லும் பாவனையில் ஆனவிளுங்கி பள்ளிக்குள் பிரவேசித்தான். பிரவேசித்ததும் பள்ளிக்குள் மண்டி நின்ற காற்றை வெளியேற்றிக்கொண்டு பாச்சை[5] மருந்தின் வாசம் அங்கு நிரம்பத் தொடங்கியது.

குவிந்துகொண்டிருக்கும் நேர்ச்சையை ஈ மொய்த்தது. நேர்ச்சைக்குப் பக்தியோடு காவலிருந்து, ஈ விரட்டிக்கொண் டிருந்த மம்மாத்திலு மூக்கைப் பொத்தினார். சுற்றிலும் பார்த்தார். ஆனவிளுங்கியை உற்றுப் பார்த்தார். அந்தப் பார்வையின் பொருள் ஆனவிளுங்கிக்குப் புரிந்தது. அவன் கப்படா மீசைக்குக் கீழே ஆயிரங்கால் அட்டையின் உடலில் புன்சிரிப்பு மந்து காலால் நடனம் ஆடியது.

அந்தக் கறுத்த புன்சிரிப்பின் மஃனா[6] மம்மாத்திலு புரிந்துகொண்டார்.

பண்டு, ஏதோ ஒரு நோன்புப் பெருநாளுக்கு யாரோ நன்கொடை கொடுத்த காலர் இல்லாத சிவப்புச் சட்டை. கஞ்சி சேர்த்த கறுப்புக் கரையுள்ள நாடன் முண்டும், ஜெயக்கொடித் துவர்த்தும் அணிந்துகொண்டு ஆனவிளுங்கி ஏறிவந்தான். எத்தனையோ, நோன்புப் பெருநாட்களின் மலை முடிகள் ஏறி இறங்கி, எத்தனை எத்தனையோ வெள்ளிக்கிழமைகளின் மதில்கள் குதித்து ஏறி, எத்தனை எத்தனை குத்துபியத்து இரவுகளின் இருட்கயங்கள் கடந்து, ஒருபோதும் கோடி மாறாத தண்ணீர் காணாத, அலாவுதீனின் அற்புத உடையிலிருந்துதான் பாச்சை

3. கவுரவக் குறைவு
4. குடிமகன்களும்
5. கரப்பான்
6. பொருள்

மருந்தின் மணம் புறப்பட்டது. சிவப்புச் சட்டையின் மடக்குகளிலும் ஜேப்பிலும் வால் மூட்டைகளின் வெளுத்த பிரேதங்கள் காலத்தின் சூட்டில் காய்ந்து ஒட்டியிருந்தன. உயிருள்ளவற்றின் துப்பாக்கிக் குண்டுகள் சட்டையிலும் நாடன் முண்டிலும் ஆங்காங்கே துளைகள் போட்டிருந்தன.

"என்னனே ! ஒரு பொல்லாமுறுவ நாத்தம்"

"பாச்சான் மூட்டெ. பெட்டியிலெ ஒருபாடு வாலு மூட்டெ"

"வண்ணானுட்டெ போடப்புடாதா ஓய் ?"

"கண்ணே ! இது கோடிச் சட்டையாக்கும். ஈனாசேனா முதலாளி ஒரு பெருநாளுக்குத் தந்தது. அந்தப் புள்ள போயி எட்டு பத்து வரியம் ஆச்சு. அது தந்த சட்டெ இப்பொளும் கோடியாத்தான் இரிக்குது கண்ணே."

ஆனவிளுங்கி சட்டையை இழுத்துச் சரிசெய்து அழகு பார்த்தான். பிறகு கண்களைச் சுற்றிலும் மேயவிட்டான். கறுத்த உதட்டில் ஒரு கறுத்த புன்னகை. "அஞ்சாறு பெட்டி இரிக்குதே" இரகசியமாக விசாரித்தான்.

"புட்டு"

"உள்ளதா ?" மகிழ்ச்சி பொங்கியது.

"ஓ"

"ஆருக்க ஊட்டு நேச்செ ?"

"மீரான்பிள்ளக் காக்காக்கெது."

"காணாதெ போன புள்ளெ திரும்ப வருக்கா ?"

"மீம்பாடு இல்லேல்லியா ? சித்திரயிலெ மீன்படுதுக்கு நேந்தது."

ஆனவிளுங்கியின் கண்கள் மகிழ்ச்சியால் மலர்ந்தன. மனத்திற்குள் ஓராயிரம் மத்தாப்புகள்.

"கண்ணே, செல்ல நாயனெ."

"உம்"

"ரெண்டு நாளாச்சு அரி தண்ணி கண்டு. புள்ள நேச்ச வெளம்பும்போ எக்கும் எக்க மொவளுக்கும் எக்க மொவளுக்கப் புள்ளக்கும் சேத்துத் தரணும். நிங்களுக்கு ரப்பு எட்டு சுவர்க்கவும் எண்ணியெண்ணித் தருவான். பத்துப் பள்ளி வச்ச குணம் கிட்டும். பட்டினி கெடந்து சாவுதோம்."

"பாப்போம்."

"இன்னா, ஒண்ணு இளுங்கோ" ஆனவிளுங்கி சட்டைப் பையிலிருந்து ஒரு தீப்பெட்டியை எடுத்துச் சுண்டு விரலால் தள்ளித் திறந்தான். அதிலிருந்து ஒரு பீடியை எடுத்து நீட்டினான். "பத்துங்கோ"

ஒரு பெண்குழந்தை கொண்டுவந்த நேர்ச்சையை மம்மாத்திலு வாங்கித் தட்டியபோது கோடானுகோடி ஈக்கள் மேலே பறந்தன. மீண்டும் ஆனந்தத்தோடு மொய்த்தன. பள்ளிக்குள் ஏறிச்செல்லும் படியில் வந்து உட்கார்ந்தார் மம்மாத்திலு. கறுத்த புகைச் சுருள்கள் பள்ளியின் முகட்டிலும் வளாகத்தில் நின்ற குருத்துத் தென்னைகளின் ஓலை நுனியிலும் தங்கி நின்றன. பீடிப் புகையின் மூச்சுத் திணறவைக்கும் நாற்றத்தின் சுகத்தில் பாச்சை மருந்தின் வாடையை மறந்தார்.

ஆனவிளங்கியின் தடித்த உதட்டில் கொதி[7] ஒரு புளிய மரம்போல் படர்ந்து நின்றது.

"துண்டத் தூரப் போடாதீங்கொ. ஒரு இளுப்புக்குத் தாருங்கொ." ஆனவிளுங்கியின் கை மம்மாத்திலின் உதட்டை நெருங்கியது. மம்மாத்திலு அழுத்தி வலித்தபோது பீடியில் கட்டியிருந்த நூல் வரை தீ எட்டியது.

"மதி மதி." ஆனவிளுங்கி கைகளைத் திருமிப் பொறுமை இழந்தான். மம்மாத்திலின் வாய் வழியாகவும் மூக்கு வழியாகவும் குப்புக் குப்பாகப் புகை வெளியேறியது. கையில் நெருப்பு தட்டாத முறையில் உதட்டிலிருந்து பீடித்துண்டை நுள்ளியெடுத்து ஆனவிளுங்கியின் கையில் கொடுத்தார். ஆனவிளுங்கி மிகவும் சிரமப்பட்டு மம்மாத்திலின் எச்சில் நிரம்பிய பீடியைத் தமது உதட்டில் வைத்துக்கொண்டு நெட்டோட்டம் ஓடினான். "இப்பம் வரியெம் கண்ணெ."

குத்துபியத்து தொடங்கும் நேரம். ஆனவிளுங்கி ஒரு 'ஈக்காம் பெட்டியை' எடுத்துக்கொண்டு கொஞ்சம் பிள்ளைகளுடன் விரைந்து வந்தான். முத்தாரம்மன் கோயில் அருகில் தங்கும் தட்டாப் பிள்ளைகளும், அம்மி கொத்தும் வேலாயுதனும் வந்து கூடினர். கயிறு பிரிக்கும் நுளையர்களும் துறையிலுள்ள வயதான சில பெண்களும் நேர்ச்சை வாங்க வந்தனர். ஒற்றைப் பனைக்கும் குத்துக் கல்லுக்கும் கிழக்கேயுள்ள அத்தனைபேரும் குளத்துப் பள்ளியின் முன்னால் திரண்டு புழுதி கிளப்பினர். நேர்ச்சை பெறப் பொறுமையிழந்து கூக்குரல் இட்டனர். மம்மாத்திலின் மகன் பீரு ஒரு நார்ப் பெட்டியுடன் குளத்துப் பள்ளியின் சுற்றுப்புறங்களில் தோன்றவும் மறையவும் செய்துகொண்டிருந்தான். நேர்ச்சைகளைக் குவித்திருக்கும் ஹாலின் தெற்குப் பகுதியிலுள்ள கதவில்லா ஜன்னலின் கீழே வெளியே பெட்டியுடன் நின்றுகொண்டிருந்தான் அவன்.

ஓதி முடிந்ததும் மக்கள் திரண்டனர். கூக்குரலிட்டனர். ஒருவருக்கொருவர் இடித்துக்கொண்டனர். ஒரே அமளி. நேர்ச்சை வாங்கியவர்கள் மீண்டும் மீண்டும் வாங்கினர். ஆனவிழுங்கி

---

7. ஆவல்

சட்டையைக் கழற்றி இடுப்பில் கட்டிகொண்டு கூட்டத்தை நெருக்கிக் கொண்டு முன்னேறினான். எல்லாச் சக்திகளையும் பணியவைத்தான். அவன் வைத்த ஒப்பாரி எல்லாச் சப்தங்களையும் கீழ்ப்படுத்தியது.

"கண்ணெ! எனக்க மொவளுக்கு..."

"எனக்க மொவளுக்கெப் புள்ளியளுக்கு..."

"எனக்கப் பேத்திக்குத் தாருங்கோ ..."

"சாவக் கெடக்க எனக்கப் பெண்டாட்டி மம்மேராக்குத் தாருங்கொ. முஹியித்தீன் சேகுக்க நேச்செ தின்னுட்டு அவொ சாவட்டு."

இந்த இடியையும் நெரிசலையும் கூப்பாட்டையும் ஒப்பாரியையும் பார்த்துக்கொண்டும் கேட்டுக்கொண்டும் நூற்றாண்டுகளுக்கு முன் கப்பலிறங்கிய மாலிக் இப்னு தீனாரின் புண்ணிய பாத ஸ்பரிசத்தினால் புளகாங்கிதம் கொண்டு புண்ணியம் பூத்த அச்சிறு கிராமத்தின் மேலே இருந்தது பதினொன்றாம் இரவுப் பிறை. பதினொன்றாம் இரவுப் பிறையின் அழகிய மேனியிலிருந்து நழுவி இறங்கிய நைலான் நிலவு கொல்லக்குடி இடைவெளியிலும் தட்டாக்குடி இடைவெளி யிலும் பரந்துகிடந்தது. பள்ளியிலிருந்து ஆட்கள் கிளம்பிப் போய்விட்டனர். பள்ளிவாசல் கதவுகளை அடைக்கும்போது இரவு மணி 12–45. தெருக்கள் சூனியமாயின. ஆட்களின் அசைவுகள் இல்லை. தெருவில் நிலாவொளி மட்டும். சேண்டப்பள்ளிப் பாறையின் கறுத்த நெற்றியிலிருந்து நாய்களின் குரைப்புக் கேட்டது. உறங்கும் கிராமத்தின் குறட்டை ஓசைபோல் ஏதோவொரு தெரு நாயின் எதிர்க்குரைப்பும்!

பதினொன்றாம் இரவுச் சந்திரன் நீலப்பட்டு விரித்த பாதையில், நிசப்தமாகத் தூங்கும் கிராமத்தின் விலா எலும்புகளை மூடிய புழுதி மணலை மிதித்துக்கொண்டு ஒரு புதிய குரலை எழுப்பியவாறு ஒருவர் அந்த இரவில் அங்கு வந்ததை மறுநாள் வெள்ளிக்கிழமை ஜும்ஆத் தொழுகைக்குப் பின் ஊர் மக்கள் தெரிந்து கொண்டனர்.

'முஸ்லிம்களாகிய நாம் ஒன்றுபடுவோம்.'

வெள்ளிக்கிழமை ஜும்ஆ தொழுகை முடிந்து மாலிக் இப்னு தீனார் பள்ளியிலிருந்து வெளியே கிளம்பி, மக்கள் இந்தப் புதிய மனிதனிடமிருந்து முன்பு கேட்டிராத ஒரு புதிய சப்தத்தைக் கேட்டபோது திடுக்கிட்டு நின்றனர். பொருள் புரியாமல் ஒருவருக்கொருவர் பார்த்துக்கொண்டனர்.

"முஸ்லிம்கள் ஒன்றுபட்டு வாழ ஒவ்வொரு முஸ்லிமும் ஷஹீதாகணும். ஒவ்வொரு முஸ்லிமும் ஜிஹாதுக்குத் தயாராகணும்."

எவருக்கும் எதுவும் புரியவில்லை. ஒவ்வொருவரும் தலைப்பாகையை எடுத்துக்கொண்டு மொட்டைத் தலையைச் சொறிந்தனர்.

"என்ன வுள்ளெ? என்ன சொல்லு ஆரு? இது எங்கவுள்ள மொய்லியாரு?"

ஒவ்வொருவரும் கை விரித்தனர், "தெரியாது."

சந்திரக் கலை பதித்த ஜின்னாத் தொப்பி, முட்டுவரை எட்டும் பச்சை ஜூப்பா. சிவந்த பைஜாமா, தோளில் மஞ்சள் நூலினால் பூவேலைப்பாடு செய்த 'மக்கத்துச் சால்வை' நெஞ்சைத் தொட்டு நிற்கும் நீண்ட தாடி. சிவந்த கண்கள். மேல்வரிசையின் முன்பகுதியில் தங்கம் கட்டிய இரு பற்கள். பச்சை ஜூப்பா வியர்வையில் நனைந்தது. நிறுத்தாமல் கையை உயர்த்தி ஆவேசமாக மக்களை நோக்கிப் பேசினார். கழுத்தின் இரு பக்கங்களிலும் நரம்புகள் புடைத்தன. வாயிலிருந்து ஆனியாடிச் சாரல்.

மக்கள் அவரைச் சூழ்ந்துகொண்டனர். அவர் கையை உயர்த்திக் காட்டினார். "பைட்டோ" உட்காருங்கோ.

மாலிக் இப்னு தீனார் பள்ளியின் மேலேயுள்ள உயர்ந்த பாங்கு மேடைத் தரையில் பரப்பிய நிழலில் மக்கள் சம்மணம் போட்டிருந்தனர். சிலர் குந்தியிருந்தனர்; சிலர் சுவரில் சாய்ந்து கொண்டே நகங்கடித்தனர்.

"போலோ கூலூ தக்பீர். அவர் முஷ்டி உயர்த்தி முழங்கினார்.

"அல்லாஹு அக்பர்"

மக்கள் இணைந்து ஒலியெழுப்பினர். எதற்கெனத் தெரியாமலும் என்னவென்று புரியாமலும்.

பள்ளி வளாகத்தைச் சுற்றிக் கட்டிய மதிலின்மீது வந்தமர்ந்து எச்சம் போட்ட காகங்களும் குருவிகளும் பாறை வெடியோ என்று பயந்து பறந்தோடின. பள்ளி வளாகத்திற்குள் வளர்ந்து நின்ற சந்தன மரத்தில் வந்தமர்ந்த பருந்துகளும் சிறகடித்து உயர்ந்தன. அங்கு தூங்கிக்கிடந்த மக்கள் திடுக்கிட்டபோது அவர்களின் விலா எலும்புகள் நொறுங்கின. மண் இடிந்தது.

பேசியவர் தொண்டை காய்ந்து, தளர்ந்து கறுத்த கல்லில் உட்கார்ந்தார்.

"பானி! தண்ணீர்" தொண்டையைப் பிடித்தார். மீராசா தண்ணீர் எடுக்க ஓடினான். பேசியவர் தண்ணீர் குடித்தார். தொண்டை வறட்சி நீங்கியது.

"பேரு?" பரீதுப்பிள்ளை மிகவும் மரியாதையோடும் பணிவோடும் விசாரித்தார்.

"என்னத் தெரியாதா?" அவர் பரீதுப்பிள்ளையைக் கூர்ந்து பார்த்தார். அந்தச் சிவந்த கண்ணிலிருந்து நழுவி விழுந்த பார்வை சூடாக இருந்தது. பரீதுப்பிள்ளை அஞ்சினார். பின்வாங்கி நின்றார்.

"தெரியாது!"

அவர் சிரித்தார் பெரும் ஓசையுடன்.

"நான் செந்தமிழிலே பேசினதுனாலெ என்னப் புரியல்ல இல்லிய?"

"ஓ"

"இஞ்சவொரு கடலுண்டு. இப்ப உண்டோ?"

"உண்டு"

"இஞ்சச் சேண்டப்பள்ளி பாற உண்டு. இப்பொ உண்டோ?"

"உண்டு"

"இஞ்சவொரு உண்டவிட்டான் பாற உண்டு. இப்பம் உண்டோ?"

"உண்டு"

"உண்டவிட்டான் பாறக்கப் பெறமெ புலிவங்குண்ணு ஒரு எடம் உண்டு. இப்பொ உண்டோ?"

"உண்டு. அங்கெ இப்பம் ஆரும் போறதில்லெ."

"ஏன்?"

"ஆத்தங்கரையிலே உள்ள ராமப் பணிக்கன் புலிவங்குலெ உள்ள கொல்லமாவிலெ தூங்கி மரிச்சான். உச்ச நேரம் அவனுக்கெ நடமாட்டம் இப்பொ அங்கெ உண்டு."

"ஓ...சரி! அதுலெ ஒரு தெங்கு நிண்ணுதே. இப்ப உண்டோ?"

"உண்டு உண்டு. நல்லா காக்கிது. ஆரும் அதிலெ தேங்கா வெட்டுது இல்லெ."

"ஏன்?"

"அதிலெ உள்ள தேங்கா தின்னவங்களெ ராமப்பணிக்கன் அடிச்சுக் கொண்ணுப் போட்டான்."

"இப்பம் என்னத் தெரியுதா?"

"இல்லியே"

அவர் சிரித்தார். பெரும் ஓசையுடன். மக்கள் அந்தச் சிரிப்பைக் கண்டு, அந்தச் சிவந்த கண்களைக் கண்டு பயந்தனர்.

பரீதுப்பிள்ளையும்.

15

கள்ளத்தோணி ஏறி இலங்கைக்குச் சென்றவர்களில் பலர் திரும்பி வருவதில்லை. சிலர் அங்கேயே இறந்துவிட்டனர். இறப்புச் செய்தி பல மாதங்கள் சென்று ஊரில் உறவினர்களுக்குத் தெரியவரும். பிறகுதான் பாத்திஹா. சிலர் ஊருக்குக் கடிதம் போடுவதும் பணம் அனுப்புவதும் உண்டு. வேறு சிலர் கடிதம் அனுப்புவதே இல்லை. ஊரையும் வீட்டையும் மறந்து கொழும்பு நகரின் ஏதேனும் ஒரு தெருவின் பரபரப்பில் மூழ்கிப் போவதுண்டு. பல நீண்ட ஆண்டுகளின் அழுக்குக் கட்டுகளைத் தூக்கிப் பார்க்கும்போது ஆவணப் பத்திரங்கள் கையில் இல்லாதவர்களைப் பிடித்து, உடுத்த துணியோடு கப்பலிலேற்றி ஊருக்கு அனுப்பிவிடுவார்கள்.

கோலப்பி கடலின் கறுத்த முகத்தில் தெரியும் சுருக்கங்களைப் பார்க்கும்போதுதான் இழந்துபோன ஆரோக்கியத்தையும் உதிர்ந்துபோன காலங்களையும் பற்றி நினைவுவரும். அப்போது கண்கள் பெய்யும். இதயத்தில் திரண்ட கருமேகங்கள் சூல்கொண்ட மழை. திரும்பி வராதவர்களும் அங்கேயே மாண்டு மண்ணாகிப் போனவர்களும் ஏராளம். அதனால் ஊரைவிட்டு ஓடியவர்களைப் பற்றி யாரும் கவலைப்படுவதில்லை. கொழும்புக்குத்தான் போயிருப்பார் என்ற திருப்தி.

விதவையான பாத்தக் குட்டியின் மகன் அலிக்கண்ணு அந்தக் கிராம மக்களின் நினைவின் சுவரிலிருந்து பெயர்ந்து விழுந்து ஆண்டுகள் எத்தனையோ கடந்துவிட்டன. அவனுடைய மறைவு மக்கள் மத்தியில் பெரும் ஆறுதலை அளித்தது. அலிக்கண்ணு என்று மக்கள் அவனைக் கூப்பிட்டதே இல்லை. "கொப்புளன்" என்றுதான் அழைத்து வந்தனர். அவன் தொப்புள் சராசரி அளவைவிடக் கொஞ்சம் பெரிதாக இருந்ததால், குழந்தைப் பருவத்திலிருந்து கிடைத்த பெயர். அவன் உம்மா

ஊரெங்கும் பரந்த காலரா நோயால் இறக்கும்வரை அவனை 'அலிக்கண்ணு' என்றுதான் அழைப்பாள். அவள் செல்ல மகனைக் 'கொப்புளன்' என்று அழைத்ததே இல்லை. யாராவது கூப்பிடுவது அவள் காதில் விழுந்தால் லடாய்தான். "நிக்க மடியிலெ வச்சாடா பேரிட்டது."

அந்த வயோதிகப் பெண்ணின் இறுதி மூச்சு நிற்கும்போது, அவள் நாக்கிலிருந்து உதிர்ந்த கடைசிச் சொற்கள் "எக்க புள்ளெ அலிக்கண்ணு."

ஸ்ரீ சித்திரைத் திருநாள் மகாராசாவின் சிப்பாய்கள் ஒரு திருட்டுக் கேஸில் புதுக்கடைச் சந்தையில் அவனைக் கவ்விப் பிடித்தனர். கூர்மையாக்கிய இளநீர்த் தொண்டினால் அவனுடைய மார்பில் குத்தினர். அவன் அழவில்லை. நகக்கண்ணில் குண்டூசிகளை அடித்து இறக்கியபோதும் அவன் அசையவில்லை. குற்றத்தை ஒப்புக்கொள்ளவில்லை. அனந்த பத்மநாபனின் நாடாகிய திருவிதாங்கூர் அரசும் போலீஸ் அதிகாரிகளும் அவன் முன்னால் தோல்வியை ஒப்புக்கொண்டனர்.

"கொப்புளனுக்கு எரட்டக் கரளாக்கும்." ஜனங்கள் நம்பினர்.

இந்த இடியான இடியும் மிதியான மிதியும் கொண்ட போதும் நாளுக்குநாள் அவனது ஆரோக்கியம் கூடித்தான் வந்தது. அவன் ஒருபோதும் இருமவில்லை. காய்ச்சலாகப் படுக்கையில் கிடக்கவில்லை. அவன் பாம்புப் பகுதி விரிவடைந்து கொண்டேயிருந்தது.

"வெடலெ தின்னா ஏமம்[1] ஏக்காது." கொப்புளன் ஆரோக்கியத்தை நிலை நிறுத்தும் இரகசியத்தைப் பூக்குஞ்ஞு வெளிப்படுத்தினான். புலிவங்கிலும், சேண்டப்பள்ளிப் பாறை இடுக்கிலும் இளநீர்த் தொண்டுகள் குவிந்து கிடப்பதன் இரகசியத்தை மக்கள் தெரிந்துகொண்டனர்.

"ஓகோ... அப்படியாக்கும் சங்கதி. இப்பந்தா புடி கெடச்சு. புலிவங்கிலயும் ஆத்திலெயும் கருக்கும் தேங்காயும் களவெடுக்கூது கொப்புளனாக்குமே" மக்கள் உறுதிப்படுத்தினர்.

"அவனுக்கெ நெஞ்சு காய்க்கல்லியே."பாலுக்காரன் மம்மேலி கேட்டான்."

"நெஞ்சு குடுத்தாடா தெங்ஙிலெ ஏறவான்? அவன் தலெ குத்தறெ ஏறுவாண்டா. அவனெக் கண்டா மதி, தெங்ஙு வளஞ்சு அவனுக்கெ முன்னெ நிக்கும்." பூக்குஞ்ஞு மூக்கில் ஒரு நுள்ளுப் பொடியேற்றினான். இந்தச் சுற்றுவட்டாரங்களில் திருட்டுப் போகும் தேங்காய் இளநீர், வீட்டுச் சுவருக்குள் கிடக்கும்

---

1. உட்காயம்

பாத்திரங்கள், ஓடு இளக்கி வீட்டுக்குள் இறங்கியது எல்லாம் கொப்புளனேதான் என்று மக்கள் உறுதிப்படுத்தினார்கள்.

மக்களின் ஆவலாதி,

"கனம் போலீஸ் இன்ஸ்பெக்டருக்கு, அகமது குடியிருப்பு வீடுமுள்ள குறவன் விளாகத்தில் அவுப்புள்ள மகன் முஹம்மது நூஹு நல்கும் சங்கடப் புகார். என் வீட்டின் பின்பக்கத்தில் வீட்டு மதிலுக்குள் பாதுகாப்பாக வைத்திருந்த ஐம்பது பிரிட்டீஷ் ரூபா விலை மதிப்புள்ள என் உருளியைச் சீலாந்தி விளாகத்தில் ஆலிசம் பிள்ளையின்[2] மகன் பதினெட்டு வயதான கொப்புளன் என்று தெரியக்கூடிய அலிக்கண் என்ற பேருகேட்ட திருடன் திருடிவிட்டான்..."

ஆவலாதிகள் கூடிக்கூடிக்கொண்டேயிருந்தன. போலீஸ் ஸ்டேஷனின் அலமாரி நிரம்பியது. காகிதத்தில் தூசி படிந்தது. தூசியில் காகிதம் மூழ்கியது. வால் மூட்டையும் தேளும் அதில் குட்டி போட்டன. மேலும் மேலும் ஆவலாதிகளின் குவியல். பிறகு பொறுமையிழந்த போலீஸ்காரர்கள் ஆவலாதிகளைக் கிழித்து எறிந்தனர். சுட்டெரித்தனர், போலீஸ் ஸ்டேஷன் வளாகத்திலிருந்து காகிதம் கரிந்த வாடை எழுந்தது.

"ராமகிருஷ்ண பிள்ளெ !" இன்ஸ்பெக்டர் ஏட்டைக் கூப்பிட்டார்.

"ஏமான்."

"என்ன செய்ய ?"

"என்ன செய்யணும்?"

"பெரிய தொந்தரவாப் போச்சே இவனாலெ."

"தொந்தரவுதான்."

"வேற வழி ஏதாவது இருக்கா ?"

"அவன் சாவணும்."

"அல்லாமெ ?"

"நம்ம இந்த ஸ்டேஷன்லே இருந்து எடம் மாறிப் போவணும்." ஏட்டு முடிவாகச் சொன்னார்.

இன்ஸ்பெக்டர் பெருமாள் செட்டிப்[3] பென்சிலை எடுத்துக் கன்னத்தில் தட்டியவாறு சிந்தனை செய்தார்.

---

2. அலி ஹசன் பிள்ளை

3. காப்பியிங் பென்சில்

புலிவங்கு மீரான்பிள்ளையின் உப்பா[4] பெயருக்கு மண்ணடங்க, மரமடங்க ஆச்சந்திரதாரம்[5] அனுபவித்துத் தன் கரம் கட்டிக்கொள்ள திவான் பேஷ்கார் நேரில் வந்து பதிவுசெய்து கொடுத்தது.

பஞ்சில் தேய்ந்த ஜன்னத்துல் ஃபிர்தவுஸ் அத்தர் காதில் செருகி, ஜப்பான் பாப்ளின் சட்டைக் காலரில் புலி மார்க் கைலாஞ்சியும்[6] மாட்டி, ராணி சந்தன சோப்பின் பரிமளம் பரப்பிக்கொண்டு கொழும்பிலிருந்து வருபவர்கள் அந்தக் கிராமத்தின் நரம்புகளைக் கீச்சங்காட்டிக்கொண்டு நடந்தனர். அவர்களுக்கெல்லாம் பத்து ஏக்கர் முப்பது செண்டு புலிவங்கிலுள்ளதைத் தென்னைகள் அலுக்கத்து[7] அணிந்துகொண்டு நிற்பதைப் பார்க்கும்போது அவற்றின்மீது ஒருவகை மோகம். ராணி சந்தன சோப்பும் அத்தரும் சிங்கம் மார்க் குடையும் கொண்டு மீரான்பிள்ளையின் உப்பாவைச் சந்தித்துப் பேசுவார்கள்.

“கன்னி மின்னியா[8] நிங்க கையாலெ ஒரு எடவாடு செய்யணும்.” இவ்வளவும் கேட்டால் போதும் அவர் மனம் குளிர்ந்துவிடும்.

‘உண்ட விட்டான் பாறைக்குத் தெற்கும், அரபிக் கடலுக்கும் வெள்ள மணலுக்கும் வடக்கும், அனந்த விக்டோரியா மார்த்தாண்டம் கனால் என்ற புத்தன் ஆற்றுக்குக் கிழக்கும் குட்டி நாடான் குடியிருப்புக்கு மேற்கும் பத்து ஏக்கர் முப்பது செண்டுள்ள புலிவங்கில் 50 செண்டு மண்ணடங்க, மரமடங்க…’

முஞ்சிறைக் கச்சேரியில் பல தடவை இடது கைப்பெருவிரலில் கறுத்த மை தேய்த்து விரல் உருட்டினார். புலிவங்கின் நான்கு எல்லைகள் சுருங்கின. மீரான் பிள்ளையின் வாப்பாவின் கைக்கு வந்த பிறகும் எல்லைகள் மீண்டும் சுருங்கின. வாப்பாவின் மவுத்துக்குப் பின் மீரான்பிள்ளை முஹம்மது லாப் பிரகாரம் அவகாசம் எடுத்த புலிவங்கின் பரப்பளவு அறுபது செண்டு.

ஓர் ஆனிஆடி நேரம், சுண்ணாம்பு வாளை ஏராளம் பட்டது. மீரான்பிள்ளை அதை வாங்கி உப்பில் போட்டுக் காயவைத்தார். கொழும்பில் நல்ல விலை. கோவில்பட்டிச் சந்தைக்கு அனுப்பவில்லை. தூத்துக்குடித் துறைமுகம் வழிக் கொழும்புக்கு அனுப்பினார். ரஜுலா கப்பல் கடல் அலைகளைக்

4. பாட்டனார்
5. நீண்டகாலம்
6. கைக்குட்டை
7. காதணி
8. முதல் முறையாக

கிழித்துக்கொண்டு புகை கக்கிக் குலுங்கிக்குலுங்கி முன்னோக்கிச் சென்றது.

ஈனா பீனா கூனா முதலாளி சுண்ணாம்பு வாளை விற்ற பட்டியல் வருவதை எதிர்நோக்கி மீரான்பிள்ளை அஞ்சல் ஆபீசைச் சுற்றிச்சுற்றி நின்றார். சூரியன் எரிந்து சாவும் ஒரு பகலில் வெள்ளை மணல் வெளியில் அம்புரோஸ் ஒரு நீண்ட அஞ்சல் உறையை நீட்டினார். அக்கம் பக்கம் நோக்கிவிட்டுக் கடிதத்தை வாங்கி வியர்வை ஊற்றெடுக்கும் அக்குளில் இடுக்கினார். துண்டினால் மூடினார். கனல் பொடிகளான வெள்ளை மணலில் நிர்வாணப் பாதம் ஊன்றி வீட்டை நோக்கிப் படபடவென்று நடந்தார். மனம் தாமரைத் தடாகமானது. ஆயிரம் ஆயிரம் தாமரை மொட்டுகள் இதழ் விரித்தன.

"குட்டியேய்.பட்டியலுவந்துட்டு." மீரான்பிள்ளை மனைவியை முற்றத்தில் நின்றுகொண்டே கூப்பிட்டுச் சொன்னார்.

"உள்ளதா? லாவம் உண்டா?"

"இல்லாதெ இரிக்குமா?" மீரான்பிள்ளை அஞ்சல் உறையின் ஓர் ஓரத்தைக் கிழித்தார். விற்று முதல் பட்டியலை வெளியே எடுத்தார். ஆவலுடன் பார்வையைச் செலுத்தினார். விற்ற தொகையும் செலவு நீக்கியுள்ள மீதித் தொகையும் பார்த்தார்.

"என்னப் படச்ச ரப்பே! மீரான்பிள்ளையின் இதயத்தின் ஆழத்திலிருந்து ஒரு பாறை வெடி வெடித்தது. அந்த ஓசை கருங்கல் துண்டுகளைப்போல் அந்தக் கிராமத்தின் அமைதியான சுற்றுச்சூழலில் உயர்ந்து வீழ்ந்தது.

கொஞ்சம் நேரம் மௌனத்தின் அசைவற்ற நிமிடங்கள். சவரம் செய்யாத தாடி ரோமங்களின் முனையில் கண்ணீர்த் துளிகள் தங்கி நின்றன. அதிலிருந்து ஆவி பொங்கியது. நடுவானில் எரிந்து கொண்டிருந்த சூரியன் பூழி மணலில் கிளப்பிய ஆவி.

"என்ன?" மனைவியின் பதற்றம்.

"நான் தொலெஞ்சேன்."

"நட்டமா?"

நோய்வாய்ப்பட்ட ஒரு குழந்தையைப்போல் எந்த உணர்வும் இல்லாதவாறு தலையசைத்தார் – ஆமாம்! பிறகு சிறிது நேர மௌன நிமிடங்களுக்குப் பிறகு அந்த வறண்ட உதடுகளிலிருந்து காய்ந்துபோன சில சொற்கள் நழுவி விழுந்தன.

"கோவில்பட்டிக்கு அனுப்புனவங்களுக்கெல்லாம் நல்ல லாவம்."

அந்த நஷ்டத்தால் ஏற்பட்ட கடனுக்குப் புலிவங்கு அறுபது செண்டை ஈனா பீனா கூனா முதலாளியின் பெயருக்கு மண்ணடங்க மரமடங்க எழுதிக் கொடுத்தார். முஞ்சிறைக்குச் செல்ல வெள்ளைக் காளை பூட்டிய வண்டியில் ஏறும்போது புல் முளைக்காத பத்து ஏக்கர் முப்பது செண்டில் ஒரு தலைமுறை எலும்பையும் மாமிசத்தையும் உருக்கி உழைத்துச் சிந்திச் சோலையாக்கிய புலிவங்கு, அந்தத் தலைமுறையின் கடைசிக் கண்ணியிலிருந்து தெறித்துப் போவதை நினைத்தபோது கண்களிலிருந்து குற்றாலம் அருவி பாய்ந்தது.

ஈனா பீனா கூனா முதலாளியின் புலிவங்கில் நகைசூடி நிற்கும் தென்னம் மண்டைகள் கொப்புளனைக் கண்டால் தலைகுனிந்துவிடும். ஆள் நடமாட்டமில்லாத நடுப் பகலில் புலிவங்கில் சென்று இளநீர் பறித்துப் பாறைமீது முட்டித் தொண்டு நீக்கிக் குடிப்பான். தொண்டும் சிரட்டையும் அங்கேயே எறிந்துவிட்டுப் போவான். இராவானால் தேங்காய்க் குலையை அறுத்துப் பாறையிடுக்கில் பாரக்கோல் நாட்டி உரிப்பான். பகல் வெளிச்சம் தரையில் தெரியுமுன் ஆனப்பாறை கடந்து, கீழ்க்குளம் வாய்க்கால் கடந்து, கருங்கல் சந்தையில் விற்றுக் காசாக்குவான்.

கொப்புளனின் தொல்லை தாங்கமுடியாததால் ஈனா பீனா கூனா முதலாளி ஆற்றின் கரையில் குடிசை கட்டித் தங்கும் ராமப்பணிக்கனை வீட்டிற்குக் கூப்பிடவிட்டார்.

“பணிக்கா! புலிவங்கக் காத்துக்கொ. அம்மாத்திண்ட பயன் காலு குத்தினா வெட்டு. பின்ன வாரத நான் பாக்கலாம். கொஞ்சம் சல்லி[9] செலவாகும் பரவாயில்லெ.”

“ஓ”

பணிக்கன் வெட்டுக்கத்தியை உயர்த்திப் பிடித்துக்கொண்டு புலிவங்கைச் சுற்றி நடந்தான். தெங்கின் மண்டையை அண்ணாந்து பார்த்தான். தேங்காய்க் குலைகளை எண்ணினான்.

ஒரு வெள்ளிக்கிழமை நண்பகல் ஆண்கள் அனைவரும் ஜும்ஆ தொழுகைக்குச் சென்றனர். தெருக்கள் சூனியம்.

“செல்ல மோனெ! கொத்துவா தொளப் போவப்பிடாதா?”

“போறேன். எனக்குப் பயிக்கிது.”

“கெளங்கு தின்னு.”

“கொண்டா...”

பாத்தக்குட்டி அன்று கோழி இட்ட முட்டையை வேக வைத்துக் கிழங்கின்மீது வைத்து மகனுக்குக் கொடுத்தாள்.

---

9. காசு

கொப்புளன் கிழங்கைச் சாப்பிட்டான். முட்டையை விழுங்கினான். ஓர் ஏப்பம்! தோள்பட்டையைத் தட்டிப் பலத்தைப் பரிசோதித்தான். கையைத் திருப்பியும் மறித்தும் பார்த்தான். மார்பைக் கூர்மையாக நோக்கினான். இரு கைகளையும் அழுத்தி நீட்டினான். அம்மிக் குழவியைத் தூக்கித் தலைக்கு மேல் உயர்த்தி உடற்பயிற்சி செய்தான். பிறகு நேரே இறங்கி ஓடினான் புலிவங்குக்கு. உயரம் குறைவான ஒரு தெங்கில் கையூன்றி ஏறினான். நான்கைந்து இளநீரைப் பறித்துப் போட்டான். பாறைமேல் அதனை மோதித் தொண்டை விலக்கினான். இளநீரைப் பாறைமீது அடிக்கும் ஓசை கேட்டதும், மினுங்கும் வெட்டுக் கத்தியைத் தூக்கிப் பிடித்துக்கொண்டு ராமப் பணிக்கன் ஓடி வந்தான். கொப்புளன் கண்டான். பணிக்கன் வெட்டத் தயங்க மாட்டான். கொப்புளனுக்குத் தெரியும். கையில் அகப்பட்டால் ஒரே வெட்டுத்தான்.

கொப்புளன் ஓட்டம் பிடித்தான். பணிக்கன் விடவில்லை. பின்னால் ஓடினான். பாறைமேல் குதித்தான். பாறை இடுக்குகளைக் குதித்துக் கடந்தான். பணிக்கன் விட்டபாடில்லை. வெட்டுக்கத்தியை ஓங்கிக்கொண்டே பின்தொடர்ந்தான். கொப்புளன் உடுத்தியிருந்த சாரத்தைப் பணிக்கன் எட்டிப் பிடித்தான். சாரத்தை அவிழ்த்து விட்டுக் கொப்புளன் ஓடினான். சேண்டபள்ளிப் பாறையைக் கடந்தான். ஆனப்பாறையை, மரச்சீனிக் குழிகளை, பனைமரம் அடர்த்தியாக வளர்ந்திருந்த உசரத்து விளையையும் கடந்து திசை தெரியாமல் ஓடினான்.

“நின்னெ எங்க வச்சுக் கண்டாலும் வெட்டி மூடுவேன்.” பணிக்கனின் சபதம் கொப்புளன் காதில் செண்டை மேளம் கொட்டியது.

அன்று அந்த வெள்ளிக்கிழமை நண்பகல் கிழக்குத் திசையை நோக்கி ஓடிய கொப்புளன் நீண்ட நாற்பதாண்டுகளுக்குப் பின் மாலிக் இப்னு தீனாரின் பாத உரசலில் புளகாங்கிதம் கொண்ட அச்சிறு கிராமத்தில் கால் பதித்தான். வெள்ளிக்கிழமை ஜும்ஆ பள்ளிவாசலுக்கு முன்னால் நின்று புரியாத விஷயங்களைச் சொன்ன மவ்லவி, கொப்புளன்தான் என்பதைக் கிராம மக்கள் பின்னர்தான் தெரிந்துகொண்டனர்.

“வந்துட்டான் உம்மா.” கிராம மக்கள் கேள்விப்பட்டு நடுங்கினர். திகைத்தனர்.

“நான் பழைய கொப்புளன் இல்லெ. இப்ப முஹம்மதலி கான் இப்னு ஆலிசம்.” இது கேட்ட பிறகுதான் கிராம மக்கள் மூச்சு நேராக வந்தது.

16

புன்னமூட்டுக் கடவிற்கு[1] வடபகுதியில் கொச்சத்து மூலை. உயரம் குறைவான பாறைக் கூட்டம். தலைப்பகுதி கூம்பிப்போய்ப் பச்சை ஓலைகள் இழுத்தெடுத்து மொட்டையாக்கிவிட்ட அனாதைத் தென்னைகள் – கொன்னைத் தென்னைகள். கொம்பிழந்த பட்டமரங்கள். பாறை களைச் சுவராக்கிய சாத்தான் கோவில். பிஞ்சு பிடிக்காமல் வளர்ச்சி நின்றுபோன ஒரு புளியமரம். அதன் தெற்குப்பக்கமாக நீண்டு நின்ற ஒரு கொம்பில் ஒருவர் தூக்கில் தொங்கி நின்றார்.

காலையில் தண்ணீர் வற்றிக்கிடந்த புன்னமூட்டுக் கடவில் உத்தால்[2] ஊன்றி மீன்பிடிக்கக் குத்துவாறு பாய்ச்சி[3] ஆற்றில் இறங்கியவர்கள் அதைப் பார்த்தனர். கூக்குரலிட்டுக்கொண்டு கரையை நோக்கி ஓடினர். தெற்குக்கரையில் நின்று புளியமரத்தை உற்று நோக்கினர். சிறு காற்றில் கயிற்றில் தொங்கிய ஜடம் மெதுவாகச் சுழன்று ஆடியது. புலரும் காலை ஒளிபடர்ந்த நேரம். ஆற்றில் பல் துலக்க வந்தவர்கள் ஆளில்லாத உத்தால்களைக் கண்டனர். புரியாமல் நான்கு பக்கங்களில் பார்த்தனர். ஆற்றின் தெற்குக் கரையில் கூடிநிற்கும் உத்தால் குத்துவோரையும் அவர்களைச் சுற்றி நிற்கும் ஆட்களையும் கண்டனர்.

காலையில் குளிர்தட்டிய உதட்டில் சாயாவின் சூட்டை நுகர வந்தவர்களும் தெரிந்துகொண்டனர். பள்ளி வாசலுக்கு உட்புறமும் வெளிப்புறமும் நின்றவர்களும் கேள்விப்பட்டனர். புன்னமூட்டுக் கடவின் தெற்குக் கரையில் மக்கள் திரள். எவனோ ஒருவனுடைய தொங்கிக் கிடக்கும் உடலை நோக்கிப் பரிதாபப்பட்டனர். அவனுடைய வாழ்க்கையின்

---

1. படித்துறை
2. மீன் பிடிக்கப் பயன்படுத்தும் பிரம்புக் கூடை
3. வேட்டியை மடித்துக் கட்டுவது

பின்பகுதியில் நீறிக்கொண்டிருக்கும் பிரச்சனைகளை மனத்திற்குள் சர்ச்சை செய்தனர்.

“ஆளாரு மக்கா?”

“இஞ்ச ஆருக்குத் தெரியும்?”

“இந்த நீக்கம்புலே போவான் இஞ்சவந்தா சாவணும்.”

“இஸ்லாமா? காஃபிரா?”

“எந்த ஊளிக்க மொவனோ.”

“சத்தா மய்யத்து[4]. இஸ்லாமா? காஃபிரான்னு என்ன உவ்வா கேள்வி?”

ஆற்றங்கரையில் நெருங்கி வளர்ந்து நிற்கும் தென்னைகள். அவற்றின் தலைகள் குருந்தங்காற்றின் குளிரில் கிடுகிடென விறைத்தன. கிழக்கே சேண்டப்பள்ளிப் பாறையின் அடிவயிற்றில் மிதித்துக்கொண்டு தலை உயர்த்திப் பார்க்கும் சூரியனின் சிவந்த முகம். சூடில்லாத இளம் வெயில் மணல் நிறைந்த பாதைகளிலும் வீடுகளின் வெள்ளையடித்த சுவர்களிலும், காலப்பழக்கத்தால் கறுத்துப்போன செத்தை வேலிகளிலும் கூரைகளிலும் வீழ்ந்து கிடந்தது.

மீன் குட்டை சுமப்பவர்கள் நடந்தும் சைக்கிளிலும் குண்டுக்கல் பதித்த பருபருத்த ராஜபாதை வழியாகத் தெற்கு நோக்கி விரைந்தனர். கடற்கரையில் சிலவேளை இராமடி[5] கரைசேர்ந்திருக்கக் கூடும்.

அன்று சாயாக் கடையில் வழக்கம்போல் கூட்டம் இல்லை. கறந்த மேனிப் பசுவின் பால், தேய்த்து மினுக்கிய பித்தளைப் பாத்திரங்களில் வாழையிலைத் துண்டுகளால் மூடிவைத்த நிலையில் இருக்கிறது. பாலின் நுரை வாழையிலைத் துண்டு களின் அடிப்பகுதியில் ஒட்டியிருந்தது. கரி அடுப்பிலிருந்து கொதித்த பால் தீரவில்லை. சாயாக் கடை முதலாளியேதான் சாயா அடிப்பது. தூக்கிக் கட்டிய வெள்ளை வேட்டியில் கரி புறளாமலிருக்கக் கறுத்த துண்டை மேலே கட்டியிருந்தார். மூக்குச் சீந்தி அதில் துடைத்தார். வாசலில் வந்து தெருவில் வருவோரையும் போவோரையும் எதிர்பார்ப்புடன் உற்று நோக்கினார். புன்முறுவல் செய்தார். வழக்கமில்லாத புன்முறுவல். வியாபாரம் இல்லாததுக்கம் நிறைந்த புன்முறுவல்.

சட்டியிலிருந்து எடுத்த சூடான ஆப்பத்திலிருந்து ஆவி உயர்ந்தது.

---

4. சடலம்

5. இரவு மீன் பிடிக்கச் சென்று காலையில் கரை சேர்வது

வெற்றிலைக் கொடிக்கு நீர் இறைத்துவிட்டு நனைந்த வேட்டியோடும் வியர்வை வடியும் உடலோடும் சிங்காரம் வருவதைப் பார்த்தார். கடை முதலாளி புன்சிரிப்புப் பொழிந்தார். அந்தச் சிரிப்பில் ஓர் அழைப்பு உயிர்பெற்றது.

“ஆப்பம் வெந்துவா?”

“ஓ நல்ல சூடுண்டு.”

சிங்காரம் தோளிலிருந்து காக்கோட்டையை[6] இறக்கி வைத்தான். நீர் வடிவதற்காகக் கவிழ்த்தினான். சுவரில் தொங்க விட்டிருந்த மக்கா, மதீனாப் பள்ளிகளின் படங்களுக்குக் கீழே ஒல்லி பெஞ்சில் உட்கார்ந்தான். கடை முதலாளி வாழையிலை எடுத்து, மூக்குத் துடைத்த கரித்துணியில் துடைத்த பின் சிங்காரத்தின் முன்பு போட்டார். ஆவி உயரும் இரண்டு ஆப்பமும் அதன்மீது சட்டினியும் விட்டார். ஆப்பத்தின் பொரிந்த ஓரத்தைப் பிய்த்து வாயிலிட்டு ருசி பார்த்தான் சிங்காரம்.

“மொய்லாளி அறிஞ்சுவா”

“இல்ல. என்ன?”

“குத்துவ புடிச்சவ அய்து றோஸ் மெய்லாளி மரிச்சு போனாராம்.”

“எப்பண்டேய்?”

“நேத்து. அறியப்பாடில்லயாக்கும்.”

“தெரியாதே.”

“தங்கமான மெய்லாளி. பொவுச்சூண்ணுப்[7] போனா வவுறு நெறயக் கஞ்சி தருவாரு. போயிட்டாரே” – சிங்காரம் வேதனைப்பட்டான். சிங்காரத்தின் வேதனை முதலாளிடம் எந்தவித மாற்றத்தையும் ஏற்படுத்தவில்லை. அவருடைய பார்வை தெருவில் ஊன்றிநின்றது.

“இஞ்சயிருந்து மெய்லாளிமாரு ஆரும் அடக்கத்துக்குப் போச்சுவினில்லியா?”

கடை முதலாளி கையை விரித்தார். “தெரியாது.”

“ரண்டு தெவசத்துக்கு[8] முன்னெ எக்கப் பெண்ணுக்க ஊட்டுக்கு ஓணக்கக்கெளங்கும் கருப்பட்டியும் கொண்டு

6. நீர் கொண்டுசெல்லும் ஓலைக் குடுவை

7. பசியோடு

8. நாளுக்கு

போனேன். மோட்டாரும் வண்டியும் இல்லாத ஊரு இல்லியா? குடுத்திமிச்சு வரும்போ வொவுறு பொவுச்சு செத்துப்போனேன். வாண்டித் தின்ன கெப்பு இல்லெ.[9] அய்துறோஸ் மெய்லாளிக்க ஊட்டிலெ ஏறினேன். பொவுச்சுன்னு சென்னாக்கூலெ கூட்டானும் வச்ச வொவுறு முட்டமுட்டச் சோறு தந்தினு."

"நிக்கு அவரெத் தெரியுமா?"

"தெரியுமண்ணா? எக்க அப்பன் அங்கத்த தேங்கா வெட்டுக்காரன் இல்லியாக்கும்மே."

"கொச்சத்து மூலையிலெ அந்தப் புளியிலெ ஆரோ தூங்கி நிக்கானாம்."

"எம்மோ! உள்ளதா? "சிங்காரம் சீக்கிரமாக ஆப்பத்தைப் பிய்த்து வாயிலிட்டான்."

"சாயா"

"காயில்லெ மெய்லாளி. இத்திப்போலெ வெள்ளம் தாரும்."

மடியிலிருந்து காய்ந்த வாழையிலை மடக்கையெடுத்து நிமிர்த்தினான். இரண்டு சக்கரம் எடுத்துக் கொடுத்தான். காக்கோட்டையைத் தோளில் வைத்துக்கொண்டு ஆற்றங்கரை வழியாக வேகமாக நடந்தான்.

தூக்குப்போட்டது யாரென்று யாருக்குமே தெரியவில்லை. மெலிந்த உடல். கறுத்த நிறம். நரையில்லாத் தலைமுடி. சவரம் செய்யாத முகம். அழுக்கு மண் புரண்ட வேட்டி.

ஆற்றங்கரையில் தங்கிவருவோர் வீட்டை அடைத்து விட்டனர். மாலிக் இப்னு தீனார் பள்ளியின் வடபகுதியிலுள்ள வீடுகளில் தஞ்சம் புகுந்தனர்.

"புள்ளெ. அங்கெ ஒருத்தன் தூங்கி நிக்கானாம்."

பெண்கள் மூக்கின் மேல் விரல் வைத்தனர்.

"படபடா அடிச்சு ரூஹு போனதில்லியா? இனி அவன் பேயாட்டு வருவான். அங்க போயிப் பாக்காதேங்கடா," வயது முதிர்ந்த பெண்கள் குழந்தைகளைத் தடுத்தனர்.

கொச்சத்து மூலையிலுள்ள புளிய மரக்கொம்பில் உயிர் துறந்த துர்பாக்கியவானைப் பற்றி மீரான்பிள்ளை கேள்விப்பட்டது காலையில் அதிக நேரமான பிறகுதான். முந்தைய நாள் ஐதுரூஸ் முதலாளியின் மய்யித்து அடக்கத்திற்குச் சென்றுவிட்டுத் திரும்பி

---

9. முடியவில்லை

வந்தார். இரவு தூங்கவேயில்லை. நேரம் புலரத் துவங்குவதற்குச் சற்று முன்தான் கண் அயர்ந்தது.

குத்தகைக்காரன் ஐதுரூஸ் முதலாளி மவுத்தான விவரம் தெரிந்தபோது பத்துப் பவுனுக்குரிய தங்க மாலையுடன் மீரான்பிள்ளையின் கண்முன் வந்தார். எல்லாம் இழந்த பிறகும் தன் கையிலுள்ள ஒரேயொரு சொத்தைக் கொடுத்து உதவ முன்வந்த அந்த நல்லவரின் ஈகைக் குணத்தை நினைத்தபோது மீரான்பிள்ளையின் துக்கம் கட்டிநின்ற கண்கள் நனைந்தன. மவுத்தான செய்தி தெரிந்ததும் குடையை அக்குளில் இடுக்கிக் கொண்டு இறங்கினார். சுடுகாட்டு ஆற்றின் கரையில் தென்னை ஓலை விரித்த நிழலைக் கடந்தார். உண்டவிட்டான் பாறையின் பருபருத்த வழியையும் தாண்டினார். மீன் வலை உலரப்போடும் வெண் மணலின் சூட்டை நிர்வாணப் பாதத்தில் தாங்கிக் கொண்டு நடந்தார். குருசடியும் கடந்து கிழக்கே செல்லும் இடுங்கிய செம்மண் பாதை வழியாக வேகமாக நடக்கும்போதும் அந்த மனிதநேயரின் தருமச் சிந்தனை மனத்திற்குள் ஆலமரம் போல் வளர்ந்து வியாபித்து நின்றது.

அங்கு சென்றபோது மய்யத்தை அடக்குவதற்கான எல்லா ஆயத்தங்களும் நடந்து முடிந்தன. மய்யத்தைக் குளிப்பாட்டினர். சிவப்பு ஓலைப் பாயில் நீண்டு நிமிர்ந்து புன்முறுவல் பொழியும் முகத்தோடு துயில்கொள்ளும் ஒரு பிரதாபத்தின் கடைசி நிமிடத்தைக் காண மீரான்பிள்ளை குனிந்தார். அவர் கண்களி லிருந்து ஒரு சொட்டு கண்ணீர் அந்த மய்யத்தின் நெற்றியில் பெயர்ந்து விழுந்தது.

“ஒங்களுக்குத் தர எக்கட்ட இதுதான் உண்டு.”

மீரான்பிள்ளை மனத்தில் உரத்துச் சொன்னார்.

பதினெட்டு முழம் வெள்ளைக்கோடித்துணியில் அந்த உடல் ஒதுங்கியது. மூன்று கட்டுகளில் அந்த மேனி ஒடுங்கியது.

வாசலில் தொங்கிக் கிடந்த திரைக்குப் பின் கண்களில், வேறுபடும் வேதனையின் நதி ஒழுகியது. வெளுத்த கன்னங்கள் வழியாக ஓடியிறங்கியது. அந்தத் தொண்டைகளிலிருந்து உயர்ந்த அழுகை அந்தக் கிராமச் சூழலை அசைவற்றதாக்கியது. காற்றில் அசையாத தென்னை ஓலைகள்; சிறகோசை எழுப்பாத பறவைகள்; பூக்களிலிருந்து வேறு பூக்களுக்குப் பறக்காத வண்டினங்கள்; ஊர்ந்து செல்லாத எறும்புகள்; மவுனமாகப் புகைந்து அடங்கும் ஊது பத்திகள். அந்தப் புகையெழுப்பின மரணத்தின் நெடி. துக்கத்தை அடக்கிக்கொண்ட சுற்றுச்சூழல். சப்தமில்லாத கடல் அலைகள்.

“இன்னா லில்லாஹி வ இன்னா இலைஹி ராஜிவூன்”

அரண்மனை போன்ற அந்த வீட்டின் நடுத்தளத்திலிருந்து ஓலைப் பாயின் விளிம்பைப் பிடித்து மய்யத்தை உயர்த்தினர். முற்றத்தில் வைத்திருந்த சந்தூக்கில்[10] வைத்து மூடினர்.

நடுப்பகலிலும் பேய் மழையிலும் கடுங்குளிரிலும், கொடுங்காற்றிலும் நீண்டுநீண்டு கிடக்கும் கடற்கரையின் சொரி மணலில் நடந்து இரவுபகல் இல்லாமல் வியர்வை சிந்திக் கட்டி உயர்த்திய அந்த வீட்டிலிருந்து அவர் இனி ஒருபோதும் திரும்பி வராதவராக விடை பெறுகிறார். அவருடைய மரணச்செய்தியை அங்கிருந்து விம்மிப் பொட்டிக்கொண்டு புறப்பட்ட கடற்காற்று துக்கத்தோடு எங்கும் சுற்றிவீசி எல்லாச் செவிகளிலும் எட்டவைத்தது. ஆனால் கடைசியில் எல்லாமிழந்த அந்த மனிதனின் கடைசிப் பயணத்தின்போது அந்த மய்யத்தைப் பின்தொடர அங்கு வந்தது நான்கைந்து பேர் மட்டும்.

ஐதுரோஸ் முதலாளியின் அனைத்துச் சேவகரும் பிரிந்து சென்றுவிட்டனர். ஆனால் அவரை நிழல் போல் தொடர்ந்து மனப்பூர்வமாகப் பணியாற்றிய லூக்காஸ் அவரை விட்டுப் போகவேயில்லை. அவருடைய துயரமான நாட்களில் அவருடைய வீட்டு வளைவில்,தூசிபடிந்தநாற்காலிகளைத்துடைத்துக்கொண்டு தூணில் சாய்ந்து உட்கார்ந்து தூங்கி நாட்களைக் கடத்தினான். முதலாளியின் மரணம் அவனை நடுங்க வைத்தது. அழுது சிவந்த கண்களுடன் லூக்காஸ் ஒரு பக்கம் தளர்ந்து கிடந்தான். என்னவெல்லாமோ புலம்பிக்கொண்டேயிருந்தான்.

மீரான்பிள்ளையும் லூக்காஸூம் சந்தூக்கின் பின்பகுதியிலுள்ள கால்களைத் தோளில் ஏந்தினர். அங்குள்ள சிறிய பள்ளிவாசலை நோக்கி நடந்தார்கள். மய்யத்தைக் கப்ரில்[11] இறக்கினர்.

“எக்கப் பொன்னான மோலாளி நீங்கப் போறீளா !” லூக்காஸ் நெஞ்சில் ஓங்கி அறைந்தான்; தளர்ந்து வீழ்ந்தான்; லூக்காஸின் தலையை மீரான்பிள்ளை மடியில் தாங்கிக்கொண்டார்.

“கொழும்பிலயிருந்து ஒரு எளுத்து வந்தது. மோலாளி எளுத்தப் படிச்சுது. ஒடனெ எளுத்தெ சுட்டுப்போட்டது. கசேரியிலெ வந்து கெடந்தது. நெஞ்சு வலிக்குதுன்னு செல்லிச்சு. அத்தரையும்தான்.”

அவன் நினைவிழந்தான்.

---

10. சவப்பெட்டி

11. மண்ணறையில்

நினைவு வந்தபோது லூக்காஸ் விறைத்து விறைத்து அழுதழுது சொன்னான். "எக்க மோலாளி போயாச்சு. இனி நான் இரிக்க மாட்டேன்."

லூக்காஸ் தலையைத் தூக்கிச் சுவரில் அடித்தான்.

மீரான்பிள்ளை புன்னமூட்டுக் கடவுக்குச் செல்லும்போது மனத்தில் ஐதுரோஸ் முதலாளி நிறைந்து நின்றார். லூக்காஸின் உயிரற்ற பார்வையும் பறபறத்த தலையும் வடியும் கண்ணீரும் . . .

"நாளெ இதுவாகத்தான் இருக்குமோ நம் முடிவு ?"

ஈனா பீனா கூனாவின் கம்பீரம் இப்படிப்பட்ட மரணங் களில் எழுப்பியதோ ? உழைப்போர் தம் உயிர் இரத்தத்தை மறக்கச் செய்து அதன் அடித்தரையில்தானா முதலாளித்தனத்தின் நிலை நிற்பு ? மீரான்பிள்ளை மக்கள் கூட்டத்தை விலக்கிக் கொண்டு கொச்சத்து நிலையிலுள்ள புளியமரத்தின் கொம்பைப் பார்த்தார். கண்களைப் பின்வாங்கவில்லை. அவர் இரத்த ஓட்டம் நின்றுவிடும் போல் தோன்றியது.

"லூக்காஸ், நீயா ?"

மீரான்பிள்ளை தலையில் கை வைத்துத் தரையில் குந்தியிருந்து விட்டார்.

17

கொச்சியிலும் பெண்ணில்லாண்டு[1]
கோயிக்கோட்டும் பெண்ணில்லாண்டு
நம்ம வாப்பா போயி ஒரு பெண்ணினைக் கண்டு

கடலிலிருந்து வீசிய நடுநிசிக் காற்றில் மம்மாத்திலுடைய மாப்பிள்ளைப் பாட்டின் ராகம் இழைந்து வந்தது. கடற்கரையில் கட்டிய கடைக்கு மம்மாத்திலு ராந்தல் விளக்கின் திரியைத் தாழ்த்திக் காவல் காத்துகொண்டு பாடினார். இரவின் ஒருகோடி முதல் மறு கோடி வரையிலும் பாடிப்பாடித் தூக்கத்தைத் தள்ளி நிற்கவைத்தார். தூங்கிவிட்டால் இரவுத் திருடர்கள் கம்பும் தடியும் திருடிவிடுவார்கள். இரவுக் காவல் தொடங்கிக் கொஞ்சம் நாளாக்கிவிட்டது. அதுமுதல் தென்னை ஓலை திருகியெடுக்கப் போவதேயில்லை. மீன்பாடு இல்லாததால் கடையும் தொடங்க முடியவில்லை, இரவுதென்னையோலைபொறுக்கிச்சேகரிக்காததால் வருமானமும் குறைந்துவிட்டது. மம்மாத்திலுக்குத் துக்கம். மம்மாத்திலின் பாடலில் துக்கச் சுவை கலந்திருந்தது.

மம்மாத்திலின் பாடலால் மீரான்பிள்ளையின் துக்கச் சிந்தனைகள் சிதறின. அவரால் தூங்க முடியவில்லை. கொடிகட்டி நாலு துறைகளை அடக்கியாண்ட ஐதுரோஸ் முதலாளியின் முடிவும் அவருடைய சேவகனின் பரிதாபமாகத் துடித்து அடங்கிய உடலும் மீரான்பிள்ளையின் மனத்தில் நிரம்பியது. கனம் கூடியது. தாங்க முடியாத அந்தக் கனத்தால் தளர்ந்துபோன அவருக்குத் தூங்கவே முடியவில்லை. உருண்டும் புரண்டும் படுத்துப் பார்த்தார். இடையிடையே "என்னப் படச்சரப்பே! நிக்கக் காவல்" முனங்கினார். நாளை, தன்னுடைய நிலையைப் பற்றியும் சிந்தனை செய்தார்.

---

1. பெண்ணில்லாமல்

ஐதுரோஸ் முதலாளியின் இறப்பு இயற்கையானதா? லூக்காஸின் உயிர் இழப்பும் திட்டமிட்டுச் செய்ததா? ஒரு வகையில் இது ஒரு கொலை பாதகம்தானே? கொடூரமான கொலையல்லவா? கத்தியால் குத்தியோ துப்பாக்கியால் சுட்டோ கழுத்தை நெரித்தோ கொல்வது மட்டும்தான் கொலை பாதகமா? ஒருவருடைய இதயத்தைப் புண்படுத்தி, மீண்டும் மீண்டும் புண் படுத்திக் கொலைசெய்வது குற்றமென்று எழுதாத சட்டநூல் நீதிக்கு உகந்ததா?

ஐதுரோஸ் முதலாளியின் மரணத்துக்குப் பொறுப்பு யார்? ஒரு மரணத்துக்குக்காரணமானவனுக்குச் சட்டப்படி மரணதண்டனை உண்டென்றால் இந்த மரணத்துக்குக் காரணமான கொழும்புக் கமிஷன் கடைக்காரனைச் சட்டப்படி தண்டிக்காதது ஏன்? பணக்கார வர்க்கத்தைக் காப்பாற்றவும் வளர்க்கவும் சாதகமான சட்டம் நிலைநிற்கும் காலம்வரை பட்டினிப் பாவங்களின் எண்ணிக்கை கூடிக்கொண்டே வரும்.

முன்பு சம்பை வியாபாரத்தில் நஷ்டம் வந்து, சொந்த வீட்டை விலையெழுதிக் கொடுத்துவிட்டு இதயமுடைந்து இறந்தவர் எத்தனை பேர்? வலியாற்றின் சுழியில் உயிரை ஒடுக்கியவர் எத்தனை பேர்? ஊரை விட்டே ஓடியவர் எத்தனை பேர்? பைத்தியம் பிடித்துத் திரிந்தவர் எத்தனை பேர்?

மம்மாத்திலின் வாப்பாவும் சம்பை வியாபாரியாகத்தான் இருந்தார். பெருவலையில் ஏராளம் நெய்ம்மீன் பட்டது. ஒரு நாள் நெய்ம்மீனுக்குக் கிராக்கியான நேரம். கொழும்பில் நல்ல விலையும் இருந்தது. இரவின் நிசப்தத்தைப் பிளந்துகொண்டு சைக்கிள் மணி கிலுங்கியது. குத்தாக் குத்திருட்டை 'டார்ச்சு' விளக்கால் குத்தித் திறந்துகொண்டு தந்தியுடன் குழித்துறையிலிருந்து 'மெசஞ்சர்' வந்தான். வீட்டுவாசலில் சைக்கிளின் மணி முழக்கம் கேட்டபோது மம்மாத்திலின் வாப்பா விழித்தார்.

"தந்தி."

கொழும்பிலிருந்து வந்ததென்று தெரியும்.

"ஒண்ணு வாயிச்சுச் செல்லு."

'மெசஞ்சர்' தந்தியை வாசித்தான்.

"அருக்குளாவுக்கு நல்ல கிராக்கி. மார்க்கட் 160–180."

"உள்ளதா?

ஆனந்தம் துடி கொட்டியது. மெஞ்சருக்கு வழக்கமான மாமூல் கொடுத்து அனுப்பினார்.

இதயத்தில் பூத்த மகிழ்ச்சியால் தூங்க முடியவில்லை. மனமெங்கும் கனவு. இளந்தென்றலில் வண்ணப் பூக்களின் சுகந்தம்.

வைகறைக் குளிரில் சுபஹ்[2] பாங்கோசை கேட்டபோது மனைவியைக் கூப்பிட்டார்.

"குட்டியேய். இத்திப் போலெத் தேயிலெ வெள்ளம் போடு."

கடுஞ்சாயா குடித்தார்.

தரை வெளுக்கு முன் ஆற்றுப்பள்ளிக் கடவுக்கு வந்தார். சுல்தானைத் தட்டி உசுப்பினார். வள்ளம் இறக்கச் சொன்னார். சுல்தான் குளிர் தாங்காமல் கிடுகிடென விறைத்தான். குளிர்ந்த தென்றல் நெய்த சிற்றலைகளைக் கொசுவி உடுத்துக் கிடக்கும் வலியாற்றின் விரிந்த மார்பில் வள்ளம் மேற்கு நோக்கி நழுவியது.

வள்ளம் நிறைய நெய்ம்மீன்[3] கட்டுகளுடன் அந்தி சாய்ந்த நேரம் சுல்தானின்வள்ளம் ஆற்றுக் கடவை அடைந்தது. அதன் கொம்பில் மம்மாத்திலின் பாப்பா உட்கார்ந்து கனவு கண்டார். பின்னால் வேறு நாலைந்து வள்ளங்கள் நிறைய அருக்குளாக் கட்டு!

இரவிலேயே கரிக்கேஸ் லாரியில் ஏற்றினார். லாரியில் மம்மாத்திலின் வாப்பாவும் ஏறினார். இடுங்கிய கல் ரோட்டில் லாரி குலுங்கியது. புகை சீந்தி ஏற்றம் ஏறியது. பல வளைவுகள் திரும்பியது. தூத்துக்குடியை நோக்கி அலறி குதித்து ஓடியது.

மம்மாத்திலின் வாப்பா முன்பணம் வாங்கிப் "பயனியர்" வண்டி ஏறினார். கொண்டு வந்த ரூபாயைத்துறையில் கடன்காரர் களுக்குக் கொஞ்சம் கொஞ்சமாகப் பங்கு வைத்தார்.

கனவு தழுவிக் கடந்து போன ஒரு வாரம் சென்ற போது ...

ஒரு நடு இரவின் மவுன நிமிடத்தில் அவர் வீட்டு முற்றத்தில் சைக்கிளின்மணி மீண்டும் ஒலித்தது. கதவைத் திறந்தார்.

"தந்தி?"

"ஒண்ணு வாயிச்சிச் செல்லு.

வாசித்தான்.

"அருக்குளா அனுப்ப வேண்டாம். மார்க்கட் டவுண் 100–120.

"என்னப் படச்ச ரப்பே!" நடு இரவின் அமைதியான கோட்டைகள் அந்த இதயம் பிளந்த கூப்பாட்டின் சக்தியில் இடிந்து விழுந்தன.

பதினைந்து நாட்கள் கடந்தபின் விற்று முதல் பட்டியலின் பவனி! அதற்குப் பின் ஒரு நீண்ட கடிதத்தின் விஜயம்! கடிதத்தின் கடைசியில்...

வியாபாரத்தில் லாப நஷ்டம் இயல்பு! அந்திரோத்துத் தீவிலிருந்து ஏராளம் அருக்குளா வந்ததனால் மார்க்கம்

---

2. வைகறைத் தொழுகை
3. அருக்குளா

துறைமுகம்

வீழ்ந்துவிட்டது. எல்லாம் 'ரப்புல் ஆலமீனா'ன[4] தம்புரானின் கையிலல்லவா? ஐந்து நேரமும் தொழுது ஏக இலாஹிடம் கையேந்தி துஆ[5] செய்யுங்கள். அவன் கனிவான். கனியாமல் இருக்கமாட்டான்.

நிற்க. பட்டியல்படி காணும் அதிகப் பற்றுக்கு ஏதேனும் ஜவாபு சொல்ல வேண்டும். அப்படியானால்தான் மேல் நமக்குள் வியாபாரம் தொடர முடியும். கடனைத் திருப்பிக் கொடுப்பது என்பது ஒரு சத்திய முஸ்லிமின் கடமையாகும். உங்களுக்கேற்பட்ட நஷ்டத்தில் நாங்கள் கவலைப்படுகிறோம்.

"வஸ்ஸலாம்."

நிமிர்த்திப் பிடித்த கடிதத்துடன் ஒரு பகல் முழுவதும் தூணில் சாய்ந்து நின்றார். பிறகு நீண்ட மவுனம். யாரிடமும் எதுவும் பேசுவதில்லை. வீட்டைவிட்டு வெளியே செல்வதுமில்லை. வீட்டு முற்றத்தில் துறையிலுள்ள கடன்காரர்கள் குழுமினர். முற்றமெங்கும் வெற்றிலை போட்டுத் துப்பினர். சுருட்டுப் புகை அந்தச் சுற்றுச் சூழலில் கட்டிநின்றது. அதன் எரிவான கந்தம் கிராமமெங்கும் பரந்தது. சுருட்டுத் துண்டுகளின் பிரேதங்கள் ஆங்காங்கே சிதறிக் கிடந்தன.

முஞ்சிறை சப் ரிஜிஸ்திரார் ஆபீசில் இடதுகைப் பெருவிரலை உருட்டுவதற்காக மட்டும் வீட்டை விட்டு வெளியே வந்தார். அதுதான் கடைசி வரவு. பிறகு அவர் வீட்டில் நுழையவே இல்லை. உடு துணிவுடன் ஊரைவிட்டுச் சென்றுவிட்டார். தாடி வளர்ந்து மௌனப் பக்கீராக நாடு சுற்றினார். அஜ்மீரில் இறந்ததாகக் கேள்வி.

ஈனா பீனா கூனா முதலாளியின் சேவகர்கள் வந்து வீட்டைவிட்டு வெளியேற்றித் தெருவில் இறக்கிவிடும்போதுதான் வாப்பா வீட்டை எழுதிக் கொடுத்த செய்தியை மம்மாத்திலும், உம்மாவும் அவன் உடன்பிறப்புகளும் அறிந்தனர்.

முற்றத்தில் நின்று கல்பு[6] பொட்டி அழுதனர். கல்பு நீராகக் கரைந்து கண்கள் வாயிலாக வடிந்தது. அந்த நீரில் நனைந்த மண்ணில்தான் ஈனா பீனா கூனா முதலாளியின் இருநிலைக் கட்டடம் வானை நோக்கி நிமிர்ந்து நிற்கிறது.

மீரான்பிள்ளை பலரைப் பற்றியும் சிந்தனை செய்தார். பலவற்றைப் பற்றியும். நாளுக்கு நாள் வறுமையில் மூழ்கும் கிராமத்தைப் பற்றி நினைத்தார். முன்பு நோன்புக் காலம் முப்பது நாளும் நோன்பு திறக்கப் பள்ளியில் நோன்புக் கஞ்சி போட எத்தனை எத்தனை பேரோ முன்னுக்கு வருவார்கள். இன்று

4. இறைவன்
5. பிரார்த்தனை
6. இதயம்

நோன்புக் கஞ்சி போடத் தாஹத்து[7] இழந்தவர்கள் எத்தனை எத்தனை பேர்! எல்லாக் கைகளும் ஓய்ந்தன. கடந்த ஆண்டு முதல் பள்ளியில் நோன்பு திறக்க முப்பது நாளும் கஞ்சி போடுவது ஈனா பீனா கூனா முதலாளி. அவர், ஜேப்பிலிருந்தா? இல்லை. கமிஷன் பட்டியலில் செலவு காலத்தில் கடைசியாக ஒரு வரி உண்டு. தருமச் செலவுக் கட்டுக்கு ஒரு சக்கரம்.

மீரான்பிள்ளை பாயில் கண் விழித்து உட்கார்ந்திருந்தார். தலையணைக்கு அடியிலிருந்து பீடியும் தீப்பெட்டியும் தடவி யெடுத்தார். பீடி பற்றவைத்தார். பல தடவை இருமித்துப்பினார்.

சிம்னியில்லாத ஒரு மண்ணெண்ணெய் விளக்கை எடுத்துப் பற்றவைத்தார். புகை வாடை மூக்கினுள் ஏறியது. விளக்கை எடுத்து 'லாச்சிப் பெட்டியின்'[8] பக்கம் சென்றார். பெட்டியைத் திறந்தார். புதுக்கடையிலிருந்து அடகுவைத்துக் கொண்டுவந்த நூறு ரூபாய் நோட்டுகளை எண்ணினார். சில நோட்டுகள் குறைந்துவிட்டன. இன்னும் இது போல் கடல் சதி செய்யுமானால் எல்லாம் சாப்பிட்டே தீர்ந்துவிடும்.

"ரஹ்மானாய ரப்பே! ஒரு வளி காட்டமாட்டாயா?" மீரான்பிள்ளை மனத்தில் நினைத்தார். ஆனால், அது அவரை அறியாமல் நாக்கின் நுனியிலிருந்து சறுக்கி விழுந்தது.

"வாப்பா உறங்கல்லியா?" ராஹிலா விழித்துக் கேட்டாள்.

"இல்லெ மோளே! நீ கெடெ."

ராஹிலாவின் நிரம்பிய இளமையைக் கண்டபோது அந்தத் தந்தையின் நெஞ்சின் இடைப்பகுதி விம்மியது.

"நின்னெ நான் எப்ப கரையேத்துவேன்?"

மீரான்பிள்ளை மீண்டும் பாயில் வந்து உட்கார்ந்தார். சில்லூரின் நீண்ட விசில் ஓசை. காக்கான் குளத்திலிருந்தோ சாஞ்சமாவின் பக்கத்திலிருந்தோ தெரு நாய்களின் குரைப்பு. கடல் அலைகளின் மெதுவான ஓசை. இராமடிகள் கரையடையும் கூப்பாடு. மீரான்பிள்ளை விளக்கை ஊதி அணைத்தார். பாயில் சாய்ந்தார்... "படச்சவனே!"

கதவில் யாரோ தட்டும் ஓசை கேட்டது. செவி சாய்த்தார் மீண்டும் தட்டும் ஓசை!

"ஆரது?"

"நாந்தான் மம்மாத்திலு."

கதவைத் திறந்தார்.

---

7. சக்தி

8. நான்கு காலுள்ள பெட்டகம்

"ராமடிக்கு நெறய நெத்திலிப் பாடுண்டு. ஓடிப் போங்கொ."

"உள்ளதா?" என்று கேட்கு முன் மம்மாத்திலு இறங்கி ஓடினார். துவர்த்தை எடுத்து உடம்பை மூடினார், மீரான்பிள்ளை.

"குட்டியேய்!" மனைவியைக் கூப்பிட்டார். "நான் கடப்பொறத்துலெ போய்ட்டு வாரேன். கதவை அடெ."

"நேரம் வெளுத்தாச்சா?" கதீஜா விழித்தாள்.

"இல்லெ."

"வாங்கிட்டுதா?"[9]

"இல்லெ."

"வாங்கிட்டப் பெறவு போங்கோ."

முற்றத்தில் வியாபித்துக்கிடந்த இருளின் அம்மைத்தழும்புகள் உள்ள கறுத்த முகத்தைப் பார்த்தபோது பயந்தாள்.

"நீ ஒரு சூட்டு[10] பத்தித் தா."

"வாங்கிட்ட பெறவு போனா மதி[11] ரூஹானிய்யத்துகளுவெ[12] நீராடப் போற நேரம். இப்பப் போவாதெங்கொ."

"தொறயிலெ நெறய நெத்திலி பட்டிரிக்கு குட்டி."

"படட்டு. வல்லதுக்க எதுப்பிலெயும் போயிச் சாடிக் குடுக்காதிங்கொ, வாங்கிட்டா எல்லா ரூஹானியத்தயும் அல்லா வெலங்கிட்டுப் பூட்டுவான்."

"லெட்சணங்கெட்ட மூதேவி. நல்ல காரியத்துக்குப் போவும்போ எடஞ்சலா நிக்காளெ:"

அவர் பாயில் வந்து உட்கார்ந்தார். ஒரு பீடி பற்றவைத்து முட்டுக்கட்டி உட்கார்ந்தார். ஆகாயத்தினூடே ஓர் அக்னிப் பொறி பாய்ந்து செல்வதைத் திறந்த முற்றம் வழியாகப் பார்த்தார்.

"பாத்தியளா கொள்ளி யாப்பெ தீ கொண்டுபோறதெ?" அது சரியென்று அவருக்குத் தோன்றியது.

"நீ சென்னது சரியாங்குட்டி"

மீரான்பிள்ளை அல்ஹம்தும் குல்ஹுவல்லாஹும்[13] ஓதி நெஞ்சில் ஊதினார். பேய் பிசாசுகளை விரட்ட!

பாங்கு சொல்வதைக் கேட்கக் காதைத் தீட்டினார். பொறுமை யிழந்தார்.

---

9. பாங்கு தொழுகைக்கான அழைப்பொலி
10. இரவில் வெளிச்சத்திற்காகப் பற்றிச் செல்வது
11. போதும்
12. இறந்தவர்களின் ஆத்மாக்கள்
13. திருகுர்ஆனின் இரு அதிகாரங்கள்

மாலிக் இப்னு தீனார் பள்ளியின் உயர்ந்த மினாராவி லிருந்து நிசப்த வைகறையைச் சப்த கோலாகலமாக்கிக்கொண்டு பாங்கோசை ஒலித்தது.

மீரான்பிள்ளை இறங்கி ஓடினார். கடற்கரையில் ஆட்கள் திரண்டிருந்தனர். இவர்கள் யாரையும் நீராடச் செல்லும் ரூஹானியத்துகள் வழித்தடை செய்ததற்காக ஏன் அடிக்கவில்லை? மனத்தில் எண்ணினார்.

தொம்மப் பிள்ளையின் மடியிலும் சிலுவையின் மடியிலும் ஏராளம் நெத்தலி பட்டது. வேறும் பல மடிகள் கரைசேர்ந்து கொண்டிருந்தன. கூப்பாடுகள் நிறைந்த கடற்ரை.

“சுக்குக் காப்பி”

எரியும் கரியடுப்பின் மேல் காப்பிச் சட்டி வைத்து மம்மாத்திலு கூப்பிட்டார்.

‘அரிமுறுக்கு, சுடுகாப்பி’. மம்மாத்திலின் இடைவெளியில்லாத கூவுதல்!

மீனவர்களின் கூச்சல். மாறி மாறித் ‘தானக்கேடு’.[14]

“நான் மடிய அங்கோட்டு வளச்சச் சென்னேன். இந்த நாற வாருவனி மடியெக் கீழாட்டு வலிச்சுட்டான். அரில்லியா மிக்கேலுக்க மடிக்கு நெத்தொலி பாஞ்சுட்டுது.” மாறிமாறிக் குற்றம்சாட்டினர். மீனவர் பெண்கள் தங்களுக்குள் சண்டை.

“எக்க மாப்பிளெ சென்னாரே நிச்ச மாப்பிளெ கேட்டாரா”? மாறிமாறி அடிக்கக் கை ஓங்கினர். விலக்குப் பிடித்தல்! ஒரே கூச்சல்! அலறும் அலைகளின் சப்தத்தைக் கீழடக்கும் ஓசை.

“அரிமுறுக்கு, சுடுகாப்பி” மம்மாத்திலின் தொண்டை பிளக்கும் கூப்பிடல் அந்தக் கூச்சலில் கரைந்தது. பெரிய பெட்டிகளில் நெத்தலி அள்ளிக் கடற்கரையில் காய்வதற்காகத் தூவினர். மீரான் பிள்ளை பின்கை கட்டிக்கொண்டு ஒவ்வொரு மடியின் பக்கமாகவும் சென்று நோட்டமிட்டார். நல்ல பாடு!

“ரப்பே! இப்பளாவது எக்கெ துஆயெ நீ கபூல்[15] செய்தாயே இதிலெ யாவது ஒரு ரஹுமத்தத் தா. எம் புள்ளெயெ நான் கரேயேத்தட்டு. அவ புத்தியறிஞ்சு வருசம் எட்டாச்சுது.”

ஏழாம் ஆகாயத்திலிருக்கும் எல்லாவற்றையும் காணவும் கேட்கவும் செய்யும் ரப்புல் ஆலமீனான தம்பிரானிடம் உள்ளம் திறந்து வேண்டினார்.

---

14. கெட்ட வார்த்தை ஏச்சு

15 நிறைவு செய்தாயே

18

அந்தக் கடற்கரைக் கிராமத்தின் கண்களில் மகிழ்ச்சியின் பிரகாசம். உதட்டில் புன்னகை. காலைச் சூரியனின் செப்பிலிருந்து மஞ்சள் பவுடர் அள்ளியெடுத்துக் கதகதப்பான கன்னத்தில் தேய்த்து அழகுபடுத்தி நிற்கும் ஒரு மணப்பெண்.

கிராமத்தின் வெள்ளை மணலில் பூணூல் போல் அதன் நெஞ்சில் அமர்ந்து கிடக்கும் கல் சாலையில் புலரொளி விழுமுன் மீனவர்கள் சாயாக் கடையைத் தேடிவந்தனர். தண்ணீர் கொதிக்கும் பாய்லரின் முன்வந்து விறைத்து நின்றனர். அவர்களின் தலைகளிலிருந்து தண்ணீர்ச் சொட்டுகள் விழுந்தன. கோவணத்தின் மேல் எண்ணெய்க் கறைபிடித்த கறுத்த துண்டை உடுத்துப் பெஞ்சில் உட்கார்ந்தனர். துண்டு வாழையிலையிலிருந்து சூடான ஆப்பம் பிய்த்து வாயிலிட்டனர்.

"நல்ல பாடா?[1]" கள் விற்கும் பொன்னன் கேட்டான்.

"ஓமு[2] ஆண்டவரு வல்லச் சாதியும் காப்பாத்தினாரு. மக்கக் குட்டியெல்லாம் பயிச்சுச் சத்தது. இப்பத்தான் அந்த நாயன் கனிஞ்சான்."

பசித்த வாய்க்குள் ஆவி துப்பும் ஆப்பம் பரபரவென வீழ்ந்தது. வறண்ட தொண்டையில் குளிர்ந்த நீர் ஒழுகியது. மிக்கேல் காதிற்குள் சொருகி வைத்திருந்த நாணயத்தை மேசைமீது போட்டான். இறங்கி நடந்தான். வழியில் சொறியன் மைதீனின் பெட்டிக் கடையிலிருந்து சுருட்டு வாங்கிப் பற்ற வைத்துப் புகை ஊதினான். பழுக்காப் பாக்கின் தோடு கடித்து நீக்கினான். பழுத்த வெற்றிலையில் சுண்ணாம்பு தேய்த்து வாயில் மென்று துப்பியபோது

---

1. மீன் அதிகம் பட்டதா?
2. ஆம்

அந்த முகத்திலிருந்து சண்டையிட்டு விலகி நின்ற செழிப்பு, மீண்டும் அந்த முகத்தில் சலங்கை கட்டியது.

மீன்பாடு உண்டு என்று கேட்டபோது பொன்னன் கனவுலகத்தில் நடமாடினான். சாய்ந்த மாவின் கீழ்ப் பல மாதங்களுக்குப் பின் பரத்தி வைக்கப்போகும் கள் நிறைந்த பானைகளையும் அவித்த மரச்சீனிக் கிழங்கு நிறைந்த அலுமினியச் சட்டிகளையும் கனவு கண்டான்.

கிராமத்தின் விரிந்த மார்பில் இடைவெளியில்லாமல் நிற்கும் தென்னை ஓலைகளில் காகங்கள் வந்திருந்து விருந்துக்கு அழைத்தன.

செழிப்பு வரப்போகிறது.

கடற்கரை வானத்தில் பருந்துகள் கள்ளக் கண்களுடன் வட்டமிட்டுச் சரிந்து பறந்தன.

உதயம் வெடித்து மலருமுன் மக்கள் கடற்கரையில் கூடினர். காலூன்ற இடமில்லை. எங்கும் நெத்தோலி உலர விரித்துப் போட்டிருக்கின்றனர். பெண்கள், உடுத்த சேலையைக் கொண்டு உடலும் தலையும் மூடி நெத்தோலிக்குக் காவல் காத்தனர்.

தரையில் ஆங்காங்கே கிடக்கும் நெத்தோலியைப் பொறுக்குவதற்குத் தென்னை ஓலையில் பின்னிய கூடையும் பனைஓலைப் பெட்டியும் கொண்டு குழந்தைகளும் யாசகர்களும் அங்குமிங்கும் நடந்தனர்.

சர்க்கரைக் கஞ்சிப் பாத்திரம் தூக்கிக்கொண்டு ஓடி எய்த்து வந்தான் அவுப்பிள்ளை. "ஆய் கிளவியைக் கொமரியாக்கும் சக்கரக் கஞ்சி."

மூங்கில் கழையில் 'பம்பாய் மிட்டாய்' 'கிறுக்கு' சுற்றி ஓசையெழுப்பிக்கொண்டு ஒத்தக்கண்ணன் பரீது கடற்கரையில் பாட்டுப்பாடி நடந்தான்.

குருவி உண்டு கொக்கு முண்டு
ஆனை யுண்டு பூனை யுண்டு
சிங்க முண்டு வாச்சு முண்டு
சீனியிலெ செய்த முட்டாய்
சீமையிலே போன முட்டாய்
வாம்பையிலே வந்த முட்டாய்;
வெள்ளத் துரை தின்னும் முட்டாய்
செல்லப் பிள்ளை கரையக் கரையத்
தின்னுத் தின்னுச் சிரிக்கும் முட்டாய்

மீனவக் குழந்தைகள் நெத்தோலிகளை அள்ளிவந்து பரீதின் பையை நிரப்பினர். அந்தக் குழந்தைகளின் கறுத்த எலும்புக்

கரங்களில் மிட்டாயை இழுத்து நீட்டி ரிஸ்ட்வாச்சின் உருவத்திலும் சிங்கத்தின் உருவத்திலும் வேறு பல உருவங்களிலும் செய்து ஒட்டிக்கொடுத்தான். குழந்தைகள் அவற்றைப் பார்த்து ரசித்தனர்; சிரித்தனர். கையை உயர்த்திக்கொண்டு சொரி மணலில் குதித்துச் சாடினர். கையைப் பார்த்து நேரம் சொன்னார்கள்.

"மணி பத்து"

சூரிய ஒளியில் குருத்து மணலில் காயும் நெத்தோலியின் கண்கள் மினுமினுத்தன. உடலும் அதன் கண்களிலிருந்து உயர்ந்த ருசி மிகுந்த மணம் அந்தச் சுற்றுச் சூழலில் வியாபித்தது. ஜனங்கள் அதை முகர்ந்தனர்.

"நெத்தோலிக் கறியும் மரச்சீனிக் கிழங்கும்" மக்கள் நாக்களில் நீர் ஊறியது. ஆனவிழுங்கி காற்றை முகர்ந்தான். ஓர் ஓலைக் கூடையைத் தூக்கிக்கொண்டு கரைசேரும் மடிகளைப் பார்த்துப் பாய்ந்தான். வால்போல ஆனவிழுங்கியின் பிள்ளைகளும் பிள்ளைகளின் குழந்தைகளும் – ஒரு மைனர்ப்படை.

"தங்க நாயனெ! தவுப்பன் இல்லாத்த இந்தப் புள்ளக்கு இத்திப்போல முட்டாயு நக்கூக்குக் குடுங்கோ. நிங்களுக்கு எட்டு சுவர்க்கமும் கெடக்கும். எத்தீமான புள்ளை." ஆனவிழுங்கி யாசித்தான்.

"ஓம்மச் சோலியப் பாத்துட்டுப் போவும். ஓமக்கு எப்பளும் இந்தப் பஞ்சப் பாடுதான்." ஒற்றைக் கண்ணன் நடந்தான்.

குழந்தை மூங்கில் கழையில் சுற்றியிருந்த சிவப்புநிற மிட்டாயைப் பார்த்து நின்றது. அதில் வட்டமிடும் ஈக்களை நோக்கி நின்றது. அகன்று அகன்று செல்லும் மூங்கில் கழையை எண்ணியபோது வறுமை குழிபறித்த அந்தக் கண்ணில் ஊறிவந்த நீர்த்துளிகளைக் கடற்காற்று குடித்துவிட்டுக் கடந்துசென்றது. ஓர் ஈயாக அந்த மிட்டாயின்மீது பறந்து உட்கார முடியுமென்றால்... குழந்தை நினைத்தது.

சப்த கோலாகலமான கடற்கரை.

கடல் அலைகளை உயர்த்தியது. மக்கள் இதயம் கடலாகியது. அங்கு ஆனந்தம் அலைகளாய் உயர்ந்து அடித்தது. அவித்த பனங்காயைச் சட்டியில் ஏந்திக்கொண்டு நாடாத்தி அங்கு வந்தாள். கையில் மீன் வாங்க பனை ஓலைப் பட்டை.

சூடு பெய்யும் சித்திரை மாதப் பகற்சூரியனின் கீழ்ப் பொரியும் நெத்தோலிக்குக்காவலிருந்த பெண்களின் மூக்குகளில் பனங்காயின் மணம் துளைத்து ஏறியது. உதட்டை நாவால் நனைத்தனர். பலா இலையில் பனங்காயை வாங்கிச் சுருட்டி வாயிலிட்டு

நீரை ருசித்தனர். கையிடுக்கில் மஞ்சள்நீர் ஒழுகியது. அரையில் தொங்கிய வலுவத்திலி[3]ருந்து காசு எடுத்துக் கொடுத்தாள்.

"காயி வேண்டாம் கும்பாரி[4] நெத்தெலி தா." பட்டையை நீட்டினாள்.

"நெத்தெலியா? கொள்ளாமே கூத்து. ராமுழுக்கக் கடல்லெ கெடந்து செத்துப் பௌச்சு கன்னிமின்னியாக் கொண்டுவந்த வலையிலே பட்ட மீனை நீச்சு தருவுக்கா? காயி வேணுமா? வேண்டாயா?"

"நெத்தெலி தா."

"தராட்டேன். நல்லப்பம் ஏலம் கேட்டு விச்சூக்கு முன்னே நிச்சு தருவுக்கா? போ தாந்துபோன அறுதலி."

"இஞ்சப் பாரு." நாடாத்தியின் முகம் சிவந்தது. கழுத்தில் கிடந்த மஞ்சள் கயிற்றில் தொங்கிய தங்கக் காசைத் தூக்கிக் காண்பித்தாள். "எக்க மாப்பிளெ மானத்தைத் தொட்டு நிச்சிய பனாலெ ஏறி எறங்குற ஆளாக்கும். லெட்சணங்கெட்ட வர்த்தமானம்[5] செல்லப்படாது. கடலு நிக்கிக்[6] கடவுளானா பனெ எங்கக் கடவுளு. பாத்தும் கேட்டும் வேளம்[7] செல்லணும் கொண்டா காயெ." நாடாத்தி காசு வாங்கிக் கொண்டு நடந்தாள்.

குட்டை சுமப்போர் அங்குமிங்கும் ஓடினர். கக்கத்தில் குடையை இடுக்கிக்கொண்டு சம்பை வியாபாரிகள் கருணை காட்டிய கடலின் முகத்தைப் பார்க்கக் கடற்கரைக்கு வந்தனர். எங்கும் உயிரோட்டம் – எங்கும் சுறுசுறுப்பு.

"பாய் இரிக்கியா? பாய் இரிக்கியா?" கிராமத்தின் நீர் கட்டித் துர்வாடை எழுப்பும் தெருக்கள் வழியாக, குப்பைகள் குவிந்து கிடக்கும் இடுங்கிய சந்துகள் வழியாக, சம்பை கட்டுவதற்கான பனை ஓலைப் பாய் வாங்க மீம்பிள்ளையும் சேமக்கண்ணும் குரலெழுப்பிக் கூப்பிட்டனர்.

கடற்கரையில் ரோடு முடியும் இடத்தில் சைக்கிளில் எண்ணிக்கை கூடியது. ஆற்றுப்பள்ளி உண்டியல் தூக்கிக்கொண்டு கூனி இலப்பை கூனிக்கூனி நடந்தார். சைக்கிளில் லோடு கொண்டு செல்வோரிடம் உண்டியலை நீட்டினார். "பள்ளிக் காய் போடுங்கோ?"

---

3. சிறிய மடிச் சீலை
4. கூட்டாளி
5. பேச்சு
6. உனது
7. பேச்சு

மம்மாத்திலு தரையைத் தொடாத வேகத்தில் நடந்தார். வேகவைத்த பாசிப்பயறு, மணிப்புட்டு, அரிசிப்புட்டு, மோதகம், உண்ணியப்பம், மரச்சீனிக் கிழங்கு, மோர், சுக்குகாப்பி . . . கடையில் பரப்பினர்.

மேற்கூரை இல்லாத கடையைச் சீலாந்திக் கம்பு தாங்கி நின்றது. மம்மாத்திலின் இளமைக்கால போட்டோ ஒன்று அதில் தொங்கியது. கொம்பு மீசை. தடித்த மார்பு. மாமிசம் துருத்தி நிற்கும் புஜங்கள். வீரமான பார்வை. கொழுத்த தொடையில் ஜட்டி மாட்டிக்கொண்டு எலக்டிரிக் பயில்வானை அடித்து மலத்திய நீக்ரோ ஹமீதுடன் குஸ்தி பிடிக்கத் தயாரெடுத்து நிற்கும் போட்டோ. காப்பி குடித்துவிட்டுக் கடன் சொல்வோர் நடுங்க! கடலிலிருந்து பசியுடன் கரையேறி வரும் மீனவர்களிடம் புளித்த சுதமா சொல்லி அவர்களை ரசிக்கவைத்துச் சிரிக்கவைத்தார்.

எதிர்பார்த்ததை விடவும் அதிகமான மீன்பாடு. மீன் வலையை உலரப்போட இடநெருக்கடி. நாலைந்துபேர் சேர்ந்து ஒவ்வொரு மடிகளையும் தோளில் சுமந்து வெயில் தேடித் திரிந்தனர். மம்மாத்திலின் மோர்ப் பானை காலியானது. சுக்குக் காப்பிப் பானையில் மண்டி உரைந்தது. மணிப்புட்டும் அரிசிப்புட்டும் தீர்ந்தபோது பீரு அழுதான்.

“எக்குப் புட்டு” காப்பிச் சட்டியும் மோர்ச் சட்டியும் சுமந்து கொண்டு வீட்டை நோக்கிச் செல்லும்போது பீரின் ஒட்டிய வயிறு வழியாகக் கண்ணீர் வடிந்தது.

“புட்டுத் தின்னுத் தீத்தாலோ? விக்கண்டாமா?” மம்மாத்திலு பீரை அடிக்கக் கை ஓங்கினார். இன்று இரவும் பட்டினிதானா என்று நினைத்தபோது பீரு சிவந்த கண்களுடன் வாப்பாவைத் தயவுக்காக நோக்கினான். நீர் தளம்கட்டிய சிவந்த குருத்துக் கண்களிலிருந்து வெளிப்பட்ட பார்வையின் ஆழத்தில் பசி ஒரு பூனைக்குட்டிபோல் பதைபதைப்பதைக்கண்டபோது மம்மாத்திலு முகத்தைத் திருப்பிக்கொண்டார்.

பீரு காலியான பெட்டியில் எஞ்சிக் கிடந்த தேங்காய்த் துண்டையும் மாவையும் நுள்ளி வாயில் இட்டதைப் பார்த்த போது மம்மாத்திலின் வறுமைச் சிந்தனை அவருடைய இதயத்தில் இடி முழக்கம் செய்தது. தன் தலையில் எழுதிய எழுத்தில் வந்த கைப்பிழையை நினைத்துத் துக்கப்பட்டார். இந்தத் துக்கத்திற்கு ஒரு முடிவு உண்டா? அல்லது நீண்டுநீண்டுக் கியாமம்[8] வரை நீளுமா? பசிக்கும் குழந்தைகளுக்கு உணவு. மழைக்காலங்களில் சுருண்டு கிடப்பதற்காக வீட்டை வேய ஓலை. பின்பக்கம் கிழிந்துபோன

8. உலக முடிவு

'பட்டன்' இல்லாத நிக்கரை மாற்றப் பீருக்கு வேறொரு கோடி நிக்கர். ஒரு மனிதனின் மிகக் குறைவான தேவையும் அத்தியாவசியமும்.

'நெத்தோலி அம்பாரம் போட்டாச்சா?'

மம்மாத்திலு சிந்தனையிலிருந்து விழித்தார்.

"மீரான்பிள்ளாக்கா! அம்பாரம் போட்டாச்சு. நாலு மணிக்கு லேலம். ஆத்தியம் குருசடியிலாக்கும்."

மீரான்பிள்ளையின் பின்பக்கம் சாக்குக் கட்டு சுமந்து கொண்டு மீராசா. மண்ணின் சூடு ஆறவில்லை தெங்கின் நிழல்களுக்கு நீளம் கூடிக்கூடி வருகிறது.

"பதினொண்ணு ரூவாலு" கக்கத்தில் ஒரு கிழிந்த டைரியுடன் காதிடுக்கில் ஒரு துண்டுப் பென்சிலுடன் சட்டக்காரன் கணக்கப்பிள்ளை ஏலம் கூப்பிட்டான். ஏலம் நீண்டுநீண்டு போனது.

கிராமத்தில் அன்றைய மாலை மகிழ்ச்சிகரமாக இருந்தது. இந்தச் சித்திரை மாதம் முழுவதும் எல்லா மாலைகளும் இதுபோல் மகிழ்ச்சிகரமாக இருக்க மீனவப் பெண்கள் ஏசுநாதரின் திருவுருவத்தின் முன் தலையை மறைத்துக்கொண்டு முட்டுக்கால் போட்டு நின்றனர்.

பீரு, பற்றவைத்த மெழுகுதிரி காற்றில் அணைந்துவிடாமல் இருக்க, கையால் மறைத்துக்கொண்டு கபரடியை[9] நோக்கி நடந்தான். அங்கு துயில்கொள்ளும் வாலை மஸ்தான் சாகிபின் தலைமாட்டில் அதை நாட்டினான். கையேந்தினான். 'அப்பா எக்கொரு நிச்ச.'

களைத்த மீனவர்கள் களைப்பை மாற்ற சுட்ட மீனை வாழை இலையில் சுற்றிக்கொண்டு சாய்ந்த மாவை நோக்கி நடந்தனர். ஆங்காங்கே வட்டமிட்டு உட்கார்ந்தனர். மத்தியில் கள் நிறைந்த பானையும் வேகவைத்த மரச்சீனிக் கிழங்கும்.

---

9. சமாதியை

19

ஞாயிற்றுக்கிழமை மெனக்கெடு. மீன்பாடில்லாத நாள்.

கூப்பாடுகளும் ஏலேலோ ஓசையும் கேட்காமல் நிம்மதியாகக் காதை மூடித் தூங்கும் கடற்கரை. ஏச்சும் பேச்சும் உந்தும் தள்ளுதலும் ஓய்ந்த நாள். மீனவர்கள் ஆங்காங்கே நிழல்களில் வட்டமிட்டிருந்தனர். கண்ணி அற்றுப்போன கரமடிகளில் கண்ணிகளைப் பின்னிச் சரி செய்துகொண்டிருந்தனர். முந்திய நாள் மடி வளைத்தபோது நடந்த தவறுகளைச் சொல்லி ஒருவருக்கொருவர் குற்றம்சாட்டினர். ஆங்காங்கே அடுப்புகள் கூட்டித் தண்ணீரில் சாணி கலக்கிக் கொதிக்கவைத்தனர். கொதிக்கும் பச்சைச் சாண நீரிலிருந்து ஆவி உயர்ந்தது. அந்த ஆவியிலிருந்து சாணம் வேகும் வாடை எழுந்தது. அந்த வாடையை முகர்ந்துகொண்டு மீரான்பிள்ளை அவருடைய பண்டகசாலையின் முன்னால் உட்கார்ந்து விரல் மடக்கிக் கணக்குக் கூட்டினார். அந்த வாரம் ஏலத்தில் எடைபோட்டு எடுத்த சம்பைக்குரிய காசைத் துப்பல் தொட்டு எண்ணிக் கணக்கு முடித்துக் கொடுத்தார்.

வலைக்காரர்கள் மணலில் மீரான்பிள்ளையைச் சுற்றி உட்கார்ந்தனர்.

அனந்த விக்டோரியா மார்த்தாண்டம் கனாலில் மிதந்த முட்டத் தாழிக்கு அடியில் கட்டிக் கிடந்த ஒரு மொடக்குத் தண்ணீரில் வலைக்காரர்கள் முதுகில் கையால் தண்ணீர் செத்திக் குளித்தனர். மாரியப்பன் சலவை செய்துகொடுத்த அகலக் கரையுள்ள நாடன் வேட்டியை உடுத்தினர். ஜெயக்கொடித் துண்டால் உடம்பை மூடிக்கொண்டு கோயில் பூசைக்குப் போனார்கள். தூய கன்னி மரியன்னையுடையதும் குழந்தை ஏசுடையதும்

திருவுருவத்தின் முன் முட்டுக் குத்தினர். அல்தாரின்[1] முன்னால் மடத்தில் படிக்கும் பெண்கள் கோரசாகப் பாடினர். அவர்களின் தொண்டை நாளத்திலிருந்து ஒழுகி இறங்கிய பக்திகானத்தின் புளகாங்கித லகரியில் கண்ணடைத்துக் கைகட்டித் தலை கும்பிட்டனர். மனத்தில் கல்வாரிக் குன்றில் சிலுவையில் அறையப்பட்ட ஏசுநாதரின் புண்ணிய உருவம்.

நெஞ்சில் குருசு வரைந்தனர் – 'பிதா, சுதன், பரிசுத்த ஆத்மா'.

கோயிலை விட்டு வந்ததும் காதிடுக்கிலிருந்து சுருட்டை எடுத்துப் பற்றவைத்தனர். புகையை ஊதிவிட்டு மீரான்பிள்ளையின் பண்டாலைக்கு முன், தரையில் வட்டமிட்டிருந்தனர். பச்சைத் தேங்காயெண்ணெய் தலைமுடியிலிருந்து நெற்றிக்குப் படர்ந்தது. எண்ணெய் புரண்ட நெற்றித் தோலில் சுருக்கு விழும்படியாகக் கணக்கைக் கவனித்தனர். அப்போதும் மனத்திற்குள் சாய்ந்த மாவின் பரந்த கொம்புகள் நிறைந்து நின்றன.

அதுவரையிலும் வாங்கிய சரக்கின் பணத்தை முடித்துக் கொடுத்துவிட்டுக் கணக்குத் துண்டுகளைக் கிழித்தெறிந்தார். மீரான்பிள்ளை வேட்டியை உரிந்து குடைந்து உடுத்தார். 'கையிலே காக் காயில்லே.'[2]

சிலவேளை நாளையும் நெத்தோலி படலாம். வாங்கக் கையில் பணமில்லை. வாங்கிய சம்பைக் கட்டுகளெல்லாம் தூத்துக்குடியில் சென்றடைந்த பிறகுதான் முன்பணம் வாங்க முடியும்.

நாளெ ?

மனத்தில் பிரச்சனைகள். சிலவேளை பெரும் மீன் பாடானாலோ ? எப்படி வாங்க முடியும் ? அடகு வைக்கப் பொன் நகைகளில்லை. ஒற்றி கொடுக்கத் தோப்புகள் இல்லை. தூத்துக்குடி போய்வர வேண்டுமானால் மூன்று தினங்களாகும். ஏராளம் மீன்பட்டதாகத் தெரிந்தால் சிலவேளை கைவிரித்துவிடுவார்கள். கொழும்பிற்கும் சென்று விற்றுவரும்வரை காத்திருக்க வேண்டியது வரும். அதற்கிடையில் மீன்பாடு முடிந்தாலும் முடியும்.

கரையணையும் மடிகளையும் வெயிலில் காயும் நெத்தோலியையும் மாலையில் குருசடியில் கூம்பாரம் கூட்டியிருக்கும் நெத்தோலிக் கூறுகளையும் பார்த்துப் பெருமூச்சுவிட வேண்டிவரும். அக்குளில் குடையையிடுக்கிக் கொண்டு கடற்கரையில் வீணாக நடக்க வேண்டிய துர்நிலையை நினைத்தபோது இவ்வளவு காலம் வியாபாரம் செய்துபெற்ற பயன்தான் என்ன என்ற உணர்வு அவரை வேட்டையாடியது.

---

1. தூய பலிபீட மேடை
2. கால் காசில்லை

உள்ளது ஒரே மகன். அவன் எங்கோ போனான். அவனைப் பற்றி எந்தத் துப்பும் இல்லை. அவன் இங்கு இருந்தால்கூடப் பெரும் தொல்லைதான். என்றும் புகார்கள். கேட்டுக்கேட்டு அலுத்துவிட்டது. கூரை முட்டி நிற்கும் மகளின் தாகம் நிறைந்த பார்வையும் மௌனமும். காற்றில் சாய்ந்தாடவும் மணம் பரப்புவதற்குமாக மலரும் பூக்கள். ஒரு செப்பிற்குள் சிறைப் படுத்தி ஜென்மம் பாழாகிக்கொண்டிருக்கும் கெட்ட நாட்கள்.

விமோசனம் எப்போது? சுத்தக் காற்றைச் சுவாசிப்பது எப்போது? அவள் வாழ்க்கைக்கு ஒரு பொருள் கிடைக்கும் நாள் தொலைவிலா? காசீம் போன பிரிவுத் துயரில் அதிகம் பேசாமல் தொழுகைப் பாயில் மக்கன்னாவிற்குள்[3] உடம்பை ஒடுக்கி யாரப்பில் ஆலமீனிடம் மகன் திரும்பி வருவதற்காக எப்போதும் துஆ கேட்டுக்கொண்டிருக்கும் மனைவி. வேதனை இழையோடிய அவள் முகமும் தளர்ந்த நடையும், எதிலும் உற்சாகமில்லாத நிலை.

மீரான்பிள்ளை மொட்டைத்தலையைச் சொறிந்தார்.

சுற்றிலும் துக்கம் துப்பிவைத்த முகங்கள். மனத்தில் உமித்தீயைச் சுமந்து திரியும் மனிதக் கோலங்கள். நடக்கும் ஜடங்கள். சிரிக்கும் பிரேதங்கள். இந்த அரபிக் கடற்கரையில் 'கீச்சுக் கீச்சுத் தம்பலம்; கீயாக் கீயாத் தம்பலம்' விளையாடக் கூட்டிவைத்த சீனி மணலில் ஓடி நடக்கும் இந்த மனிதர்களின் மகிழ்ச்சி எத்தனை நாட்களுக்கு? விளக்கைச் சுற்றிப் பறக்கும் புற்றீசல்களின் மகிழ்ச்சியா?

நொண்டிநொண்டி எதிரில் வரும் கவுரியலின் சட்டை அணியாத உடலில் வறுமை வரிசையாக அடுக்கிவைத்த எலும்புகளைக் கண்டபோது, நித்தியப் பட்டினி கிணறு தோண்டிய கண்களில் ஊறி நிற்கும் ஈரத்தைக் கண்டபோது, மீரான்பிள்ளை திகைத்துவிட்டார். தங்கச் செயின் கழுத்தில் அணிந்து, விரல் நிறைய மோதிரங்கள் அடுக்கி பீஜி ஸில்க் ஜூப்பாவும் கிளாஸ்கோ வேட்டியும் உடுத்துக்கொண்டு துறையில் ஒரு மயிர் சிலிர்ப்புப்போல் நடந்துதிரிந்த கவுரியல் துறையிலுள்ள ஒரே ஒரு ஓடிட்ட கல் கட்டடத்தின் உடைமை. வள்ளமும் வலையும் உடையவன். கொழும்புக்கு நேரடியாகச் சம்பை கட்டியனுப்பும் துறையைச் சார்ந்த ஒரேயொரு வியாபாரி.

மீரான்பிள்ளையைக் கண்டபோது கவுரியல் நின்றான். நடந்து வந்த களைப்பு மாற ஒரு தென்னையில் சாய்ந்துகொண்டான். இரு கைகள் கூப்பி மீரான்பிள்ளையைக் கும்பிட்டபோது கவுரியலின் கண்கள் நிரம்பியிருக்கும். மீரான்பிள்ளை அதைக் காணவில்லை.

இதயத்தை அரித்துக்கொண்டிருந்த துக்கச் சிந்தனைக்குப் புன்னகையின் கவசமிட்டுக் கவுரியலை நெருங்கினார்.

---

3. பார்தாவிற்குள்

“என்ன கவுரியல்?”

“மொய்லாளி”

கவுரியல் ‘மொய்லாளி’ என்று அழைத்தபோது மீரான்பிள்ளை ஒரு கணம் திடுக்கிட்டார். முன்பு ஒரு போதும் யாரையும் முதலாளி என்று அழைக்காத நாக்கு, இன்று பணிவாக முதலாளி என்ற அழைக்கின்றது. யாரையும் ‘பிள்ளேய்’ என்றும் ‘ஓய்’ என்றும் திமிராக அழைப்பான். ஆனால் அது தன்மதிப்புக்கு எந்தக் குறைச்சலும் ஏற்படுத்தியதில்லை. அந்த அழைப்பில் திமிரைவிட அன்புக்குத்தான் கனம் கூடுதலாக இருந்தது.

யார் முன்பும் தலைகுனியாத கவுரியல், ஈனா பீனா கூனா முதலாளிக்குச் சம்பை அனுப்பமாட்டேன் என்று சபதம் எடுத்தவன். ஒரு மலபார்க்காரனின் கமிஷன் கடைக்குத்தான் சரக்கு அனுப்பி வந்தான். ஈனா பீனா கூனா பல தடவை கவுரியலுக்குக் கடிதம் எழுதினார். இருந்தும் ‘ஒரு மணி’ கூட அவன் அனுப்பவில்லை.

“நிஞ்ச மொய்லாளிக்கு வேறச் சோலியில்லியா? என்னத்துக்குச் சும்மாச் சும்மா எளுத்து எளுதீட்டியிருச்சாரு? நான் அவருக்குச் சரக்கு ஏத்தாட்டேன். சொல்லிடும்” ஒரு தடவை தூத்துக்குடி மானேஜரைப் பார்த்துக் கவுரியல் சொன்னான்.

கடல் அலைகளின் முதுகு வழியாக இந்தச் செய்தி கொழும்பில் ஈனாபீனாகூனாவின் செவியில் எட்டியது.

“பவ்லோசுக்க மொவன் கவரியலுக்கு இத்திரெத் திமிரா?” ஈனா பீனா கூனா முதலாளியின் ஜொலிக்கும் கண்களிலிருந்து புறப்பட்ட ஜுவாலையில் கொழும்பின் தெருக்கள் பற்றியெரிய வில்லை . பரபரப்பு அடங்கிய தெருவின் மவுன முகத்திற்கு நேர்விரல் சுட்டி எச்சரித்தார். “உன்னெப் பாத்துக்கிடுதேன்.”

பெருவாரியாக நெய்ம்மீன் பட்டுச் சொரியும் நேரம். கவுரியலின் நெய்ம்மீன் சுட்டு ஏற்றிய கரிக்கேஸ் லாரி தூத்துக்குடியைப் பார்த்து முக்கி முனகி நீங்கியது. தூத்துக்குடியில் ஈனா பீனா கூனா முதலாளியின் கிட்டங்கியின் முன் கரிக்கேஸ் லாரி தளர்ந்து ஓதுங்கியது. நெய்ம்மீன் கட்டுகள் அவருடைய கிட்டங்கியில் இறக்கப்பட்டன. மறுநாள் அதே கட்டுகள் அதே விலாசத்தில் அதே லாரியில் ஏறின. கவுரியல் முகவரி கொடுத்த ஃபார்வேடிங் ஏஜண்டின் கிட்டங்கியில் இறக்கப்பட்டன.

எதிர்பார்ப்புகளின் இதழ் மலர்த்திய நாட்கள் ஒன்றன்பின் ஒன்றாக உதிர்ந்தன. ஒரு குளிர் இரவில் கவுரியலின் ஓடிட்ட கல் கட்டடத்தின் முன் சைக்கிளின் மணி கிலுங்கியது.

“தந்தி!”

கவுரியல் தந்தியை வாங்கினான் – திருப்பிக் கொடுத்துவிட்டுச் சொன்னான்:

"படிச்சுச் செல்லு."

மெசஞ்சர் தந்தியைக் கிழித்து வாசித்தான்.

"உங்கள் கட்டிற்குள் அருக்குலா இல்லை. தென்னை மட்டைகள். கடிதம் காண்க."

அந்தத் தந்தியை ஏந்தி நின்ற கரங்கள் நடுநடுங்கின. கவுரியல் இரவின் கறுத்த முகத்திலும் குளிர்ந்த உடலும் பார்வையைச் செலுத்திச் செயலற்று நின்றான் – ஒரு மரம் போல்!

நான்கு நாட்களுக்குப் பிறகு அம்புரோஸ் நீட்டிய நீண்ட உறையைக் கிழித்தான். வாசிக்குமுன் அக்கடிதத்திலுள்ள வாசகங்களை உட்கொண்டமை கவுரியலின் கண்ணீரில் மாய்ந்தது. சாந்தமாகத் திரையெழுப்பிய கடல் கொந்தளித்தது. ஆனி ஆடித் திரைகளாக உயர்ந்து ஓங்கி அடித்தது. கரையில் தலைமோதிச் சிதறியது. கரை, இடி கரையாக மாறியது. கடலில் இழைந்து செல்லும் வள்ளங்களும் கட்டுமரங்களும் கோபம்கொண்ட கடலில் கட்டுப்பாட்டை விட்டுத் திசைமாறி ஓடின. யாத்தனங்களை[4] கட்டுப்படுத்தப் பாடுபடும் மனிதர்களின் உருண்டுதிரண்ட மாமிசங்கள். சுடுரத்தம் பாயும் புடைத்த நரம்புகள். உயிருக்கு வேண்டிய இறுதிப் போராட்டம். புகை கக்கிய கப்பல்கள் கடலில் மூழ்கித் தாழ்ந்து தாழ்ந்து போகின்றன. அந்தக் கப்பல்களுக்கொப்பம் தானும் தன்னுடைய ஓடிட்ட கல் கட்டடமும் சுருண்ட முடியுடைய மனைவியும் மடத்தில் படிக்கும் பூனைக் கண்களுள்ள வெளுத்த குழந்தைகளும்.

"ஏசுவே!", கவுரியல் அலறிக் கூப்பிட்டான். முன்நின்ற தூணைக் கட்டிப்பிடித்தான். தலையை முட்டிமுட்டி அழுதான். தலை உடைந்து இரத்தம் முகம் வழியாகப் பாய்ந்து இறங்கியது. வீட்டில் ஒரே ஒப்பாரி. அந்த அழுகை சீறும் காற்றைத் துளைத்தது. ஆகாயத்தைப் பிளந்தது. அந்த அழுகை எங்கோ சென்று மண்டியது. இன்றும் ஆகாயத்தின் ஏதோவொரு மூலையிலிருந்து அந்த அழுகையின் எதிரொலி கேட்பதுண்டு. கடற்கரையை நடுங்க வைத்த அழுகையின் எதிரொலி.

"மொய்லாளி."

"என்னா?"

ஏதோ சொல்ல ஆவல் கொள்ளுகிறான் கவுரியல். அவன் உதடுகள் அசைகின்றன. நாவின் நுனியில் சொற்கள் ஓடி வரவில்லை.

---

4. வள்ளம்

"என்ன ? செல்லு"

அப்போதும் கவுரியல் பேசுவதற்கு மிகவும் சிரமப்படு கிறான் என்பதை மீரான்பிள்ளை புரிந்துகொண்டார். சிறிது மௌனத்திற்குப் பின் கவுரியல் வயிற்றில் கைவைத்துக்காட்டினான்.

முதுகெலும்பை முத்தமிட்டுக் கிடக்கும் ஒட்டிய வயிற்றின் தோலைக் கண்டபோது மீரான்பிள்ளை தலைகுனிந்தார்.

மனிதனின் பசி.

"உனக்கப் புள்ளியொ என்ன செய்யுது ?"

கவுரியல் கொஞ்ச நேரம் நிசப்தம் கட்டிக்கிடந்த குளத்தில் இறங்கினான். ஓங்கியடிக்கும் கடல் அலைகளையும் கடந்து வானம் கடல்மீது கவிழ்ந்து கிடக்கும் இடத்தில் பார்வை செலுத்தி நின்றான். மவுன நிமிடங்கள் நரங்கி நீங்கியது. கவுரியல், மீரான்பிள்ளையைப் பார்த்தான். சக்தியைச் சேகரித்தான். உதடுகள் அசைந்தன. நா நுனி அசைந்தது.

"எக்க மூணு மக்களும் மரிச்சிப் போச்சு. மூத்தவளுக்கு இருப்பத்தாறு வயசு. அவளுக்குச் சீவிதம் மடுத்துப் போச்சு. ஒரு நா காலத்தெ அவொ மரிச்சு கெடந்ததெக் கண்டோம். நாங்கக் கரையில்லே. அதுக்க எளய பெண்ணும் அக்காளுக்குப் பெறமெ போனா. அவளுக்கும் வெறுப்புதான். எளய பயன் காளராயிலெ மரிச்சான். எக்கப் பெண்டாடி நெஞ்சிலெ அடிச்சு ஏங்கியேங்கி மரிச்சா. நாலெண்ணவும் அவுங்க அவுங்கப் பாட்டுக்கு போனாங்கோ. இப்ப நா மட்டும்தான் தனிச்சேன். எல்லாம் போச்சு. நான் சாவமாட்டேன். எக்க ரத்தத்தெக் குடிச்சு எங்களெ இக்கோலத்திலெ ஆக்குனானெ அவனுக்குச் சாவப் பார்த்துட்டுத்தான் சாவேன். எக்கக் கண்ணான மக்களும் பெண்டாடியும் உறங்கு இடத்திலே நா ஒரு குளி வெட்டிக் காலு நீட்டிக் கெடப்பேன். அதுவரெ, சீவிக்கணும். எக்கு வல்லதும் தரிங்க." கவுரியல் கண்ணடைத்துக் கைகூப்பி நின்றான். அழுது தளர்ந்த கண்ணில் வடிப்பதற்குக் கண்ணீரில்லை. ஈரம் மட்டும்தான்.

இந்தக் கடற்கரையில் பலி மிருகங்களின் வரிசையில் தான் எத்தனையாவது மிருகம் ? மீரான்பிள்ளை சிந்தனையில் ஆழ்ந்தார்.

20

வானத்தின் நடுமுற்றத்தில் குந்தியிருந்து சூரியன் ஊதிப்பெருக்கிய தீயில் கிராமத்தின் புழுதி மண் சுட்டுப் பழுத்தது. ஆவி உயர்ந்தது. வேண்டியவர்கள் இறந்த துக்கத்தில் தென்னைகளும் கமுகுகளும் முகங்கோணித் துக்கம் அனுஷ்டித்தன. தலையசைக்காமல், வெடிச் சிரிப்புச் சிரிக்காமல், சலனமற்று நின்றதால் காற்றும் வழியில் எங்கோ பதுங்கி நின்றது.

ஆனவிளுங்கியின் 'ஜெர்மன் மேடு' கத்தி மொட்டையாக்கிய தலைகளிலிருந்து சூரியன்கள் மத்தியானம் உதித்தன. தலை வெடித்துப் பிளந்து விடுமோ என்ற பயத்தால் சிலர் வீடுகளில் தங்கினர். சிலர் கடற்கரையின் குளிர்ச்சியில். கல்லாம் பொத்தையின் நிழலில். தெருவில் மணல் மிதிபடாமல் நேராக மூச்சுவிட்டுக் கிடந்தது.

ஜஹன்னம் என்ற நரகத்திலுள்ள நெருப்புத் தின்னும் பாம்புகளையும் தொண்டையை உருகவைக்கும் கொதித்து மறியும் நீரையும், எலும்புகளைச் சுட்டுக் கரிக்கும் நெருப்புக் கட்டைகளையும், மக்கள் அடிக்கடி மனத்தில் கண்டனர். காணும்போதெல்லாம் தலையைத் தடவுவதுண்டு. 'முடி வளர்ந்திருக்கா.' கொஞ்சம் வளர்ந்திருக்குமானால் ஆனவிளுங்கியைத் தேடி ஓடுவதுண்டு, அல்லது ஆனவிளுங்கி தேடிச் சென்று நினைவுபடுத்துவதுண்டு.

ஆனவிளுங்கிக்கோ குளிக்க நேரமில்லை, பல் தேய்க்க நேரமில்லை. கப்பப்பாயில் கத்தி தீட்டுவதும் முடி களைவதும் தாடி ஒதுக்குவதும். பெரும் நெருக்கடி.

அன்று காலை விடிந்ததே வர்க்கத்துக்[1] கேடாகத்தான். ஆனவிளுங்கி அதிகாலையில்

---

1. அபிவிருத்தியின்றி

எழுந்தான். கொட்டாவி விட்டான். உடலெங்கும் பரபரவென்று சொறிந்தான். வாயில் தண்ணீரேந்திக் குலுக்கிப் பாயிலிருந்தபடியே முற்றத்தில் கொப்பளித்தான். சவரம் செய்யும் பெட்டியைத் தூக்கிக்கொண்டு வெளியே கிளம்ப முயன்ற கணவனிடம் மம்மதி சொன்னாள்.

“இஞ்சப் பாருங்கோ. பல்லு தேய்ச்சுட்டுக் கொஞ்சம் பளங்கஞ்சி கெடக்குது, குடிச்சிட்டுப் போங்கோ.”

“பல்லு தேய்க்க நேரமில்லை. பளங்கஞ்சி குடிச்சா கை களுவுக்கு நேரம் வேண்டாமா? நாம் போறேன்.” கண்ணில் ஒட்டியிருந்த கூழையை எடுத்துச் சுவரில் தேய்த்துவிட்டு இறங்கி நடந்தான்.

“சொன்னாக் கேளுங்கோ. தலை சுத்தி விளுந்து போவியோ. கொஞ்சம் குடிச்சிக்கிட்டுப் போங்கோ. இன்னா உமிக்கிரி.”

“நிக்க உம்மாக்க மாப்பிளக்குக் குடு. சென்னா தெரியாத பாருகாலி! இன்னக்குப் பத்துப் பதினெட்டுப் பேருக்கு மொட்டையடிக்கணும். அவங்களுக்கெல்லாம் முடி வளந்திருக்கும். நிக்க அப்பன் தந்த கத்தி என்னய்க்குக் களவுபோச்சோ அண்ணை யிலிருந்து வருக்கத்துண்டு. கத்தி களவுபோன அண்ணக்கித்தான் மொய்லியாரு முடி வளத்தினா நரகம்னு வஃளு சொன்னாரு.”

“இந்தக்காலமெல்லாம் அத வெச்சுத்தானே வேல செய்தியோ.”

“போ, செய்த்தானுக்கெ மோளே, நிக்கப் பல்லிளிச்சான் வாப்பா ஒரு துரும்புப் புடிச்ச பரட்டக்கத்தி தந்தாரு.”

“எக்க வாப்பாயெ பல்லிளிச்சான்னு செல்லப்படாது. செல்லிப் போட்டோன்.” மம்மதி எச்சரித்தாள்.

“நிக்க வாப்பாயே நான் ஒண்ணும் சொல்லல்லே தாயே. நிக்க வாப்பா நிக்கு சீதனம் பேசினதிலெ ஒரு களஞ்சிக்குக் கம்மலு தரணுமில்லியா? தந்தாரா?”

“அய்யே, மக்களும் குட்டியும் பெத்து வருசம் நாப்பதுக்கும் பெறவா ஒரு களஞ்சிக் கம்மலெக் கேக்கூது!” மம்மதி மூக்கில் விரல் வைத்தாள்.

“நீ போயி அந்த ஒரு களஞ்சுக் கம்மலெ வாண்டிட்டு வந்தாப் போரும்.”

“எங்கப்போயி? பள்ளி விளாவகத்திலெ கெடக்கவாப்பாட்டப் போயா வாண்டீட்டு வர?”

பதில் முட்டி ஆனவிளுங்கி மனைவியை முறைத்துப் பார்த்தான்.

“பல்லிளிச்சானுக்க மொவளுக்க வாயெப் பாரு. அதிகம் வாய் காணிச்சா அலவெ ஒடச்சு வெரட்டி உடுவேன்.”

“உடுங்க பாப்பம்.”

“நின்ன வெரட்டத்தான் குட்டிப் போறேன்.”

“வேறப் பெண்ணு கெட்டலாம்ணு நெனைப்போ?”

“கெட்டுவேன். ஒரு அளகு சுந்தரியைக் கெட்டுவேன் பாரு.”

“இந்தக் கெளட்டு வதுவலுக்குத் தொடுவெட்டிச் சந்தையிலெ பெண்ணுகளெப் போட்டு விக்காங்களோ? அளகுசுந்தரியைக் கெட்டுத மோறக்கட்டயப் பாரு. ரண்டு மாசமானாலும் குளியும் பல்லு தேப்பும் இல்லாதெ நாத்தம் புடிச்சு நடக்குத இந்த மனுசனுக்கெக் கூடெ நான் ஒருத்தி இல்லாதே பெண்ணாப் பெறந்த ஒருத்தி பொறுக்கமாட்டா.”

“இஞ்சப்பாரு . . .” ஆனவிளுங்கி பெட்டியை ஓங்கினான். “எறிஞ்சு மண்டையெ ஒடச்சுப் போடுவேன். மருவாதிக்குப் போ. அந்த ஒரு களஞ்சிக் கம்மலும் வாண்டாதெ நீ இந்த நடயிலெ சவுட்டப்படாது” ஆனவிழுங்கி திரும்பி நடந்தான்.

“அந்திக்கு வரும்போ தொடுவெட்டிச் சந்தையிலெ போயி ஒரு பெண்ணையும் கெட்டிட்டு வாருங்க பளந்தொறப்பாயிரிக்கிது. பெண்ணுண்ணு செல்லூது ஆடும் மாடும் தானோ?”

ஆனவிழுங்கி திரும்பி நடந்தான். தானாக ஏசினான். “பொல்லா முறுவத்துக்க மோளே! அதிகம் வாய் காட்டாதே. செப்பையைப் பேத்துப் போடுவேன்.”

“என்னனெ சண்டப் போடுதியோ?” வலியாற்றிலிருந்து குளித்துக்கொண்டு வந்த மீராசா கேட்டார்.

“இல்லெ தம்பி. அவளுக்க வாயெப் பாத்தியளா?”

“சரிபோட்டு. போயி உம்ம வேலெயப் பாரும்.”

“நான் பல்லுத் தேக்கல்லேனு செல்லுதா. இவளுக்க வவுத்துலெ ஒரு சவட்டுக் குடுக்கண்டாமா தம்பீ.”

“பல்லு தேச்சிருந்தா பல்லு தேக்கல்லேண்ணு செல்லுவாளா?” மீராசா கேட்டார்.

“அல்லாணெ – வாப்பாணெ – ஆத்து பள்ளியாணெ போன வெள்ளியாச்சக்குச் சுப்பியப்பம் அவிச்சாக்கிலெ நான் பல்லு தேச்சேன். பாத்தியளா? என்னைப்பாத்துப் பல்லு தேக்கல்லேண்ணு செல்லுதா?”

மீராசாவுக்குச் சிரிப்பு முட்டி வந்தது. சிரிக்கவில்லை. "போன வெள்ளியாச்ச தானே பல்லு தேச்சது? இண்ணக்கு வேளாச்சயில்லியா? ஏளு நாள் ஆச்சே?"

"என்னக்கு பல்லுத் தேய்க்க உமிக்கரி வேண்டக் காயி வேண்டாமா?"

"நீர் போவும்.ஓம்மட்டெப்பேசினா மனுசனுக்குப் பயித்தியம் புடிச்சுப் போவும்" மீராசா துப்பினார். "தூ". மீராசா நடந்தார்:

"நாயனெ நீங்களும் அப்படியா செல்லியோ?" ஆனவிழுங்கி திரும்பிநின்று சுட்டுவிரலை உயர்த்தி மனைவியைப் பார்த்து எச்சரித்தான். "நின்னப் பாத்துக்கிடுதேன்."

வழிநெடுகிலும் புலம்பிக்கொண்டே நடந்தான் "வா...பாரு... என்னச் செய்யேன்?"

"என்னனே வழி நீளெ ஒரே பொலப்பமா இரிக்குது?"

அதிகாலையில் கடை திறக்கவந்த மம்மானிபா கேட்டார்.

"இல்லெ நாயனே. எக்கப் பெண்டாட்டி ஒரு பாருகாலி கெடக்காளே. வெட்டா வெளுக்கு முன்னே எனக்கட்டெச் சண்டக்கு வாறா."

மம்மானிபா பேசி நிற்கவில்லை. பீடி புகைத்துக்கொண்டு மேற்கு நோக்கிச் சென்றார்.

"கண்ணெ! அந்த பீடித்துண்டை எறிஞ்சிட்டுப் போங்கோ."

ஆனவிழுங்கி பின்னால் ஓடினான்.

மம்மானிபா கொடுத்த பீடித்துண்டை விரலால் நுள்ளிப் பிடித்து வலித்தான். மூக்கு வழியாகவும் வாய் வழியாகவும் புகையை ஊதிவிட்டான். கடற்கரையைச் சுற்றி நடந்தான். மீன்பாடில்லை. மம்மாத்திலின் கடைக்குள் தலையைவிட்டு நோக்கினான். பீரு கறுத்த பெஞ்சில் வாய்க்குள் விரலைவிட்டுக் கவிழ்ந்துகிடந்து தூங்குவதைக் கண்டான். சுக்குக் காப்பி சூடாக்கும் அடுப்பில் கூடிக்கிடந்த சாம்பல்மீது ஒரு பூனை தூங்கியது. தென்னைகள் நிழல் விரித்த சுடுகாட்டு ஆற்றை நோக்கிநடந்தான்.நாயும் புலியும் விளையாடுவோர்களின் தலையில் முடி வளரவில்லை.குளத்துப் பள்ளிக்கு முன்னாலுள்ள தெருவுக்கு ஏறிச்செல்லும் கல்படிகளில் ஏறினான். கடை வராந்தாவில் முட்டுக்கட்டியிருப்போரின் தலைகளைப் பார்த்தான். முடி வளரவில்லை.போஸ்டாபீஸ், ஆஸ்பத்திரி, பஸ் ஸ்டாண்டு, பாலம் எல்லா இடத்தையும் சுற்றிச்சுற்றி நடந்தான்.

முஸ்லிம்களின் தலையில் முடி வளராதது அதிகாலையில் மம்மதி சண்டைபோட்ட துர்ச்சகுனம் என்று ஆனவிழுங்கி நம்பினான். பல்லை இறுகக் கடித்தான். அவளுக்கு ஒரு மிதி கொடுக்க எண்ணினான். அதோ! எரை நூக்கண்ணுக்குத் தாடி ஒதுக்கிக் கொடுத்ததுக்கு கிடைத்த காசின் கைநீட்டம் துர்ச்சகுனமோ?

நேராகப் பாலத்தடிக்குச் சென்றான். நாடாத்தி, அவள் வீட்டுக்கு முன், முறத்தில் அவித்த முழு மரச்சீனிக் கிழங்கு புட்டுப்போல் வெந்திருப்பதைக் கண்டான். ஒன்று வாங்கினான். மிளகாய்ப் பொடியில் தொட்டுச் சாப்பிட்டான். காரம் சிரசில் ஏறியது. கண்ணில் நீர் வடிந்தது. மூக்குச் சிந்தி எறிந்தான். பச்சைத் தண்ணீரை மளமளவென்று குடித்தான். நீண்ட ஓர் ஏப்பம்.

மீண்டும் பஸ் ஸ்டாண்ட் வரும்போது நடு உச்சி. வக்து[2] போனபோக்கப் பாரு. நிமிர்ந்து நோக்கினான். தலைக்கு மேல் சூரியன். உடல் முழுவதும் வேர்த்துக் கொட்டியது. உடலில் ஒட்டிய புழுதியும் ஒட்டிக் காய்ந்துபோன ஆட்டின் இரத்தத் துளியும் வியர்வையில் பொதுமியது. மழைக் காலங்களில் தெருக்களில் நீர் சாலெடுத்து ஓடுவதுபோல் ஆனவிழுங்கியின் உடலிலிருந்து வியர்வை கீழ் இடுப்பில் கட்டிய வேட்டியில் சங்கமித்தது. தலையில் வட்டமாகக் கட்டியிருந்த சுட்டிக் கரைத் துண்டை எடுத்து உடலைத்துடைக்கும்போது மரணவிலாசத்தின் கூப்பாடு கேட்டது. அலறிக்கொண்டு குலுங்கிக்குலுங்கி நொண்டி வருவதைப் பார்த்தான். ஏதேனும் புதிய இரைகள் வருகிறதா என்று எதிர்பார்த்து நின்றான். வண்டி வந்தது. வழக்கம்போல் கிழக்குப் பக்கமாகத் திரும்பியது. பிறகு பின்பக்கமாக மீண்டும் வளைந்து வடக்கு நோக்கித் தளர்ந்து நின்றது. கிறுகிறுப்பும் முறுமுறுப்பும் அடங்கியது.

ஆனவிழுங்கி கண்களை இரண்டு மூன்று தடவை அடைத்துத் திறந்து பார்வையைக் கூர்மையாக்கினான்.

அக்குளில் பத்திரிகைகளை இடுக்கிக் கையில் ஒரு பேக்கும் தூக்கி ஒரு இளைஞன் வருவதைக் கண்டான். பார்த்து மறந்த முகம்போல் தெரியுதே.

ஓடிப் பக்கத்தில் சென்றான். நெருங்கிப் பார்த்தான்.

"அல்லா! இது ஆரு புள்ளையா? மீரான்பிள்ளைத் தம்பிக்க மொவனில்லியா?"

காசீம் ஆனவிழுங்கியைப் பார்த்துப் புன்னகை செய்தான்.

---

2. நேரம்

“என்ன ஒய்!”

“ஆளு மாறிப்போச்சே. தலையிலெ இது என்ன?” மூக்கில் விரல் வைத்தான்.

“முடி.” காசீம் சொன்னான்.

“ஹராமில்லியா? முடி வக்கலாமா?”

“ஹராந்தான். அதுக்கென்ன?”

“களஞ்சுப் போடுவோமா?”

“களைவோமே. ஓம்மக் கத்தியெ பரீதுப்பிள்ளையிட்டெ கொடுத்து இங்க அனுப்பும். அவர் வந்து களஞ்சு தரட்டு.”

“என்ன வேளம்[3] செல்லியோ? ஊர் முதல்கூடி இல்லியா?”

“முதல் கூடியா?” காசீம் ஒரு அக்கினி ஜுவாலை போல் கல் ரோட்டில் கைவீசி நடந்தான். உச்சி வகிர்ந்து இரு பக்கமாக ஒதுக்கிய முடியிலிருந்து வாசனை எண்ணெய்யின் மணம் காற்றில் கலந்தது.

அவன் கைவீசித் தலைநிமிர்ந்து நடந்துசெல்வதை மக்கள் ரோடு ஓரங்களில் கடை வராந்தாக்களில் நின்று பார்த்தனர். சாயாக் கடை உள்ளேயிருந்தவர்கள் ரோட்டில் இறங்கிவந்து பார்த்தனர். கண் பார்வையிலிருந்து மறையும்வரை நோக்கி நின்றனர்.

எல்லோரையும் ஆச்சரியப்படுத்தியது, அவனது வாரி ஒதுக்கிய தலைமுடி. தைரியமாகக் கைவீசி நடந்துசெல்லும் அவனுடைய போக்கு.

“ஹராமான முடி வளத்திச் சீவீட்டு கிப்ரா[4] நடந்து போறதெப் பாரு” மக்கள் திகைத்து நின்றனர்.

“நாளெ வெள்ளியாச்செ பள்ளியிலெ இதுக்கொரு முடிவு காணனும். பேரும் பெருமையும் உள்ள இந்த ஊர்லெ இஸ்லாம் வெலக்குன முடியெ வச்சிட்டுக் காபிரெப்போல உச்சியெடுத்துச் சீவிட்டுப் போறது குத்தம்தானே?”

“குத்தம்.”

“நாளெ வெள்ளியாச்செ ஜூம்ஆ பள்ளியிலே பேசணும்.” மக்கள் முடிவு செய்தனர்.

---

3. பேச்சு

4. திமிராக

"ஹோ... எவ்வளவு அய்பாப்[5] போச்சு." சிலருக்கு அந்தக் காட்சியைச் சகித்துக்கொள்ள முடியவில்லை. கேவலமாக இருந்தது, துணி அவிழ்ந்து விழுவதுபோல்.

காசீம் திரும்பி வருவானென்று யாரும் எதிர்பார்க்க வில்லை. அவனுடைய போக்கு 'ஒடுக்கத்தப்' போக்கென்று மக்கள் நம்பி நிம்மதியடைந்தனர். நேராக மூச்சுவிட்ட சில நாட்கள் கடந்து சென்றன.

"நாசம் வந்துதா ?" கேள்விப்பட்டதும் பரீதுப்பிள்ளை என்ன செய்வதென்று தெரியாமல் விழித்தார். தலையைச் சொறிந்தார். மூளை இயங்கவில்லை.

"பேரும் பெருமையுமுள்ள நம்ம ஊரெ அவமானம் செய்து போட்டான்" மக்கள் புகார் செய்தனர்.

"என்ன ?"

"எல்லாச் சாதிக்காரங்களும் கூடி நிக்கும்போ வஸ் ஸ்டாண்டிலே பட்டாப் பவுலு கிராப்பு வெட்டிச் சீவி ஒதுக்கீட்டு வஸ்ஸிலிருந்து எறங்கிப் போனான். பாத்துக்கிட்டு நிண்ண எங்கத் தொலியெல்லாம் அய்பாலெ உரிஞ்சுப் போச்சு."

"உள்ளதா ?"

"உள்ளது."

"முடி வச்சிரிக்கானா ?"

"வச்சிரிக்கான்".

பரீதுப்பிள்ளை பள்ளியிலுள்ள கறுத்த கல்லின்மீது கொஞ்ச நேரம் பேசாமலிருந்தார். மொட்டைத்தலையில் முத்துப்போல் தோன்றிய வியர்வையை வாயில் சால்வையால் துடைத்தார். மக்கள் ஏதோ இழந்ததைப்போல், ஏதோ ஆபத்துகள் வரப்போவது போல், பின் கை கட்டி அங்குமிங்கும் நடந்தும் இருந்தும் சிந்தனை செய்தனர். மூக்கிற்குள் பொடியேற்றினர். பீடி குடித்து எறிந்தனர். சுருட்டுப் புகைத்துத் தள்ளினர்.

"இதுக்கென்ன முடிவு ?" முஹம்மதலி கான் இப்னு ஆலிசம் நீண்ட தாடியை விரலால் கோதிக்கொண்டு பரீதுப்பிள்ளையைப் பார்த்தார்.

"அவனுக்க வாப்பாயெ உளிச்சுச் செல்லுவோம்."

"சென்னாப் போராது."

---

5. கேவலம்

பரீதுப்பிள்ளை முஹம்மதலிகான் இப்னு ஆலிசத்தின் சிவந்த கண்ணைப் பார்த்தார். மக்கள் அவர் வாயைப் பார்த்தனர். சுற்றி வளைத்தனர்.

“அந்தக்கிப்று புடிச்ச பயலே நாளெ வெள்ளியாச்ச பள்ளியிலெ வருத்தி இந்தப் பள்ளிக் கல்லுலெ இருத்தி மொட்டெயடிக்கணும். கரும்புள்ளியும் செம்புள்ளியும் குத்திச் செரட்ட மாலெ போட்டு ஊரு சுத்தணும்.”

“பேஷ்... பேஷ்... பேஷ்...” ஜனங்கள் ஒரே குரலில் ஆமோதித்தனர்.”

“நல்ல மூளைதான்.” மக்கள் சிவந்த கண்களுள்ள முஹம்மதலிகான் இப்னு ஆலிசத்தின் அபார புத்தியை வாழ்த்தினர். ‘ஜின்னாக்க மூளெ’.

இப்னு ஆலிசம் குஞ்சமுள்ள சிவந்த துருக்கித் தொப்பியைத் தலையிலிருந்து எடுத்தார். பளபளப்பான மொட்டைத்தலையை அஸர்நேரம் அரபிக்கடலிலிருந்து வீசிய குருத்துக் காற்று நீவிச் சென்றது.

“அவன் வரல்லேண்ணா.” சிலர் சந்தேகம் எழுப்பினர்.

“புடிச்சுக் கெட்டிக்கொண்டு வரணும்”... இப்னு ஆலிசம் கர்ச்சனை செய்தார். பற்களை நெரித்தார். பரீதுப்பிள்ளையை நோக்கினார், பதிலுக்காக. பரீதுப்பிள்ளை தலையாட்டினார் “ஆமா”

“ஆனவிளுங்கி எங்கடா?” பரீதுப்பிள்ளை தேடினார். “நான் உண்டு” ஆனவிழுங்கி முன் சென்று பணிவாக நெஞ்சோடு கைகட்டிச் சற்றுக் குனிந்து நின்றான்.

“டேய்...”

“உத்தரவு.”

“அவன் என்ன சென்னான்?”

“நான் எப்படிச் செல்ல.” தலை சொறிந்தான்.

“செல்லு” மக்கள் சேர்ந்து உற்சாகப்படுத்தினர்.

“எக்கக் கத்திப் பெட்டியெக் கொண்டு போயி நிங்கொ அந்தப் புள்ளக்கு முடி களஞ்சு கொடுக்கணுமாம்.” ஆனவிழுங்கி வாயைப் பொத்திப் பின்வாங்கினான்.

“ஆ!” ஜனங்கள் திடுக்கிட்டனர். எல்லோரும் தலைகுனிந்தனர். “வெட்கம். பெரிய வெட்கம். சே, இப்படிச் சொல்லிவிட்டானே.

விடப்படாது. பயலெ விடப்படாது. ஊர்த் தலைவரை அவமானிக்கீது ஊரே அவமானிக்கீது போலெ. அவனெ இந்தப் பள்ளிக்கல்லுலே இருத்தி மொட்டயடிச்சு கரும்புள்ளி செம்புள்ளி குத்திச் செரெட்டெ மாலெ போட்டு கழுதயிலெ இருத்தி ஊர் சுத்தணும்."

முஹம்மதலி இப்னு ஆலிசம் கல்லிலிருந்து குதித்து எழுந்தார். சிவந்த தொப்பியைத் தலையில் கவிழ்த்தினார். இரு கைகளுயர்த்தி உரக்கச் சொன்னார்: "அப்படித்தான் செய்யணும்."

மக்களின் இரைச்சல்

"போலோ நாரே தக்பீர்!" இப்னு ஆலிசம் முஷ்டி சுருட்டிக் குரலெழுப்பினார்.

"அல்லாஹு அக்பர்." ஜனங்கள் உரக்கப் பதில் உரைத்தனர்.

21

ஆனவிழுங்கி தன்னுடைய கழுத்தில் வட்ட வடிவமான கொட்டு ஒன்றைத் தொங்கவிட்டான். நான்குபேர் கூடும் இடங்களில் வளைந்த கம்பால் கொட்டடித்து மக்களின் கவனத்தை ஈர்த்தான். பிறகு கையிலிருந்த துருப்பிடித்த குழலை வாயில் வைத்து உரக்க அறிவித்தான். "அஸ்ஸலாமு அலைக்கும்! நம்ம ஊரு ஜனங்களுக்கு இதுமூலம் தெரியப்படுத்துவது என்னவென்றால், ஊர்க் கட்டுப்பாட்டை மீறிய பண்டாரவிளை வீட்டில் சம்பை யாபாரம் செய்து வரும் மீரான்பிள்ளை மகன் முகமது காசீமை வெள்ளியாச்செ ஜூம்ஆ பள்ளியில் ஊர்கூடி மொட்டை அடிச்சுக் கரும்புள்ளி செம்புள்ளி குத்திச் செரட்டை மாலை போட்டுக் கழுத மேலேத்தி ஊர் சுத்தப் போறாங்களோ?"

"ஓ..."

ஆனவிழுங்கியின் பின்னால் வால்போல் ஒட்டிநடந்த குழந்தைகள் அதையேற்றுக் கத்தினர். குழந்தைகள் குதித்துச் சாடினர். சீனா அடி விளையாட்டுக் காண்பித்தனர். சிலர் மண்ணில் புரண்டனர். மகிழ்ச்சியால் ஒருவருக்கொருவர் மணலை அள்ளி வீசினர். ஆனவிழுங்கியும் குழந்தைப் படையும் அந்தக் கிராமத்தின் தெருக்களில் புழுதிப் படலம் உயர்த்தினர். தெருக்களை ஒலிமயமாக்கினார்.

வாசல்களில் அநாதையாகத் தொங்கிக்கிடந்த சாக்கு விரிப்புகளை விலக்கிக்கொண்டு பெண்கள் தெருவில் எட்டிப் பார்த்தனர். காது கொடுத்துக் கேட்டனர். கேட்ட வர்களின் முகம் சோர்ந்துவிட்டது. "மாணிக்கக் கல்லான ஒரு வாலுவக்கார[1]ப்புள்ளெயெ, அவனையா கரும்புள்ளி செம்புள்ளி குத்திச்செரட்டை மாலெ போட்டுக் கழுத மேலே ஏத்தப் போறாங்கொ." பெண்களுக்கு இந்தக் கடும் தண்டனையைத் தாங்க முடியவில்லை.

1. வாலிபன்

“எம் புளே ?”

“எக்கென்ன தெரியும் ?”

“என்ன இருந்தாலும் ஒரு வாலுவக்காரப் புள்ளெயெ இப்படி அய்ப்புபடுத்திச்[2] சிச்சிக்கிலாமா ?” மாறிமாறி ஒருவருக்கொருவர் கிசுகிசுத்தனர்.

ஆனவிழுங்கியும் படையும் கடந்துசென்ற வழியெங்கும் மக்கள் திரள். சிறுவர்கள் பின்னால் தொத்திக்கொண்டனர். பெண்கள் மதில்களுக்கு மேல் தலைதூக்கி எட்டிப் பார்த்தனர்.

மக்களுக்கு உற்சாகம்.

“வேணும். இந்தப் பயலுக்கு இது வேணும்.” மக்கள் சுட்டுவிரலை உயர்த்தி எச்சரித்தனர். தலையசைத்து அந்தத் தண்டனைக்கு அங்கீகாரம் அளித்தனர்.

“இஸ்லாத்துக்கு மாறுபட்டு நடக்கக் கூடியவனுக்கு இம்புடு சிச்சையும் குடுக்கத்தான் வேணும்.” பல்லிமம்மூனு வராந்தாவி லிருந்து குதித்தெழுந்தான். தலையில் கட்டியிருந்த சிவந்த துண்டை அவிழ்த்தான். உதறினான். பிறகு தலையில் கட்டிக்கொண்டான். மீண்டும் வராந்தாவில் குந்தியிருந்தான். கால் குதிரை முகத்தில் பரபரவென்று சொறிந்தான்.

குளத்துப் பள்ளிக்கு முன், ஆற்றுப்பள்ளிக்கு முன், தட்டாக்குடி முடுக்கில், போஸ்டாபீஸ் வராந்தாவில், அரசு மருத்துவமனை முன்னுள்ள கடைத் திண்ணையில், கடற்கரைத் தென்னை நிழல்களில் மக்கள் கூட்டம் கூடினர்.

காசீமைப் பிடித்துக்கட்டி மொட்டையடிக்கும் காட்சியைக் கற்பனையில் கண்டனர். கண்டுகண்டு சிரித்தனர். கழுதை மேல் ஏற்றிக்கொண்டு செல்லும் சேலுகளை நினைத்தனர்.

“இது இவ்வளவும் செயல்லேண்ணா அந்த ஹராமி ஊரப் புளியாணம் காச்சிப் போடுவான்”

“ஓ பட்டாங்கு[3].”

“அவனுக்கக் கிப்ரை[4] அடக்கணும்.”

“அடக்கணும்.”

“ஹிமாருக்க[5] மேலே ஏத்திக்கொண்டு போவும்போ கூவணும்.”

“கூவணும்.”

---

2. வெட்கப்படுத்தி
3. உண்மை
4. தமிர்
5. கழுதை

“இவனுக்குக் கொடுக்குத சிச்சயப் பாத்து இனி எவனும் கிராப்பு வக்கப்படாது; பேப்பரும் வாயிக்கப்படாது.”

“பேப்பரு வாயித்தான் தொலைஞ்சு போனான்.”

“காபிர் எழுதுத பேப்பரைப் வாயித்தானெ இவனுக்கு இந்தத் திமிரு வந்தது.”

“கொஞ்சம் திமிரா? திருவாங்கூர் மகாராஜாவும் திவான் சி.பி.யும் வேண்டாமாம். வெள்ளைக்காரத் தொரையும் ஊரெ உட்டுப் போவணுமாம்.”

“அல்லாஹு அக்பர்!” மக்கள் கேட்டு அதிர்ந்தனர்.

“திருவாங்கூர் மகாராஜாவும், சி.பி.யும் இல்லேண்ணா இவனுக்கு உப்பாயா.[6] இந்த ராச்சியத்தெ ஆளுது?”

“அதுதானே நானும் கேக்கேன்.”

“காந்தீ!”

“காந்தியா? அது ஆரப்பா” மக்கள் நெற்றி சுழித்தனர்.

“அது அவனுக்குத்தான் தெரியும். இஞ்ச ஆருக்குத் தெரியும்? அவன்தான் மூச்சுக்கு முந்நூறு வட்டம் காந்தி காந்திண்ணு செல்லுதான்.”

ஆனவிழுங்கியும் படையும் தெருத்தெருவாகச் சுற்றினர். கொட்டடித்து நடந்தனர். ஆனவிழுங்கி உரக்க விளம்பரப்படுத்திக் கொண்டே வந்தான்.

வறண்டுபோன தொண்டையை அவ்வப்போது நனைத்துக் கொண்டான்.

“இத்திப் போலெ கைந்தளுவு[7] இருந்தா தாருங்கோ தங்கச்சி” தலையை வெளியே நீட்டிப் பார்க்கும் பெண்களிடம் கேட்டான். பழைய கஞ்சித் தண்ணீர் வாங்கினான். கைபோட்டுத் தேடினான். சோற்றுப் பருக்கை இல்லை .

“ரெண்டுப் பருக்குப் போடுங்கோ.”

சோறு பெற்ற பின் மீண்டும் கேட்டான்.

“நாக்குலெ தொடுதுக்கு வல்லதும் இரிக்கா?”

ஊறுகாயைத் தொட்டுக் கஞ்சியை மடமடவென்று குடித்தான்.

---

6. பாட்டனார்
7. கஞ்சித் தண்ணீர்

மீரான்பிள்ளையின் வீட்டிற்குமுன் வந்தபோது ஆனவிழுங்கியின் நடை மெதுவானது. மொட்டையடித்த சிறுவர் படையின் நடையும். சிறுசுகளுக்கோ உற்சாகம் கூக்குரல். கொட்டு முழங்கியது. தீர்க்கமாக முழங்கியது. ஆனவிழுங்கி தொண்டையைச் சரியாக்கிக்கொண்டான். வாயில் குழலை எடுத்துவைத்தான்.

"...பண்டாரவிள வீட்டில் சம்பயாபாரம்..."

"நிறுத்துடா" காசீம் கை ஓங்கிக்கொண்டு ஓடிவந்தான். சிறுசுகள் நாலா பக்கமும் சிதறி ஓடினர். "அல்லோ அடிக்க வராண்டேய்!"

ஆனவிழுங்கியால் ஓட முடியவில்லை. ஓடவில்லை. நடுங்கி விறைத்தான். "தம்பீ... நான் பாவம். மக்கக் குட்டிக்காரன். குடிமொவன்."

"எங்கநடையிலெவந்துஏன்இப்படிச்சத்தம்போடணும்? நான் பேப்பர் படிச்சிட்டில்லா இருக்கேன்."

"மாப்புத் தாருங்கோ, பேப்பர் பலாயப் படிக்காதெங்கோ. பாவம் கிட்டும். இந்தளவு முடியக் களஞ்சுப் போட்டா இந்தப் பார எளவு வல்லதும் வருமா?" ஆனவிழுங்கி உபதேசம் செய்தான். தலையைச் சொறிந்தான்.

"இந்த எளவெல்லாம் வரத்தான் வேணும். ஒண்ணு கலங்கித் தெளியணும்." காசீம் திரும்பி வீட்டை நோக்கி நடந்தான்.

நடையில் சிவந்த கண்களுடன் வாப்பா நிற்பதைக் கண்டான். காசீம் தலையைக் குனிந்தான். பேசாமல் நடந்தான்.

"டேய்... நில்லு..." – மீரான்பிள்ளை மெல்லிய குரலில் சொன்னார். "இனி வரூதுக்கு ஒரு கேவலம் இல்லெ. வீட்டிலெ நெறஞ்ச கொமரு. அவளுக்கு இனியொரு மாப்பிளெ வராதுடா. அவளுக்க ஜீவிதத்தையும் தொலெச்சா. ஒன்ன நெனச்சு நெனச்சு ஏங்கியேங்கி நிக்க உம்மாயும் நோயாளியானா. அவளும் இண்ணெக்கோ? நாளெக்கோ? நானும் உயிருள்ள ஒரு மய்யத்து. விஷம் வாண்ட வெளியே போவக்கூடா கேவலமா இருக்குதுடா. எங்களுக்கு விஷம் வாண்டித் தந்து எங்களைக் கொண்ணு போடு. நாங்க இந்தத் துன்யாவில் உயிருடன் இருந்து நாளத்த காச்சயெக் காணண்டாம்டா."

மீரான்பிள்ளையின் கண்ணிலிருந்து குடுகுடுவென நீர் வடிந்தது. நரைவிழத் தொடங்கிய தாடி ரோமங்களில் கண்ணீர் முத்துகள் சிக்கி நின்றன. முகத்தைத் திருப்பிக்கொண்டு மீரான்பிள்ளை நடந்தார். கட்டிலின் மேல் உட்கார்ந்து

ஜன்னலில் கைமுட்டு ஊன்றித் தலைக்குக் கை கொடுத்தார். 'ரஹ்மானே' மீரான்பிள்ளை தேம்பித் தேம்பி அழுதார்.

யார் முன்னிலையிலும் தன் மானத்தை விட்டுக் கொடுத்ததில்லை. யாருக்கும் அடிபணிந்ததும் இல்லை, இதுநாள் வரை. இனிமேல் யார் முகத்தைப் பார்க்க முடியும்? யார் தன்னை மதிப்பார்கள்? தலைமுறை தலைமுறையாக ஏளனமான ஓர் அவமானத்திற்கு ஆளாய்ப் போனோமே. வீட்டின் முகட்டை முட்டி நிற்கும் இந்த அபலைப் பெண்ணை எப்படிப் படி இறக்கிவிட முடியும்?

“ஆருடா அவளெக் கெட்டுவா? எங்களையெல்லாம் ஹாயத்தோடெ கப்ரிலெ வச்சுப் போட்டாயே பாவி?” மீரான்பிள்ளை தன் நெஞ்சில் அடித்தார். “இதுக்காட உன்னப் பள்ளிக்கூடத்துக்குப் போவவுட்டேன்?” மேலும் பேச்சைத் தொடர முடியாமல் முகம் குனிந்தார்.

“வாப்பா ...” எந்தவித சலனமும் இல்லாமல் காசீம் கூப்பிட்டான்.

“என்னெ வாப்பாணு விளிக்காதடா. ஒனக்க வாப்பா மரிச்சாச்சு. நான் மய்யத்து. மய்யத்து. இந்த ஊட்லெ மூணு மய்யத்தெத் தாண்டா நீ பாக்கா. ஹயாத்துள்ள[8] இன்ஸானெ[9] அல்ல.”

“உங்களுக்கெல்லாம் ஏன் இவ்வளவு கவலை? ஒண்ணும் நடக்காது. நான் ஒரு தப்பும் செய்யல்லே. நான் முடி வச்சது தப்பா?”

“தப்புத்தாண்டா. கொடிய ஹராம்.”

“அப்படீன்னா நரகத்துக்குப் போறது நான்தானே. ஊர்க்காரங்க இல்லியே? இவனுவ ஏன் கெடந்து கொலைக்கணும்.”

“மரியாதக்குப் பேசுடா. கொண்ணுப் போடுவேன்” மீரான்பிள்ளை குதித்தெழுந்தார். அடிக்கக் கை ஓங்கினார். நின்று விறைத்தார். காசீம் சற்றுப் பின்வாங்கினான்.

“கொண்ணுப்போடுவேன்” மீரான்பிள்ளை அலறினார். வீட்டுக்குள்ளிருந்து தேம்பல்கள் உயர்ந்தன. அந்த அலறலைக் கடந்து நிற்கும் தேம்பல்கள். “காக்கா” ரஹிலா குலைந்த கூந்தலோடு பேய்க் கோலத்தில். அவன் அவளுடைய நிரம்பிய விழியைப் பார்த்தான். அந்த விழியில் நிறைந்து நிற்கும் கண்ணீரில் அரபிக்கடல் திரை எழுப்புவதைக் கண்டான். துக்கத்தின் வேதனையின் சக்திவாய்ந்த அலைகள். ஒரு வாழ்க்கையின் தொடக்கமும் முடிவும் சங்கமிக்கும்

---

8. ஜீவனுள்ள
9. மனிதன்

இடம். இங்கிருந்து ஒரு வாழ்க்கை தொடங்கலாம்; அல்லது முடிவடையலாம். கனவுகளின் வண்ண இழைகளால் மறவணை[10] மெத்தைக்குப் பட்டுவிரிப்பும் நெய்யும் விழிகளில் தோல்வியின் சஹாராப் பாலை மணல் நீண்டு பரந்து கிடப்பதைக் கண்டான். அங்கு காற்றில் சாய்ந்தாடும் துளசிச் செடி இல்லை. பரிமளம் பரப்பும் பனி நீர்மலர் மலர்ந்து நிற்கவும் இல்லை. மணல்கள், மணல்கள் மட்டும். சுட்டுப் பழுத்த மணல்கள் மட்டும். இந்த விழி நீரை எப்படித் துடைக்க முடியும்? அங்கு எப்படி எதிர்பார்ப்பின் முந்திரிக்கொடியைப் படர்த்த முடியும்?

காசீமுக்குத் துக்கம் பீரிட்டது. கோழையான இந்த வாப்பாவுக்கும் உம்மாவுக்கும் மகனாகப் பிறந்ததனால் ஏற்பட்ட துக்கம்.

"என்னாலெ உங்களுக்கு ஒரு நாளும் அவமானம் வராது."

"காக்கா" பளிங்குப் பரப்பில் ஒரு குழந்தை அருவி குதித்துச் சாடியது.

"நீ கரையாதே தங்கச்சி. ஒண்ணும் நடக்காது. பரீதுப் பிள்ளெ தலைகுனியத்தான் போறான். நான் நிமிர்ந்து நடக்கத்தான் போறேன். இனி பெறக்கப்போற குழந்தைகளாவது இந்தத் தெருவுல நிம்மதியா நடக்கணும். தலைவாரிச் சீவிப் பொஸ்தகமும் செமந்து இந்தத் தெருவுல நடந்து போவணும். எந்த மூடநம்பிக்கையும் அந்தத் தலைமுறைக்க நிம்மதியான வாழ்க்கைக்கு இடஞ்சலா இருக்கப்படாது. நான் இப்ப வாறேன்" காசீம் படியிறங்கினான்.

கை வீசிக்கொண்டு அவன் நடந்துசெல்வதை ஊர் மக்கள் கண்டனர். அவனுடைய தலைமுடியைத் தழுவிவந்த காற்றில் வாசனை எண்ணெய்யின் மணம் கலந்திருந்தது. மக்கள் அதைச் சுவாசித்தனர். 'ஹராமான' தலைமுடியிலிருந்து எழுந்த சுகந்த எண்ணெய்யின் மணம் மூக்குக்குள் தங்கி நிற்பதே பாவமென்று அவர்களுக்குத் தோன்றியது. சுவாசித்தவர்கள் மூக்கைச் சீந்தி மணத்தைத் துடைத்து நீக்கினர். சிலர் அவன் வருவதைக் கண்டபோது மூக்கைப் பொத்தினர்.

"வாறாண்டேய். சவத்துக்கெ நாத்தம் நாறும்." சிலர் இடம்விட்டனர்.

காசீம் நேராகச் சென்றது பஸ் ஸ்டாண்டிற்கு. அவனைக் கண்டவர்கள் ஏதோ நாசம் வருகிறது என்று எண்ணி வழியொதுங்கி நின்றனர். முகத்தைத் திருப்பிக்கொண்டனர். யாரும், பழகியவர்கள்கூடத் தெரிந்த பாவனையைக் காட்டவில்லை. காசீம் கவலைப்படவே இல்லை. அவனும் காணாதது

---

10. மணவறை

போலவே நடந்தான். பழமையில் ஊறிப்போன மக்கள். அவன் புன்னகையோடு தலை நிமிர்ந்து கைவீசி நடந்தான். சாயாக் கடையின் முன் பக்கமுள்ள பெஞ்சில் தாளமிட்டு மம்மாத்திலு உற்சாகமாகப் பாடிக்கொண்டிருந்தார். கூடி நின்றவர்களும் தாளம் போட்டனர். மம்மாத்திலு பாட்டை இடையில் நிறுத்தினார்.

“இதாரு?” மம்மாத்திலு காசீமைக் கூர்ந்து பார்த்தார். “சுகந்தானா?”

“ஓ”

“தூரமா?”

“தொடுவெட்டிவரெ.”

“நாளெ”.

“ஓ நாளெ வெள்ளியாச்சபள்ளிக்கு வருவேன். களுதெ மேலே சவாரி செய்யணுமே.”

மம்மாத்திலு பெஞ்சிலிருந்து எழுந்தார்.

“ஒரு காரியம் . . .” மம்மாத்திலு கொஞ்சம் விலகிவந்து சொன்னார். காசீம், மம்மாத்திலின் பக்கம் சென்றான்.

“நாளப் பள்ளிக்கு வராதெ தம்பி.”

“வருவேன்.”

“சொன்னாக் கேளு.”

“கேக்கமாட்டேன்.”

“கேக்கமாட்டியா?”

“கேக்கமாட்டேன்.”

“கேக்காட்டாப்போ. இன்னொரு காரியம் அறிஞ்சியா? ஈனா பீனா கூனா என்னெ வீடெவிட்டு எறங்கச் செல்லாரு.”

“இறங்காண்டாம்.” காசீம் கூறினான்.

“கணக்கப்பிள்ளெ நேத்து வந்து சத்தம் போட்டான்.”

“அவனுக்கப் பல்லெ ஒடெக்கணும். இறங்காண்டாம். தைரியமாக இரியுங்கோ.”

மரணவிலாஸம் முக்காடு இறக்கம் இறங்கி வருவதைக் கேட்டனர். அதன் ஹாரன் ஒலியும் இரைச்சலும் மேலோங்கிக் கேட்டது. காற்றில் அதன் புகை வாடை. மம்மாத்திலு மீண்டும் பெஞ்சில் வந்து உட்கார்ந்தார். பாடத் தொடங்கினார்.

“நீ பாடண்டாம் ஓய்!” செய்னுல்லா தடுத்தான்.

"அவனுட்டெ பேசலாமா?" சைனுல்லா கேட்டான்.

"ஏன் பேசப்படாது?"

"ஊர் வெலக்கு."

"ஊர் வெலக்கா? அவன் என்ன குத்தம் செய்தான்?"

"நீ அவன் கூடச் சேந்தாச்சோ?"

"சேந்தா என்ன? அவன் முடி வச்சது தப்புத்தான். அதுக்குச் சிச்சை இதா? நாப்பது வருஷமா ஈனா பீனா கூனாக்கத் தோப்பிலே நான் குடியிருக்கேனே? என்னத் தெருவுலெ எறக்கப் போறாரு. இந்தத் தப்புக்கு என்ன சிச்சை? அந்தக் கணக்கப்புள்ளெ வந்து நான் இல்லாத்தப்பொ எக்கப் பெண்டாட்டீட்டே என்னவெல்லாம் தானக்கேடு[11] சொன்னான். இந்தத் தப்புக்கு என்ன சிச்சே? செல்லுங்க ஓய்." கூடிநின்றவர்கள் பதில் சொல்லமுடியாமல் நின்றனர். மம்மாத்திலு அவர்களுடைய முகத்தை வெறித்துப் பார்த்தார்.

"ஏன் ஓய் ஒண்ணும் பேசல்லே?" நின்றவர்கள் எதுவும் பேசவில்லை. பதில் சொல்லத் தெரியாது.

"ஒரு வாலிவக்காரப் பையன் முடி வச்சுட்டானாம். அதுக்கு இதா தண்டனை? ஒரு ஜென்மத்தைப் பாளாக்கூத தண்டனெ? இந்தக் கறையெ இந்த ஊராலெ இனி அழிக்கமுடியுமா? செல்லுங்கடா? எதுக்கடா ஊரெல்லாம் கொள்ளநோய் பரந்திருக்கு? இந்தப் பாவிகள் இருக்கீதுனாலெதானே?"

மம்மாத்திலு பற்களை நெரித்தார்.

"நாங்க என்ன செய்ய? பள்ளியிலெ போய்ச் செல்லு."

தங்கள் இயலாமையை அவர்கள் வெளிப்படுத்தினர்.

"செல்லுவேன். எனக்கக் கொரலு உயராட்டாலும் உடுதுணியில்லாமெ நடக்கானே எனக்கப் பீருக்கக் கொரலு உயரத்தான் செய்யும். இப்ப நாங்கப் பட்டினிப் பாவம். பாவப்பட்ட எங்கக் கொரலு ஒயந்து என்னப் பிரயோஜனம். கேக்க ஆரு இருக்கா?"

மம்மாத்திலு முட்டுக்குமேல் துணியை உயர்த்திக்கொண்டு பெஞ்சில் உட்கார்ந்தார். தோளில் கிடந்த கிழிந்த துண்டை எடுத்துத் தலையில் பலமாகக் கட்டினார்.

"இண்ணைக்கு ஆனெக்கக் காலம். நாளெப் பூனெக்கும் ஒரு காலம் வரும்."

---

11. கெட்ட வார்த்தை

22

சேண்டப்பள்ளிப் பாறையின் சரிவில் உயர்ந்து வளர்ந்து நிற்கும் நாக மரத்தின் கிளைகளுக்கிடையில் வெள்ளிக் கிழமை புலருவதைக் கிராம மக்கள் மகிழ்ச்சியுடன் கண்டனர். ஜின்னா மைதானத்திலுள்ள வெண் மணலில் துண்டால் மூடிப் போர்த்திக்கொண்டு முட்டுக்கட்டிப் பலர் வெயில் காய்ந்தனர். புத்தனாற்றின் கரையிலிருந்து வீசிய இளங்காற்றிலுள்ள குளிரும் காலைச் சூரியக் கதிர்கள் பகிர்ந்துகொடுத்த சிறு சூடும், இரவு வியர்வை காய்ந்து ஒட்டிய அவர்கள் உடலில் ஒன்று கூடியபோது ஒரு சுகம். அந்தச் சுகத்தில் சூரியனுக்கு நேராக உட்கார்ந்திருந்தனர்.

சேண்டப்பள்ளிப் பாறையின் உச்சியிலுள்ள பாறை இடுக்குகளிலிருந்து ஊற்றெடுத்த தெளிநீர் கீழ்நோக்கிக் குத்தி ஒழுகியது. இரண்டு பாறைகள் சேரும் இடுக்கிலிருந்து அருவிபோல் பாய்ந்தது. மக்கள் அதில் தலைகாட்டிக் குளித்தனர். நிர்மலமான நீர். நல்ல குளிர். கண்சிவக்கக் குளித்தனர்.

துணி துவைத்துப் பாறைமீது அடிக்கும் சப்தம். காலை நிசப்தத்தில் ஆழ்ந்த நித்திரையில் மூழ்கியிருந்தவர்களின் காதுகளில் முழங்கியது. உரிந்து மூடிக்கிடந்த கிராமம் படபடவென விழித்து நிர்வாணத்தை மறைத்தது. வெள்ளிக்கிழமை இவ்வளவு சீக்கிரம் விடிந்ததில் மக்களுக்கு மகிழ்ச்சி.

காபிரின் கிராப்பு வைத்துத் திமிராக ஜமாஅத்தை மீறி நடக்கும் அந்தப் பயலின் தலைமுடி, தலையிலிருந்து கறுப்பு அட்டைகளாகத் தரையில் விழப்போகும் சுப முஹூர்த்தத்தைக் காணப்போகும் பகலின் துவக்கம். அவனுடைய பளபளப்பான மொட்டைத் தலையிலும் முகத்திலும்

கறுப்புக் கோடுகளும் சிவப்புக் கோடுகளும் வரைந்து முகத்தை அலங்கோலமாக்கும் நல்ல நாள். கண்ணுள்ள சிரட்டைகளைக் கயிற்றில் கோர்த்து அவன் கழுத்தில் மாலையாக அணிவித்து, மாரியப்பனின் கழுதை மேல் ஏற்றி 'மாப்பிள்ளை புறப்பாடு' போல் தெருத்தெருவாகக் கொண்டுசெல்லும் திருநாள். குறு முடி வளர்ந்த தாடிகளுக்கிடையில் மலர்ந்து கிடக்கும் உதடுகள் பிளந்தன. காவி பிடித்த பற்களுக்கிடையில் ஏளனச் சிரிப்பின் வெள்ளைக் கோடுகள். குலுங்கிக்குலுங்கிச் சிரித்தனர்.

முந்திய இரவு பண்டாரவிளையில் மீரான்பிள்ளையின் வீடு மட்டும் தூங்கவில்லை. கதீஜாவும் ராஹிலாவும் தலைவைத்துப் படுத்திருந்த தலையணைகள் பொதுமின. தலையணையில் சுடுகண்ணீரின் உப்புச் சுவை.

அந்தப் பாயிலிருந்து நிசப்த இரவின் நெஞ்சுத்துடிப்பு போல் தேம்பல்கள் சுருள்சுருளாக உயர்ந்தன. அந்த நான்கு சுவர்களில் முட்டிச் சிதறின. அதற்குள்ளேயே தங்கி நின்றன.

"உம்மா" ராஹிலா உம்மாவைக் கட்டிப்பிடித்தாள். இளமை சலங்கை கட்டித் துள்ளி விளையாடும் மகளின் கல்பின் அதள பாதாளத்திலிருந்து குமிழியிட்டு உயரும் அந்தக் கூப்பிடுதலின் உட்பொருளை உம்மா புரிந்துகொண்டாள். உம்மா நடந்து வந்த பாதை ஓரம் அவள் நிற்கிறாள். தனியாக நிராதரவாக. குடும்பம் இன்றுவரை கட்டிக் காத்துவந்த கௌரவம் இன்று மதியத்தோடு அழியப்போகிறது. யாரையும் நோவச் செய்யாமலும் யாரையும் அபகரிக்காமலும் இதுநாள் வரை பாதுகாத்துவந்த அபிமானத்தின் விண்ணளவு உயர்ந்த கோபுரம் இன்றைய ஜும் ஆ வோடு தகர்ந்து சுக்குநூறாகப் போகிறது. அந்த நிமிடம் முதல் ஒரு வாழ்க்கை சீர்குலையப் போகிற துக்கத்தின் கூப்பிடுதலல்லவா? இதுவரையிலும் நெய்து சேர்த்த கனவின் கண்ணிகள் அறுந்து தெறிக்கப்போகும் இதய வேதனையின் உள் விளியல்லவா?

"கரையாதெ மோளெ. சபூர் செய். நீதியுள்ள ரப்பு தலைக்கு மேலே இருக்கான். அவன் இதையெல்லாம் காணவும், கேக்கவும் செய்யான். உனக்கக் காக்கா பாவியானா அவன் கெடந்த குடலிலே நீயும் கெடந்ததனாலே நீயும் அந்தப் பாவத்தை அனுபவிச்சுக்கோ. வேறெ என்ன செய்ய மோளே இதெல்லாம் அல்லாவுக்க சோதென."

"உம்மா." முன்னைவிட அதிகமாகத் தேம்பித் தேம்பி அழுதாள். மகளின் தேம்பலும் கூப்பிடுதலும் கட்டிலில் மௌனமாக முட்டுக்கட்டியிருந்த மீரான்பிள்ளையின் கல்பில் கார முள்ளாகக் குத்தியேறியது. அந்த வேதனையில் அவர் நெளிந்தார். பல்லை நெரித்து அந்த வேதனையை அடக்க முயன்றார். அடக்க முடிய

வில்லை. முன்னைவிட அதிகம் நெஞ்சில், சிரசில், நரம்புகளில், இரத்த நாளங்களில் படர்ந்து ஏறியது. மீரான்பிள்ளைக்கு மகளின் தேம்பலைக் கேட்டுக்கொண்டிருக்க முடியவில்லை.

கட்டிலிருந்து ஓர் உயிர் ஜடம்போல் எழும்பினார். பதியாத பாதங்களை மெல்ல எடுத்துவைத்து நடுத்தளத்திற்குச் சென்றார். மங்கிய ஒளி கக்கிக்கொண்டிருந்த ராந்தலின் திரியை உயர்த்தினார்.

"மோளே." மீரான் பிள்ளையின் தொண்டை கரகரத்தது.

ராஹிலா பாயில் எழுந்து உட்கார்ந்தாள். கண்ணீரில் ஊறிய தலையணை மீரான்பிள்ளையைத் தளரச் செய்தது. வீங்கிய முகமும் அந்த முகத்தில் சிவந்த கண்களும்; அங்கு நிற்கத் தோன்றவில்லை. பொங்கிவடிந்த கண்ணீரைப் பின்கையால் துடைத்துக்கொண்டு மீரான்பிள்ளை திரும்பி நடந்தார். மீண்டும் கட்டிலில் வந்து உட்கார்ந்தார். முட்டில் கைகட்டினார். 'ரஹ்மானே... நான் என்ன பாவம் செய்தேனோ?' தலையைக் கையில் வைத்துக் குனிந்து கொண்டார்.

சுனையிலிருந்து பாறைமீது துணியை அடிக்கும் ஓசை கேட்டபோது மீரான்பிள்ளை தலை நிமிர்ந்தார். ஜன்னல் வழியாக முற்றத்தைப் பார்த்தார். செத்தை வேலியில் இளம் வெயிலின் சிவப்பைக் கண்டார்.

வெள்ளிக்கிழமை.

அந்தக் குடும்பத்தின் எதிர்காலத்தை நிர்ணயம் செய்யும் நாள். வெயிலுக்குச் சூடேறியது. மேகம் நீந்தாத ஆகாயத்தின் கரடுமுரடான பாதை வழியாகச் சூரியன் சங்கிலியை அறுத்துக் கொண்டு ஓடியது. நடுவானில் குந்தியிருந்தது. மாலிக் இப்னு தீனார் நூற்றாண்டுகளுக்கு முன் கட்டி உயர்த்திய கல் பள்ளியின் ஓடுவேய்ந்த பாங்கு மேடைக்கு மேல்.

வெள்ளை உடை உடுத்து வால்போட்ட தலைப்பாகை கட்டிய மோதீன் காதிற்குள் சுட்டுவிரலைச் செலுத்தினார்.

"அல்லாஹு அக்பர்; அல்லாஹு அக்பர் . . ."

மோதீனுக்கு ஒரு புத்துயிர். உரக்க உரக்க நீட்டிநீட்டிப் பாங்கு சொன்னார். பள்ளியின் தென்பகுதியிலுள்ள சந்தனமரம் மூச்சுவிட்ட உச்சிக்காற்று அந்தப்பாங்கொலியைச் சுமந்துகொண்டு ஊர் சுற்றியது. குளத்துப் பள்ளிக்கு முன், ஆற்றுப் பள்ளிக்கு முன், தட்டாக்குடி முடுக்கில், போஸ்டாபீஸ் வராந்தாவில், ஆஸ்பத்திரி முன்னுள்ள கடைத்தெருவில், கடற்கரைத் தென்னைகள் விரித்த நிழல்களில்.

உடுத்து ஒதுங்கிய ஜனம் ஜூம்ஆ பள்ளியை நோக்கிப் பிரவாகமெடுத்தது. அத்தரின் மணம் தெருவெங்கும் கட்டி நின்றது.

வால்மூட்டை அரித்த பழைய தொப்பிகளை எடுத்து மொட்டைத் தலைகளில் கவிழ்த்தினர். தொப்பி அணியாதவர்களெல்லாம் தொப்பி அணிந்தனர். தலைப்பாகை கட்டாதவர்களெல்லாம் தலைப்பாகை கட்டினர். பள்ளிக்கு வராதவர்களெல்லாம் பள்ளியை நோக்கி நடந்தனர். மூலைகளில் சிறைப்பட்டுக் கிடந்த தொப்பிகளிலிருந்து கிளம்பிய பழைமையான வாடை தெருவில் கட்டிக்கிடந்த அத்தரின் சுகந்தத்தை அமுக்கிவிட்டது.

"இப்பத்தான் ஈமானு[1]க்க ஒளி முகத்திலெல்லாம் தெரியுது." கறுத்த கல்லில் உட்கார்ந்து தஸ்பீஹ் எண்ணிக்கொண்டிருந்த பரீதுப்பிள்ளை சொன்னார்.

"மொட்டையடிச்சுத் தொப்பியும் வச்சு ஜனங்கள் வரிவரியா வருதப்பாத்தா என்ன அதபு[2]! என்ன சிபத்து[3]!" அலிக்கான் இப்னு ஆலிசன் தலையிலிருந்து சிவந்த தொப்பியை எடுத்துக் கீழே வைத்துவிட்டுக் கைக்குட்டையால் தலையைத் துடைத்தார்.

"மாரியப்பன் வந்தானா?"

"வந்தான்."

"ஹிமார்?"

"பள்ளி வளாகத்தில் புல்லு மேயுது."

"சிரட்டெ மாலெ?"

"தயார்."

"பாக்கியெல்லாம். . ."

"ஓ. தயார்."

"சரிதான் ஹபீபே![4] ஒரு சந்தேகம். அந்தப் பகையன் பள்ளிக்கு வரலேண்ணா?" பரீதுப்பிள்ளை சந்தேகத்தோடு கேட்டார்.

"குல்லும்[5] ஊர் விலக்கு. உம்மாக்கும் வாப்பாக்கும்."

---

1. நம்பிக்கை
2. ஒழுக்கம்
3. இலட்சணம்
4. நண்பரே
5. அனைத்தும்

அலிக்கான் இப்னு ஆலிசத்தின் யோசனை பரீதுப்பிள்ளைக்கு நல்லதெனத் தோன்றியது.

பள்ளிக்கு வருபவர்களையெல்லாம் உள்ளே ஏறி உட்காரப் பரீதுப்பிள்ளையும் அலிக்கானும் உற்சாகத்துடன் கைச் சைகை காட்டிக்கொண்டு நின்றனர்.

“இண்ணெக்கு எங்கயாக்கும் மவுத்து ?” அலிக்கான் பரீதுப்பிள்ளையைப் பார்த்துக் கேட்டார்.

“கெட்டுக்காரக் குடியிலே” பரீதுப்பிள்ளை வெறுப்புடன் கூறினார்.

“ஓ… அங்கயா ? எப்பவும் உள்ள மவுத்துத்தானே.’ சந்தக்குக் கொண்டு போனதப் பாத்தேன்.”

“ஒரு பொம்புள்ள மரிச்சுப் போனா. வேறயும் ஒரு மவுத்துண்டு.”

“நல்ல மவுத்துத்தான் வெள்ளியாச்ச நாளு மரிச்சவங்களுக்குச் சொர்க்கம் கிட்டும்.”

“இவங்களுக்குச் சொர்க்கம் கெடைக்காது. மரிச்சது நீக்கம்புத் தீனத்திலே[6].” பரீதுப்பிள்ளை இரகசியமாகக் காதில் சொன்னார்.

ஜூம்ஆ தொடங்குவதற்கான நேரம் நெருங்கியபோது பரீதுப்பிள்ளை கறுத்த கல்லிலிருந்து எழும்பினார். உடன் இப்னு அலி அசனும்.

“வெள்ளத் தொப்பி வச்சிட்டு வாறது அவந்தானா பாருங்கோ ஹபீபே !”

“அந்த அய்ன் நஜீஸ்தான்[7].”

“வந்துட்டான். வராதெ எங்கப் போவான் ?”

கதர் வேட்டியும் கதர்ச் சட்டையும் அணிந்து, சீவி ஒதுக்கிய தலையில் ஒரு கதர்த் தொப்பியும் வைத்துக்கொண்டு ஒரு சுதந்திரப் போராளியாக அச்சமின்றி காசீம் ஜூம்ஆ பள்ளியை நோக்கி நடந்தான். வழியெங்கும் மக்கள் அவனை ஆச்சரியத்துடன் நோக்கினர். அவன் எல்லோர் முகங்களையும் ஏறிட்டுப் பார்த்தான். புன்னகைத்தான். எல்லோரும் தலைகுனிந்தனர். அவன் முகத்தைப் பாராமல் திருப்பிக்கொண்டு நடந்தனர்.

பாவம். ஒன்றும் அறியாத அப்பாவி மக்கள்.

---

6. காலரா

7. அசுத்தம்

தான் இங்கு தனித்தவன். ஆனாலும், தான் தனித்தவன் அல்லன். ஒரு மகத்தான சக்தியின் கூட்டமைப்பு. ஒரு மாபெரும் சக்தியின் தனித்த உருவம் என்ற உணர்வு அவனைக் கையடக்கியது. அந்தத் துணிச்சலில் அவன் கைவீசி முன்னோக்கிச் சென்றான்.

இந்தியா சுதந்திரம் அடைவதற்காகக் காந்திஜியின் பின்னால் பாரத மக்கள் அணிதிரண்டு நிற்கின்றனர். வெள்ளை ஆட்சியின் நாற்காலிக் கால் ஆட்டம் கண்டுவிட்டது. இருந்தாலும் இந்தியாவின் சுதந்திரத்திற்கு முன் தனிநபர் சுதந்திரம் தேவை. இப்படிப்பட்ட கட்டுகளை அறுத்தெறிய வேண்டும். விலங்கிலிட்ட சிந்தனைகளுக்குச் சுதந்திரம் கொடுக்க வேண்டும். சமுதாயத்தின் மேல் வீழ்ந்துகிடக்கும் மூடநம்பிக்கையின் பழைய அழுக்கு மூட்டைகளைச் சுட்டு எரிக்க வேண்டும்; நோய் பரப்பும் அணுக்கள் நிறைந்த அழுக்கு மூட்டைகளை.

சுதந்திரப் பாரதத்தில் ஒரு புதிய தலைமுறை உருவாக வேண்டும். அந்தப் புதிய தலைமுறையின் கல் தரையில் சுதந்திரப் பாரதத்தை நிலைநிறுத்த வேண்டும். பழைமையான நம்பிக்கைகளை ஊட்டித் தாலாட்டுப் பாடித் தூங்கவைக்கும் மன்னராட்சியும் அவர்களின் எஜமானர்களான அந்நியர் ஆட்சியும் இந்த மண்ணிலிருந்து தூர்த்து எறியப்படும் சுடுகாடு, ஜனநாயக ஆட்சியின் பிறப்பிடமாக அமைய வேண்டும்.

நான் தனித்தவனல்லன். தவறு செய்யாத என்னை மூடநம்பிக்கையின் பேரில் தண்டிப்பார்களேயானால் இந்தக் கிராமத்திலே மண் துகள்கள் சிவக்கும்.

காசீம் நெஞ்சு நிமிர்த்தித் தலை உயர்த்திக்கொண்டு பள்ளியை நெருங்கும்போது ஒரு மய்யத்தைத் தூக்கி வருவதைக் கண்டான். அங்கேயே நின்றுவிட்டான்.

மம்மதாஜியும் மம்மாத்திலும் மீராசாவும் இறந்தவரின் மகனும் சேர்ந்து சந்தூக்கைச்[8] சுமந்து வந்தனர். காசீம் பக்கத்தில் சென்றான். இறந்தவருடைய மகனின் தோளிலிருந்து சந்தூக்கின் முன்காலைத் தன் தோளில் தாங்கிக்கொண்டு பள்ளியை நோக்கி நடந்தான். சந்தூக்கிலிருந்து மய்யத்தை எடுத்து ஒரு பலகையின் மீது வைத்துப் பள்ளி மண்டத்திற்குள் கொண்டுசென்றனர்.

காலியான சந்தூக்கை மம்மாதாஜியும் மம்மாத்திலும் தூக்கிக்கொண்டு வேகமாக நடந்தனர்.

“சீக்கிரமாக வரணும்.” காசீம் சொன்னான்.

---

8. சவப் பெட்டி

172 தோப்பில் முஹம்மது மீரான்

காசீம் ஹௌளுக்கு[9]ச் சென்றான். ஒலுச் செய்தான். கால் அலம்பிவிட்டுப் பள்ளிக்குள் சென்றான். காசீமின் முகபாவனையைக் கண்ட பொதுமக்கள் விழித்தனர்.

இரத்த ஓட்டம் நின்ற வாடிய முகத்துடன், வறண்டுபோன உதடுகளுடன், குழி விழுந்த கண்களுடன், குற்ற உணர்வு கொண்டு தளர்ந்து, தயவுக்காகக் கெஞ்சும் காசீமைத்தான் மக்கள் மனத்தில் கண்டனர். ஆனால் பள்ளிக்குள் வந்தது அந்தக் காசீம் அல்லன். மக்களுக்கு அவர்கள் கண்களை நம்ப முடியவில்லை. கண்களில் வலை கட்டிவிட்டதா? கண்களைக் கசக்கினர். கூர்மையாக நோக்கினர். இல்லை. அவனேதான். அந்த ஹராத்திலெப் பிறந்தவன்தான்.

காசீம் ஆட்களை வழி விலக்கிக்கொண்டு முன்னால் நடந்தான். முன்வரிசையில் உட்கார்ந்தான். சுற்றிலும் திரும்பிப் பார்த்தான்.

எதிர்பார்த்தது போல் எல்லாக் கண்களும் அவன்மீது ஊன்றி நிற்பதைப் புரிந்துகொண்டான்.

கத்தீப் கொத்துபா ஓதினார். கொத்துபா உரைமுடியுமுன் இரண்டாவது மய்யத்தையும் பள்ளியில் கொண்டுவந்தனர். ஜூம்ஆ தொழுகை முடிந்ததும் காசீமை மொட்டை அடித்துக் கரும்புள்ளி, செம்புள்ளி குத்திச் செரட்டை மாலை போட்டுக் கழுதை மேல் ஏற்றி ஊர் சுற்றுவதைக் காண மக்கள் ஆவல் கொண்டனர். நேரம் நீண்டுபோவதைக் கண்டு பொறுமை இழந்தனர்.

தொழுகை முடிந்தது.

காசீம் முன்வரிசையிலிருந்து திடீரென எழுந்து நிற்பான் என யாரும் எதிர்பார்க்கவில்லை. எழுந்ததும் ஸலாம் சொன்னான். 'அஸ்ஸலாமு அலைக்கும்.'

அவன் என்ன சொல்லப்பேறானோ? மக்கள் காதுகொடுத்தனர். மாப்பு கேட்கவா? அப்படியானால் இவனுக்கு மாப்பில்லை. மக்கள் மனத்தில் முடிவெடுத்தனர்.

காசீம் தொடர்ந்தான்:

"காலரா நோயில் மரிச்ச ரெண்டு மய்யத்துகளெப் பள்ளியிலெ கொண்டுவந்திருக்கு. மய்யத்தெக் காக்கப் போடக் கூடாது. ஊர் மக்களெல்லாம் இருந்து மய்யத்துத் தொழுகை நடத்திக் 'கபர்'

---

9. தண்ணீர்த்தொட்டி

அடக்கம் செய்தபின் எனக்கு நீங்கள் அளித்த தண்டனையை அளிக்குமாறு வேண்டுகிறேன்."

அவன் மக்களைச் சுற்றும் நோக்கினான், மக்களுக்கிடையில் ஒரு சலசலப்பு.

"நிக்கம்புலெ மரிச்ச மய்யத்தா?" மக்களின் கண்களில் அச்சம் ஆலமரம்போல் படர்ந்து நின்றது. சிலர் விறைத்தனர்; நடுங்கினர். நான்கு பக்கங்களிலுமுள்ள வாசல் வழியாக மக்கள் வெளியே குதித்தனர். தேனீக் கூட்டில் கல் விழுந்தாற்போல் சிதறி ஓடினர். பரீதுப்பிள்ளையும் அலிக்கான் இப்னு ஆலி அசனும் தெற்கு இடைவெளி வழியாக இறங்கி ஓடுவதை காசீம் கண்டான். காலியான பள்ளியைப் பார்த்தான். அங்கிருந்த கல் தூண்களிலுள்ள சித்திர வேலைப்பாடுகளைக் கண்டான். தொங்கும் சரவிளக்கைக் கண்டான். மேல்தட்டிலிருந்து கீழ்நோக்கித் தொங்கிக் கிடக்கும் பலவண்ண நூல்களால் பின்னப்பட்ட கயிற்றைக் கண்டான். சாய்த்துவைத்திருந்த பளப்பான வாளைக் கண்டான். பன்னிரண்டு நூற்றாண்டுகளுக்கு முன் வாழ்ந்த மனிதர்களின் கை வினைகள். அவற்றைப் பார்த்துப் புன்முறுவலுடன் கூறினான்.

"உங்களுக்கு உயிரிருந்தா நீங்களும் ஓடியிருப்பியளோ?"

மாரியப்பனின் கழுதை புல் தேடித் திரியும் பள்ளி வளாகம். அங்கு கரையில் புதுமண் குவித்த இரு குழிகள். மம்மதாஜியும் மம்மாத்திலும் மீராசாவும் ஹனிபாவும் சேர்ந்து மய்யத்துத் தொழுகை நடத்தினர். இரு மய்யத்துகளையும் முறைப்படி அடக்கம் செய்துவிட்டு காசீம் மாலிக் இப்னு தீனார் பள்ளியிலிருந்து இறங்கி அந்தக் கிராமத்தின் தெருவழியாக நடந்தான். அழுதழுது தளர்ந்து கிடக்கும் உம்மாவுக்கு ஆறுதல் சொல்ல.

"மோனெ... பாவப்பட்ட நாங்கொ எப்பொளும் நிக்கக்கூட உண்டு." மீராசா சொன்ன சொற்கள் அவன் காதுகளில் முழங்கிக் கொண்டே இருந்தன.

23

காலரா பரவியது திடீரென. தினமும் ஏராளம் இறப்புகள். எட்டும் பத்தும் மய்யத்துகள். ஆங்காங்கே சுருண்டு விழுந்தன. தெருவில் கிணற்றின் கரைகளில், ஆற்றோரங்களில். வாந்தியும் வயிற்றுப்போக்கும். நார்க் கட்டில் கொண்டுவந்து தூக்கிச்செல்லும் வழியில், ஆஸ்பத்திரி வராந்தாவில், கட்டிலில் தூக்கியெடுக்கும் தருணத்தில். மரணம் தன் நீண்ட நகத்தால் மனிதர்களைச் சுழற்றியெடுத்தது. காற்றின் வேகத்தில்; கொடுங்காற்றின் வேகத்தில். மக்கள் பயந்து நடுங்கினர். அதன் நகக்குத்து படாமலிருக்க நாலாபக்கமும் விரைந்தனர். மரணம் அவர்களைப் பின்னால் துரத்தியது. ஆயிரம் கைகளுள்ள மரணம் தன் நீண்ட கைகளை நீட்டி அவர்களின் கால்களைச் சுழற்றிப்பிடித்துத் தூக்கியது. நகத்தில் குத்தி நிறுத்தியது. இளநீர் குடிப்பதுபோல் மூக்கு வழி உயிரை உறிஞ்சிக் குடித்தது.

மக்கள் திகைத்து நின்றனர். என்ன செய்ய முடியும்? ஒரு பிடிப்பும் இல்லை. எங்கு போவது? எப்படிப் போவது?

ஆஸ்பத்திரியில் தடித்த 'பாட்டிலில்' கலக்கி வைத்திருந்த சிவப்பு நிறத்தண்ணீர் – மருந்து காலியானது. பழைய மாத்திரைகளும் காலியாயின. இறக்கப் போவோர்களை ஆறுதல்படுத்துவதற்காக ஊசி போட்டனர். நோயாளிகள் டாக்டரின் முகத்தை ஆவலோடு பார்த்தனர். டாக்டர் உயிர் துறக்கப்போகும் மனிதர்களின் முகத்தின் கடைசி அசைவுகளைப் பார்த்தார். எத்தனை எத்தனை கடைசி நிமிடங்களுக்கோ சாட்சியாக நின்ற டாக்டரின் முகத்தில் எந்தவிதச் சலனமும் இல்லை.

ஆஸ்பத்திரிக்குள்ளே நுழைந்தவர்களின் மரண நிமிடங்களின் வருகையை எதிர்நோக்கிக் காசீமும்

மீராசாவும் மம்மதாஜியும். மம்மாத்திலும் ஆஸ்பத்திரி வளாகத்தைச் சுற்றிப் பற்றி நின்றனர்.

நார்க்கட்டிலில் உயிர் ஊசலாடுபவர்களைத் தாங்கி வந்தனர். வராந்தாவில் இறக்கிவைத்தனர். அதே கட்டிலில் உயிர் துறந்தவர்களைத் தூக்கிச்சென்றனர். அவரவர் வீட்டில் கிடத்தினர். கால் மேற்கும் தலை கிழக்கும்.

மய்யத்துகளைக் குளிப்பாட்ட ஆட்கள் கிடைக்கவில்லை. அவற்றைச் சுற்றிலும் எறும்புகள் வலம் வந்தன. மவுன ஊர்வலம் நடத்தின.

உருகும் பகலில் ஜப்பாரும் மகனும் சேர்ந்து பள்ளி வளாகத்தில் வரிசைவரிசையாகக் கபுறு தோண்டினர். அவர்கள் கைகளில் கொப்புளங்கள் தோன்றின. கொப்புளங்கள் உடைந்தன. ஜப்பார் தளர்ந்தான். வேப்பமரத்தின் மூட்டில் முட்டுக்கட்டிக் களைத்துப்போய் உட்கார்ந்துவிட்டான்.

“அஷ்ஹது அன்லாயிலாஹ” காசீமும் மீராசாவும் மம்மதாஜியும் மம்மாத்திலும் சேர்ந்து ஒரு மய்யித்தை அங்கு கொண்டுவந்தனர்.

“இனி என்னக்கொண்டு கபுறு வெட்ட முடியாது, இன்னாப் பாருங்கோ” ஜப்பார் படங்கையை விரித்துக் காட்டினான். அடர்ந்து புண்ணாயிருந்தது.

“ஜப்பாராக்க . . .” காசீம் கூப்பிட்டான். “வேறெ ஆரு இரிக்கா கபுறு வெட்ட? இந்த நேரத்திலெ நீங்கக் கைவிட்டா விளக்கூடிய மய்யித்தெல்லாம் கெடந்து போவும். ஊரிலுள்ள பணக்காரங்கயெல்லாம் ஊரைவிட்டே போயாச்சு.”

“நான் என்ன செய்யத் தம்பி. எனக்கக் கையைப் பாத்தியளா? மம்மாட்டி புடிக்கண்டாமா? தொடர்ந்து பத்துநூறு கபுறு வெட்டியாச்சு.” ஜப்பார் தன் இயலாமையை விளக்கினான்.

“மய்யித்துகளைப் போட்டிருக்க முடியுமா காக்கா.” யாசிப்பது போல் கேட்டான்.

“நான் என்ன செய்ய? ஊர்லெ செல்லுங்கோ. வேறொரு ஆளெக் குழிவெட்டப் போடச் செல்லுங்கோ.” ஜப்பார் படங்கைமீது ஊதினான்.

காசீம் மம்மாத்திலையும் மீராசாவையும் திரும்பிப் பார்த்தான்.

“என்ன செய்வோம்? இனியும் நாலஞ்சு மய்யத்துகள் கெடக்குதே?” காசீம் சொன்னான்.

“பரீதுப் பிள்ளெயப் போய்ப் பார்ப்போம்.”

கொண்டுவந்த மய்யித்தை அடக்கம் செய்தனர். மம்மாத்திலு குழியில் இறங்கினான். இரண்டுபேர் தூக்கிக்கொடுத்த மய்யித்தைத் தெற்கு வடக்காகக் கிடத்தினான். வடக்கே தலையும் தெற்கே காலும். தலையைக் கிப்லாவை[1] நோக்கிச் சற்றுச்சரித்து வைத்தான், மய்யித்தின் மீதுள்ள மூன்று கட்டுகளையும் அவிழ்த்து விட்டான்.

கபுறை மண்ணிட்டு மூடினர். ஓர் அடம்பா வள்ளிச் செடியை நட்டனர், கொஞ்சம் தண்ணீர் தெளித்தனர்.

இன்னும் கொஞ்சம் கபுறுகள் தோண்ட வேண்டும். நாளையும் தொடர்ந்த நாள்களிலும். யார் தோண்டுவது? அதுவும் காலராவில் இறந்த மய்யித்துக்கு? யார் அடக்க முன்னிற்பது?

காசீமும் மம்மதாஜியும் சந்தூக்கைத் தூக்கிக்கொண்டு மரணம் பேயாட்டம் நடத்திய வீடுகளை நோக்கி நடந்தனர்.

மம்மாத்திலும் மீராசாவும் பரீதுப்பிள்ளையைத் தேடி ஓடினர். சுற்றிக்கட்டிய கல்மதிலுக்குள் பெரிய வீடு. முற்றத்தில் செம்பருத்திச் செடி. அதில் விரிந்து நிற்கும் சிவந்த பூக்கள். குலைத்து நிற்கும் தைத் தென்னைகள். வெள்ளை முருங்கைப் பூக்கள். நீண்டு கிடக்கும் முருங்கையில் ஓடும் கறுத்த எறும்புகளும்.

மீராசா மதிலிலுள்ள தலைவாசலைத் தட்டினான். திறக்க வில்லை. நிமிர்ந்து பார்த்தான். ஒரு பெரிய பூட்டு தொங்கிக்கிடந்தது,

“டேய், மம்மாத்திலு. அவரு இடம் விட்டிட்டாரு. இருவரும் நிராசையுடன் திரும்பினர், ஜப்பார் தோண்டிப்போட்ட எஞ்சிய மூன்று குழிகளில் அன்று மூன்று சடலங்களை அடக்கம் செய்தனர்.

“இப்படி இருந்தாப் போராது. நான் நாளை குழித்துறைவரை போயிட்டு வாறேன்.” காசீம் மீராசாவிடம் சொன்னான்.

“தம்பி”

“என்ன?”

“நீங்கப் போனா மய்யித்தெல்லாம் கெடந்து போவும். நாளை கபுறு தோண்ட வேண்டாமா?”

“வேற என்ன செய்ய? நம்ம செய்யிது தவாபுள்ள காரியம்[2]தானே? அல்லாஹ் உங்களுக்குக் கூலி தருவான். ஜப்பாருக்குக் கபுறு தோண்ட முடியாதுண்ணா நீங்கள் எல்லாம்

---

1. மேற்குத் திசை
2. நன்மையுள்ள

சேர்ந்து கபுறு தோண்டுகோ. மய்யத்துகளைப் போட்டு வைக்கப் படாது."

"நான் கபுறு வெட்டலாம்." மம்மதாஜி முன்வந்தார்.

"கைர்."

"நாங்களும் சேர்ந்து வெட்டலாம்" மற்றவர்களும் ஒப்புக்கொண்டனர்.

"கைறாப் போச்சு. இந்தப் பட்டினிப் பாவங்களெ மரணத்துக்க வாயிலெப் போட்டுட்டு வசதி உள்ளவங்களெல்லாம் போயிட்டாங்களே. நம்மளால என்ன செய்யமுடியும்? நான் குழித்துறை போயிக் காலரா தடுப்பூசி போட ஆளெக் கொண்டுவாறேன். இனியுள்ள ஆளுகளெயாவது காப்பாத்துவோம்."

"ஊசி போடவா."

"தடுப்பூசி போட்டா காலரா வராமெ தடுக்கலாம்."

"அல்லாஹ். தோல்லே ஓட்டபோடுதுக்கா?" மம்மாத்திலு நடுங்கினார். "எனக்கு வேண்டாம் வாப்பா."

காசீம் சிரித்தான்.

"நான் காலத்தெப் போயி கூட்டீட்டு வாறேன். நீங்கோ சுப்ஹஃக்கு வந்து கொஞ்சம் கபுறு வெட்டிப் போடுங்கோ. என்ன எதிர்பார்க்காண்டாம். மய்யத்துகளை அடக்குங்கோ."

இருட்டு பதுங்கிய வழியினூடே காசீம் வீட்டை நோக்கி நடந்தான். முணுமுணுத்து எரியும் மண்ணெண்ணெய் விளக்கின் மங்கிய ஒளியில் மூடிய மய்யத்துகளின் அருகிலிருந்து அழுகை பொங்கியது. செத்தைச் சுவர்களைத் துளைத்துக்கொண்டு விம்மல்கள் தெருவெங்கும் சுற்றித்திரிந்தன. ஒதுங்கி நிற்பதற்குக் காதுகள் கிடைக்காமல் தெருவில் அங்குமிங்கும் நடந்தன.

"எக்கப் பொன்னு வாப்பா... எங்களெ எத்தீம் ஆக்கிட்டுப் போறியளா வாப்பா." வள்ளம் ஊன்றும் முத்தலிபின் வீட்டிலிருந்து ஓர் இதயம் வெடித்து ஒழுகியது.

காசீமின் கண்கள் நிறைந்தன. இருட்டில் அவன் நடை மந்தமானது. அந்த ஈனக்குரலைக் கேட்டான். இந்த எத்தீமான பெண் குழந்தைகளுக்கு, பிஞ்சுப் பைதல்களுக்கு, வயோதிகர்களுக்கு நிழலாக நின்றிருந்தவர்களையெல்லாம் அல்லாஹ் தன்னிடம் திருப்பிக் கூப்பிடுகிறான்.

இஸ்ராயீல் என்ற மலக்கு எவ்வளவு துரிதமாக நடமாடு கிறார். இந்த ரூஹுகளையெல்லாம் தாங்கிக் கொண்டு

செல்வதற்கான கைகள் எங்கே? இவ்வளவு கனமான பாரங்களை ஒரே நேரம் கையில் பிடித்துக்கொண்டு ஆகாய விதானத்தில் எப்படி நீந்தி நீந்தி அல்லாஹ்வின் முன் செல்கிறார்?

ஓ... படைத்தவன் நினைத்தால் என்னதான் நடக்காது. சிறிய பறவைகளின் வாயில் கல்லைக் கொடுத்துவிட்டு எறியச் சொன்னான். பறவைகள் எறிந்தன. அப்ரஹாவின் ஆயிரமாயிரம் யானைப் படைகள் செத்து மடியவில்லையா? நூஹுநபியின் காலத்தில் கோபமடைந்த அல்லா வெள்ளப் பிரளயம் வர உத்தரவு போடவில்லையா? கடல் பொங்கி உலகம் முழுவதும் வெள்ளத்தில் மூழ்கவில்லையா? இனத்திற்கு ஒவ்வொரு ஜோடியை மட்டும் நூஹுநபியுடன் கப்பலில் உயிர்வாழ வைத்துவிட்டு மற்ற உயிரினங்களையெல்லாம் அழிக்கவில்லையா? வெள்ளம் தணிந்ததா என்று தெரிந்துவர முதலில் காகங்களை அனுப்பினான். காகம் என்ன செய்தது? பசிதாங்க முடியாமல் வெள்ளத்தில் மிதந்துகிடந்த செத்த பிணங்களைக் கொத்தித் தின்றது. கோபங்கொண்டு நூஹுநபி சாபம் செய்தார். அப்படியல்லவா காகங்கள் சவம் தின்னத் தொடங்கின. அல்லாஹ நினைத்தால் எதுவும் செய்வான். எதிரிகளைக் கொல்வான். பாவிகளை மூழ்கடிப்பான். ஆனால்,

தண்டிப்பதற்கு இந்தப் பாவப்பட்ட ஜனங்கள் செய்த பாவம் என்ன? பரீதுப்பிள்ளையைத் தண்டிக்காதது ஏன்?

ஈனா பீனா கூனாவைக் கடல் கடந்துபோய்த் தண்டிக்காதது ஏன்? அவருடைய கணக்குப் பிள்ளையைத் தண்டிக்காதது ஏன்? மய்யத்திற்கு வேண்டிய கோடித் துணியும் ஊதுபத்தியும் பலகையும் வாங்க வசதியற்ற இந்தப் பட்டினிப் பாவங்களையும் அவர்களை நம்பி வாழ்பவர்களையும் வாந்தியெடுக்கச் செய்து, மலங்கழிக்கச் செய்தது அவர்களின் சுருங்கிப்போன நரம்புகளுக்குள் மெதுவாகத் துடித்துக்கொண்டிருக்கும் உயிரைப் பிடித்துக்கொண்டுபோவது ஏன்? அவர்களைச் செய்னுல்லாவுக்குக் கடன்காரர்களாக்குவது ஏன்?

மய்யித்தை அடக்கும் வகைக்கு, பலகை அறுத்து விற்றுக் கொள்ளை லாபம் அடித்து இருநிலைக் கட்டடத்தில் கிடந்துறங்கும் செய்னுல்லாவைத் தண்டிக்காதது ஏன்?

சிந்தனையின் முள்வேலியில் மாட்டி இரவை வெளுக்கச் செய்தான் காசீம். மாலிக்இப்னுதீனார் பள்ளியின் மினாராவிலிருந்து ஒரு பகலின் தொடக்கத்தைக் குறிக்கும் பாங்கொலி உயர்ந்தது.

காசீம் முதல்வண்டியில் குழித்துறைக்குப் புறப்பட்டான். ஹெல்த் இன்ஸ்பெக்டரை அழைத்து வரும்போது நடுப்பகல் மூச்சுவிட்டது,

முன்னால் ஒரு தடவை அம்மை நோய் தாண்டவமாடிய போது தடுப்பூசி போடவந்த அதே 'தஜ்ஜால்'தான். மக்கள் அடையாளம் கண்டுகொண்டனர். முன்னங்கையில் முள் போன்ற ஊசியை வைத்துத்திரித்தபோது உண்டான வலியைப்பற்றி நினைத்தனர். வெற்றிலைக் காம்பைக்கொண்டு அந்தக் காயத்தில் தேய்த்தால் புண்படாது என்று கேள்விப்பட்டதுண்டு. வெற்றிலைக் காம்பைக் கொண்டு தேய்த்தனர். இருந்து பழுத்துப் புண்ணாகியது. காய்ச்சல் வந்தது. மூடிப் போர்த்திக் கிடந்தபோது இரண்டு நாள் பட்டினி.

அந்த நினைவில் முன்னங்கையிலுள்ள தழும்புகளை நோக்கினர்.

மக்கள் கூடி நிற்கும் இடத்தில் காசீம் எல்லோரும் பார்க்கும் படியாகக் கையை நீட்டிக் காண்பித்தான். ஒரு நீண்ட ஊசி காசீமின் தோலைத் துளைத்து, சதையைத் துளைத்து ஏறியதைக் கண்டனர். கண்டவர்களின் உடல்கள் நடுங்கின. மயிர் சிலிர்த்தது. வலி எடுத்தது. பற்களை நெரித்துச் சுயமாக வலியை அடக்கினர்.

"என்னப் படச்ச ரப்பே! எக்கு வேண்டாம் உம்மா. ஒரு பக்கம் குத்துனா மறுபக்கம் வருத ஊசி." மக்கள் பயந்து ஓடினர்.

கையில் ஊசி குத்தும் தஜ்ஜால் வந்து இறங்கிய விவரம் கிராம மக்கள் அறிந்தனர். காசீம்தான் அழைத்து வந்தான் என்பதையும் தெரிந்துகொண்டனர். தெரிந்தவுடன் காசீம் மீது சினங்கொண்டனர்.

"இவனுக்க உம்மாக்கக் கையிலேயும் தங்கச்சிக்க கையிலேயும் அந்தக் காபிர் பயலைக்கொண்டு ஊசி குத்தப்புடாதா?" பெண்கள் கேட்டனர். "அந்தத் தலெ தெறிப்பான் எக்க ஊட்லே அவனைக் கூட்டீட்டு வரட்டு. பழந்தொறப்பெயெடுத்துச் சாத்துவேன்." பெண்கள் சபதம் எடுத்தனர்.

"காபிரான ஒருத்தனெ எங்கெயிருந்தோ கூட்டிட்டு வந்திரிக்கான். ஈமானும் இஸ்லாமும் உள்ள பொம்புளியளுக்கக்[3] கையெப் புடிச்சு ஊசி குத்த. நல்ல ஏற்பாடுதானே? எடையோடு எட இவனுக்கும் இத்திப்போல கையத் தொடலாமோ. பாத்தியளா ஹராம் பெறப்பே?" அலிகான்இப்னு ஆலிசன்கறுத்த கல்லின்மீது உட்கார்ந்து சொன்னதை லுஹர் தொழ வந்தவர்கள் கேட்டனர். நம்பினர்.

"இப்பதான் அந்தப் பயலுக்க ஹராம் பெறப்பு மனசிலாச்சு." வாப்புக் கண்ணு தலையசைத்தார்.

3. பெண்கள்

“பாத்தியளா ஊர் சுத்திட்டு வந்ததனாலெ கெடச்ச இல்மு,[4] நமக்கு யோசனெ போவுமா? நல்ல மூளெ உள்ளவன்?” பொடிப்பிள்ளை இப்னு ஆலிசனின் அறிவை மெச்சினான்.

“ஜின்னாக்க மூளெ.” வாப்புக் கண்ணும் அதை ஒப்புக் கொண்டார்.

முஸ்லிம் பெண்களைக் காஃபிர் தொட்டு ஊசிபோட வந்திருக்கான் என்று தெரிந்தபோது பெண்கள் எல்லாம் வீட்டுவாசல்களை இறுக்க மூடினர். குழந்தைகளைத் தெருவி லிருந்து தேடிக் கொண்டுவந்து வீட்டில் அடைத்துவைத்தனர்.

தெருவில் ஆங்காங்கே கூடிநின்றவர்கள், குந்தி உட்கார்ந்திருந்தவர்கள் எல்லாம் எழுந்து ஓடினர். “உயிரு கெடந்தா புல்லாவது பறிச்சித் தின்னலாம்.” பள்ளிக்குள் ஓடிஒளிந்தனர். கடற்கரைவழி மேற்குத் திசை நோக்கிப் பூத்துறைக்கு ஓடினர். கிழக்குத் திசை நோக்கிப் புத்தன்துறைக்கு ஓடினர். சிலர் வளாகத்தில் நெருங்கி வளர்ந்து நிற்கும் காட்டிற்குள் ஒளிந்து கொண்டனர். தெருக்கள் சூனியம்.

அடிமக்கண்ணின் எலும்பு துருத்திய பசு தெருவில் சாணியிட்டு நடந்தது. கொஞ்சம் கோழிகள், கொஞ்சம் ஆடுகள்.

காசீம் ஒவ்வொரு வீட்டிற்கும் சென்று வாசலைத் தட்டினான். உள்ளே ஓசையில்லை. மனிதச் சலனமற்ற வீடுகள். அடுத்த வீட்டு வாசலைத் தட்டினான். அங்கும் ஆள் நடமாட்டம் இல்லை.

“எடேய், பரங்கிப் புண்ணு புடிச்சுப் போவா, நிங்க ஊட்லே கூட்டீட்டுப் போய் ஊசி குத்தப்புடாதா?”

காசீம் சப்தம் கேட்டுத் திரும்பிப் பார்த்தான். முந்தைய வீட்டின் மேற்கூரையை உயர்த்திக்கொண்டு கழுத்து வெளியில் தெரியும்படிப் பல்லனின் பெண்டாட்டி மம்மேரா எட்டரைக் கட்டையில் ஏசினாள். “தூ . . .” நீட்டித் துப்பினாள். துப்பல் உடலில் படாமலிருக்கக் காசீம் விலகிக்கொண்டான்.

ஒவ்வொரு வாசலிலும் தட்டினான். யாரும் வாசல் திறக்க வில்லை. வீட்டிற்குள்ளிருந்து ஏச்சும் பேச்சும் திட்டுதலும். காசீம் நடக்கும்போது ஏதோ ஒன்று அவன் தோளின்மீது விழுந்தது. திரும்பிப் பார்த்தான். பீச் சவரி. தோள்பட்டையில் விழுந்த சவரியைத் தட்டிக் கீழேயிட்டான். மீண்டும் முன்னோக்கி நடந்தான், மூக்கைப் பொத்திக்கொண்டு.

---

4. அறிவு

ஒரு பெண் அவனுக்கு நேரில் விளக்குமாற்றை உயர்த்திக் காட்டினாள். "மோறயக்[5] களுவி போடுவேன்."

மூடிய வாசல்களையும் ஆளரவமற்ற வீடுகளையும் சூனியமான தெருக்களையும் நிராசையோடு பார்த்துப் பெருமூச்சு விட்டான்.

"தொறயிலே போவாம். அங்கேயும் காலரா பரவியிருக்கு. அந்தப் பாவங்களெக் காப்பாத்துவோம்." காசீம் ஹெல்த் இன்ஸ்பெக்டரையும் பியூனையும் அழைத்துக்கொண்டு துறையை நோக்கி நடந்தான்.

அன்று மாலையில் மாலிக் இப்னு தீனார் பள்ளியின் முன்பக்கமுள்ள ஹதீஸ் மண்டபத்தில் கூடிய மக்கள் குலுங்கிச் சிரித்தனர்.

"படிச்ச வித்தெ பதினெட்டும் பாத்தான். ஆரும் ஊசி போடப் புடி கொடுக்க இல்லை. அவனுக்குப் பெரிய அய்பா[6] போச்சு. கடைசியிலே அவனுக்கு ஊட்டுலெ உள்ளவங்களும் மம்மாத்திலுக்க மொவன் அந்தப் பீரு பயலும்தான் கெடச்சது." மைதீன் பிச்சை சொன்னதைக் கேட்டு அலிகான் இப்னு ஆலிசன் விழுந்துவிழுந்து சிரித்தார்.

"சிரிச்சுச்சிரிச்சு எனக்கக் கொடலெல்லாம் நோவுது." ஆலிசன் வயிற்றைத் தடவினார்.

5. முகம்
6. வெட்கம்

24

காலை புலர்ந்தது முதல் மப்பும் மந்தாரமு
மாக இருந்தது அன்றைய பகல். மேகம் மூடிய ஆகாயத்திற்குள் எங்கோ சூரியன். சூரியனைக் காணாமல் நடுப்பகல் குளிர்ந்து கிடந்தது. குளிர்ந்த பாதையோரத்தில் கண்களை நட்டு மீரான்பிள்ளை ஜன்னலின் அருகே உட்கார்ந்திருந்தார். அம்புரோஸின் கறுத்து மெலிந்த கணுக்காலின் மேல், குதிரை முகத்தைத் தொட்டு உராய்ந்து நிற்கும் காக்கிக் காலுசுறா தெரிகின்றதா என்று கூர்ந்து நோக்கினார். எப்போதும் ஏமாற்றும் அம்புரோஸ் அன்று ஏமாற்றமாட்டான் என்று மனத்தில் எங்கேயோ தெளிவில்லாத ஒரு எண்ணம். முந்தைய நாள் கண்ட கனவின் விளக்கத்திலிருந்து ஏற்பட்ட எண்ணம். அந்த எண்ணத்தின் உள் தூண்டுதலால் தெருவோரத்திலிருந்து கண்களைப் பின்வாங்கவே இல்லை. கண்டிப்பாக இன்றைய மெயிலில் கொழும்புத் தபால் இருக்கும். அத்துடன் பட்டியலும். தமக்கு வேண்டியது பட்டியல் அல்ல. பட்டியில் கடைசியில் காணும் சிவந்த கோட்டுக்கு மேலுள்ள தொகை. சித்திரையில் ஏற்றிவிட்ட நெத்தோலிக் கட்டின் மொத்தக் கொள்முதல் தொகை எவ்வளவு என்று பலதடவை கணக்குப் பெருக்கிப் பார்த்ததால் தொகை நினைவு உண்டு. அடியிலுள்ள தொகையில் இருந்து கொள்முதல் தொகையைக் கழித்தால் கிடைப்பது இலாபம். பெரும் இலாபம். அந்த இலாபமும் முதலும் கொண்டு அடகுவைத்த நகையைத் திருப்பி எடுக்கவும் வட்டிகட்டவும் வேண்டும். வட்டியே கொஞ்சம் அதிகம் வந்திருக்கும். துறையில் சில்லறைக் கடனும் உண்டு. அதுவும் திருப்பிக் கொடுக்க வேண்டும்.

முந்தைய நாள் கனவு கண்டது ஒரு பாம்பை. இனம் தெரியாத ஒரு பாம்பு. முதலில் பயம். அத்தோடு ஹலாக்குதான். படம் எடுத்து ஆடும் பாம்பு. அதன்

துறைமுகம்

கூரிய முகம். கிளைகள் உள்ள அசையும் நாக்கு, படத்தில் முத்திரை. பாம்பு நேராக வந்தது. காற்றின் வேகத்தில். எங்கும் திரும்ப முடியாத ஒரு முடுக்கில் சிக்கிய நிலை. திரும்பும் இடமெல்லாம் பாம்புகள். எல்லாப் பாம்புகளும் படமெடுத்து ஆடுகின்றன. நடுவில் தனித்த நிலையில் எல்லாம் சேர்ந்து கொத்தும். உதவிக்குக் கூப்பிட நா எழவில்லை . மரணம் கண்முன். மரணத்தின் கூரிய முகம். இறந்தால் ராஹிலாவைக் கட்டிக்கொடுப்பது யார்? ராஹிலா வாப்பா என்று கூப்பிட்டபடி உதவிக்கு ஓடிவருகிறாள். அவளையும் பாம்புகள் சூழ்ந்துகொண்டன. படம் விரித்தாடும் பாம்புகள் அவளைச் சுற்றி. வாப்பா என்று அழைத்தபடி சலனமற்று நிற்கும் ராஹிலா.

'மோளே' என்று கூப்பிட முனைந்தபோது கண் திறந்தது. கனவு. வெறும் கனவு. மனம் நிம்மதியடைந்தது. தூங்கும் ராஹிலா, மனைவி. காசீம் உறக்கப் பாயில் இல்லை. அவன் வீட்டில் வரவில்லை.

நேரம் பரபரவென்று வெளுத்தபோது பாம்பைக் கனவு கண்டது பற்றி மனைவியிடம் நடுக்கத்தோடு சொன்னார் மீரான்பிள்ளை. கதீஜா சிரித்தாள். முகம் நிறையச் சிரிப்பு. முகத்தில் ஐஸ்வர்யம் மீண்டும் குடிகொண்டது. மறந்துபோன சிரிப்பு அவளுக்கு நினைவு வந்தது.

பாம்பைக் கனவு காண்பது நன்மையானது. எல்லோர் கனவிலும் பாம்பு வராது. ஏதேனும் நன்மைகள் நம்மைத் தேடி வருவதால்தான் கனவில் பாம்பு வந்தது.

மனைவி காதில் சொன்னபோது மீரான்பிள்ளையின் கல்பு குளிர்ந்தது.

தம்மைத் தேடி நன்மை வருவது எங்கிருந்து? கொழும்பிலிருந்து அல்லாமல் வேறு எங்கிருந்து?

அம்புரோஸ் நீட்டும் இளம் நீல நிறமுள்ள தபால் கூட்டிற்குள்தான் நன்மை ஏறி வரவேண்டி இருக்கிறது. அல்லது உட்பகுதியில் துணி ஒட்டிய தடித்த ஏராளம் அரக்கு முத்திரைகள் பதித்த இன்சூரன்ஸ் கூட்டிற்குள்.

அம்புரோஸின் தொளதொளவென்று கிடக்கும் காக்கிக் கால்சுறா தெரியவில்லை. எதிர்பார்ப்பு முசிப்பாக மாறியபோது மீரான்பிள்ளை மனைவியை அழைத்தார்.

"குட்டியேயே! நா ஒண்ணு வெளியிலே எறங்கி நடந்திட்டு வரியேன். வல்ல காயிதமும் உண்டாணு பாக் கட்டு. தொறை யிலிருந்து வல்ல கடக்காரங்களும் வந்தா கொழும்புலயிருந்து பணம் வரல்லேணு செல்லு."

மீரான்பிள்ளை ஜெயக்கொடித் துண்டை எடுத்துத் தோளில் போட்டுக்கொண்டு வெளியே கிளம்பினார். தட்டாக்குடி இடைவழி திரும்பும்போது எதிரில் சவேரியார் பிச்சை வருவதைக் கண்டு திடுக்கிட்டார்.

சவேரியார் பிச்சைக்குப் பெரும் தொகை கொடுக்க வேண்டி யிருக்கிறது. இரயும்மன் துறையிலிருந்து நெத்தோலி எடை போட்டு எடுத்தவகையில் ஒரு வாரத் தவணை. பல வாரங்களாகி விட்டன. தூத்துக்குடியிலிருந்து வரும் தபால்களிலெல்லாம் கப்பல் இல்லை. அடுத்த கப்பலில் உடனடியாக ஏற்றி அனுப்புகி றோம் என்ற வழக்கமான பதில்கள். பதில் கேட்டுக்கேட்டுச் சலித்துவிட்டது.

சவேரியார் பிச்சைக்கு என்ன பதில் சொல்வது.

“எத்திரெ நடநடந்தாச்சு புள்ளேய். காய் தரூக்கு மனசு வரயில்லையா? இரென்ன நாயம்? தொறயசனம் என்னெ உடுங்களா? எக்கெ பெண்டாட்டியெயும் புள்ளயெயும் தானக்கேடு பறயானுவோ. செவி அடச்சு ஊட்டுலெ கெடக்கப் பாடில்லெயே.” சவேரியார் பிச்சை சொன்னதைக் கேட்டு மீரான்பிள்ளை தலைகுனிந்தார். மௌனமாக நின்றார்.

சவேரியார் பிச்சையின் முகத்தைப் பார்க்க அவருக்குத் துணிவில்லை. எத்தனை எத்தனை தவணைகள் கேட்டாகி விட்டன. சொன்னதை எல்லாம் கேட்டான். அவதி கேட்பதற்கும் ஓர் அளவில்லையா? என்ன பதில் சொல்ல?

“கொழும்புலெ இருந்து எளுத்தொண்ணும் வரயில்யெ பிச்செ. சரக்குப் போய் சேந்த வெவரம் ஒண்ணும் தெரியாது. தூத்துக்குடிக்குப் போட்ட தபாலுக்கும் பதில் இல்லெ. நீ பொறுத்தது பொறுத்தாயில்லியா? இந்த ஒரு ஆச்சயும் கூடிப் பொறுத்துக்கோ.” மீரான்பிள்ளை உள் அச்சத்துடன் மிகப் பணிவாக வேண்டினார்.

மீரான்பிள்ளையின் பணிவான பதில் கேட்டபோது சவேரியார் பிச்சை கொஞ்சம் தணிந்தான்.

“நாங்கொ என்ன செய்ய? எங்கெ பெண்டாடி புள்ளியோ களுத்திலெ தாலி இல்லியே. வித்துப் பணமடக்க. நிங்கட்டெ வாண்டித்தானே தொறய சனங்களுக்குக் குடுக்கணும். மீன் பாடில்லாதெ சனவோ பட்டினினு கெடந்து சாவுது. அவனுவளுக்குக் கள்ளு குடிச்சீக்குப் பற்று கொடுக்க கா காயில்லெயே . . .”

“பணம் வந்தா நிக்கெ ஊடு தேடிக்கொண்டு தருவேன்.”

“அப்பொ நா எப்பொ வரூக்கு?”

“அடுத்த ஞாயறாச்சவா. இதுக்கு எடேலெ எப்படியும் பணம் வரும். . .”

சவேரியார் பிச்சை செல்வதை நோக்கி மீரான்பிள்ளை இடைவழியிலே நின்றார். தெருவில் சென்றால் பல கடன்காரர்கள் வருவார்கள். நாலுபேர் கேட்கும்படியாக ஏதாவது அவர்கள் சொல்லிவிட்டாலோ? கேவலம். நொந்துபோன மனம். அதில் தீப்பற்றி எரிகிறது. மேலும் அதில் எண்ணெய்யை ஊற்றினால்? தபால் உண்டானால் அம்புரோஸ் கொண்டுதருவான்.

மீரான்பிள்ளை திரும்பி நடந்தார்.

வீட்டிற்கு வந்தார். முன் இருந்த இடத்திலேயே முட்டுக்கட்டி உட்கார்ந்தார். தெருவிலேயே கண்களை நட்டார்.

லுஹர் பாங்கிற்கு முன் அம்புரோஸ் வருவது வழக்கம். மெயில் பைகள் வருவது பத்து மணிக்கு. வந்ததும் தபால் பிரித்துப் பட்டுவாடா நடக்கும். இரண்டு மணிக்கு முன் தபால் விநியோகம் செய்தாக வேண்டும். அப்படியானால்தான் ஒன்றரை மைல் நடந்து சென்று மதிய உணவு அருந்திவிட்டு மூன்றரைக்குள் பஸ்ஸில் மெயில் பை ஏற்றிவிட முடியும்.

அம்புரோஸ் இன்றும் ஏமாற்றிவிட்டான்.

இன்று இனி அம்புரோஸ் வரப்போவதில்லை என்று புரிந்துகொண்டதும் கட்டிலில் சற்றுச் சாய்ந்தார் மீரான்பிள்ளை – அல்ஹம்துலில்லாஹ்! சாய்ந்ததும் கண்கள் மயங்கிவிட்டன. நல்ல உறக்கச் சடைவு உண்டு. இரவு நேரங்களில் அதிகம் தூக்கம் வருவதில்லை. ஒரே துக்கச் சிந்தனை. ஒரே அங்கலாய்ப்பு. படபடப்பு. உள்ளங்கால் முதல் உச்சி வரை ஒரே வியர்வை. குளிக்கும் மாதிரி கொட்டும் வியர்வு. சற்றுக் கண் அயர்ந்தால் பலபல நடுக்கும் கெட்ட கனவுகள்: ராஹிலாவைப் பற்றி, காசீமைப் பற்றி.

காசீமைப் பற்றிய எதிர்பார்ப்புக்களெல்லாம் கெட்டு அடங்கிவிட்டன. அவன் தன்னுடைய சொல்படியிலல்ல. எல்லாக் கட்டுப்பாடுகளின் கட்டுகளையும் அறுத்துக்கொண்டு அவன் சுதந்திரமாகத் திரிகிறான்; தான் தோன்றித்தனமாக. அவன் என்ன பேசுகிறான்? எதைப்பற்றிப் பேசுகிறான்? ஒன்றுமே புரியவில்லை. புரியாத, புரியமுடியாத எதையோ செய்கிறான். பேசுகிறான். இந்தியாவுக்குச் சுதந்திரம் என்று சொல்கிறான். சுதந்திரம் என்றால் என்ன? இந்தியா என்றால் என்ன? இவையெல்லாம் யாருக்குப் புரியும்? அவன் இப்போதெல்லாம் வண்ண உடைகள் அணிவதில்லை. வெள்ளை உடை மட்டுமே அணிகிறான். என்னவென்று கேட்டால் காந்தீயமாம். என்ன

இதுவெல்லாம்? தான் தெரியாத ஏதோ ஒரு துனியாவில் அவனுடைய பயணங்கள்.

தெருவில் சைக்கிளின் மணி முழக்கம். தெரு நிரம்பிய மணி முழக்கம். ஒரே மணி குலுக்கம். நடுங்கி விழித்தார். தெருவை எட்டிப் பார்த்தார்.

'தந்தி!'

மார்க்கட் கூடுதலோ குறைவோ? அதல்ல, சரக்கு விற்கவில்லையா? சரக்கு மேலும் வாங்கி அனுப்புவதற்காகவா? கிராக்கியாக இருக்குமோ? அப்படியானால் துறையில் நெத்தோலிப்பாடே இல்லையே? பதினைந்து நாள் மட்டும்தான் நெத்தோலிப்பாடு இருந்தது. இப்போது கடற்கரை காலியானது. பிறகு எங்கிருந்து நெத்தோலி வாங்கி ஏற்றுவது? சிந்தனைகள் கொத்தி மேய்ந்தன.

"கொண்டா." ஒப்பம் இட்டு வாங்கினார்.

"வாயிச்சிச் செல்லு."

மெஸஞ்சர் கூட்டைப் பிரித்தான்.

"வாய்க்கட்டா?"

"வாய்ச்சுக் செல்லப்பா."

மீரான்பிள்ளை மெஸஞ்சரின் அசையும் உதடுகளைக் கூர்ந்து நோக்கி இருந்தார். அந்த உதட்டிலிருந்து அடர்ந்துவிழும் சொற்களை நுள்ளி எடுக்கக் காதின் கூரிய கொறடு நீண்டது.

"வாய்க்கியேன் கேளுங்கோ."

"கேக்கேன்."

ஆங்கிலத்திலுள்ள சொற்களை மௌமாக வாசித்தார் மெஸஞ்சர். அதைத் தமிழில் மொழிபெயர்த்துச் சொன்னார். "கவலை அடைகிறோம். எதிர்பாராமல் ஏற்பட்ட கடல் கொந்தளிப்பில் நமது சரக்கு ஏற்றிச்சென்ற கப்பல் பாரம் அதிகமானதனால் மூழ்கும் நிலையில் ஆகிவிட்டது. கப்பலைக் காப்பாற்ற கப்பலிலிருந்த தங்கள் சரக்கு உட்பட வேறு பல சரக்குகளையும் கடலில் வீசிவிட்டார்கள். விவரமாகப் பிறகு தபால் எழுதுகிறோம்."

மீரான்பிள்ளை எதுவும் கேட்கவில்லை. காதுகள் கபாலத்திலிருந்து தெறித்துப்போயின. பூமி பிளந்தது. ஆகாயம் தலைகீழாகக் கவிழ்ந்தது. ஆகாயத்திலிருந்து சூரியன் பெயர்ந்து

எங்கோ விழுந்தது. வீழ்ந்த இடம் பற்றி எரிந்தது. உலகெங்கும் தீப்பிழம்புகள். ஜுவாலைகள். கடலும் பற்றியது. கப்பலும் பற்றியது. மீரான்பிள்ளையின் உடலெங்கும் தீ படர்ந்தது.

"என்ன படச்ச ரப்பே." ஓர் அலறல். அந்த அலறலின் தாக்கத்தினால் முற்றத்தில் நின்றிருந்த தென்னை மரங்கள் மூட்டோடு பெயர்ந்து எங்கோ விழுந்தன.

அந்த அலர்ச்சையில் மேற்கூரை சிதறித் தெறித்தது. சுவர்கள் வெடித்துச் சிதறின. சுவரும் மேற்கூரையும் இல்லாத வீட்டில் வெறும் தரையில் ஒரு சிறு புழுவைப்போல் மீரான்பிள்ளை துடித்தார்.

நடுங்கிப்போன மெஸஞ்சர் மாமூல் வாங்கக்கூட நிற்கவில்லை. சைக்கிளில் ஏறினார். தெருவழியாக மிதித்துப் பாய்ந்தார்.

அலறல் கேட்டு ராஹிலாவும் உம்மாவும் ஓடிவந்தனர். அவருடைய முகபாவனையைக் கண்டதும் பெண்கள் அஞ்சி நின்றனர். நெரியும் பற்கள் தீ பெய்யும் சிவந்த கண்கள். கைகளை முறுக்குகிறார். நெரிக்கிறார்.

'வாப்பா ? ராஹிலாவின் நெஞ்சம் பிளந்தது. வாப்பாவிற்கு என்ன நிகழ்ந்தது ? சும்மா இருந்த வாப்பா அல்லவா ? படுத்தல்லவா கிடந்தார். ஏதேனும் கனவு கண்டு அலறினாரா ? நேற்றுதானே பாம்பு கொத்த வருவதாகக் கனவு கண்டார்.'

"என்ன வாப்பா ?"

மீரான்பிள்ளை வெறித்துப் பார்த்தார். அந்தப் பார்வையில் அதன் ஜுவாலை வெப்பத்தில் அவள் தகித்தாள். பயந்து உம்மாவின் பின்பக்கம் நின்றாள். உம்மாவின் கண்களில் நீர்த்தாரை.

"என்ன ?"

"நீங்களெல்லாம் ஏன் உயிரோடு இரிக்கியோ ?" மீரான்பிள்ளை குதித்து எழும்பினார். ராஹிலாவின் கழுத்தை எட்டிப்பிடித்தார். "சாவு . . . சாவு . . . நீயெல்லாம் பெண்ணாப் பொறந்து உயிரோடு இருக்குதுனால தானே நா தீ தின்னுதேன். சாவு சாவு." கழுத்தை நெரித்தார்.

ராஹிலாவுக்கு மூச்சுத் திணறியது. கண்கள் வெளியே தள்ளின. கதீஜா, மீரான்பிள்ளையின் கையை எட்டிபிடித்து இழுத்தாள். அவர் விடவில்லை . "சாவு . . . சாவு . . . நானும் சாவுதேன்." கதீஜா வேறுவழியின்றி மீரான்பிள்ளையின் கையை எட்டிப் பிடித்துக் கடித்தாள். பிடிவிட்டபோது மீரான்பிள்ளையை ஓங்கித் தள்ளினாள்.

ஒரு குழந்தை சென்று விழுவதுபோல் மீரான்பிள்ளை தரையில் வீழ்ந்தார். வீழ்ந்த இடத்திலேயே முட்டுக்கட்டி முட்டில் முகம் அணைத்து ஏங்கியேங்கி அழுதார்.

"எல்லாம் போச்சு. நான் நசிச்சேன். எக்க மண்ணும் மனையும் போச்சு" தலைநிமிர்ந்தார். கண்முன் ஐதுரோஸ் முதலாளி. விம்மி விம்மி அழுதார்.

"ஏன் வாப்பா கரயியோ." ராஹில்லா வாப்பாவின் முதுகைத் தடவிக் கேட்டாள்.

"அன்னா கிடக்கு பாரு" தரையில் கிடந்த தந்தியைச் சுட்டிக் காட்டினார்.

ஒரு குடும்ப வீழ்ச்சியை, ஒரு வியாபாரப் பாரம்பர்யம் தகர்ந்து போனதைச் சொற்களில் திணித்து அனுப்பிய வரிகளில் பார்வையைச் செலுத்தினாள். தெரியாத மொழி. அவள் குழம்பிப் போய் நின்றாள். மீரான்பிள்ளை நிமிர்ந்து முற்றத்தில் நிற்கும் பூவரசு மரத்தைப் பார்த்தார். அதன் கிளையில் ஒரு கயிற்றில் லூக்காஸ் தொங்கி நிற்கிறான்.

25

சித்திரை மாதம் சிறகடித்துப் பறந்து போனது, மம்மாத்திலின் மனைவிக்குப் பெரும் வேதனையாக இருந்தது. பிறகு வைகாசியைப் பற்றிய கவலைகள்.

வைகாசிக் கடைசியில் பருவமழை கொட்டும் வெடியுடன் துவங்கும். துவங்கினால் ஆனி ஆடி இரண்டு மாதங்கள் காற்றும் மழையுமாகத் தகர்க்கும். ஒரு நேரம்கூடத் துவராத சனியன் பிடித்த மழை; விலா எலும்புகளை முதுகெலும்புடன் சேர்த்துக் கட்டிய கட்டுகளை எல்லாம் குலைத்து எறியும் கடும் குளிரும் பேய்க் காற்றும். இதைப் பற்றிச் சிந்தித்துச் சிந்தித்து மம்மாத்திலின் மனைவிக்கு நிம்மதியில்லை. ஒரு அங்கலாய்ப்பு.

ஒரு வருடத்திற்கு முன்னாலேயே பிரித்துக்கட்ட வேண்டிய வீட்டுக்கூரை ஓலை இல்லாமலும் கட்டுக் கூலி கொடுக்கக் காசு இல்லாமலும் கட்டவில்லை. எப்படி எல்லாமோ ஓலை சேர்ந்துவிட்டது.

"இன்னா கேட்டீயளா வையாசி பெறந்தாச்சில்லியா? ஆனிஆடி மளெ வருக்கு முன்னே ஊட்டெ பிரிச்சுக் கெட்டண்டாமா?" மனைவி நினைவுபடுத்தினாள்.

"ஊடெப்பிரிச்சுக்கெட்டெமூணுபணிக்கனுவோ வேணும். அதுகளுக்குக் கூலி குடுக்கண்டாமா? உச்சக்கு வெள்ளக்குடி குடுக்காண்டாமா உட்டி? சக்றம்?"

ஆமினா பதில் சொல்ல முடியாமல் கொஞ்ச நேரம் கணவனின் முகத்தையே பார்த்து நின்றாள்.

"மளெ புடிச்சா கெடக்கெ வளியில்லெ. ஊடெல்லாம் ஒளுவி நெறயும். ஆருட்டையாவது கடம் வாண்டி ஊட்டுக் கூரையைக் கெட்டுங்கோ. பட்டினி கெடக்கலாம். நனஞ்ச ஈரத்திலெ கெடக்க

முடியுமா? பெறக்கிக் கூட்டின ஓலெ இரிக்கில்லியா" ஆமினாவின் குரல் தாழ்மையாக இருந்தது.

"குட்டீ, கூலி குடுக்கெக் காயில்லாமெ எப்படிக் கெட்டூது? பணிக்கன் நிக்கெ மாமாயா ..? சும்மா கெட்டித் தருவானுவளா? செல்லு பார்ப்பம் . . . பொறு ஏதாவது சக்றம் கையிலெ வந்தா கெட்டுலாம்."

"சேத்துவச்ச ஓலெயெல்லாம் கறையான் தின்னுது. கறையான் தட்டி எனக்கெ தோளுப்பட்டெ உளுந்துட்டு . . . ஓலெயெல்லாம் கறையான் தின்னு ஹறவாப் போவும் ..."

"போனா போட்டு, நா என்ன செய்ய?"

வீட்டின் மேல் கூரையைப் பற்றி மனைவி நினைவு படுத்தியபோது மம்மாத்திலின் கல்பில் தீ படர்ந்தது. அங்கு இருந்தால் மனைவி கூரையைப் பற்றியே பேசிக்கொண்டிருப்பாள், அதைக் கேட்கும்போது கல்பில் பற்றிய நெருப்பு வானளாவும். அதனால் மம்மாத்தில் துண்டை எடுத்துத் தோளில் போட்டுக் கொண்டு வெளியே கிளம்பினார்.

"நீ மனுசனெ இரிக்க உடமாட்டா ..."

ஆற்றின்கரைக்கு வந்தார். நல்ல குளிர்ச்சி. முட்டத்தாளி படர்ந்துகிடக்கும் ஆற்று நீரைப் பார்த்தார். முட்டத்தாளிகளுக் கிடையில் ஓடித் திரியும் விரால் மீன். தள்ளை மீனைச் சுற்றி ஏராளம் மீன் குஞ்சுகள். சிவந்த மீன் குஞ்சுகள்.

மம்மாத்தில் இடுப்பிலிருந்து தீப்பெட்டியை எடுத்தார். விரலால் தள்ளித் திறந்தார். குடித்த பின் அணைத்துவைத்திருந்த பீடித்துண்டை அதிலிருந்து வெளியே எடுத்தார். தீக்குச்சி இல்லை. துண்டுபீடியைக் காதிடுக்கில் வைத்தார். யாராவது நெருப்புக் கொண்டுவருகின்றனரா என்று சுற்றிலும் நோட்டமிட்டார்.

வண்ணான் துணி அடிக்கும் பரந்த, வழுவழுப்பான கல்லின் மறைவில் ஒருவர் நீருக்குள் குந்தியிருப்பதைக் கண்டார். அவருடைய வட்டமான தலைப்பாகைக்கு மேல் கறுப்புப் புகை உயர்ந்து நெளிவதைக் கண்டார். கண்டபோது உதட்டில் ஒரு குறுகுறுப்பு. தண்ணீரில் குந்தியிருப்பவரையே உற்றுநோக்கி நின்றார். அவர் பீடித்துண்டைத் தரையிலோ நீரிலோ வீசும் முன் பீடித்துண்டைத் தூரெ போடாதெங்கோ என்று சொல்ல முற்பட்டார் மம்மாத்தில்.

அதற்கு முன் உட்கார்ந்திருந்தவர் எழுந்துவிட்டார். பிருஷ்டத்தை விட்டு உயர்ந்துநின்ற துணியைத் தாழ்த்தியிடும்போது அடையாளம் கண்டார். மீராசாக்கா.

“மீராசாக்கா கொஞ்சம் தீ வேணும். துண்டெ தாழெப் போடாதெங்கோ” விளித்துச் சொல்லிக்கொண்டு மீராசாவுக்கு நேராக நடந்தார்.

மீராசா கொடுத்த பீடித்துண்டின் முனையில் வெற்றிலை எச்சியின் சிகப்பு. பரவாயில்லை. பீடித்துண்டை விரலால் நுள்ளிப் பிடித்தார். பீடி பற்றவைத்தார். கரும்புகை குப் என்று வெளியே கிளம்பியது. பீடித்துண்டைத் திருப்பி மீராசாவின் கையில் கொடுத்தார். கையில் பிடிக்கும் முன் துண்டு கீழே விழுந்துவிட்டது.

“சவம் போட்டு உடு” மீராசா பொருட்படுத்தவில்லை

“கடப்புறத்துக்கா போயிட்டு வாறியோ?” மம்மாத்தில் கேட்டார்.

“ஓ. மீன்பாடில்லெ. கடலுக்குப் போன மரவும் வள்ளவும் சும்மா திரும்பி வந்தது.” மீராசா வேட்டியை அவிழ்த்து உடுத்தார். வேட்டியின் பின்பகுதியில் ஈரம் பட்டிருந்தது.

மம்மாத்தில் என்ன செய்வதென்றறியாமல் அங்கேயே நின்றார். எங்கு செல்ல? மீன்பாடில்லை. மீன்பாடிருந்தால் ஒரு சட்டிச் சுக்கு வென்னியோ சர்க்கரைக் கஞ்சியோ போட்டுக் கடற்கரைக்குக் கொண்டுசெல்லலாம். ஏதாவது கிடைக்கும். பிள்ளைகளுக்குக் கிழங்கு வாங்கலாம். என்ன செய்ய? மீன் பாடில்லையே. திடீரென்று ஒரு நினைவு – நாகூர்ப் பள்ளி நேர்ச்சை முட்டி[1].

நாலைந்து வருடங்களாக எப்போதாவது அதில் சில்லறைக் காசுகள் போடுவதுண்டு. இரவு நேரங்களில் ஓலை பொறுக்கச் செல்லும்போது விஷமுள்ள ஊரினங்கள் தீண்டாமலிருக்க, துறைக்குச் சர்க்கரைக் கஞ்சிச் சட்டி எடுத்துச் செல்லும்போது நிறையெ விற்பனையாக, இப்படிப் பல நேமிசங்கள். ஒருவேளை பத்தொன்பது ரூபாய் மட்டிலும் முட்டியில் காணலாம். அந்தக் காசைக் கடனாக எடுத்தால் கூரை வேயலாம். பிறகு ஏதேனும் பணம் வரும்போது நாகூர்ப் பள்ளியில் செலுத்தலாம்.

மம்மாத்தில் வீட்டை நோக்கி நடந்தார்.

வீட்டு முற்றத்தில் அங்குமிங்கும் நடந்தார். அடுக்கி வைத்திருந்த தென்னை ஓலைக்குள் ஒரு அரணை ஓடுவதைக் கவனித்தார். அரணை நக்கினால் விஷம். வீட்டிற்குள் ஏறிச் செம்மண் பூசிய திண்டின்மீது முட்டுக்கட்டி உட்கார்ந்தார்.

1. உண்டியல்

நேர்ச்சை முட்டியிலிருந்து காசு எடுப்பது தவறா? கேள்வி நெஞ்சிற்குள் ஒரு படைவாள்போல் சுழன்றது. தவறானால் கிடைக்கும் தண்டனை என்ன? நரகம். இந்தத் துனியாவில்தான் அனுபவிப்பதைவிட மேலாக இனி ஒரு நரகம் உண்டோ?

நேர்ச்சை முட்டியில் காசு ஏதாவது இருக்குமா? சமீபத்தில் நாகூர் தர்காவைச் சார்ந்த நாகூர் ஆண்டகையின் வாரிசான சாபு ஒருவர் வந்திருந்தார். வீடுவீடாக ஏறி இறங்கினார். பச்சைக்கொடி விரித்த வட்டமான ஒரு செம்புத் தாம்பாளம். அதில் சந்தனம் பூசிய ஒரு கொம்புத் தேங்காய். புகையும் ஊதுபத்தி. சிறு தீச்சட்டியிலிருந்து கிளம்பும் சாம்பிராணிப் புகை. இடது கையில் தாம்பாளத்தைத் தாங்கியபடி வீடு வீடாக 'சலாம்' சொல்லி ஏறியிறங்கிய, மெலிந்து உயரமான சாபு. கழுத்தில் பல வண்ணத் தஸ்பீஹகள்.[2] குண்டான தஸ்பீஹகள். முட்டிற்குக் கீழ் நீண்டுகிடக்கும் பெரிய கையுள்ள பச்சைநிறச் சட்டை. பச்சைநிறத் தலைப்பாகை. காதிற்கு மேல்பகுதியில் தலைப்பாகை யில் செருகிவைத்திருக்கும் சுறுமாக் கம்பிகள்[3]. நீண்ட தாடி.

நாகூர் ஆண்டகையின் பேரப்பிள்ளைகள் – வாரிசுகள். நாடு நாடாக, ஊர் ஊராகக் கையேந்திச் சாப்பிட விதிக்கப்பட்ட நிர்ப்பாக்கியசாலிகள்.

தாம்பாளத்திலிருந்து நுள்ளி வழங்கும் தூள் வெல்லமும் பூவும் அருந்துவது பரக்கத். நன்மை உடையது.

கைசுகவீனமானவர்கள் வெள்ளியிலான கைசெய்து கொடுக்க நேருகிறார்கள். கால் சுகவீனமானவர்கள் கால், கண்ணு, மூக்கு, நாக்கு இப்படிப் பல உடல் உறுப்புகள்.

"குட்டியேய் ஆவுனா . . ?" மம்மாத்தில் மனைவியைக் கூப்பிட்டார்.

ஆமினா வந்தாள். "என்னெ . . ?"

மம்மாத்தில் அவளைப் பார்த்தார்.

"என்னத்துக்கு விளிச்சியோ . . ?" அவள் மீண்டும் கேட்டாள்.

"கூரெ கெட்டண்டாமா . .?"

"கெட்டணும் . . ."

"கூரெ கெட்டக்கூலி குடுக்கண்டாமா? . . ."

"குடுக்கணும்."

---

2. மணிக்கோர்வை

3. கண் மை எழுதும் கம்பி

"சக்றம் . . ."

அவள் பதில் சொல்லத் திகைத்தாள்.

"நா ஒரு ரோசனெ செல்லுதேன் கேப்பியா ?"

"செல்லுங்கோ."

"நாகூர் முட்டியெ ஒடப்பம் . . ."

"எக்கல்லோ . . . வேண்டாம் உம்மா . . ."

"கெடந்து அமறாதெ. நா செல்லீதெ கேளு . . . முட்டியெ ஒடச்சு அதிலெ உள்ள சக்றத்தெக் கடம் எடுத்துக் கூரயெக் கெட்டுவோம். ஏதாவது காய் வந்தா திருப்பி நாகூர் முட்டீலே போடவோ நாகூருக்குக் குடுத்தனுப்பவோ செய்லாம்."

"படச்சவனே, நேச்ச முட்டியெ ஒடச்சா ஊட்டுக் கூரேயெ கெட்டூது? நாகூர் ஆண்டவங்கொ காணிக்கெ முட்டி. லஅனத்[4] செவாங்கொ. அவுங்கொ மனம் கொண்டு முனிஞ்சா ஊடு எரிஞ்சுச் சாம்பலாப் போவும். பாத்துக்களுங்கோ . . . செல்லிப்போட்டேன் . . ."

"அவுங்கொ முனியமாட்டாங்கொ. இல்லாத்த நம்மொ தானே. நம்மெ மேலே இரக்கப்படாமெ வேறெ ஆருக்கெ மேலெ அவுங்கொ இரக்கப்படப் போறாங்கோ ? கூரெயெக் கெட்டுவோம். ஒரு பாவமுமில்லெ. இல்லாத்த நம்மொ அவுங்கட்டெத்தானே கேக்குதோம்."

"எக்கு ஒண்ணும் தெரியாது நாயனே. அவுங்கொ பொருத்தமில்லாதெ செய்தா ஏதாவது அடையாளம் கையோடே கிட்டும். பாத்துக்களுங்கோ . . ."

"கெடய்க்கட்டு . . ." மம்மாத்திலுக்குத் துணிச்சல்.

சுவரில் ஆணியில் தொங்கவிட்டிருந்த நேர்ச்சை முட்டியை எடுத்தார். உடைத்தார். கவிழ்த்துத் தட்டினார். நாணயங்கள் பரவி விழுந்தன. எண்ணிப் பொறுக்கினார்.

போதும். மூன்று பணிக்கனுக்குக் கூலிக்கும் மத்தியான வெள்ளக் குடிக்கும்.

கூரையைப் பிரித்துவேய நல்ல நேரமும் நாளும் பார்க்க வேண்டும். சில வேளைகளில் கூரையில் பழைய ஓலைகளுக்கிடையில் அல்லது மூங்கில் கம்பின் துவாரத்திற்குள் பாம்புகள் சுருண்டு மடங்கிப் பதுங்கியிருக்கும். சத்தியமுள்ள பாம்புகள்,

4. சாபம்

இல்லையானால் பெரிய ராஜத்தேள்கள். கொட்டின நிமிடம் மௌத்து.

வியாழக்கிழமை சுபதினமென்று பள்ளிவாசல் மோதின் ஸ்ரீமகள் காலண்டரைப் பார்த்துச் சொன்னார்.

வியாழக்கிழமை அதிகாலையில் மூன்று பணிக்கன்மார்கள் வீட்டு முற்றத்தில் வந்து குரல் கொடுத்தனர். "மோலாளியேய்..."

பணிக்கன்மார்கள் தலையில் கட்டியிருந்ததுண்டையெடுத்து உடுத்தினர். வாய் பளபளக்கும் நீண்ட கத்தியை இடுப்பில் குத்திவைத்து வீட்டுக் கூரைமேல் ஏறினர்.

கூரையிலுள்ள சவறுகள் வீட்டுப் பொருட்கள்மீது விழாமலிருக்க எல்லாவற்றையும் பொறுக்கி வெளியே வைப்பதில் ஆமினாவும் பிள்ளைகளும் மும்முரமாயினர்.

"பிரிக்கட்டா..." கூரை மேல் உட்கார்ந்துகொண்டு கீழே நிற்கும் மம்மாத்திலிடம் நாராயணப் பணிக்கன் உத்தரவு கேட்டான்.

"பிரி பணிக்கா..."

பளபளக்கும் நெடிய கத்திகள் இற்றுப்போன பனை ஈர்க்கில் கட்டுகள்மீது உராவின. ஒரு சன்னியாசியின் கறுப்பு ஜடையைச் சிரைத்து இறக்குவதுபோல் பழம் ஓலைகள் சளசளவென்று கீழே விழுந்தன.

பச்சை ஓலைகளைக் கூட்டிக்கட்டி எச்ச வலைகளைத் தட்டிச் சுத்தமாக்கினர்.

மம்மாத்திலும் பீரும் பழைய ஓலைகளைத் தனியாக ஓர் இடத்தில் அடுக்கினார்கள். சற்று விலகித் தென்னையின் மூட்டில் மூன்று கற்கள் கூட்டிய அடுப்பில் மண் பானையில் அரிசியுடன் பாசிப்பயிறு போட்ட 'பயத்தங்கஞ்சி' பணிக்கன்மார்களுக்கு வெள்ளக்குடிக்காக வெந்துகொண்டிருந்தது. பீரு சுள்ளிக் கம்புகள் வைத்துத் தீ ஊதிப் பெருக்கினான். பீரின் நாக்கில் நீர் ஊறியது. பயறு போட்ட கஞ்சியும் புளி வச்சு அரைத்த தொவையலும்.

"ஓலேய்..." கூரை மேலிருந்த நாராயணப் பணிக்கன் குரல் கொடுத்தான்.

"டேய் பணிக்கா தாளே எறங்கு..."

மம்மாத்தில் திரும்பிப் பார்த்தார்.

ஈனா பீனா கூனாவில் கணக்கனும் வேறு நாலைந்து பேர்களும்.

துறைமுகம்

“கூரெ கெட்டப்படாது . . .” கணக்கனின் கட்டளை.

பணிக்கன் தலைப்பாகைக்குள்ளிருந்து வெற்றிலைப்பொதியை எடுத்து வெற்றிலை போட்டான். தாடிக்குக் கைகொடுத்துக் கீழே நோக்கியிருந்தான். என்ன நடக்குது பார்ப்போம்.

“ஏன் ஓய் கெட்டப்படாது . . ?” மம்மாத்தில் கையில் எடுத்த ஓலையைக் கீழே போடவில்லை. கணக்கனுக்கு நேராக நடந்தார்.

“நீ ஊடெக் காலி செய்யணும்.”

“நா பத்து நாப்பது வரிசமா குடி கெடக்குத ஊடு தெரியுமா?

“அதினாலெத்தான் காலி செய்யணும். மோலாளி கொழும்பிலிருந்து இண்ணோ நாளையே வருவாரு. அவரு வரூதுக்கு முன்னே உன்னெ ஊட்டை விட்டுக் காலி செய்யக் காயிதம் எழுதியிருக்காரு . . .”

“என்னெ குடி எறக்கக் கொழும்பிலெயிருந்தா காயிதம் போட்டிருக்காரு?”

“ஆமா . . . ஓய் . . . நான்தான் உனக்கட்டெ ஊட்டிலெ இருந்து எறங்கிப் போவ ரண்டு மூணு வட்டம் சத்தம் போட்டேனில்லியா? பழைய காலமில்லெ வாப்பா . . . காந்திக் கெபரணம் வந்தா ஒங்களெக் குடி எறக்க முடியாது . . .”

“நா . . . இதிலெதான் குடி கெடப்பேன். எறங்கிப் போவமாட்டேன். நான் இந்த மக்கொ குட்டீயளெக் கொண்டு எங்கெ போவ? எக்கெ வாப்பாக்கெ மனையை உனக்கெ மொலாளி அபகரிச்சிட்டு நா கொளந்தையா இருக்கும்போ எங்களெ நடுத்தெருவிலெ எறக்கி உட்டாரு. ராத்திரி உறங்க எடமில்லாமெ அலஞ்சோம். எங்கெப் பேரிலெ எரக்கப்பட்டு அண்ணய்க்கு இந்த எடத்திலே ஒரு பெரகட்டிக்கெடக்க சுலைமான் பிள்ளை இந்த எடத்தெத் தந்தாரு. சுலைமான் பிள்ளைக்கெ கை கெட்டப்பம் அஞ்சும் பத்தும் குடுத்து இந்த எடத்தை எழுதி வாண்டீட்டு இப்பம் எக்கெ பீரு குழந்தையா யிருக்கும்போ வந்து எங்களெ குடி இறக்கி நடுத்தெருவிலே உடப்போறீளாக்கும்?”

“அந்த விசயமெல்தாம் மோலாளி வந்தா பேசிக்கொ. நீ இப்பம் ஊடெ விட்டு வெளியே எறங்கும். கூரெ கெட்ட உடமாட்டேன்.” கூரை மேலே பார்த்துக் கூப்பிட்டான். “டேய் பணிக்கா, தாளெ எறங்கு.”

“எறங்கண்டாம் . . .” மம்மாத்தில் தடுத்தார்.

அடுப்பில் தீமூட்டிக்கொண்டிருந்த பீரு இந்தச் சூழ்நிலையை உணர்ந்தான். அவிழ்ந்து வீழ்ந்த நிக்கரை இறுக்கமாக உடுத்தான். கையினால் காரின் ‘ஸ்டீரிங்’ சுற்றினான். வாயால் எஞ்ஜின் ஓசை எழுப்பிக்கொண்டு ஒரே பாய்ச்சல், நிக்கரின் பின்பகுதியில் ஒட்டுப்போட்ட இடத்தில் யாரோ துப்பிவைத்த எச்சில் ஒட்டித் தொங்கியது,

“டேய் எங்கடா ஓடுதா . . .” மம்மாத்தில் பீரிடம் கேட்டார்.

“தூறூக்கு” பீர் ஹான் முழக்கிக்கொண்டு ஓடினான்.

“இப்பம் என்ன செல்லூதா? ஊட்டெ விட்டு எறங்கப் போறியா இல்லியா?”

“நா குடி எறங்கிட்டு எங்கெப் போவா?”

“எங்கெப் போயாவது கெட ஓய். எனக்குத் தெரியாது. மோலாளி வருதுக்கு முன்னே ஊட்டெவிட்டு எறங்கிப்போவணும்.”

“அது முடியாது.”

“இன்னைக்கே இப்பளே குடி எறங்கணும். அதுதான் நீ ஊட்டுக் கூரையைப் பிரிச்ச நேரம் பாத்து வந்தது.

“நீ கூரையைக் கெட்டு பணிக்கா.” மம்மாத்தில் கையிலிருந்த ஓலையைக் கூரைக்கு நேராக வீசி எறிந்தார்.

“கெட்டாதெ.” கணக்கன் உரக்கச் சொன்னான்.

பறந்து சென்ற ஓலையைப் பணிக்கன் பிடிக்கவில்லை. மேலே சென்ற ஓலை தரையில் திருப்பி வீழ்ந்தது.

“கூரையைக்கெட்ட உட மாட்டீரெ?” மம்மாத்தில் கோபமாகக் கேட்டார்.

“உட மாட்டேன்.”

“கெட்டண்டாம். மளெ வந்தா நனைஞ்சிட்டே கெடப்போம். குடி எறங்கவே மாட்டோம். இந்த ஊட்டிலெ கெடந்துதான் மரிப்போம். இந்த ஊட்டிலெ இருந்து குடி இறக்கீது எங்களெ யில்லை. எங்கெ மய்யத்து களெத்தான்.”

சற்றுத் தொலைவில் பீரின் ஹான் ஓசை. பீரு ஸ்டீரிங் சுற்றிக் கொண்டு ஓடிவந்தான். எஞ்ஜின் ஓசை நின்றது.

“வாப்பா காசீம் காக்கா வருது. நா உளிச்சிட்டு வந்தேன்.”

“எங்கடா?”

“எக்கெ பெறமெ வருது. நா காறு வச்சிட்டு முன்னே ஓடி வந்தேன்.”

“தம்பி, இதென்ன கொடுமெ பாத்தாயா? பிரிச்சுப் போட்ட கூரையைக் கெட்ட உடமாட்டாராம். நா குடி இறங்கிய போவணுமாம்.” அங்கு வந்த காசீமிடம் மம்மாத்தில் ஆவலாதிப்பட்டார்.

காசீமைப் பார்த்ததும் கணக்கனுக்குக் கலி கூடியது.

“நீ ஆரு ஓய் கூரெகெட்டுதெ தடுக்க?” காசீம் கேட்டான்.

“ஈனா பீனா கூனா மோலளிக்கெக் காரியஸ்தன். இது அடகுடி. பட்டாவும் கர தீர்வையும் மோலாளி பேருக்கு. ஊட்டிலெ இருந்து இறங்கிப் போவணும்.”

“முடியாது.”

“காசீம் நீ கொத்திக் கொத்தி முறத்திலேயாக்கும் கொத்துதா. ஒனக்கெ வாப்பா சம்ப யாவாரம் செய்த வகையிலெ மோலாளிக்குக் கடக்காரராக்கும் தெரியுமா?”

“தெரியும். கொழும்புக்குச் சம்ப ஏற்றி அனுப்பினவனெல்லாம் கடைசியிலெ கடக்காரனாய்த்தான் மரிப்பாணு தெரியும். அவனுளுக்கொ வீடையும் குடும்பத்தையும் குளம் கோர வைப்பியோ எண்ணு நல்லாத் தெரியும்.”

“அப்போ மரியாதைக்கு நடந்துக்கொ.” கணக்கன் எச்சரித்தான்.

“நீ மரியாதைக்கு எறங்கிப் பொய்க்கொ . கூரெ கெட்டட்டு. காலம் மாறிப்போச்சு. பிரிச்ச கூரையை வச்சுக் கெட்டுவோம்.”

“நீ கெட்டுவியாடா?”

“ஒண்டா! கெட்டத்தான் போறேன்.”

“ஊட்டிலெ இருந்து எறங்க மாட்டான் இல்லியா?”

“இறங்கமாட்டான்.”

“வைக்கல்லூர் ஆனையைக் கொண்டுவந்து ஊட்டையே இடிச்சுப் போடுதேன் பார். இல்லேண்ணா எனக்கு இட்டபேரெ மாற்றிக்கொ.”

“ஹராத்திலே பெறந்த ஒனக்கு ஆருடா பேரு போட்டா? ஒனக்கெப் பேரு மாற்றுதுக்கு?”

“காசீம்”

“என்ன ஓய், பேடிக்காட்டுதா . . . சூரியன் அஸ்தமிக்காத சாம்ராஜ்யமுள்ள வெள்ளக்காரனுக்கு எதிராக ஆயுத மேந்தாமெ ஜனங்கோ போராடுத காலம் இது. வெள்ளக்காரனுக்கெ சிம்ஹாசனம் இண்ணோ நாளையோ, மறியப் போவும். பார்த்தாயா ஓய், போன மாசம் வயலார் புன்னப்பறயிலே என்ன நடந்ததுணு ? சி.பி.க்கெ துப்பாக்கிக்கெ முன்னெ நெஞ்சுகாட்டி குதிச்சது வேறாருமில்லெ, பட்டினிப் பாவங்கள். அங்கே துப்பாக்கிகள்தான் தளர்ந்தன. நெஞ்சுகளல்ல. தெரிஞ்சுக்கோ, மரியாதைக்குப் போயிரு. பாவங்களை உபத்திரவிக்காதே . . .”

“என்ன போராட்டங்களெப் பற்றிப் பேசுதா . . ? பாரு . . . மோலாளி ஊருக்கு வரட்டு. இந்த ஊடு இருக்குத எடத்திலே ஒரு குளம் தோண்டப் போறோம் . . .”

“இந்த இடத்திலெ குளம் தோண்டும்போ நடுச் சாமத்திலே சூரியன் வானத்துக்கெ உச்சியிலெ உதிக்கும்” காசீம் கூரையை நோக்கிப் பணிக்கனிடம் சொன்னான். “கூரெயைக் கெட்டுப் பணிக்கா . . .”

மம்மாத்தில் ஓலையை எடுத்து வீசியெறிந்தார். நாராயணப் பணிக்கன் பறந்துவந்த ஓலையை எட்டிப் பிடித்தான். வாரி முனையில் ஓலையை வைத்துக் கட்டினான்.

26

முகம்மது அலிகான் இப்னு ஆலிசனின் திடீர் வருகை முதலில் நடுக்கத்தைக் கொடுத்தாலும் பிறகு கிராம மக்களுக்கு அவர் மூலம் பல புது அறிவுகள் கிடைத்தன. ஒரு வகுத்துக்[1] கூடத் தொழுகையை விடாமல் தொடர்ந்து கடைப்பிடித்து வரும் முகம்மது அலிகான் இப்னு ஆலிசனுக்குச் சுற்றுமாக மக்கள் திரண்டனர். காலையில் வலியாற்றில் குளிப்பதற்காகச் செல்லும் போதும், கழுத்தளவு நீரில் நின்று தாடி உரோமங்களில் சிக்கு எடுக்கும்போதும் மக்கள் அவரை வளைத்துக்கொண்டனர்.

அசருக்கும் மக்ரிபுக்கும் இடையிலான மாலை நேரங்களில் மாலிக் இப்னு தீனார் உட்கார்ந்திருந்த சூடு தணியாத கறுத்த கல்லின்மீது சம்மணம் போட்டு உட்கார்ந்து தஸ்பீஹ் செய்யும் அவரை மக்கள் விட்டபாடில்லை. வளைத்துக்கொண்டனர். தம்மை விடாமல் பின்தொடரும் இல்முதாகிகளான[2] சனங்களுக்கு அவருடைய நாற்பதாண்டுக் கால நீண்ட பயண வேளைகளில் நிகழ்ந்த பல அனுபவக் கதைகளையும் அவ்வப்போது சுவையாகக் கூறுவார். கதைகள் கேட்டு மக்கள் புல்லரித்துப் போயினர். இப்னு பதூதாவின் ‘கிதாபுல் ரிஹலத்தில்’ உள்ளது போன்ற நடுங்கச் செய்யும் கதைகள்.

“பயங்கர இல்மாளி.” சனங்கள் திகைத்துப் போயினர்.

“நிங்கொ நிக்காஹ் செய்தீளா முஸ்லியாரே. மக்கொ குட்டியோ உண்டா?”

---

1. நேரம்
2. அறிவு தாகிகளான

முகம்மது அலிகான் புன்முறுவல் செய்தார். மக்களுக்கு அந்தப் புன்முறுவல் பதினாலாம் பக்கத்து நிலவாக இருந்தது.

"நிங்கொ எல்லாம்தான் எக்கெ மக்கொ குட்டியோ." அதிகம் ஓசையில்லாமல், மிக அமைதியானதும் நிதானமானதுமான அவருடைய பேச்சு மக்களுக்கு ரொம்பவும் பிடித்திருந்தது. அறிவாளியுடைய நிதானமான பேச்சு.

"நிங்கொ ராத்திரி உறங்கூதெங்கெ? ஊடு இல்லியோ?"

"ஹுதாகே மன்ஸில் ஹமாரா மன்ஸில் – அல்லாக்கெ இல்லம் என் இல்லம்." முகம்மது அலிகானின் தத்துவ வாதம். அந்த அருமையான தத்துவவாதமும் புன்னகையும் மக்களைப் பரவசப்படுத்தின.

முகம்மது அலிகானின் பச்சைநிறச் சட்டையிலிருந்து கிளம்பிய அத்தரின் சுகந்தம் மக்களின் மூக்குகளைத்துளபோட்டது. மக்கள் நறுமணத்தை மூக்கிற்குள் அணைபோட்டு நிறுத்த முயன்றனர். இடையிடையே சுகந்தக் காற்றை உள்ளே இழுத்தனர்.

"நாகூர் தர்கா ஷெரீபில் இருந்துட்டு எங்கே போனியோ?" மக்கள் நெடும் பயணக் கதைகள் கேட்க உற்சாகம் காட்டினர். சிலர் 'வீடி' பற்றினர். சிலர் மூக்கில் பட்டணம் பொடி குத்தி ஏற்றினர். சிலர் வெற்றிலைப் பொதியைப் பிரித்து வெற்றிலை போட்டனர். கறுப்புக் கட்டிப் புகையிலையின் வாசம் பரப்பினர்.

"நாகூர் ஷாஹுல் ஹமீது ஒலியுல்லாக்கெ சன்னிதானத்திலெ ரொம்பக் காலம் ஒரே இருப்பிலிருந்தேன். ஒருநா ராத்திரி ஒரு சொப்பனம் கண்டு நடுங்கிப் போனேன். ஓராள் வந்து எக்கெ சங்கெ எத்திப் புடிச்சதுபோலெ இருந்தது. எனக்கு மூச்சு முட்டிப்போச்சு. ஒரே பகப்பு. ஒண்ணும் மனஸிலாவல்லெ.

'நீ என்ன நெனச்சிருகியா?'

"ஒரு பயங்கர சத்தம். ஆள் உருவம் தெரியல்லே."

'நீ கொஞ்ச காலம் கொண்டு இங்கேதான் இரிக்கியா . . . என்னெ மறந்திட்டியா . . .?'

"பயங்கர வாசம். சந்தனத்திரி சாம்பிராணி பிச்சிப்பூ எல்லாம் கலந்த வாசம். எனக்குச் சங்கதி மனஸிலாச்சி."

'நீ ஏன் என்னெ பாக்க அஜ்மீருக்கு வரல்லெ . . .?'

"மாப்பு தாருங்கோ . . . வாறேணு" சொன்னேன். ஒடன் கழுத்திலே உள்ள புடி உட்டதுபோலெ. முளிச்சுப் பாத்தா

ஆரும் இல்லெ . ஒரே வாசம். பிச்சிப்பூவும் சந்தனம் திரியும் சாம்பிராணிப் புகையும் கலந்த வாசம். பெற ஒறக்கமே வரயில்லெ. சொபெ தொழுதிட்டு நாகூர் ஆண்டவங்கொ மக்பறா[3]க்கக் கிட்டெப் போய் கரஞ்சேன். கரஞ்சு கரஞ்சு மாப்புக் கேட்டேன்.

'"போ ...' ஒரு பயங்கர சத்தம் மக்பராயிலெயிருந்து கேட்டது."

"பாத்தீளா . . . பாத்தீளா . . ." மக்கள் ஆச்சரியமுற்றனர்.

"ஒடனே புறப்பட்டேன். வெளியிலெ வந்தேன். ஏகப்பட்ட இருட்டு.எப்பிடி போவ? அஜ்மீருக்குவழியும்தெரியாது.மதிராசிக்குப் போனாதான் றயிலுண்டுனு ஆரோ சொன்னதுபோலெ ஒரு செறிய ஓர்மெ. மதிராசிக்கு போறது எப்படி ? ஆள் சஞ்சாரமில்லாத நாடு. அஜ்மீர் காஜா மொயினுத்தீன் ஜிஸ்தியெ நெனச்சேன். நேரெ நடந்தேன். என்ன குதறத்தோ ?[4] கெழக்கெ சூரியன் உதிச்சதுதான் உண்டு. கண்ணெ கசக்கிட்டுப் பார்த்தேன். நான் தஞ்சாவூரிலே நிக்கேன்."

"உள்ளதா ?" மக்கள் முகங்களில் பெரும் வியப்பு.

"ஓ... வெயிலுக்கு முன்னே நடப்போணு இனியும் கண்ணெ அடச்சிட்டே ஒரே நடை. பசியே இல்லெ. தேஹம் வேர்க்கவுமில்லெ. காலுக்குக் களப்புமில்லெ. அப்படியே நடந்துநடந்து ஒரு காடுவழி நடந்தேன். காடுவழி நடந்து போவும்பம் எருதப்பா எனக்கு நேரே ஒரு பயங்கரப் புலி..."

"புலியா ? படச்சோனே . . ! நிங்களெ கொல்லயில்லியா ?"

"டேய் மைராண்டி, தோக்குக்குள்ளே ஏறி வெடி வய்க்காதெ. முஸ்லியார் செல்லூதெ கேளு..."

முகம்மது அலிகன் தொடர்ந்தார்.

"புலி வந்தது. எங்கடா ஓடேணு நெனச்சேன். ஒடுனா வெரட்டும். ஹயாத் மௌத். கண்ணடச்சிட்டு. அப்படியே நிண்ணுட்டேன். கண்ணெ தொறந்து பாக்கேன், வந்த புலி ஒரு ஆட்டுக்குட்டியெ போலெ என்னெக் கண்டு பயந்து அப்படியே வழி ஒதுங்கிப் போயிட்டு."

"கேளுங்கடா, இதுதான் ஹாஜா மொய்னுத்தீன் ஜிஸ்திக்கெ கராமத்.[5] கிறாப்பு வெச்ச பயலுவளுக்கு இதெல்லாம் தெரியுமா ..?" மக்கள் ஒருவருக்கொருவர் கேட்டனர்.

---

3. அடக்க இடம்
4. அற்புதம்
5. அற்புதம்

“பின்னெயும் நடந்தேன். தண்ணியில்லாக் காடு. வழிலெ ஒரு மனுசனுமில்லெ. நடந்து நடந்து போவும் போ பீ... பீ... ணு ஒரு ரயில் வருது. அல்லாணெ வாப்பாணெ, எக்கெ மரிச்ச உம்மா தன்னாணெ நா கையெ காட்டயில்லெ. ஓடிவந்த ரயிலு சடாரனு எனக்கெ முன்னெ வந்து நிண்ணுது. றைவர் எறங்கி வந்தாரு. ரயில்லெ ஏறுங்கோ மதிராசிலெ எறக்கி உடுதேன் எண்ணு சொன்னாரு.”

“பாத்தியளா . . . பாத்தியா . . . ஔலியாக்கன் மாருக்கெ கறாமத்துகளெ . . .”

“பெறவு . . ? அந்தாக்கிலெ . . .” மக்கள் உற்சாகத்துடன் முகம்மது அலிகானை நெருங்கினர். வாயைப் பிளந்தவாறு உட்கார்ந்திருந்தனர். சிலர் மேல்துண்டின் முனையைத் திருகி ஊசி போன்று கூரியதாக்கிக் காதிற்கும் செலுத்திக் குடைந்தனர்.

“நா ஏறினதுதான் உண்டு. ரயில் கூவேணு விளிச்சிட்டு ஒரே பாய்ச்சல், மதிராசீலெ போய் எறங்கினேன். எறங்கினதுதான் உண்டு. அங்கெ அஜ்மீருக்குப் போற ரயில் போவாதெ கொணங்கி[6]க் கெடக்கிது. எத்திரெயோ பேரு வந்து நல்லாக்கினப்பளும் ரயில் கெடந்த எடுத்தெ விட்டு அனங்கினபாடில்லை.”

“பெறவு . .?”

“ரயில் கொணங்கிக் கெடக்குத விபரம் எக்கு தெரியுமா ?”

“தெரியாது.”

“நா ஏறப்போனேன். ஓராளு சொன்னாரு, ஏறண்டாம் ரயில் போகாது. வய்க்கப்போன காலெ எடுத்துட்டேன். என்னேணு கேட்டேன். நேத்தக்கே கொணங்கிக் கெடக்குதாம். எனக்கு அப்பம் ஒண்ணுக்கு முடுத்துது. இத்திப்போலெ ஒண்ணுக்குப் போலாமேண்ணு காலெ தூக்கி வச்சேன். ரயிலுக்கெ வெசயிலெ குடகுடா சத்தம் வந்தது. ஒரு ஊத்தும். குபுகுபுணு புகையும். பின்னெ எல்லாரும் ஓடி ஏறினாங்கோ. ரயில் சுற்ற்ற . . . ணு ஓடிச்சு.”

“உள்ளதா, ரயிலுக்கெ அகத்தெ ஒண்ணுக்குப் போனா களுவெ தண்ணி இரிக்காதெ . . ?”

இதைக்கேட்டு அலிகான் குலுங்கிக்குலுங்கிச் சிரித்தார்.

“ரயிலுக்குள்ளே கக்கூஸ் உண்டு. தண்ணீ உண்டு.”

“அப்படியோ வேளப்பம், ஊடு போலெதானோ . . .?”

---

6. பழுதடைந்து

"ஆமா . . ."

"முஸ்லியாரெ, லயிலு எப்படி இருக்கும்?"

"நீளமாட்டு . . . பெட்டியா இரிக்கும் . . . கெடக்கலாம். நடக்கலாம்."

"வீடி வலிக்கலாமா?"

"வலிக்கலாம்."

"வெத்திலெ போட்டா துப்பலாமா?"

"உம்"

"கொள்ளாமே இந்த லயிலு வண்டி."

"வர்த்தமானத்தெ நிறுத்துங்கடா மைருகளே" ஒருவருக்குப் பேச்சின் ரசனை அறுந்துபோவதில் கோபம் வந்துவிட்டது. அலிகானிடம் கேட்டார். "பெறவு . . ?"

"நேரெ அஜ்மீருக்குப் போய் எறங்கினேன். அங்கே போய் அந்தக் குத்தும் நாயகத்துக்கெ சன்னிதானத்திலெ அப்படியே கண்ணடச்சிட்டு ஒரே இருப்பு . . . பத்துப் பதினஞ்சு வரிசம்."

"அப்போ . . . சோறு . . ? அங்கெ நம்மொ ஊரெ போலெ சாளமீனு நெத்திலுமீனு எல்லாம் கெடக்குமா உள்ளே. வாய்க்கு ருசியா வல்லதும் கிட்டுமா?"

"அதொண்ணும் தெரியாது. நா ஒரே முறாதிலேயே[7] இருந்தேன். ஒவுத்துப் பசியே இல்லெ . . ."

"உள்ளதா? சோறு தின்னூதில்லியா?"

"பாலும் பளமும்தான் நம்மொ ஒஜிபணம்.[8] நேமிச முள்ளவங்கொ வந்து பாலும் பளமும் கொண்டு தருவாங்கொ. இத்திப்போலெ பாலெ குடிச்சிட்டு மிச்சத்தெ குடுப்பேன். நா குடிச்ச மிச்சத்தைக் குடிக்கெ ஒருபாடு ஆளுவோ காத்து நிப்பாங்கொ. பளத்தெயும் இத்திம் போலெ கடிச்சிட்டுக் குடுப்பேன். அப்படிப் பத்துப் பதினைஞ்சு வரிசம் ஒரே முறாதிலெ இருந்தேன்."

"பத்துப் பதினிஞ்சு வரிசமா?"

"பதினஞ்சாமத்தெ வரிசம் ரண்டாம் லோக மகா யுத்தம் தொடங்கிச்சு."

"யுத்தம்." சனங்களின் கண்கள் ஆச்சரியத்தால் அகல விரிந்தன.

---

7. தியானம்
8. உணவு

"ஓ யுத்தம். போர். வார் – அந்த நறுக்கு மீசைக்காரன் ஹிட்லர் இருக்கியானில்லியா, கள்ள நஸ்ராணி" பற்களை நெரித்தார். "அவன் நம்மொ பள்ளிலெல்லாம் 'பம்ஸ்'[9] போட போறாணு ஒரே பொரளி . . . எக்கெ இஸ்லாமிய ரத்தம் கொதிச்சுது. 'யாகுத்துபு நாயகமே' எண்ணு விளிச்சேன். அஜ்மீரிலெ உறங்கிக் கெடக்கும் ஹாஜா முயீனுத்தீன் ஜிஸ்தி கேட்டாங்கோ. புறப்படு 'ஜிஹாதுக்கு . . .' உத்தரவு கெடச்சுது. புறப்பட்டேன். நேரெ வெள்ளக்காரனுக்கெ பட்டாளத்திலெ போய்ச் சேந்தேன். சறபறாணு பத்து நூறெண்ணெத்தெ வெடிவச்சேன். எக்கெ காலுக்கெ கிட்டெ படாரணு ஒரு பம்ஸ் வந்து உளுந்தது. கால மடக்கி ஒரே அடி. உருண்டு போய், அங்கெ போய் வெடிச்சது. பத்து நூறண்ணம் ஹலாக்."

"நே . . . நிங்களுக்கு எடங்கேறு[10] ஒண்ணுமில்லியா . . ."

"எப்படி ஆபத்து வரும்? நா எங்கெ இருந்து ஆருக்கெ உத்தரவு வாண்டீட்டுப் புறப்பட்டேணு தெரியாதா?"

"உள்ளதுதான் புள்ளேய், அஜ்மீர் நாயகத்துட்டெ யிருந்துல்லியா?"

"துப்பாக்கி துளக்குமோ . . . இந்த நெஞ்சை?" மார்பை விரித்துக் காட்டினார்.

"தொளக்காது."

"வாளு வெட்டுமா?"

"வெட்டாது."

"பெறவு?"

"யுத்தம் நிண்ணுது. நேரெ குத்துப நாயகத்துக்கெ சன்னதியிலெ போனேன். பழையபடி கண்ணடச்சீட்டு முறாதிலேயே[11] இருந்தேன். அப்படி ஒண்ணுரண்டு வரிசம் போச்சு. திடீரெணு ஒரு உத்தரவு."

'புறப்படு'

'எங்கெ?'

'ஒனக்கெ ஊருக்கு. அங்கெ ஒரு பயன் கிறாப்பு வச்சிட்டு பெரிய அட்டகாசம் காட்டுதான். அவனெ நெலக்கு நிறுத்து.'

---

9. குண்டு

10. ஆபத்து

11. தியானம்

நேரம் வெளுத்துட்டுப் புறப்படலாமெண்ணு கொஞ்சம் தலையைச் சாச்சேன். கண்ணு தூங்கிட்டுது. முளிச்சி பாக்கேன், நான் இஞ்ச நிக்கேன். மணியெ பாத்தா ராத்திரி மணி பந்திரெண்டு."

"சுபுஹானல்லா இதில்லியா குதறத்?" மக்கள் வியந்தனர்.

"அல்லாணெ ரசூலாணெ முஸ்லியாரே. நிங்கொ இனி நம்மொ மண்ணு மனையெ உட்டிட்டு எங்கேயும் போவப்படாது. நிங்கொ இஞ்செ இருந்து எங்களெ நேர்வழி நடத்தணும். அந்தப் பயலெயும் நல்லாக்கி இந்த ஊரெயும் நல்லாக்கணும்." மைதீன் பிச்சை இரங்கிக் கேட்டார்.

"ஓய் . . . அப்படிச் சும்மா சென்னா போருமா? முஸ்லியாரு ஒத்தத் தடியாட்டு எத்திரெ நாளு இஞ்செ நிக்கெ முடியும்? முஸ்லியாருக்கு ஒரு நிக்காஹ் செய்துவைப்போம்."

"நல்ல ரோசனெதான்." எல்லோரும் ஆமோதித்தனர்.

"முஸ்லியாரே வேண்டாமெண்ணு செல்லப்படாது. நாங்கொ நிங்களுக்கு ஒரு நிக்காஹ் செய்துவைப்போம்."

"நிக்காஹ்?"

"அளகான ஒரு பெண்ணே கெட்டித்தருவோம். நிங்கொ இந்த ஊரிலேயே இருந்து, இஞ்சயே மௌத்தாயி இந்த மண்ணிலேயே அடங்கணும். என்ன சொல்லிதியோ?"

மௌனம்.

"இத்திப்போலெ செல்லுங்கோ."

"செய்வோம்."

"அப்பொ ஒடனெ பெண்ணு பாக்கட்டா?"

"பெண்ணு பாத்தா மட்டும் மதியா? உடுத்து ஒருங்கிப் போவண்டாமா?"

"இத்திப்போலெ சீதனம் வேணும். அப்படித்தானே?"

முகம்மது அலிகான் தலையசைத்தார். "ஆமா."

"அப்பொ ஒடனெ பாப்போம்."

"கையிலெ கொஞ்சம் . . . கொஞ்சம் பொன்னுருப்படியும் . . ."

"சரி முஸ்லியாரெ, நிங்களுக்கு ஒரு நிக்காஹ் செய்து வைக்குத வேலை எங்களுக்காக்கும்".

மேற்கு வானின் இடுப்பிலிருந்து சூரியன் நழுவி இறங்கிய போது பள்ளிப் பாங்கு மேடையிலிருந்து பாங்கு ஒலித்தது, மக்கள் தொழுகைக்காகப் பள்ளிக்குள் ஏறினர்.

தொழுகை முடிந்து துஆ ஓதி கையை முத்தமிட்டனர். மக்கள் கலைந்துசெல்ல முனையும்போது பரீதுப்பிள்ளை எழும்பி நின்றார். வாயில் கையை அணைத்துக்கொண்டு மக்களை நோக்கி உரக்கச் சொன்னார்:

"மானிய மகாசனங்களே, நம்மொ ஊரில் உள்ளவரும் கொழும்பில் யாபாரம் செய்து வருபவருமான கனம் ஈனா பீனா கூனா முதலாளி அவர்கள் கடந்த அஞ்சு வருசங்களுக்கு முன்னே புண்ணிய இடமான மக்கா சென்று ஹஜ் செய்த விபரம் நீங்கொ எல்லாம் அறிவீர்கள். ஹஜ் என்ற புண்ணிய கர்மம் நிறைவேற்றிவிட்டு முதல் தடவையாகப் பிறந்த ஊருக்கு வரும் ஹாஜி ஈனா பீனா கூனா முதலாளிக்கு நமது ஊர் முஹல்லத்தின் சார்பில் வரவேற்புக் கொடுக்கவேண்டியது முஸ்லிம்களாகிய நமது கடமையாகும். அதனால் கார்ஸாண்டு முதல் பள்ளி நடைவரையும் பள்ளி நடையிலிருந்து ஹாஜி அவர்களுடைய ஊடு வரையும் பச்சைக்கொடித் தோரணம் போடவும், அவர் நடந்து வரும் வழியெல்லாம் வெள்ள மணல் விரிக்கவும், ஊர் சனங்களாகிய நீங்கள் தலை ஒன்றுக்கு ரண்டு ரூவா ஊர் வரி குடுக்க வேண்டுமென்று ஊர் முஹல்லா பேரிலும் தீனும் இஸ்லாத்தின் பேரிலும் கேட்டுக்கொள்கிறேன் ..."

"பேஷ் அச்சா ..." முகம்மது அலிகான் இப்னு ஆலிசன் அதை வரவேற்றது ஊர் திரண்டு வரவேற்றது போலிருந்தது.

"ஹபீப் நம்மொ அறியிப்பு எப்படி?"

"பகுத் அச்சா ..." பாராட்டினார்.

"அந்தப் பயலுக்கெ தொந்தரவு, கூடிக்கூடி வருதே." பரீதுப்பிள்ளை முகம்மது அலிகானிடம் கலந்தாலோசனை செய்தார்.

"என்னெ?"

"நம்மொ ஊரிலெ முக்கியமான ஒரு மோலாளியாக்கும் ஹாஜி ஈனா பீனா கூனா மோலாளி. கடல் கடந்துபோய் ராப்பகலா கஷ்டப்பட்டுச் சம்பாதிச்சு ரம்சான் மாசம் தோறும் நோம்பு சக்காத்து ஒண்ணும் ரண்டுமெண்ணு வாரிவாரிக் குடுக்குதாரு. அவருக்கெ வெளயிலெ பத்து நாப்பது வரிசமா இந்த மம்மாத்தில் பயன் ஒரு ஊடு கெட்டி அட. குடி

கெடக்குதான். உடமக்காரன் எறங்கிப் போவ சொன்னா மரியாதய்க்கு எறங்கிப் போறதுதானே நாயம்?"

"பின்னல்லாதெ?"

"கூரெயெ பிரிச்சுக் கெட்டப் போனான். மோலாளிக்கெ காரியஸ்தன் தடுத்தான் . . . தப்புண்டோ?"

"தப்பில்லெ . . ."

"தப்பு இல்லதானே, நிண்ணுட்டு மோளுத இந்தக் களிசற பயன் அஞ்சாறு கோண எளுத்தும் படிச்சுட்டுப் போய் காரியஸ்தனெ வாடா போடானு பேசி வெரட்டியிருக்கியான். அந்தக் கிறாப்பு வெச்ச இரு சாதிப் பயன் நிண்ணு கூரையெ கெட்டிக் குடுக்கப்போனான். இதென்ன அனியாயம் பாத்தியளா ஹபீபே . . ."

"அப்படியா? கூரையெ கெட்டிக் குடுத்தானா?"

"ஓ . . . அந்நிய ஆளுக்கெ வகையிலெ அந்த ஆளுக்க ஒகப்பு இல்லாமெ ஏறிக் கெடக்குதுக்கு இஸ்லாத்திலெ விதியுண்டா?"

"இல்லவே இல்லை. ஒடமஸ்தனுக்கெ பொருத்தம் இல்லாதெ ஒரு துரும்பெ கூடெ எடுத்துப் பல்லுக் குத்துது ஹறாம்."

"அப்படிச் செல்லுங்கோ. அப்பொ இந்தப் பயலுக்கெ எல்லாச் செயல்பாடும் தீனுல் இஸ்லாத்துக்கு எதிராட்டே இருக்குது. இவனெ என்ன செய்வோம்?"

"அவன் இப்பம் காங்கிரசாக்கும்."

"அப்படீண்ணா . . ."

"காந்திக்கெகச்சி.வெள்ளக்காரனுவளெவெரட்டனுமெண்ணு செல்லுத கச்சி."

"ஓஹோ அப்படியா சங்கதி?"

"அவன் காங்கிரசானதினாலெ நம்மொ முஸ்லீம்களெல்லாம் முஸ்லீம் லீக்காவணும் . . ."

"அதென்னவார்க்கும் சங்கதி மனசிலாவல்லியே?"

"ஜின்னாக்கெ கச்சி."

"நல்ல மூளதான் ஹபீபே, ஜின்னா நம்மொ இஸ்லாமான ஆளுதானா?"

"பின்னெ பத்தரமாத்து."

"அப்படியா? அப்பொ இவனெ ஊரு வெலக்கினாலோ ?"

"அதுதான் ஒரே வளி."

"எதுக்கும் ஹாஜி ஈனா பீனா கூனா மோலாளி ஹயாத்தோடெ இந்தக் கரைக்கு வரட்டு. ரோசிப்போம். நம்மொ சடார்படார்னு வல்லதும் செய்தா பழையபடி காலரா நோயெ கொண்டு வருவான். கொஞ்சம் பொறுப்போம். ஹாஜியாருக்கு வரவேற்பு குடுத்துத் தீரட்டு."

பரீதுப்பிள்ளை சலாம் சொல்லி இறங்கிப்போனார்.

முகம்மது அலிகான் மீண்டும் கறுத்த கல்லின்மீது வந்து உட்கார்ந்தார். அவருடைய கையிலிருக்கும் தஸ்பீஹ் மணிகளை விரல் முனைகள் தள்ளி நீக்குவதையும் மக்கள் கவனித்தனர்.

"நல்ல சாலிஹாய்[12] மனுசன்."

பாதையில் இறங்கிச்சென்ற மக்கள் நடக்கும்போது பாராட்டினர்.

12. பக்தியுள்ள

27

திவான் சி.பி.யின் நிறைத் துப்பாக்கிகள் துளைபோட்ட துவாரங்கள் வழியாகப் பீறிட்டொழுகிய ரத்தத்தில் 'வயலார் புன்னப்ற' மணல் சிவந்தது. குமிழ்குமிழாக ஓடிய ரத்தத்தில் ஏராளம் உயிர்கள் துடிதுடித்தடங்கின. திருப்தியடையாத சி.பி.யின் மலபார் ஸ்பெஷல் போலீசார், தோளில் துப்பாக்கிகளேந்திப் 'பாரா' நடந்து நடுநடுங்க வைத்தனர். கண் எதிரில் கண்டவர்களைச் சுட்டு வீழ்த்தினர். பிடிகிட்டாத புள்ளிகளையும் 'கண்டால் அறியும்' புள்ளிகளையும் தேடி நடந்தனர். நடு இரவுகளின் மூகதையில் அவர்களுடைய காலணிகளின் ஓசைகள் கிராமத்தில் புழுதி மணலிலிருந்து எழுந்தன. சாமக்காற்றில் லத்திகள் சுழன்றுசப்தமுண்டாக்கின.தெருவில்இடையிடையே கேட்கும் 'இடிவண்டியின்'[1] இரைச்சல் கேட்டு மக்கள் விறைத்துக் கவிழ்ந்து படுத்துக்கொண்டனர்.

இருள் பதுங்கிய மூலைகளில் போலீசாரின் துளைத்தேறும் கண்கள் கொத்திப் பொறுக்கி நடந்தன. நடு இரவுகளில் மங்கிய ஒளி தெரிந்த வீட்டுக் கதவுகளை லத்தி முனையால் தட்டி உசுப்பினர். ஸ்ரீ அனந்த பத்மநாபனின் நாடான திருவிதாங்கூருக்கு எதிராக ஏதேனும் சூழ்ச்சிகள் நடக்கின்றனவா என்று துருவித்துருவிக் கேட்டனர். சந்தேகமானவர்களை இடிவண்டிக்குள் வீசி எறிந்தனர்.

இடிவண்டி வருமுன் இரவு வீடு அணைய மக்கள் மத்தியில் பரபரப்பு. என்ன செய்ய? அன்று இரவு பாலத்தடி வீட்டில் மூப்பில்[2] இறந்த ஆண்டு அடியந்தராம். பெரியவர் மண்டையைப் போட்டுக் கண்வெட்டித் திறக்குமுன் ஓர் ஆண்டு கடந்து விட்டது. பாலத்தடி வீட்டில் அன்று இரவு

1. போலீஸ் வேன்
2. கிழவர்

மௌலூது.[3] மௌலூதுக்குப் பின் ஊர்ச் சாப்பாடு. நல்ல ராகமாக மௌலூது ஓதும் எட்டு ஊர்களிலிருந்து எட்டு 'வம்பன்' லப்பைகளை அழைத்து வந்து நடத்தும் மௌலூது. நாலு பட்டுத் தலையணைகளையும் நாலு குத்துவிளக்குகளையும் வளைத்திருந்து லப்பைகள் எல்லோரும் தொண்டையைத் திறந்து இனிமையாக ஓதியது அனைவரையும் மெய்சிலிர்க்கச் செய்தது. பக்தி ரசம் கலந்த அந்த அரபிப் பாடல் அக்கிராமியச் சூழலில் ஒரு மாயவளையம் படைத்தது. சளி வந்து இடையூறு செய்யாம லிருக்க இடையிடையே மிளகுப் பொடியும் பனங்கற்கண்டும் நுள்ளி வாயில் போட்டு நுணைத்தனர். லப்பைமார்களுடைய தலைக்கு மேல் மச்சில் வெள்ளைநிறத் துணியால் விதானம் செய்யப்பட்டிருந்தது. அதில் வரிசையாகக் கட்டியிருந்த பிச்சிப்பூ சரத்திலிருந்து கிளம்பிய நறுமணம் கிராமத்தின் மூலைமுடுக்கு களில் தங்கி நின்றபோது மரணத்தின் நினைவுகள் மக்கள் மனசுகளில் உயிர்த்தெழுந்தன.

ஊர்ச் சாப்பாடு உண்பதற்காக ஏழை மக்கள் பாலத்தடி வீட்டின் முன்பகுதியிலுள்ள புல்தரையில் ஒன்றுகூடிப் பழைய கதைகள் சொல்லி நேரம் கடத்தினர். பீரைக் கையில் பிடித்துக் கொண்டு அங்குவந்த மம்மாத்திலும் ஒரு மூலையில் தனியாக உட்கார்ந்து சில மாப்பிள்ளைப் பாட்டுகளின் ஈரடிகள் மூளினார். அங்கு வந்த தெக்கத்துப் பெண்களின் மீன் சிலாம்புகள் ஒட்டிய திறந்தமேனியில் மீன்வாடை. அவர்கள் அக்குளில் இடுக்கி யிருந்த ஈக்காம் பெட்டியிலிருந்த பழுத்த வெற்றிலையும் கடித்த மீதிப் பச்சைப்பாக்கும் கருப்பட்டிப் புகையிலையும் எடுத்து வெற்றிலை போட்டுத் தரையெங்கும் துப்பி நாற்றினர்.

மம்மதாஜி அக்குளில் கிழிக்கெட்டும் கையில் வெள்ளிப் பூணுள்ள கம்பும் வைத்துக்கொண்டு ஒரு மதிலில் சாய்ந்து நின்றார். யாரிடமும் எதுவும் பேசவில்லை. சிந்தனையெல்லாம் இரவு தலைசாய்ப்பதற்கான இடத்தைப் பற்றி. ஒரு பிடி ஒஜிபனம்[4] உண்ட பின் எங்காவது தலை சாய்க்க வேண்டும். பள்ளிக்குள் இரவு படுக்கக் கூடாதென்று பரீதுப்பிள்ளை அவசரமாகப் புறப்படு வித்த கட்டளையை எதிர்பார்க்கவே இல்லை.

வெளியூர் ஆசாமிகள் பள்ளிக்குள் படுத்திருந்தால் சந்தேகத்தின்பேரில் சி.பி.யின் போலீசார் செருப்புக் காலுடன் பள்ளிக்குள் பிரவேசிப்பார்கள் என்ற வாதம் ஊர் மக்களுக்குச் சரியெனப்பட்டது.

---

3. நபி புகழ்ப் பாடல்

4. உணவு

பழந்துணிக் கட்டை அக்குளில் வைத்துக்கொண்டு கம்பு ஊன்றிப் பள்ளியை விட்டுக் குற்று இருட்டில் இறங்கும்போது மம்மதாஜிக்கு எங்கு போய் இரவு படுப்பது என்று எந்தப் பிடிப்பும் இல்லை . இருளின் பதுங்கு குழியில் கண்களை நட்டு ஆலோசனை செய்து நிற்கும்போது பாலத்தடி வீட்டு மூப்பிலின் ஆண்டு அடியந்திரத்தின் மணமும் தாங்கி அங்கு ஒரு காற்று வந்தது. இரண்டு நாளாக இரவுப் பட்டினி. ஏதேனும் வீடுகளிலிருந்து அவ்வப்போது கிடைத்துக்கொண்டிருந்த இரவு உணவு நின்றுவிட்டதும் எதிர்பாராததாகும்.

“பாவப்பட்ட ஒருத்தனையும் நாலஞ்சு குழந்தைகளையும் குடி இறக்கித் தெருவிலெ உடுது கொடுமையாக்கும்.” மம்மதாஜி சாயாக் கடைக்கு முன்னாலுள்ள பெஞ்சில் உட்கார்ந்து சொன்னதை ஒருவன் கேட்டான்.

“இந்த வந்தொட்டி படுவாயும் அந்த இருசாதிப் பயலுக்கெ கூடெயா?” மக்களால் மம்மதாஜி சொன்னதைத் தாங்கிக்கொள்ள முடியவில்லை. அன்றைய இரவிலேயே மம்மதாஜியின் இரவு உணவு திடீரென முடங்கிவிட்டது.

பசியின் கோரப் பற்கள் மம்மதாஜியின் குடலைக் கவ்விக் கடித்த முச்சந்தி நேரம் அங்கிருந்து குளச்சல் சென்று இருவாரம் தங்க முடிவெடுத்தார். பிறகு அங்கிருந்து வேறு எங்காவது.

உட்கார்ந்திருந்தும் ஒரே நிலையில் நின்றும் மம்மதாஜி சோர்ந்து போனார். எங்காவது சற்றுத் தலையைச் சாய்க்க வேண்டும். புலர் வேளைக்கு முன் கடற்கரைத் தென்னை மரநிழல் ஒட்டி நடந்தால் மணலில் சூடு ஏறுமுன் குளச்சலை அடையலாம் என்ற அறிவு மனத்தில். மேலும் இங்கு தங்கினால் குடல் காய்ந்துவிடும் நிலை.

அற்கூஸ்அலி கடை அடைக்கவில்லை. இரவு மணி பத்தாகியும். இஷா பாங்கு கேட்ட உடனே அவன் கடை அடைப்பது வழக்கம். அடைப்பானேயானால் அந்தக் கடை வராந்தாவில் தூங்கலாம். கண்ணில் தூக்கக் கலக்கம். நேரமே விழித்தால்தான் கிழக்கு வெள்ளை கிழிக்குமுன் புறப்படலாம் குளச்சலுக்கு. அடியந்திர வீட்டிலிருந்து ‘இரை’ எடுத்து ஏப்பம் விட்டு வரும் ஊர் மக்களுக்கு பீடியும் வெற்றிலை பாக்கும் விற்பனை செய்து சேவை செய்வதற்காக அலி தள்ளி நெரித்து முதல் சஃப்பில்[5] உட்கார்ந்து இரை எடுத்துவிட்டு விழித்திருக்கிறான். பல்லிடுக்கைக் கிண்டித் துப்புகிறான்.

---

5. வரிசை

கடைசி சஃப்பில் உட்கார்ந்து கையில் சோற்றை அள்ளி வாயில் கொண்டுபோன மம்மதாஜியை பலர் முறைத்துப் பார்த்தனர். "ஐயோ பாவம் தின்னட்டு, நேச்செ சோறில்லியா ... கபுறாளிகளுக்கு[6] கொணம் கெடக்கும் ..." சிலர் இரக்கப்பட்டனர்.

"இவனுக்கா சோறு, வாய்க்கரி போடண்டாம். எழும்பிப் போ உவ்வா" மம்மதாஜியின் முனிருந்த சாப்பாட்டுத் தட்டைக் கோபமாக ஒருவன் எடுத்துக்கொண்டு போனதில் யாருக்கும் ஆவலாதியில்லை.

மம்மதாஜி ஈரக்கையைக் கிழிக்கட்டில் துடைத்தார். கம்பு ஊன்றி வெற்று வயிறுடன் வெளியேறும்போது, அற்கூஸ் அலி பதினாலாம் நம்பர் விளக்கின் திரியை ஊதி அணைத்தான். சூட்டுப் பந்தம் பற்றவைத்து, வீசிவீசி இருட்டைக் கிழித்துக் கொண்டு அலி போனபின் மம்மதாஜி கடை வராந்தாவை ஊதித் துடைத்தார். கிழிக்கட்டைத் தலைக்குத் தாங்கலாக வைத்துச் சுருண்டு படுத்தார். "என்னெ படைச்ச ரப்பே உன் காவல்."

கடைக்கு முன் கொட்டிய எச்சில் குவியலில் நாய்கள் கடிபிடி நடத்தின. இறைச்சி வாசமும் பொரித்த அப்பளமும் செவ்வாழைப் பழத்தின் தோலும். காலி அண்டாக்களை அலம்பும்போது தட்டி மோதி உண்டாகும் சப்தம், மம்மதாஜியின் நபுசி[7]லிருந்து உயர்ந்தது.

செம்மண் வராந்தாவின் குளிர்ச்சியில் மண் வாசனையைச் சுவாசித்தபடி தூங்கிவிட்டார். மம்மதாஜியின் மடங்கிய கால் பக்கம் செம்மண் தரையில் கம்பால் அடிக்கும் ஓசை கேட்டு நடுங்கி விழித்தார்.

"எளும்புடா ..." கரடு முரடான கட்டளை.

மம்மதாஜி திகைத்துப்போனார், "ஆரப்பா ?"

நாலைந்து போலீசார்.

"உன் பேரென்னடா ?"

"மம்மதாஜி ..."

"எந்த ஊர் ?"

"காஞ்ஞிரப்பள்ளி"

"ஒனக்கு இங்கே என்ன வேலை ?"

"சும்மா யாசகம் செய்ய வந்தேன்."

"எத்திரெ போலீஸ்காரங்களைக் கொண்ணு சேறிலெ புதெச்சா ?"

---

6. இறந்தவர்கள்

7. வயிறு

எதுவும் புரியாமல் மம்மதாஜி குழம்பினார்.

"சொல்லுடா?"

திணறினார்.

"சொல்லுடா நாய்க்க மோனே?"

"நா நிரபாரதி... யாமானே..."

"இவன் மற்றவனேதான்." ஒரு போலீஸ்காரன் கண்ணைக் காண்பித்தான்.

"வாடா..."

"யாமானே, நா ஒண்ணும் தெரியாத நிரபராதி. எனக்கு ஒண்ணுமே தெரியாது..." கெஞ்சினார்.

"இவனுக்கெ மலையாளம் அங்கெ உள்ள மலையாளம்தான்." ஒரு போலீஸ்காரன் அடையாளம் கண்டான்.

"நடடா... கழுவேறி..." போலீஸ்காரன் லத்தியை ஓங்கினான்.

எதுவும் புரியாமல் மம்மதாஜி திகைத்துப்போய் நின்றார். சி.பி.யின் போலீஸ்காரர்கள் மம்மதாஜியின் சட்டைக் காலரை எட்டிப்பிடித்தனர்.

"நடடா"

நடந்தார். தொலைவில் இடிவண்டி.

இடிவண்டியில் பின்வாசல் திறக்கப்படுவதை ஒரு போலீஸ்காரன் காட்டிய டார்ச்சு விளக்கொளியில் கண்டார்.

"ஏறுடா கழுவேறீடெ மோனே." லத்தி உயர்ந்தது.

நடுநடுங்கி விறைத்துப்போன மம்மதாஜி வண்டிக்குள் ஏறிக் குந்தி உட்கார்ந்தார். சொரி மணலைக் கிளறிக்கொண்டு இடிவண்டியின் சக்கரங்கள் மம்மதாஜியின் குரல்வளை வழியாக உருண்டன.

கிராமத்துச் சொரி மணலில் பரந்து கொட்டிய காலைக் கதிரொளியில் இரவு வந்துபோன வண்டிச் சக்கரங்களின் தடம் கண்டு மக்களின் முகங்களில் சந்தேகச் சுருக்கங்களின் கோடுகள் தெளிவாயின.

"ராத்திரி இஞ்செ வந்தது ஆருள்ளேய், காறுக்கெ அடயாளம் தெரியுதே". மக்கள் வண்டித் தடம் முடியும் இடம் வரை அங்குமிங்கும் பல தடவை குனிந்து நடந்து ஆராய்ந்தனர்.

பரபரவென்று புலர்ந்த காலையில் களியக்காவிளைச் சந்தைக்குச் செல்ல அற்கூஸ் அலி வெட்டுமணி சந்திப்பில்

காரிலிருந்து இறங்கினான். குறுக்கு வழியாக, குழித்துறை ஆற்றைக் கடக்க, வேட்டியை உயர்த்திக்கொண்டு சப்பாத்தில் காலை விட்டான். அந்த நேரம் காணலாம், மறுகரையில் மம்மதாஜியைக் கையில் விலங்கு மாட்டி இரு போலீஸ்காரர்கள் துப்பாக்கியுடன் நடத்திக்கொண்டு வருகின்றனர். குழித்துறை ஆற்றின் மறுகரையில் ஆளுயரத்தில் அடர்த்தியாக வளர்ந்து நிற்கும் கோரைக் காட்டின் மறைவிடத்தில் மம்மதாஜியைக் கொல்லைக்குப் பிடிக்கக் கொண்டுவருகின்றனர்.

“ஓஹோ... அப்படி வரட்டு சங்கதி... சிபாயி மாருக்கெ கண்ணெ தப்ப வச்சிட்டு எங்கெ ஊரிலெ ஒளிச்சா கெடந்தா?”

சந்தையிலிருந்து கிராமத்திற்குத் திரும்பிவந்த அற்கூஸ் அலிதான், கிராமத்துச் சொரி மணலில் இரவு பதிந்திருந்த வண்டித் தடத்தின் ரகசியத்தை அம்பலப்படுத்தியது. விலங்குக் கையுடன் மம்மதாஜியைப் பார்த்தாக உச்சியில் அடித்து ஆணையிட்டுச் சொன்னான். அத்துடன் ஒரு பொய்யும். மம்மதாஜியின் கூனுள்ள, முதுகில் போலீசார் சுற்றி நின்றுகொண்டு பந்து விளையாடியதை ரண்டு திருட்டியால் கண்டதாகவும். உறுதிப்படுத்த, ஒரு மாபெரும் ஆணையும்.

மக்கள் ஊறிஊறிச் சிரித்தனர்.

மம்மதாஜியைப் போலீசார் உதைத்த முறையை, இரு திருட்டியால் கண்டதையும் மம்மதாஜி, ‘அல்லோ வாப்போ...’ என்று முறையிட்டதை இரு செவியால் கேட்டதையும் அற்கூஸ் அலி விளக்கியபோது, கேட்ட மக்களுக்குச் சிரித்துச்சிரித்துக் குடலெல்லாம் நொந்தன.

“நிறுத்தப்பா... மதி... சிரிச்சுசிரிச்சு கொடெல்லாம் நோவுது.” மக்கள் பேச்சின் சங்கிலியை நீட்ட அனுமதிக்கவில்லை. வயிறு வெடித்துவிடும்.

“அப்பம் இவனாக்கும் மம்மாசீனை வளி கெடுத்தது, இப்பம் மனசிலாச்சா?”

“இல்லெ மம்மதாஜியை வளி கெடுத்தது மம்மா சீனாக்கும். எனக்குத் தெரியும். காசீம்தான் மூத்த சைத்தான்...” முகம்மது அலிகான் இபுனு ஆலிசம், பரீதுப்பிள்ளையிடம் சொன்னார்.

“பாவம் கெளவன்.” பரீதுப்பிள்ளை பரிதாபப்பட்டார்.

“கெளவனெ பள்ளிக்குள்ளே படுக்கவிட்டிருந்தாலோ?” முகம்மது அலிகான் கேட்டார்.

“செருப்புக்காலோடெ பள்ளிக்குள்ளெஏறிப் பள்ளியெ நஜிஸாக்கி[8] கெளவனெ புடிச்சிட்டுப் போவாம், செலப்போ. ஹபீபெயும் ஆளறியாதெப் புடிச்சாலும் புடிப்பான்.

“என்னெயா ? அஜ்மீர் அரசர் ஹாஜா மொய்னுத்தீன் ஜிஸ்தியாக்கும் என்னெ இங்கெ அனுப்பி வச்சது. சிபாயிக்கெ கை வெளங்குமா ? நா தைரியமாட்டுதானே பள்ளிலெ உறங்குதேன். வந்து என்னெ புடிக்கட்டு பாப்போம்.” முகம்மது அலிகான் சவால்விட்டார். தலையிலிருந்து தொப்பியை எடுத்துக் கறுத்த கல்லின்மீது வைத்தார். வழுக்கை விழுந்த தலையில் துளிர்த்த வேர்வையை மஞ்சள் நூலால் பூப்போட்ட மக்கத்துச் சால்வையால் ஒத்தியெடுத்தார்.

“தல நரச்சாச்சு.” என்றார் பரீதுப்பிள்ளை, தமாஷாக.

“ஓ . . . வயது பத்தறுபதாச்சில்லியா நரக்காமெ ?” முகம்மது அலிகான் சிரித்தார்.

“ஹபீபுக்கெ நிக்காஹெ ஒடனெ நடத்தணும். நல்ல அளகு சௌந்தரியமான பெண்ணு. தொட்டா ரத்தம் வரும். பத்திருவது வயசுதானிருக்கும். வாழ்ந்து கெட்ட குடும்பம்.”

“கைர் . . . படச்சவன் எனக்குணு ஒரு பெண்ணே இஞ்சயே படச்சு வச்சிருக்கான். பாத்தீளா றப்பில் ஆல மீனுக்கெ திருவிளையாடலெ...” முகம்மது அலிகான் இறைவனை ஸ்துதி செய்தார்.

ஈனா பீனா கூனாவின் காரியஸ்தன் பண்டாரவிளை வீட்டிற்குச் செல்லும்போது வாசல் மூடிக்கிடந்தது. காரியஸ்தன் வாசலைத் தட்டினான்.

“ஆரது ?”வாசலைத்திறந்ததுராஹிலா.காசீமாகவிருக்குமென்று நினைத்தாள். ஈனா பீனா கூனாவின் கணக்கன். எடுபட்டவன்.

அவள் ஓடி மறைவாக நின்றாள். “வாப்பா ஒராளு . . .” கூப்பிட்டுச் சொன்னாள்.

தரையில் ஒட்டிக்கிடக்கும் ஒரு ஈரத்துணியை அடர்த்தி எடுப்பதுபோல் மீரான்பிள்ளை பாயிலிருந்து எழுந்தார். தளர்ந்த காலில் உடல் நடுங்க வாசல் பக்கம் வந்தார்.

ஈனா பீனா கூனாவின் காரியஸ்தன், கணக்கன்.

மீரான்பிள்ளை பின்வாங்கி வந்து கட்டிலில் அமர்ந்தார். காரியஸ்தன் மீரான்பிள்ளையை நெருங்கி உட்கார்ந்தான்.

---

8. அசுத்தம்

“கொழும்பிலெ இருந்து எளுத்து வந்துதா?” காரியஸ்தன் இணக்கமாக விசாரித்தான்.

ஆமாவென்று மீரான்பிள்ளை தலையை ஆட்டினார்.

“வாயிச்சு பாத்தீளா?”

இல்லையென்று தலையை அசைத்தார்.

“எக்கு எளுத்து வந்திருக்கி...”

மீரான்பிள்ளை எந்த உணர்ச்சியும் வெளிப்படுத்தாமல் காரியஸ்தனை உற்று நோக்கினார்.

“நீங்கொ மோலாளிக்கு ரூவா குடுக்கணுமோ?”

“ஆமா”

“என்ன ஜவாப் செல்லியோ...மோலாளிக்கு இப்பம் ரெம்பப் பணக்கஷ்டம்... ஒடனெ பணம் குடுக்க ஒரு வளி செய்யணுமாம்...”

“என்ன வளி?” மீரான்பிள்ளை மெல்லிய குரலில் அமைதியாகக் கேட்டார்.

“என்னயாவது.”

“ஒரு வளி செல்லுங்கோ...”

“பணம். இல்லேண்ணா ஏதாவது வஸ்து எழுதிக் குடுக்கணுமாம்.”

மீரான்பிள்ளை தலைகுனிந்தார்.

சிறிது நேரம் தளம் கட்டிய மௌனம்.

“என்ன செல்லுதியோ?” காரியஸ்தன் மீண்டும் நினைவுபடுத்தினான்.

“செல்லுக்கு என்ன இரிக்கி. நிங்கொ ரண்டு நாளுக்கு முன்னே வருவியோ எண்ணு எதிர்பாத்தேன். ரண்டு நாள் பிந்திப் போனியோ. இதுக்கெ எடையிலேயே நான் எனக்கெ கல்பை[9] பலப்படுத்திட்டேன். துனியாவிலெ உள்ள கடம் நாளெ ஆகிரத்திலையும்[10] கடம்தான். எப்படிச் செய்யச் செல்லீளோ அப்படியே செய்வோம்.”

“தருக்கு பணம் இருக்கியா?”

“நாங்கொ நாலு உருப்படியும் இந்த இல்லடவும்தான் உண்டு.”

“ஊடு அந்தத் தொகைக்குப் பெறாதே, மரமெல்லாம் பளையது. மண் சுவரு, ஓலெக்கூரை.”

9. இதயத்தை

10. மறுமையில்

மீரான்பிள்ளை பதில் எதுவும் பேசவில்லை.

"வீடு போக வேறெ நல்ல பொன் பண்டவும் இரிக்கியா?"

"நாங்கொ நாலு பேரும். உடுத்திருக்கித துணிதான் இரிக்கு. போராத்ததுக்கு அதெயும் உரிஞ்சு எடுங்கொ . . ."

"துணி ஒண்ணும் வேண்டாம். உடுத்துக்களுங்கோ . . . அப்போ, இப்பம் ஊட்டெ எளுதுவோம். எப்போ எளுதுவோம்?"

"எப்போ வேணுமானாலும் எளுதலாம்."

"தாய் பத்திரம்?"

"எடுத்துத்தான் வச்சிருக்கேன்." வீட்டிற்குள் பார்த்துக் கூப்பிட்டார். "மோளே, அந்த வீட்டுப் பத்திரத்தெ எடுத்துக் குடு . . ."

ராஹிலா காலப்பழக்கமான சிதைந்துபோன ஒரு பத்திரத்தை வாசலில் நின்றபடி நீட்டினாள். மீரான்பிள்ளை மெதுவாக நடந்து சென்று பத்திரத்தைப் பெற்று மீண்டும் கட்டிலில் வந்தமர்ந்தார்.

"எக்கெ வாப்பாக்கெ வாப்பா வச்ச உடு. ஒரு ஆயுஸ் காலம் முழுவன், காலிலெ கடக்கரை மணலுக்கெ சூடும், தலையிலெ உச்சி வெயிலும் கொண்டு ஒளச்சதுக்குக் கெடச்ச பலன், நானும் எக்கெ வாப்பாயும் எக்கெ மக்களும் பிறந்து விழுந்த இந்த தறவாடெ[11] எளக்கப் போறதுதான். இன்னா இந்த ஊட்டுக்கெ தாய் பத்திரம்."

மூலப்பத்திரத்தைக் காரியஸ்தனிடம் நீட்டும்போது மீரான்பிள்ளையின் கைகள் நடுங்கின. கண்கள் சிவந்தன. கண்ணீர் வடியவில்லை. கண்ணீரூற்று அதன் பிறப்பிடத்திலேயே வறண்டுபோய் பல நாட்கள் ஆகிவிட்டன.

காரியஸ்தன் பத்திரத்தைப் பிரித்துக் கண்களை ஓட்டினான். "ஊட்டெ எளுதூது மோலாளிக்கெ இளைய மோளுக்கெ கொழந்தெ பேருக்காக்கும். தெங்கடி விளாகத்து வீட்டில் முத்தலிபு பிள்ள மகன், கிருஷி, முப்பத்தி ஆறு வயசுள்ள அப்துல் சலாம் முதலாளி, தம்முடைய மகளும் தம் பாதுகாப்பில் இருந்துவரும் ஆறர மாசம் பிராயமுள்ள தம் இளைய மகளான ஐஷாக் கண்ணு நபீசாபீவி பேருக்குதாம். ரட்சகர்த்தாவாக நின்று 300 பீரிட்டிஷ் ரூபாவுக்கு வில நேடி கொடுக்கும் சொத்து எண்ணாக்கும் எழுதி வாண்ட மோலாளி எளுதியிருக்காரு . . ."

"எப்பிடியும் எளுதுங்கோ . . ."

"நா செல்லுத நாளுக்கு முஞ்சிறைக் கச்சேரிக்கு வாருங்கோ."

---

11. குடும்ப வீடு

“முஞ்சிறக் கச்சேரிக்கோ பஹ்தாதுக்கோ வரியேன். எளுதூக்கு ரண்டு நாளுக்கு முன்னே செல்லுங்கோ . . . எளுதின பெறவு ஒரு நிமிஷம்கூட இந்த ஊட்டிலெ இரிக்கமாட்டேன்.”

“வேறெ ஊடு பாத்தியளா?”

“பாக்கல்லெ. எங்கெ மண்ணு மனேலெ கெடந்து மரிக்க விதியில்லெ வேறெ எங்கேயாவது போய்க் கெடந்து மரிப்போம்.”

“மம்மாசீனெ கொஞ்சம் வெலக்கணும்.”

“காசீம் நியாயக் கேட்டுக்குப் போவமாட்டான்.”

“வெறும் களிசறயா போனான் . . .”

மீரான்பிள்ளையின் கொந்தளித்த கண்கள் அக்னி துப்பின மனத்தைக் கட்டுப்படுத்திய கட்டுகள் அறுந்து தெறித்தன.

“எறங்கடா நாயே, ஊட்டெ விட்டு வெளியே.” ஒரு எரிமலை வெடித்துச் சிதறியது. வீட்டுத் தரையிலும் முற்றத்திலும் சுவர்களிலும் நெருப்பு நீர் பாய்ந்தொழுகியது. ராஹிலா நடுங்கினாள். “எனக்கெ மோனே களிசறேனு செல்லூதுக்கு நீ ஆருடா பெறக்கி நாயே? இந்த ஊரேயே வறுமைக்கெ வாயிலெ தூக்கி எறிஞ்சுட்டுக் கொளும்புத் தெருவிலே நெஞ்சு நெளிஞ்சு நடக்கானே ஒனக்கெ மோலாளி அவனெ போய்ச் செல்லும் களிசேறனு. அவந்தா களிசற. இந்த ஜனங்களுக்கெ கல்பிலெ நெரிப்போடெ வச்சிட்டுத் தூரெ நிண்ணு பூவெ மணத்துதானே ஒனக்கெ மோலாளி அவன்தான் களிசற. அந்தத் தீவெட்டிக் கொள்ளக்காரன்தான் களிசற.”

“ஓய் மீரான்பிள்ளை.” காரியஸ்தன் ஏதோ பேச முயன்றான்.

“நிறுத்து ஓய். அதிகம் பேசண்டாம். ஒங்கெ கையிலெ இருக்கித பேனா எடுத்து ஒங்கெ தாளிலெ எளுதின கணக்குப்படியும் நீங்கொ அனுப்பின தந்திப்படியும் நா ஒங்களுக்கு கடக்காரன்தான். நாங்கொ எளுத்தறிவில்லாத ஊம ஜன்மங்களாகப் போனதினாலே, ஒரு ஊரையே வறுமையிலாக்கிப் போட்டியோ. நீங்கெல்லாம் மானவும் தானவுமுள்ளவங்கொ. எல்லாம் உங்கட்டெ எழந்து நடுத்தெருவிலே நிக்கித நாங்களும் எக்க மக்களும் களிசறகள்.”

“ஓய் மீரான்பிள்ளை.”

“ஒண்ணும் பேசண்டாம். மரியாதய்க்கு எறங்கிப் போ. போடா வெளியே.” மீரான்பிள்ளை கர்ஜித்தார்.

காரியஸ்தன் மூலப் பத்திரத்தை அக்குளில் இடுக்கிக்கொண்டு இடைவெளியில் இறங்கினான்.

28

மாலிக் இபுனுதீனாரின் தூய பாதங்கள் பதிந்த கிராமத்திலுள்ள மக்களுக்குப் பல புது அறிவுகள் புகட்டவும் இல்மில்லாத[1] மக்களை நேர்மையாளர்களான முஸ்லிம்களாக மாற்றுவதற் காகவும் தம் வாழ்க்கையை அர்ப்பணம் செய்ய முன்வந்த ஹஜரத் ஜனாப் அலிகான் இபுலு ஆலிசமின் நிக்காஹ், முஹல்லாவிலுள்ள ஒவ்வொருவருடைய வீட்டுத் திருமணமெனக் கருதி, எல்லோருடைய ஒத்துழைப்புடன் 'சமங்களம்' நடத்த வேண்டுமென்பது பரீதுப்பிள்ளையின் ஹாஜத்[2]தெ அந்த ஹாஜத்தை நிறைவேற்றுவோம் என்று மக்கள் தக்பீர் முழக்கி உறுதியளித்தனர்.

வியாழன் அஸ்தமித்த வெள்ளி இரவு, இசா தொழுகைக்குப் பின் குத்துபா பள்ளியில் வைத்து எளிய முறையில் நிக்காஹ் நடத்தபோவதைத் தெரிந்துகொண்ட மக்களுக்குப் பெரும் மகிழ்ச்சி. புல்லரிப்பு. மாலிக் இப்னு தீனார் வெள்ளைநிறக் கொம்பானையைக் கொண்டுவந்து மலபார் கடற்கரை ஓரத்தில் கட்டி எழுப்பிய நாற்பது கல் பள்ளிகளில் வடிவமைத்த ஒரே பள்ளியான குத்துபாபள்ளியில் வைத்து நடத்தும் நிக்காஹ் போரிசை[3]யானது என்று மனம்விட்டு வாழ்த்தினர்.

புலூக்கா[4]கி நீண்ட பல வருடங்களாகச் செம்மண் சுவருக்குள் முசிப்புடன் இருந்த ஏழையான ஒரு பெண்ணின் கல்புருகிய துஆவை அல்லாஹு காதுற்றுக் கேட்டதற்கான எடுத்துக்காட்டு இந்த நிக்காஹ். அவளுக்கு சாலிஹான[5] ஒரு நல்ல வரன்

---

1. அறிவு
2. விருப்பம்
3. நன்மை
4. பருவமடைதல்
5. ஒழுக்கமுடைய

இணையாகக் கிடைக்கப்போவதில் காசீம் ஒருவனைத் தவிர மற்றனைவருக்கும் பெருமிதம். அவளுடைய தாலி அறுந்து போகாத இரும்புத் தாலியாக இருக்க, அந்தப் பெண்ணின் பெருமூச்சின் பொருளுணர்ந்த சில பெண்கள் இறையிடம் வேண்டினர். இவ்வளவு நீண்டகாலமாக அலுத்துப்போய் இருந்ததற்காக அல்லாஹு அவள்மீது பொழிந்த கருணையின் மனித உருவமாகும். அலிகான் இபுனு ஆலிசமென்று மக்கள் வாழ்த்தித் திரிந்தபோது சில பருவப்பெண்களின் மிருது நரம்புகளில் கிளகிளுப்பு. சில உம்மாமார்களின் மூக்கிலும் கண்ணிலும் நாக்கிலும் பொடிக் கண்ணனின் மகள் மைமூனுக்கு வந்த பாக்கியத்தில் பொறாமை.

"ஊரெ விட்டோடி ஆண்டு மாறி எங்கேயோ கெடந்திட்டு ஒரு தொப்பியும் தாடியும் வச்சிட்டுவந்த ஒருத்தனுக்காக ஒரு பாவப்பட்ட பெண்ணெ பலி குடுக்கப் போறியோ . . ?"

அந்திக்கடையில் மீன்விற்கும் பெண்களிடம் சண்டை போட்டு நின்ற பதறு, காசீம் உரக்கெப் பேசுவதைக் கேட்டார். வேறு பலரும் அதைக் கேட்டனர்.

"நீ ஆருட்டடா வெளயாடுதா ?" பதறு கேட்டார்.

"நா வெளயாடல்லெ. உள்ளதெத்தான் செல்லுதேன்."

"அந்த முஸ்லியாரு ஆருணு தெரியுமா ?"

"தெரியும். பண்டு தேங்கா மோட்டிச்சிட்டு[6] வேட்டியெ உரிஞ்சு போட்டுட்டு ஓடுனவன்தானே ?"

"அது பண்டு வாலுவக்கார பிராயத்திலெ. இப்பம் செல்லாதெ. வாய் புளுத்துப் புழுவா வரும். செல்லாத வேளம் செல்லப்படாது. தொழாதெ, நோம்பு வய்க்காத நடந்த உமர்ப் பொலவரு, பெறவு சீறாப்புராணம் எழுதல்லியாடா ?"

"இவரென்னெ உமர்ப் பொலவரா ?"

"அவரெப் பற்றி ஒனக்கென்னடா தெரியும்? எங்களுக்குத் தெரியும். அவரெ தெரியீதுக்குள்ள இல்மு ஒனக்கில்லெ. போடா ..."

"அவ்வளவு பெரிய ஆளானா பரீதுப்பிள்ளைக்க தம்பிக்கு ரண்டு கொமரு இரிக்கிதில்லியா ? அதிலெ ஒண்ணெ கெட்டிக் குடுக்கப்படாதா ? இல்லேண்ணா ஈனா பீனா கூனாக்கெ ஊட்டிலெ உள்ள ஒண்ணெ கெட்டிக் குடுக்கப்படாதா ? இந்தப் பரதேசிக்கு ரா ஒறங்கிட்டு இறங்கிப் போவ கெட்டிக் குடுக்குதுக்கு ஒரு பாவப்பட்ட கொமருதான் கெடச்சதா ?"

---

6. திருடிவிட்டு

“டேய், டேய், அதிகம் பேசாதே. நீ வழிகெட்டுப் போனவன். இஸ்லாத்துக்கு எதிரான முடியெ தலயிலெ வச்சுட்டாக்கும் நீ பேசுதா . . . ஒனக்கட்டெ பேசுதே பாவம். நாங்கொ காபிறாப் போவம் . . .”

பதறும் மற்றவர்களும் காசீமிடம் தொடர்ந்து பேசி நிற்கவில்லை. அவனிடம் பேசியதற்காக இறைவனிடம் மன்னிப்பு – தௌபா செய்தனர். இந்தச் சந்தர்ப்பத்தைப் பயன்படுத்திச் சிலர் மீன்காரிகளின் கைகளிலிருந்து மீன்களைத் தட்டிப் பறித்துக்கொண்டு விறுவிறென்று நடந்தனர்.

மீன்காரிகள் மணல் அள்ளி வீசித் திட்டினர். “தாந்துபோன வாருவனி. காய் தராதயா எக்கெ மீனெ தூக்கிட்டுப் போறா? வவுறு ஊதிச் சத்துபோவா.”

அன்று இஷா தொழுகைக்காக வந்த மக்கள் குத்துபா பள்ளியின் முன் திரண்டு நின்றனர். பள்ளியிலிருந்து பரீதுப்பிள்ளை இறங்கி வந்ததும் அவரைச் சூழ்ந்தனர். “என்ன விஷயம்!” பரீதுப்பிள்ளை கேட்டார்.

“ஒரு சங்கடம் . . .” பதறு பணிவாகப் பரீதுப்பிள்ளையை அணுகினார்.

மக்கள் நெஞ்சில் கை கட்டிப் பவ்யமாக நின்றனர்.

“சங்கடம் என்னெ . . .”

“அந்த எடுபட்ட பயன் தலைவரையும் நம்மொ கொளும்பு மோலாளி ஈனா பீனா கூனாயெயும் செல்லாத வேளம் சென்னான் தலைவரே.”

“என்ன சென்னான்?”

“இந்தப் பரதேசிப் பயலுக்குப் பலிகுடுக்கூதுக்குப் பாவப்பட்ட ஒரு பெண்ணுதான் கெடச்சுதாக்கும். பரீதுப் புள்ளெக்கெ தம்பிக்கெ ரண்டு கொமரிலெ ஒண்ணெ கெட்டிக் குடுக்கப்படாதா? இல்லேண்ணா ஈனா பினா கூனாக்கெ ஊட்டிலெ உள்ள ஒண்ணெ கெட்டிக் குடுக்கப் படாதா . . . எண்ணு கேட்டான் தலைவரே . . .”

“அப்படிக் கேட்டானா?”

“கேட்டான்.” அந்திக்கடையில் நின்றிருந்தவர்கள் சாட்சியளிக்க ஆஜராயிருந்தனர். “பள்ளூபற பதினெட்டு ஜாதிக்கெ முன்னெ வச்சு கேட்டான். தொலி எல்லாம் வெந்துபோச்சு தலைவரே . . .”

பரீதுப்பிள்ளையின் கால்கள் இடறின. நிற்க முடிய வில்லை. தலை கிறுங்குவதுபோல், உடல் தளருவது போல். கறுத்த கல்லில்

உட்கார்ந்தார். சரீரம் வேர்த்துக் கொட்டியது. நெற்றி வேர்த்தது. தலைப்பாகையைக் கழற்றிவைத்தார். வழுக்கைத் தலையிலும் வியர்வை. சுட்டுவிரலால் தலையிலுள்ள வேர்வையை வடித்து விட்டார்.

“எக்கு தளச்சயா இரிக்கி.” உட்கார்ந்தபடி பள்ளிச் சுவரில் சாய்ந்தார்.

மக்கள் தோளில் கிடந்த துண்டுகளை எடுத்துத் தலைவருக்குக் காற்றுக் கிடைக்கும்படி சுழற்றி வீசினார்கள். ஆள் மாற்றி மாற்றி வீசினார்கள், கைகள் களைக்கும்வரை வீசினார்கள். வீசிவீசித் தளர்ந்தார்கள்.

தளர்ச்சி நீங்கியபோது பரீதுப்பிள்ளை மூடிய கண்களைத் திறந்தார். “பொறுப்பார் பூமி ஆள்வார். நீங்கெ எல்லாம் சபூர் செய்யுங்கோ. நல்ல பெரிய மனுசன்மாரெ கெடுத்துப் பேசுவோனுக்கு அல்லா சிச்செ குடுப்பான்.”

தலைவரின் – முதல்கூடியின், தளர்ந்த இருப்புக் கண்டபோது ஜனங்களுக்கு மிகுந்த வருத்தம் தோன்றியது.

“இப்படி மனம் நோவெ பேசிப் போட்டானெ, கிராத்திலெ பெறந்த பயன்.”

பரீதுப்பிள்ளை மக்களைப் பொறுமைப்படுத்தினார்.

“சபூர் . . . சபூர் . . . இந்த நிக்காஹ் ஒண்ணும் நடக்கட்டு. கொழும்பு மொலாளி ஹாஜி ஈனா பீனா கூனா வரட்டு. வந்ததும் இந்த இருசாதிப் பயலுக்கு ஒரு முடிவுண்டாக்குவோம்.”

“என்ன முடிவு?” கேட்டுக்கொண்டே பள்ளிக்குள்ளிருந்து வந்தார் அலிகான் இபுனு ஆலிசன். கையில் தஸ்பீஹ் மாலை. விரல்களுக்கிடையில் பளிங்கு மணிகள் உருண்டன.

“அந்த இருசாதிப் பயலுக்கே . . .”

“நா ஒரு ரோசனெ செல்லுதேன் கேப்பீளா?” அலிகான் இபுனு ஆலிசம் கல்லின்மீது உட்கார்ந்தார்.

“செல்லுங்க உள்ளே” பரீதுப்பிள்ளை கேட்டுக்கொண்டார்.

மக்கள் அலிகான் இபுனு ஆலிசத்தைச் சூழ்ந்துகொண்டனர். சூழ்ந்துகொண்டவர்களின் கைவிரல்கள் மடங்கி நிமிர்ந்தன. மடங்கி நிமிர்ந்த கைவிரல்களில் நாவுகள் உச்சரித்த மந்திரச் சொற்களின் எண்ணிக்கைகள்.

அலிகான் இபுனு ஆலிசம் தம் ‘ரோசனையைச்’ சொன்னார்.

“நேரே பொன்னானிக்குப் போவணும். பொன்னானி ஒரு சின்னமக்கமாக்கும். அங்கே போய்த் தலையிலெ கிராப்பு வெச்சவன் காபீர் எண்ணு பத்துவா தீர்ப்பு வாங்கனும். அந்த பத்துவாக்கெ அடிப்படையிலெ இந்த எடுபட்ட பயலெயும் அவனெ பெத்த உம்மாயெயும் அவனெ பெறப்பிச்ச வாப்பாயெயும் அவனுக்க கூடெ பெறந்தவங்களெயும் காபிறா போனவங்கொ எண்ணு சொல்லி ஊர் வெலக்கணும். கல்யாணம் காச்செ ஒண்ணுக்கும் சேக்கப்படாது. அந்த ஊட்டுலெ எந்த மய்யித்து உளுந்தாலும் நம்மொ பள்ளி வளாகத்திலெ அடக்க உடப்படாது. கொண்டுபோய்க் கடப்புரத்திலெ பூத்தட்டு. நாய் தோண்டி எடுத்துக் கடிச்சுத் துப்பட்டு . . .”

“பேஷ் . . . அசாத்திய மூளை” ஜனங்களுடைய மகிழ்ச்சியரவம்.

“செய்வோம். அவனுக்கெ வாப்பா கடத்துக்குக் கொளும்பு மோலாளி ஈனா பீனா கூனா ஹாஜியாருக்குத் தறவாட்டு ஊட்டெ எழுதிக் குடுக்கப் போறான்.”

“உள்ளதா ?”

“ஹைறாப் போச்சு.”

“அப்போ தெருவும் திண்ணயும்தானோ . . .”

“பின்னல்லாதெ, மாளிக ஊடா கெடக்கும் ?” பரீதுப்பிள்ளை மக்களை அமைதிப்படுத்தினார். தொடர்ந்து சொன்னார். “எல்லாரும் கேளுங்கோ. இந்த ஊரிலெ ஆரும் ஒரு சென்று தரெ அவனுக்கே குடும்பத்துக்கு விய்க்கெ கூடாது. ஊடு கெட்டியிருக்க சும்மா எடமும் குடுக்கப்படாது. முஹல்ல கட்டுப்பாடாக இதெ ஏத்து நடந்துகளுங்கொ . . .”

“நடப்போம் . . .” மக்களின் ஜயாரவாரம்.

“ஊடில்லாத அலயட்டு.”

மானசீக திருப்தி அடைந்த மக்கள் கலைந்துசென்றனர்.

“வியாழன் அஸ்தமித்த வெள்ளி இரவு[7] இசா தொழுகைக்குப் பின், மாலிக் இபுனு தீனார் வெள்ளைநிறக் கொம்பானையைக் கொண்டுவந்து கட்டியப் பள்ளியின் தூய்மையான நான்கு சுவருக்குள், சர ராந்தல் சொரிந்த பிரகாச அருவியின் குளிர்மையில் முட்டு மடக்கி உட்கார்ந்திருந்த பொடிக் கண்ணின் கையும், சிவந்த கண்களுள்ள அலிகான் இபுனு ஆலிசத்தின் கையும் சேர்த்துப் பிடித்துக்கொண்டு கத்தீப் – காளி, நிக்காஹ், வாசகம் சொல்லிக் கொடுத்தார்.

---

7. வியாழன் இரவு

குழுமியிருந்த பக்த ஜனங்கள், ஈருயிரும் ஓர் உயிராய் இணை பிரியாமல், யூசுப் நபியும் சுலைகா பீவியும் வாழ்ந்தது போல், ஆதம் நபியும் ஹவ்வா உம்மாயும் வாழ்ந்தது போல் நீண்ட ஆயுளாக வாழ வாழ்த்தியபோது எல்லா அசையும் அசையாத பொருட்களும் நிசப்த மொழியில் ஆமீன் சொல்லிக் கையை முத்தமிட்டன.

இந்திய சுதந்திரப் போராட்டத்தின் அடுத்தகட்டத் திட்டத்தைப் பற்றி ஆலோசனை செய்ய மண்டலக் கமிட்டி அலுவலகத்திலிருந்து வந்த அழைப்பின் பேரால் காசீம் குழித்துறைக்குச் சென்றான்.

தொழிலாளி வர்க்கத்தை ஒடுக்க முயலும் அடக்குமுறை ஆட்சிக்கெதிராக ஆயுதம் தாங்கிப் போர்க்களத்தில் இறங்கிய தொழிலாளர் வர்க்கத்தைச் சுட்டுவீழ்த்திய சி.பி.யின் ஆட்சியைக் கண்டித்து ஒரு தீர்மானம் நிறைவேற்றப்பட்டது. அரசியல் தொடர்பில்லாத அப்பாவி மக்களைத் துப்பாக்கி முனையில் பிடித்துச்சென்று சிறையிலடைத்து, கொடூரமாகச் சித்திரவதை செய்வதற்கெதிராகக் காசீம் முன்வைத்த தீர்மானம் நிறைவேற்றப்படும்போது காசீம் அப்பாவியான மம்மதாஜியை நினைத்தான். சி.பி.யின் கொடுங்கோலாட்சிக்கு எதிராகமக்களைத் திரட்டவும் ஆங்காங்கே கண்டனக் கூட்டம் போடவும் தீர்மானம் நிறைவேற்றப்பட்டது.

கூட்டம் முடியும்போது நேரம் தாழ்ந்துவிட்டது. இரவு கடைசி பஸ் ஓடவில்லை. குத்தி மறியும் குற்று இருள். குண்டும் குழிகளும் நிரம்பிய ரோடு. செருப்பில்லாமல் நடப்பது சிரமம். சூட்டுக்கட்டு வாங்கக் கடைகளில்லை. எல்லாக் கடைகளையும் அடைத்துவிட்டனர். வெட்டு மணி சந்திப்பில் என்ன செய்வது என்று பார்த்து நிற்கும்போது பாரம் ஏற்றிய ஒரு மாட்டு வண்டியின் கடகடச் சப்தம். வண்டி தெற்காகத் திரும்புவதைக் கண்டான். வண்டியின் அடியில் தொங்கிய ராந்தல் கக்கிய ஒளியில் வண்டிக்காரனின் கறுப்புத் தாடியுள்ள முகத்தைக் கண்டான். வட்டத் தலைப்பாகையைக் கண்டான்.

பரமேசுவரன்.

"காறு கெடச்சலியா?"

"இல்லெ..."

"வண்டிலெ ஏறுங்கொ. பய்யெ பய்யெ போலாம்?"

கல் ரோட்டில் வண்டிப் பட்டை உராய்ந்தது. மாட்டின் கால்களிலுள்ள லாடத்திலிருந்து தீப்பொறிகள் பறந்தன.

பஸ் ஸ்டாண்டில் வண்டி வரும்போது மூன்றாம் யாமம் நெருங்கிவிட்டது. கொள்ளியாப்பை தீ வீசி நடக்கும் நேரம். பகல் உறங்கிவிட்டு ஆறாடுவதற்குச் செல்லும் பிசாசுகளின் கால் சிலம்புகள் கிலுங்கும் அந்திய யாமநேரம். இருளைத்துளைபோடும் நெற்றிக் கண்களை முறைத்துப் பாயும் இடிவண்டிகள் உமிழும் கரிப்புகையை வாயிலேந்தி மூக்கு வழியாகச் சீற்றும் தாண்டவ யாமம்.

காசீம் வீட்டை நோக்கி நடக்கும்போது இடிவண்டியின் இரைச்சல் கேட்கின்றதா என்று காது கொடுத்தான். பொடிக் கண்ணின் ஓலைவேய்ந்த வெள்ளை பூசாத செம்மண் சுவரிலுள்ள கிளிவாசல் வழியாக வந்த மங்கிய ஒளியைக் கண்டபோது, அந்தக் கிளி வாசல் வழியாக ஒலித்த நெடு மூச்சைக் கேட்டபோதுதான் பொடிக்கண்ணின் மகள் மைமூனின் கல்யாண இரவு அது என்ற நினைவு வந்தது. நினைத்ததும் நடுங்கிவிட்டான். பாவம் பெண். வீட்டிலுள்ள வளர்ப்பு மிருகங்கள். ஊமை ஜன்மங்கள். புருஷனின் போகப் பொருட்கள்.

அந்த ஏழைப் பெண்ணின் வாழ்க்கையில் இன்றைய முதல் இரவு சிலவேளை அவளுடைய கடைசி இரவாக இருக்குமோ? அதுவல்ல, ஒரு துயரத்தின் பளுவை முதுகில் ஏற்றும் முதல் நிமிடமாக இருக்குமோ? ஒரு கண்ணீர் வடிகாலின் தொடக்க இடம் இந்த இரவின் இதயப் பகுதியிலிருந்து, வெடித்துக் கிளம்பும் ஊற்றாக இருக்குமோ? சிந்தித்தபோது வறுமையும் மௌட்டியமும் ஊடும்பாவுமாகக் கிடக்கும் இந்தச் சமுதாயத்தின் இழைகளின் எதிர்காலத்தில் அடிவானத்தில் கரிமேகங்கள் திரள்வதைக் கண்டான். மூடநம்பிக்கைக்கு மதத்தின் பட்டு உடை பின்னி அணிவித்து அழகு பார்க்கும் புரோகித் தன்மையின் சுயநலத்தை எண்ணிப் பார்த்தபோது இந்தச் சமுதாயம் ஒரு புதுயுகப் பிறவியைக் காணுவது எப்போது என்று பரிதாபப்பட்டான். முன்பின் பார்த்திராத, கேட்டிராத ஒருவரின் படுக்கை அறைக்குள் உந்தித்தள்ளிவிடப்பட்டு, அவனுடன் படுத்து, அவனை இன்பமடையச் செய்ய விதிக்கப்பட்ட உரிமையிழந்த சாப ஜன்மங்களாகப் போன பெண்களின் அவல நிலையை எண்ணி வருந்தினான்.

காசீம் வீட்டை அடைந்தபோது வீட்டினுள் வெளிச்சம் தெரிந்தது. யாரும் தூங்கவில்லை. கதவில் கொண்டி போடவில்லை. தள்ளியதும் கதவு திறந்தது. யாரும் பேசவில்லை. மௌனம் பதபதக்கும் சூழல், வாப்பா கட்டிலின்மீது எப்போதும்போல் துக்கம் தொங்கும் முகத்துடன் காணப்பட்டார். ராஹிலாவும் உம்மாவும் சில வீட்டுப் பொருட்களை ஒதுக்கும் பரபரப்பில்.

எதிர்பாராத நேரத்தில் காசீம் வந்து ஏறியதைக் கண்டதும் ராஹிலாவும் உம்மாவும் திடுக்கிட்டுப் போயினர்.

“ஏன் ஊட்டுச் சாமான்களை ஒதுக்கியோ?”

காசீம் உம்மாவிடம் கேட்டான்.

கதீஜா பதில் ஏதும் பேசவில்லை. முகத்தைத் திருப்பிக் கொண்டாள். திருப்பிய முகத்தில், கன்னத்தடத்தில் ஒழுகிய கண்ணீரை அந்தச் சுவர்கள் எத்தனை காலங்களாகப் பார்க்கின்றன. அந்த நெஞ்சங்களிலிருந்து உயரும் விம்மல்களை எத்தனை காலங்களாகக் கேட்கின்றன.

“எதுக்கு?” திருப்பி ராஹிலாவிடம் கேட்டான்.

ராஹிலா தலைகுனிந்தாள். கவிணியின் முந்தாணி அவளுடைய கண்ணிற்குச் சென்றபோதுதான் அவள் அழுவதை அவன் அறிந்தான். அது வெறும் கண்ணீரா? அல்லது இதயம் விம்மி வெந்துருகி ஒழுகும் உயிர் நீரா என்பதை அவன் அறியவில்லை.

“என்ன விஷயம்?” அவனுடைய குரல் உயர்ந்தபோது மீரான்பிள்ளை கூப்பிட்டார். “டேய். இஞ்செ வா. நா சொல்லித் தாறேண்டா.”

காசீம் வாப்பா உட்கார்ந்திருக்கும் கட்டிலருகில் சென்றான்.

மீரான்பிள்ளை மகனை உற்று நோக்கினார். காசீமின் கதர்ச் சட்டை வேர்வையில் நனைந்து காணப்பட்டது. அதிலிருந்து கிளம்பிய வியர்வையும் புழுதியும் கூடிக்கலந்த வாடை. அந்த வாடை அந்த வீட்டினுள் தளம் கட்டி நின்றது.

மீரான்பிள்ளை அந்த வாடையைச் சுவாசித்தார்.

வாப்பாவின் தயை கோரும் பார்வை, இந்தச் சமீப நாட்களில்தான். எதற்காக இந்தப் பார்வை என்று கேட்டுத் தெரிந்துகொள்வதற்கான நேரமில்லாத நெருக்கடி.

மீரான்பிள்ளை பேசத் துவங்கினார்.

“நா ஒரு ஜீவிதத்தெ ஜீவிச்சு முடிச்சாச்சு. இனி ஜீவிக்க மிச்சமொண்ணுமில்லே. இனி வேண்டியது நீங்கதான். நா இருந்து ஒங்களுக்கு ஒரு குறை வச்சிட்டுப் போனதாட்டு வேண்டாம். எக்கெ ஜீவிதத்திலெ நா ஒண்ணும் நேடயில்லெ. நேடுனது ஒங்கே ரண்டு பேரையும்தான். எனக்கெ பெறவு எனக்கதாட்டு மிச்சம் போட்டுட்டுப் போவ ஒண்ணுமே இல்லெ . . .”

“நிங்கோ என்ன சொல்லிதியே வாப்பா . . .”

“நா ஒரு கடக்காரனா போவேண்டா . . . கடம் எனக்கெ மய்யித்துக்கு ஒரு பாரமா இருக்கப்படாது. கடம் வருத்தி வச்சிட்டு மரிக்கூனுக்குச் சொர்க்கம் கிட்டாது. எனக்கெ கடத்தெ வீட்டுக்கு இந்தத் தறவாட்டு ஊடெ ஈனா பீனா கூனாக்கு எழுதிக் குடுக்கப் போறேன். அதினாலெத் தான் நிக்கொ உம்மா ஊட்டுச் சாமான்களை ஒதுக்கி வைக்கியா . . .”

“இந்த ஊட்டையா . . .”

“ஓ . . .”

“அப்பொ நமக்கு ஊடு?”

பதில் சொல்ல முடியாமல் மீரான்பிள்ளை மகனைப் பார்த்தார்.

அந்தக் கண்களில், அந்தப் பார்வையில் வேதனையின் கொடும் காற்று சுழன்று வீசுவதைக் கண்டான் காசீம். வனமரங்கள் கிளைகள் குலுக்கி ஆடுவதைக் கண்டான். காற்று கிளப்பிய புழுதி மணல் மேல்நோக்கிச் சுழன்று உயருவதைக் கண்டான்.

வாப்பாவின் கண்கள், அந்தப் பார்வையில் எதையோ இழந்து தவிப்பதாகத் தோன்றியது. எதை?

“ஊடெ உட்டு எறங்க முடிவு செய்தாச்சா?”

“வேறெ வளி இல்லெ.”

“நம்மொ ஊரிலெ சம்ப யாவாரம் செய்த எல்லாரும் இருந்த சொத்தையும் ஊட்டேயும் எளக்கீளெ, ஏன்?”

“எனக்குத் தெரியாது. நம்மொ விதீனு செல்லு . . .”

“விதி இல்லெ. ஒங்கெ அப்பாவித்தனம். கொளும்பிலெ கமிசன் கடைக்காரனுவோ ஒங்களெ உழவுமாடாக்கி, அவனுவோ கொய்தெடுக்கானுவோ[8]. அந்த எத்து வாளியோ மணிமாளிக கெட்டிப் பட்டு மெத்தயிலெ கெடந்து ஒறங்குதானுவோ. நீங்கெல்லாம் எலும்பு தோலுமாயி உழுத நெலத்திலேயே சுருண்டு உழுந்து மரிக்கியோ இதெப் போய் விதீனு செல்லுதீளே.”

“என்ன செய்யடா. இந்தக் கடல் பெறப்பல்லாமே நமக்கு வேறெ பெழப்பு இல்லியேடா.”

“நிங்கெ ஆரும் அவனுவளுக்குக் கடக்காரனல்ல. ஒங்களெல்லாம் கடக்காரனாக்கிக் காட்டினானுவோ. ஒரு

8. அறுவடை

கடக்காரனாயி மரிக்க நிங்கொ விரும்பாத்ததினாலெ. ஒங்கெ உப்பா[9] வச்ச ஒங்கெ தறவாட்டு ஊடெ நிங்கொ எழுதிக் குடுங்கொ."

"மோனே நமக்கு ஏறிக் கெடக்கெ இல்லடம்?" கதீஜாவின் வேதனை ததும்பும் குரல்.

"நமக்குக் கடப்புறத்திலெ புறம்போக்கிலெ ஒரு பெரகெட்டித் தங்கலாம்."

"கடப்புறத்துப் புறம்போக்கிலேயா நா இந்தக் கொமாரெ வச்சிட்டு இனி ஜீவீக்கீது? ஒரு புறம்போக்கு ஊட்டிலெ இருந்தா எனக்கெ மய்யித்து எறங்கள் செல்லுதா."

"நெலமெ அப்படி ஆனதினாலெ ஜீவிச்சுதானாகணும். நம்மொ போலெ எவ்வளவு ஜனங்கோ கடப்புறத்திலெ புறம்போக்கிலெ தங்கல்லியா. அந்தக் கூட்டத்திலெ நம்மளும் ஒண்ணு."

சிந்தனையின் தீச்சுள்ளையில் வெந்துருகிப்போன, பின்னிரவில் அவனுடைய வாப்பா, உம்மா, சகோதரி, ஊர்மக்கள் சமுதாயம் எல்லாம் அணிவகுத்து நின்றன. பீரு வந்து கூப்பிட்டபோதுதான் காசீம் விழித்தான். உணரும்போது நேரம் அதிகம் தாழ்ந்துவிட்டது. இரவு தூக்கமின்மையால் கண்ணிற்குள் எரிச்சல். முற்றத்தில் கொழுத்துத் திரண்டு கிடக்கும் வெயிலைப் பார்க்க முடியவில்லை. கண் கூசியது.

"ஓடி வாருங்கொ." பீரு அவசரப்படுத்தினான்.

"என்னடா?"

"பள்ளி நடயிலெ கூட்டமா கெடக்குது; ஒரு பெம்புள்ளெ வந்து நிண்ணு கரையா."

முந்திய இரவு கழற்றிப்போட்ட வியர்வை நாற்றமுள்ள கதர்ச் சட்டையை எடுத்தணிந்தான். பல் விளக்கவில்லை. வாயில் தண்ணீர் ஏந்திக் குலுக்கித் துப்பினான். பீரின் பின்னால் இறங்கி நடந்தான்.

பள்ளி நடையில் மக்கள் திரண்டு நிற்பதைத் தொலைவிலேயே கண்டான். தலையில் முக்காடு போட்ட ஒரு இளம் பெண் அழுதுகொண்டு நிற்கிறாள். அவளுடன் வேறு இரண்டு நபர்கள் வந்திருக்கின்றனர். அவளுடைய கையில் ஏதோ மனு எழுதிய ஒரு காகிதம் இருப்பதைக் கவனித்தான்.

முஹல்லா தலைவரிடம் ஏதாவது ஆவலாதி சொல்ல வந்திருக்கலாம் என்று ஊகித்துக்கொண்டான்.

---

9. பாட்டனார்

மீராசாவும் மம்மாத்திலும் அங்கு நிற்பதைப் பார்த்தான். அவர்களிடம் கேட்டான்.

"என்ன விசயம்?"

"அன்னா, பச்ச சட்டெ போட்டிருக்காரெ. அந்த ஆளுட்டெ கேட்டுப்பாரு . . ."

காசீம் பச்சைநிறச் சட்டை அணிந்தவரை அணுகினான்.

"என்ன விசயம்?"

"ஒங்கெ ஊரிலெ முஸ்லியாருண்ணு ஓராள் வந்திரிக்கி யாரில்லியா . . ."

"வந்திருக்காரு."

"அவருக்கு இந்த ஊரிலெ எப்படிப் பெண்ணு கெட்டிக் குடுக்கலாம்?" பச்சைநிறச் சட்டை அணிந்தவர் ஆவேசமாகக் கேட்டார்.

"எப்படிப் பெண்ணு கெட்டிக் குடுக்காலம் எண்ணுள்ள விசயம் இந்த ஊரு முஹல்லா தலைவர் பரீதுபிள்ளைக்கிட்டெதான் கேக்கணும். விசயம் என்னேணு மட்டும் செல்லுங்கோ. உங்கெ ஊரேது?"

"எங்கெ ஊரு பனச்சமூடு. நாங்கொ பாவங்கொ . . . எஸ்டேட்டுகளிலெ போய் அண்ணண்ணாடெ கூலி வேலெ செய்து பெழக்கியோம். இஞ்செ முஸ்லியாருனு செல்லி வந்திருக்கியாரெ அந்த மனுசன் எங்கெ ஊரிலெ வைத்திய சிகிச்சை செய்யுதாகச் செல்லி வந்தாரு. அஞ்சாறு மாசமா பள்ளிலெ தங்கி இருந்தாரு. கல்யாணம் செய்யல்லேனு சென்னாரு. நாங்களும் நம்பினோம். கெட்டிக் குடுக்க வளி இல்லாதெ இந்தக் கொமரே வச்சிட்டே இருந்தோம். வைத்திரில்லா, காப்பாத்துவாரு எண்ணு நெனச்ச எரந்து பெறக்கியும் அங்கேயும் இஞ்செயும் கடம் வாண்டி எடுத்துக் கொஞ்சம் உருப்படி போட்டு கெட்டிக் குடுத்தோம். ரண்டோ மூணோ நாள் தங்கினாரு. நாலாமத்தெ நாள் அவெ களத்திவச்ச உருப்படியும் எடுத்துண்டு ஓடீட்டாரு. பல எடத்திலேயும் தேடிப் பார்த்தோம். தேடிப்போற எடமெல்லாம் பெண்ணு கெட்டி இரிக்கியாரு. சில எடத்திலெ சைக்கிள் சாம்பியன் எண்ணு செல்லுயிரிக்கியாரு. வேறெ சில எடத்திலெ மந்திரவாதீணு செல்லுயிரிக்கிறாரு. இப்படி ஒரோ இடத்திலெயும் ஒரோ பேரு. எங்கட்டே சென்ன பேரு, ஹக்கீம் அப்துல் ஹமீது அஜ்மீரி . . ."

“அப்படியா சங்கதி ... இங்கெ அவனுக்கெ, பேரு அலிகான் இபுனு ஆலிசம்.”

“அவளுக்கு இப்பம் ஆறு மாசம் கர்ப்பமுண்டு. நிங்கொ ஊர்க்காரங்கொ சேந்து ஒரு முடிவுண்டாக்கித் தாருங்கொ.”

“இங்கெ ஊருணு செல்லூது பரீதுப்பிள்ளைதான்.”

“பொய். முஸ்லியார் அப்படிப்பட்ட ஆளில்லே. நல்ல தங்கமான சாலிஹான மனுசன். ஒரு சாலிஹான மனுசனைப் பற்றி உதிறு[10] பேசலாமா?” ஜனங்கள் ஆவேசமடைந்தனர்.

“நிங்கொ ஆரும் சத்தம் போடாதெங்கொ. சபூர், சபூர், ஒங்கெ முஸ்லியாரே விளிச்சுக் கேட்டா எல்லாம் தெரியும்.” காசீம் மக்களைப் பொறுமைப்படுத்தினான்.

“தெரியும். இவளும் இந்த வந்த ஆளுவளும் செல்லூது பொய்யானா இந்தப் பள்ளித்தூணிலெ இதுவளெ கெட்டி வச்சு 101 ‘ஹத்து’ அடி குடுக்கணும். அவளுக்கெ தலையெ மொட்ட அடிச்சு உடணும்.” மக்கள் கோபாவேசப்பட்டனர்.

“உள்ளதானா முஸ்லியாரெ என்ன செய்யணும்?” காசீம் கேட்டான்.

“அது எங்கெ வாயாலெ நாங்கொ சொல்லமாட்டோம். தலையிலெ கிறாப்பு வச்ச நீ இந்த ஊரெப் பற்றிப் பேசண்டாம். நிக்கு பேச அதிகாரமில்லெ/”

“எனக்கு அதிகாரம் இல்லெ. எனக்கு அதிகாரம் வேண்டாம். அந்த எத்துவாளி பயன் இந்த பெண்ணெ கெட்டினது உள்ளதானா அவனெ என்ன செய்வேணு பெறவு பாப்போம்.”

ஆனவிளுங்கி பிருஷ்டம் குலுக்கி வேகமாக நடந்து வந்தான்.

“கேட்டீளா விசயம். பொடிக்கண்ணு தம்பிக்கெ ஊட்டிலெ ஒரே கரச்சலும் விளியும்.”

“வல்லாரும் மௌத்தாப் போனாங்களா?”

“இல்லெ. என்னத்தெ செல்ல ஏதெ செல்ல.”

ஆனவிளுங்கி சொல்லத் தயங்கி நின்றான்.

---

10. அவதூறு

29

இராக்காற்றில் குளிர்ந்த வலியாற்றில் சிற்றலை வரிசைகளை அலங்கோலப்படுத்திவிட்டு, கன்னியார்கோணம் ஏலாவில் கண்ணெழுதி, தலைசீவி நின்ற புன்னெல்லின் தலைமுடியைக் குலைத்துக்கொண்டு கிராமத்திற்குள் நுழைந்த மேற் காற்று, பழிவாங்கும் வாஞ்சையுடன் கிராமத்தின் மேல் சுழன்று திரிந்தது. அந்தக் காலை காற்று மீராசாவின் வீட்டு வாரியிலுள்ள ஈர்க்கில் எஞ்சிய பழைய கூரை ஓலைகளைப் பிடுங்கி வீசியது. வீட்டு வாசல்களைப் பலமாக அசைத்து மோதிவிட்டுப், பயங்கர ஒலி எழுப்பியது. மேல் கூரை கழன்று தலைமீது விழுந்துவிடுமோ என்று ருகியா பயந்து விறைத்தாள். உம்மாவைக் கட்டிப்பிடித்தாள்.

"உம்மா காத்து"

அவளுடைய துடிப்பான கரும் கண்களில் பயத்தின் நிழலாட்டம்.

இப்படியான காற்று ஏதோ விபத்தின் முன் அறிகுறி.

இதுபோல் சுழன்று அட்டகாசம் செய்த ஒரு காற்றைத் தொடர்ந்துவந்த பேய் மழைதான் மீராசாவின் கடைக் குட்டியின் உயிரை உறிஞ்சிக் குடித்தது. அதிலிருந்து ருகியாவுக்குக் காற்று என்றால் பயம். திகில். காற்று உரத்து வீசும்போதெல்லாம் அவள் கண்முன் அவளுடைய கடைசித் தம்பி. சலனமற்றுக் கிடக்கும் பொன்னான தம்பியின் பிஞ்சுடல். பிரிந்து குலைந்த தலைமுடியுடன் இருட்டறைச் சுவரில் சாய்ந்து உட்கார்ந்து அழுது கொண்டிருக்கும் உம்மா. யாரிடமும் எதுவும் பேசாமல் வீட்டிற்கு வந்துபோகவும், தனியாக ஓர் இடத்தில் மௌனமாக இருந்து யாரும் பாராதவாறு கண்களை ஒத்தும் வாப்பாவின் கலங்கிய கண்களும் சோர்ந்த வதனமும். வறுமையின் கழுக்குற்றியில்

கிடந்து துடித்த நாட்களில் மீன்கத்தியை விற்ற வாப்பா. வீட்டில் வந்தபின் ஏங்கி ஏங்கி அழுத முகம். உலக மாயைகளை அறியாமல் முற்றத்தில் அடுப்புக்கல் கூட்டி மணலும் சிரட்டையும் வைத்துக் கூட்டாஞ்சோறு சமைக்கும், தென்னையிலிருந்து முற்றத்தில் வீழ்ந்து கிடக்கும் குச்சங்காளியைப் பொறுக்கி மடியில் கட்டும், வண்ணச் சிறகுகளுள்ள தும்பியை எட்டிப் பிடிக்க அதன் பின்னால் ஓடி நடக்கும் மற்ற இளைய சகோதரர்கள்.

எப்போதும்போல் விடிந்ததும் கடற்கரைக்குச் சென்றான் மீராசா. காலையில் கடற்கரைக்குச் சென்றால் அன்றைய தினம் மீன்படுமா படாதா என்பதைத் தெரிந்துகொள்ளலாம். இரவு வலைவீசக் கடலுக்குச் சென்ற மரங்களும் வள்ளங்களும் காலையில்தான் கரைசேரும். வலைகளில் ஏதேனும் பெரிய மீன் பட்டிருக்குமேயானால் கீலம் போட்டுக் கொடுக்க வேண்டும். சுல்தானுடைய வாள் கத்தியை இரவல் வாங்கித்தான் இத்தனை நாளாக மீனை வெட்டித்துண்டம் போட்டுக் கொடுத்துவருவது. இழந்த வாள் கத்திக்குப் பதில் ஒரு புதுக்கத்தி கொல்லப் பட்டறையில் சொல்லித் தயார் செய்ய வறுமை வழித் தடையாக நிற்கிறது. ஒரு நேரம் உண்டால், மூன்று நேரம் பட்டினி.

மீராசா கடலின் விழிமார்பில் பார்வையைச் செலுத்தி நின்றான். கீழ்த்திசையில் மண்ணுண்ணிப் பாறைக்கு மேல் உருண்டு திரண்ட மேகங்களைத் துளை போட்டுக்கொண்டு வெளியே தலை நீட்டிய சூரியனின் கிரணங்களில் பளபளக்கும் கடல் அலைகள். வள்ளங்களும் கட்டுமரங்களும் ஓய்ந்த கடல் பரப்பு, கடல் நெஞ்சில் ஊற்றிக்கொடுத்த துக்கத்தைத் தாங்கிக்கொண்டு மீராசா சிறிது நேரம் கடற்கரையிலேயே நின்றான். அரபிக் கடலின் நெஞ்சம் வழியாக இந்துப் பெருங்கடலை நோக்கி நகரும் ஒரு சில சரக்குக் கப்பல்கள் துப்பும் நேரிய புகை – துக்க பாரம் சுமந்து, துரிதம் நிறைந்த வாழ்க்கையில் அலைகளைப் பிளந்து நரங்கி நகரும் மீராசாவின் நெஞ்சிலிருந்து கிளம்பும் புகை.

கடற்கரை ஓரங்களில் வளர்ந்தோங்கி நிற்கும் மரங்கள் மீது பறந்துவந்து உட்கார்ந்த காகங்கள் தொண்டை கிழியக் கத்தியபோது மீராசாவிற்கு அவற்றின்மீது இரக்கம் தோன்றியது. மணலில் ஆங்காங்கே சிதறிக் கிடந்த காய்ந்த மீன் தலைகளையும் வால் பகுதிகளையும் தோல்களையும் கொத்தி எடுத்துப் பறந்தன. மரக்கிளைகளில், தென்னை ஓலைகளில், குடிசைகளின் கூரைகளில் உட்கார்ந்து காலிடுக்குகளில் வைத்து, பசியுடன் அலகால் கொத்தி ருசி பார்த்தன. ஏமாற்றத்துடன் அவற்றைக் களைந்துவிட்டு வேறு இடம் நோக்கிப் பறந்து செல்வதைக் கண்டபோது மீராசாவிற்குப் பொறாமை.

இரை தேடிப் பறந்து செல்ல அதற்கு இறக்கைகள் உண்டு.

மீராசா வீட்டை நோக்கி நடந்தான். கடலின் வெறுமையும் ஆட்களில்லாத கடல்புறத்தையும் கண்டபோது அன்றைய காலையிலுள்ள சாயாக் குடியை மறந்தான். தேய்ந்துபோன கறுப்பு கொழும்பு வாரின் காலியான ஜேப்பிற்குள் எஞ்சிக் கிடக்கும் ஒரே ஒரு கைச்சுற்றுப் பீடியை நினைத்தான்.

வீட்டிற்குள் ஏறிச்செல்லும் வாசற்படிமீது உட்கார்ந்து ஓலைப் பெட்டி பொத்திக்கொண்டிருக்கும் ருகியாவைக் கவனித்தான். மாமிசம் ஒட்டிப்போன மிருதுக் கன்னத்தில் எழும்பி நிற்கும் எலும்புகள், நித்திய வறுமையின் கோடுகள். முதுகெலும்பைத் தொட்டு நிற்கும் வயிற்றுத் தோலில் காணப்படும் மடிப்புகள். பசியின் இதிகாசம். எளியவர்களுக்காகக்கூட எதிர்பார்த்து நிற்காத காலம். அவளுடைய எலும்பு துருத்தி நிற்கும் நெஞ்சில் ஒட்டவைத்த பெண்மையின் இரு சிறு மொட்டுகள். அந்தத் திறந்தமேனியை மறைப்பதற்குக்கூட ஒரு சட்டை தைத்துக்கொடுப்பதற்கான கதியின்மையை நினைத்தபோது பண்டு கொழும்பிலிருந்து கொண்டுவந்து, உறவினர்களுக்கு அன்பளிப்புச் செய்த பல வண்ணங்களிலான சீனாப் பாப்ளின் துணிகளைப் பற்றி எண்ணிப் பார்த்தான். இன்று உறவுகள் நீர்க் குமிழ்களென்று அவனால் தெரிந்துகொள்ள முடிந்தது. "குளுந்த காத்தில்லியா மக்கா அடித்தது. ஒரு சட்டெ எடுத்துப் போடப்படாத?"

வாப்பா சொன்னதின் உட்பொருளை ஊகித்துக் கொள்வதற்கான பருவ அறிவு. இரு தோள்பட்டைகளை உயர்த்திக் கைகளை நெஞ்சத்தில் அணைத்துக்கொண்டு வாசற்படியிலிருந்து எழும்பினாள் ருகியா.

"எக்கு போட சட்டெ இல்லெ . . ."

ருகியா சொன்னதைக் கேட்டபோது, ஒரு குற்ற உணர்வு மீராசாவின் இதயத்திற்குள் பாய்ந்தது. குற்ற ஒப்புதலுடன் குற்றவாளிக் கூண்டில் கைகளைக் கட்டித் தலைதாழ்த்தி நின்றான். கடும் தண்டனை வழங்கப்படும் விதியைக் கேட்க காதைக் கூரியதாக்கினான்.

"ஆனக்கெ மூலத்திலெ கட்டெறும்போ . . ."

தெருவில் கேட்ட குழந்தைகளின் ஆர்ப்பரிப்பில் மீராசாவிற்குச் சூழ்நிலை உணர்வு உண்டானது.

ருகியா இளைய தங்கச்சியை அள்ளித் தூக்கி இடுப்பில் வைத்தாள். படி இறங்கிச் செல்ல அஞ்சி நின்றாள். வாப்பாவைத் தயை கோரும்படி பார்த்தாள்.

"எங்கெ போறா?"

"ஆனெ பாக்க"

"போவண்டாம்..." மீராசா விலக்கினான்.

அந்த மலரும் பருவ இதயத்தில் முளைவிட்ட அபிலாசையை நுள்ளி வீசவேண்டி வந்த நிலையை நினைத்த அவனுடைய நெஞ்சம் குறுகுறுத்தது.

இதுவரை தும்பியைப்போல் சுதந்திரமாகப் பறந்து திரிந்த அவளுடைய மெல்லிசான காலில் ஒருநூல்கட்டு போடப்பட்டது. இனிமேலுள்ள நாட்களில் ஒரு வட்டத்திற்குள் மட்டும் சுழல வேண்டிய இம்சையை எண்ணி வருந்தினாள். குழந்தையை இடுப்பிலிருந்து கீழே இறக்கிவிட்டாள்.

'எக்கு மேலு மறைக்க ஒரு சட்டெ உண்டானா ஆன பாக்க போலாமே.' ருகியாவின் மௌன ஏக்கம் எங்கோ எதிரொலித்தது.

வாப்பாவின் பொருள் வசதியின்மையை நினைத்து இச்சைகளுக்கு விலங்கு மாட்டினாள்.

குழந்தைகளின் நெருங்கிவரும் ஆர்ப்பரிப்புக் கேட்டு மீராசா தெருவில் இறங்கினான்.

கொம்பானை. துதிக்கையில் பத்து இருபது தென்னை ஓலைகளைத் தூக்கிவருகிறது. யானைமீது பாகன். பின்னால் பத்து நூறு சிறுவர்கள்.

"ஆனக்கெ மூலத்திலெ கட்டெறும்போ..."

சிறுவர்களின் தொண்டைகள் வெடித்தன. யானையைக் கோபமடையச் செய்வதற்காக விளித்துக் கூவிப்பின்தொடர்ந்தனர்.

கட்டெறும்பு யானையின் ஜன்ம எதிரி. இந்த உலகில் கட்டெறும்பு ஒன்றுக்குத்தான் யானை பயப்படும். உலகிலேயே மிகப்பெரிய மிருகமான யானை, சிறு கட்டெறும்பைக் கண்டு நடுநடுங்குகின்றது. கட்டெறும்பு யானையின் காதிற்குட்பகுதியிலோ, மலத்துவாரத்திலோ மூக்கினுள்ளேயோ ஏறி ஒரு கடிகடித்தால் யானை 'அம்படா' என்று செத்து மலரும். இப்படிப் பலர் சொல்லிக் கேட்ட அறிவைக்கொண்டு சிறுசுகள் யானையின் பின்னால் கூப்பாடு போட்டு நடந்தனர்.

குழந்தைகள் கூட்டத்தில் நாலைந்து மொட்டைத் தலைகள் உயர்ந்து தெரிவதை மீராசா கவனித்தான். கக்கத்தில் காம்பு வளைந்த குடை வைக்கும் ஈனா பீனா கூனாவின் காரியஸ்தனையும் அவருடைய சில கையாட்களையும்.

துறைமுகம்

மீராசா திடுக்கிட்டுப்போன சில கணங்கள்.

வைக்கல்லூரிலுள்ள கொம்பானை.

காட்டில் பெரிய மரங்களைத் தூக்குவதற்காகக் கொண்டு செல்லப்படும் மிடுக்கான கொம்பானை. இந்த யானையைக் கொண்டுதான் வைக்கல்லூர் 'அங்ஙத்தை' தம் தோப்பில் வெகுகாலமாகக் குடியிருந்துவந்த சின்னய்யனின் வீட்டை உடைத்தெறிந்து, சின்னய்யனைக் காலிபண்ணவைத்தார். எல்லைத் தகராறுள்ள ஒரு தோப்பின் எல்லையில் நின்றிருந்த பெரிய பலா மரத்தை இரவோடிரவாக இந்த யானையைக் கொண்டுதான் மிதித்துச் சாய்த்து அந்த மரத்தை இரவிலேயே அப்புறப்படுத்திவிட்டார். இப்படிப் பல கொடூரச் செயல்களுக்குப் பயன்படுத்தப்பட்ட பயங்கரமான யானை.

"மம்மாத்திலேய்." மீராசா பதற்றத்துடன் உரக்கக் கூப்பிட்டான். சுடுகாட்டு ஆற்றின் கரையில் தங்கும் மம்மாத்திலின் காதில் விழும்படி சப்தக்குழாய் வெடித்துச் சிதறும்படி அலறிக் கூப்பிட்டான். அந்தக் கூப்பாடு மம்மாத்திலின் காதில் விழுந்திருக்காது. அவ்வளவு தொலைவு.

மீராசா ஓடினான். குறுக்கு வழியாக ஓடினான். பொன்னப்பனின் வெற்றிலைக் கொடியிலுள்ள வேலியைக் குதித்துத் தாண்டினான். பாவாத்து மணலில் காய்ந்து கிடந்த கஞ்சிப்பசை அவனுடைய காலடியில் நொறுங்கியது. சொரி மணலில் காலுக்குக் குதிரைவேகம் கிட்டியதைப் பற்றிப் பிறகு நினைத்துப் பார்த்தான். இரவு பட்டினி கிடந்த வெற்று வயிற்றுடன் எப்படி ஓடி எட்ட முடிந்தது என்று அவனால் புரிந்துகொள்ள முடியவில்லை .

மம்மாத்திலின் வீட்டு முற்றத்தில் நின்று இளைத்தான்.

"என்னெ மீராசாக்கா ?" முற்றத்தில் பரந்துகிடந்த தென்னை நிழலில் முட்டுக்கட்டி உட்கார்ந்திருந்த மம்மாத்திலு திடுக்கிட்டுக் கேட்டார்.

"தொலஞ்சு."

"என்னெ ?"

"ஆன வருதுடா."

"ஙே . . ."

"கணக்கன் வைக்கல்லூர் ஆனெயெயும் ஆளுவளெயும் கொண்டுவாறான்."

"படச்சவனே . . . ஊட்டெ ஓடக்கயா ஆனயெ கொண்டு வாறான்."

"ஓ . . ."

"நா இந்த மக்க குட்டிகளெ கொண்டு எங்கே போய்க் கெடக்கெ?"

"எங்கே போய்க் கெடக்கேனு எனக்கட்டெ கேக்காதெ. நம்மளெ இக்கோலத்திலே படச்சானே அந்த ஆண்டவனுக்கட்டெ கேளு."

"டேய் பீரு." மம்மாத்தில் பீரைக் கூப்பிட்டார்.

சுடுகாட்டு ஆற்றின் கரையில் நாடிக்குக் கைகொடுத்துக் குந்தி உட்கார்ந்து முட்டைத்தாளிகளின் உரோம வேர்களைச் சுற்றி நீந்தி விளையாடிக்கொண்டிருக்கும் வாரல் குஞ்சுகளைப் பார்த்துக் கொட்டாவி போட்டுக்கொண்டிருந்த பீரு, வாப்பா கூப்பிடுவதைக் கேட்டான்.

"ஓ . . ." அங்கு இருந்துகொண்டே குரல் கொடுத்தான்.

கழன்றுபோன நிக்கரைக் கையில் தாங்கிக்கொண்டு வீட்டை நோக்கி விரைந்தான். வாப்பாவின் கலங்கிய கண்களையும் உம்மாவின் வடியும் விழிகளையும் கரிமேகம் ஊர்ந்துசெல்லும் முகத்தையும் கண்டு எதுவும் புரியாதவனாய் நின்றான். முற்றத்தில் எங்கோ பார்வையைச் செலுத்தி நிற்கும் மீராசா எதற்காக வந்து பேசாமல் நிற்கின்றார் என்று தெரியாமல் அவன் முகத்தையே உற்று நோக்கினான்,

"ஓடிப் போய் காசீம் காக்காயெ விளிச்சிட்டுவா . . . நம்மெ ஊட்டெ ஓடக்கெ கணக்கன் ஆனயெ கொண்டுவாறான் . . ."

வாப்பா சொன்னதைக் கேட்டதும் அந்தக் குருந்துள்ளத்தில் ஒரு எரிமலை வெடித்தது. ஏதோ உஷ்ணமான திராவகம் சால்கிழித்துப் பாய்ந்தது.

"உள்ளதா ?" அவனுடைய பிரகாசமான கண்களில் கோபம் சிவப்புக் கொடி நாட்டியது. அவன் பற்களை நெரித்தான்.

"கணக்கா. எக்கெ ஊடெ ஓடக்கயா போறா . . . வா ஒனக்கெ மண்டையை ஓடச்சு தாறேன்."

"ஓடிப் போடா . . ." மம்மாத்தில் அவசரப்படுத்தினான்.

பீரு நிக்கரை உடுத்தான். ஒரே பாய்ச்சல் "பூவாய் . . . பூவாய் . . ."

மம்மாத்தில் என்ன செய்வதென்றறியாமல் குழம்பி நின்றார். சிந்தை குழம்பியது. மனம் பதறியது. விழி வெட்டித் திறந்து மூடும்

முன் எல்லாம் தகர்ந்து தரையாகப் போகும் வீட்டை நோக்கி நெஞ்சிற்குள் விம்மி நின்றார். ஆமினா சிறிது விலகி ஒரு தைத் தென்னை மரத்தின் மூட்டில் சாய்ந்து உட்கார்ந்து கவிணி முனையால் கண்களைத் துடைத்தாள்.

முஞ்சிறைக் கச்சேரியில் வைத்து மனநிலை சரியில்லாத வாப்பாவின் விரலை உருட்டி, வாப்பாவின் வீட்டை எழுதி வாங்கியபோது, தான் 'எட்டும் பொட்டும்' தெரியாத ஒரு பையன் நினைத்திராதபடி ஒருநாள் வீட்டைவிட்டு இறக்கிவிட்டபோது, அன்றும் இதைப்போல் முற்றத்தில் நின்று ஏங்கிஏங்கி அழுத உம்மாவின் முகம். அதே ஏக்கம் இன்று அந்தத் தாய் பெற்ற மகனுக்கும், ஏக்கங்களும் துயரங்களும்கூட பரம்பரைதானா?

இரவு தலைசாய்க்க இடமில்லாமல் ஆங்காங்கே அலைமோதிய நாட்கள். வாழ்க்கையில் தோல்வி கண்ட ஒரு தாய், கூடுகட்டி ஒதுங்க ஒரு கிளை கிடைக்காமல் தெருவும் திண்ணையுமாக அலைந்தபோது, இரக்கம் தோன்றிய யாரோ சொல்லிக், கிடைத்த தரை. ஊரில் ஒதுக்குப்புறத்தில் ஆள்நடமாட்டமில்லாத ஓர் இடம். தட்டார்களின் சுடுகாடு பக்கத்தில். அதில் சிறு ஓலைக் குடிசை கட்டித் தங்கிவந்த பல ஆண்டுகள். பச்சை மாமிசம் கரியும் புகையைச் சுவாசித்து வாழ்ந்துவந்த பல ஆண்டுகள். மண்டை ஓடுகள் வெடிக்கும் ஓசைகேட்டு நடுங்கிய இரவுகள். இன்று பழகிப்போனவை.

மழைக்காலங்களில் கூரை வழியாக நீர் ஒலிப்பு. செத்தைச் சுவர்கள் இற்றன. பிரித்து வேயக் கதியில்லை. ஓர் இரவில் திடீரென விழித்தபோது கண்டது உம்மாவின் தலைமாட்டில் படமெடுத்து நிற்கும் ஒரு பாம்பு. மறுநாள் வீட்டைப் பிரித்தபோது செத்தை வேலியை ஒட்டி ஒரு பாம்புப் பொந்து. பாம்பு கழற்றிப்போட்ட வெள்ளைச் சட்டைகள்.

ஆயுள்களுக்கு நீளமிருந்ததால், அந்த நீட்டத்தில் இப்படிப் பட்ட துயரங்களில் முடிச்சுகள் இருந்ததால், அன்று உடலில் விஷம் ஏறி யாரும் இறக்கவில்லை. பலர் உதவியால் செம்மண் குழைத்துச் சுவர் வளர்த்துக் கூரை வேயப் பட்டபாடு. காக்கான் குளத்திலிருந்து எத்தனை நாட்கள் தன்னந்தனியாகக் குட்டையில் மண் சுமந்து கட்டியது.

தன் திருமணம் நிச்சயமானபோது உம்மா சொன்னாள். "கால் நீட்டிக் கெடக்கெ இடமில்லாத இந்த ஊட்டிலேயா பெண்ணு கெட்டீ கொண்டுவரூது. எப்படியும் ஒரு அற வேணும் மோனே ..."

அந்த வருடம் சித்திரையில் நல்ல மீன்பாடு. கடற்கரையில் கடைகட்டி வியாபாரம் செய்ததில் நல்ல மிச்சப்பாடு, வருவாய்.

வேறுசில பொருட்களையும் விற்றுப் பொறுக்கி எப்படியோ கருங்கல்லும் செம்மண்ணும் கொண்டு இப்படி ஒரு வீடு ஒப்பேறியது. கீழ்க்குளத்திலிருந்து முறித்துக் கொண்டுவந்த ஒரு முதுமூடு பனையில் கழுக்கோலும் உத்தரமும் பட்டியலும் கிடைத்தன. வீட்டைக் கட்டி முடிக்கும்முன் கடனில் மூழ்க வேண்டியதாயிற்று. கொல்லம் ஓடு வேயக் கையில் வெறுமை. பலரிடம் கெஞ்சிக் கேட்டுவாங்கிய ஓலையைக் கொண்டு கூரைவேய்ந்து குடி புகுந்தபோதுதான் உம்மா மூச்சுவிட்டாள். உம்மாவின் மய்யித்து வெளியே எடுத்துச்செல்லப்பட்டதும் இந்த வீட்டிலிருந்துதான். இந்த மக்களையெல்லாம் பெற்றதும் அதில் சிலர் மௌத்தாப் போனதும் இந்த வீட்டில் வைத்துத்தான்.

"ஆனக்கெ மூலத்திலெ கட்டெறும்போ ..."

சிறுவர்களின் ஆரவாரம் மம்மாத்திலின் காதில் விழுந்தது. மம்மாத்தில் மனத்தின் சமநிலை பிறழாமல் தன்னைக் கட்டுப்படுத்தினார். கிராமத்தின் புழுதி மணலில் பெரும் உருண்டையான பிண்டங்கள் போட்டுக் கால் சங்கிலி குலுக்கிக் கொண்டு வைக்கல்லூர் யானை முன் நோக்கிச் செல்வதைக் கிராம மக்கள் பார்த்துநின்றனர். புழுதி மணலில் யானையின் வட்டக் காலடிகள் பதிந்தன. தடித்த பாதங்கள் பதிந்த இடங்களில் பூமி குழிந்தது.

தெரு நிரம்பி நின்ற உடலை உலுக்கிக்கொண்டு பாகனை முதுகில் ஏற்றி யானை எங்கு போவதென்று ஜனம் கூர்ந்து நோக்கியது. அக்குளில் குடை இடுக்கிக்கொண்டு கொழும்பு முதலாளியின் காரியஸ்தனும் எடுபிடிகளும் யானையை எதற்குத் தொடர்கின்றனர் என்று ஜனங்கள் குசுகுசுத்தனர்.

யானையின் கால் சங்கிலி மோதும் ஓசை கேட்டபோது மம்மாத்தில் திடுக்கிட்டார். ஆமினா வாய்விட்டு அழுதாள்.

"கரையாதெ குட்டி." மம்மாத்தில் மனைவியைக் கடிந்துகொண்டார்.

ஆமினா தம் வீட்டை உற்றுநோக்கி நின்றாள். கண்ணீர் திரை போட்ட, வறுமை குழிபறித்த அந்த நயனங்களில் செம்மண் சாந்தின் மணம் மாறாத அந்த வீட்டின் மணவறை வாசலில் தொங்கிய பட்டுத் திரை தோற்றமளித்தது. மூக்கினுள் செம்மண் வாடையும் பிச்சிப்பூ மாலையின் சுகந்தமும்.

"எதுக்கு கரையெனும்? அவனுவளுக்கெ பணத் திமிரெ காட்டுதானுவோ. காட்டட்டு ..." தொடர்ந்து பேச மம்மத்திலால் இயலவில்லை.

வைக்கல்லூர் யானை பள்ளி முக்குத் திரும்பியது. சுடுகாட்டு ஆற்றின் கரையோரமாகக் காதாட்டி அசைந்தசைந்து வருகிறது.

சிறுவர்கள் கூச்சல் போட்டனர். "ஆனக்கெ மூலத்திலெ கட்டெறும்போ . . ."

யானைக்குக் கோபம் வரவில்லை. யானை மிரளவில்லை. யானை மம்மாத்திலின் வீட்டிற்கு நேராகச் சென்றபோது ஈனா பீனா கூனாவின் காரியஸ்தன் கக்கத்திலிருந்து குடையை எடுத்துவீசிச் சிறுவர்களைத் துரத்த முயன்றார். சிதறி ஓடிய சிறுவர்கள் மீண்டும் யானையின் பின்னால் திரண்டனர். யானையைக் கண்டபோது மம்மாத்திலின் நெஞ்சம் துடித்தது. வலிமை வற்றி வறண்டுபோகும் காலம்வரை இந்த மண்ணில் கொட்டிய வியர்வையின், செய்த உழைப்பின் கூட்டுத்தொகையாக நிலைகொள்ளும் தன் இல்லடம் நொறுங்கி விழப்போகும் அண்மையிலுள்ள நிமிடத்தை நினைத்தபோது இந்தப் புவியில், இந்தச் சமூகத்தில் மனிதனாகப் பிறவி எடுக்க நேர்ந்ததை நினைத்துத் துக்கித்தார்.

"வா . . . நமக்கு வெளியே போவோம். அவன் ஆனயெக் கொண்டு இடிச்சு தகர்க்கட்டு . . ." மம்மாத்தில் மனைவியுடன் வெளியே வந்தார். வாப்பாவின் பின்னால் கைறுன்னிசாவும் சபியாவும் வந்தனர்.

இருபது ஆண்டுகளாக மணவாழ்க்கை நடத்திய, குழந்தை களின் பிஞ்சுக்கால்களுடைய மிதி வாங்கி, புளகமடைந்த, அவர்களுடைய ஜன்ம நிமிடங்களிலுள்ள இன்பகரமான வேதனையின் புடைத்தல் கண்டு உரோமாஞ்சம் கொண்ட, அவளுடைய இதயத்தின் ஒரு மூலையிலிருந்து மறு மூலைவரை வியாபித்துக் கிடக்கும் அந்த கஃஅபாவை[1] ஆமினா கடைசியாக ஒரு பார்வை பார்த்துவிட்டுக் கண்களைக் கையால் பொத்திக் கொண்டாள்.

"கரையாதெ . . . நமக்கு ஊடில்லாத போனாலும் வரும் காலத்திலெ நம்மொ பீராவது சொந்தம் தரையில் ஒரு ஊடு வாப்பான். அதுக்கு வேண்டி அவனெ வளத்த பாடுபடுவோம்."

வைக்கல்லூர் யானை மம்மாத்திலின் வீட்டு வேலிக்குள் நுழைந்தது. காரியஸ்தன் வீட்டைச் சுற்றிப் பார்த்தான். காசீமின் தலைமையில் ஆயுதம் தாங்கிய கும்பல் ஏதேனும் உண்டா?

இல்லை.

ஒரு எதிர்ப்பு எதிர்பார்க்கப்பட்டது. எந்த எதிர்ப்புமில்லை.

---

1. மக்காவிலுள்ள பள்ளி வாசல்

“நடக்கட்டும்...” காரியஸ்தன் பாகனுக்கு உத்தரவு போட்டான்.

பிறகு எந்தவிதத் தாமதமுமில்லை.

காட்டில் மரம் இழுக்கும் வைக்கல்லூர் யானையின் முரட்டுத் துதிக்கை நீண்டது. கழுக்கோலில் பிடிப்பு கிட்டியது. ஒரே இழுப்பு. மேற்கூரை அப்படியே குப்புற வீழ்ந்தது.

“எங்கெ இல்லடமும் எங்கெ கல்பும் நொறுங்குவது போலெ ஒனக்கெ பணக்கோட்டெ நொறுங்கிப் போட்டு . . .” ஆமினாவின் சாபம் ஒரு அலறலாகவே இருந்தது. அந்த அலறலை யாரும் கேட்கவில்லை. கூடியிருந்த மக்களின் கவனமெல்லாம் சுக்குநூறாகும் வீட்டின்மீது.

நினைவிழந்து தோளில் சாய்ந்த மனைவியை மம்மாத்தில் தாங்கிக் கொண்டார். எட்டும் பொட்டும் தெரியாத குழந்தைகள் குய்யோ முறையோவென்று அழுதனர். சில நிமிடங்கள்தான். கட்டடம் தகர்ந்து தரையோடு ஒட்டியது.

ருத்ர தாண்டவமாடிய பின் யானை திரும்பியது. தரையில் போட்டிருந்த பச்சை ஓலைகளைத் துதிக் கையால் அள்ளியது. காதை அசைத்து ஈக்களை ஓட்டி உடலைக் குலுக்கி நடந்தது.

“புவாய் . . . புவாய் . . .” பீரு விட்டில் போல் பாய்ந்துவந்தான். பின்னால் காசீமும்.

வந்த பீரு திடுக்கிட்டுப் போனான்.

நேற்றுவரை தான் படுத்துறங்கிய கிடப்பாடம்[2] கண் முன்னால் தரைமட்டமாகக் கிடக்கிறது. தூக்கி வாரிவிட்டாற் போல் நின்றான். அவனுடைய குருந்துத் தமனிகளில் வெப்பமனுபவப்பட்டது. அந்தத் தமனிகள் இழுபட்டு முறுக்கேறின. கட்டடத்தின் இடிபாடுகளை உற்றுநோக்கினான். அந்தக் கட்டடம் நிலைத்திருந்த அஸ்திவாரத்தில் ஈனா பீனா கூனாவின் இருநிலைக் கட்டடம்போல் ஒன்று உயர்ந்து நிற்பதாகக் கண்டான். அதன் மேல்மாடியில் அவன் நிற்கிறான். அங்கு நின்றுகொண்டு ஈனா பீனா கூனாவின் இருநிலைக் கட்டடத்தைப் பார்க்கிறான். அங்கு இருநிலைக் கட்டடமில்லை. எப்போதோ தகர்ந்துபோன அந்த இருநிலைக் கட்டடம் நிலைகொண்ட இடத்தில் ஒரு வாசிப்புச் சாலை உயர்ந்து நிற்பதைக் கண்டான்.

அந்த இடிபாட்டிலிருந்து ஒரு கூரிய சீனாக் கல்லை எடுக்க பீரு குனிந்தபோது அவனுடைய பழைய நிக்கரில் ஒட்டுப்போட்ட இடம் மீண்டும் கிழிந்தது. அவன் கல்லை எடுத்துக்கொண்டு திரும்பினான்.

---

2. வீடு

ஆற்றின் கரையோரமாக யானை நடந்து செல்கிறது. பற்களை நெரித்துக்கொண்டு எல்லாச் சக்திகளையும் சேகரித்து யானையை நோக்கிக் கல்லை ஓங்கி வீசினான். "சாவு பொலயாடி மோனே ..."

கல் யானையின் பக்கம் நெருங்கவில்லை.

மீண்டும் குனிந்தான் கல் எடுக்க.

உடன் அவனுடைய தோளில் ஒரு கை பட்டதை உணர்ந்தான். திரும்பினான். காசீம் காக்கா.

காசீமைப் பார்த்ததும் பீரு பொட்டென்று அழுதான்.

"எங்கெ ஊடெ பாத்திளா காக்கா?"

"பார்த்தேன். கரையாதெ . . ."

பீரு விம்மிவிம்மி அழுதான்.

காசிம் பீருடைய தோளில் தட்டினான்.

"பீரு. நீ எறிஞ்சு கொல்லப் போற ஆனை, மனுஷனல்ல. மிருகமாக்கும். ஏவுதபடி செய்யக்கூடிய மிருகம். கணக்கனும், ஏவுதபடி செய்யக்கூடிய, கூலிக்கு மாரடிக்கித ஒரு மிருகம்தான். இவங்கெல்லாம் நிரபராதியோ, இவுங்களெ ஏவி விடுதானுவளே அவனுவளுக்கெ தாய் வேரறுக்கணும். ஈனா பீனா கூனாயெப் போலெ மனுஷ ரத்தத்தெ மூக்கு வழி உறிஞ்சு குடிக்குத மனுஷ பிசாசுகளுக்கெ தாய் வேரறுக்கணும் டேய். நீ பெறந்துவிழுந்த இந்த ஊட்டுக்கெ நொறுங்கலுக்கெ மேலே நின்னு சபதம் செய். மனுஷ பிசாசுகளுக்கெ தாய் வேர் அறுப்பேணு . . ." காசீம் பரபரப்படையாமல் மிக அமைதியாகவும் வேதனையுடனும் சொன்னான்.

"அறுப்பேன் . . ." பீருடைய சின்னஞ்சிறு முஷ்டி. வாயுவில் உயர்ந்தது.

அந்தத் தளிர் முஷ்டியைக் கண்டபோது காசீமின் நரம்புகளில் புல்லரிப்பு.

"எக்கெ வாப்பா?" பீரு தேடினான்.

"ஆற்றங்கரையிலெ உண்டு . . ."

"எக்கெ உம்மச்சா?"

"அங்கெ மயங்கிக் கெடக்குதா . . ."

"எக்கெ உம்மாச்சா." பீரு ஆற்றின் கரைக்கு நேராகக் கதறிக் கொண்டு ஓடினான். காசீம் அந்தக் கட்டடத்தின் இடிபாடுகளை நோக்கி நின்றான். மம்மாத்திலுக்கு ஓரே ஒரு தாங்குதலாக

நின்ற காசீம் தன்னுடைய இயலாமையை நினைத்து வருந்தி மௌனமானான்.

மம்மாத்திலும் குடும்பமும் அன்றைய இரவை அந்த இடிபாடுகளுக்கிடையே விழித்திருந்து கழித்தனர்.

தடையேதுமின்றி ஆகாய விதானத்தில் கண் சிமிட்டும் விண்மீன்களைப் பார்த்தபடி மல்லாந்து கிடந்தான் பீரு. இரவு வெகு நேரமாகியும் அவனுக்குத் தூக்கம் வரவில்லை.

நாளை இரவு எங்கு கிடப்பது? விடை கிடைக்காத வினா. தங்கச்சியையும் தாத்தாவையும்[3] தன்னோடு அணைத்துக்கொண்டு கிடக்கும் உம்மா, இடையிடையே மூக்குச் சீந்தி எறிவதைக் கவனித்தான்.

உம்மாவும் தூங்கவில்லையா?

நடுநிசியில் பாயில் உட்கார்ந்து பீடி பற்றவைக்கும் வாப்பாவை இடைக்கண்ணால் பார்த்தான்.

வாப்பாவும் தூங்கவில்லையா? யாருமே தூங்கவில்லையா? பீரு மெல்ல எழும்பினான்.

"நீ தூங்கல்லியாடா?" மம்மாத்தில் கேட்டார்.

"ஒறக்கம் வரயில்லெ."

"கெடந்து ஒறங்கு."

"வாப்பா ...தாய்வேரு அறுக்கூது எப்படி?" பீருடைய அந்தக் கேள்வி ஒரு இடித்தீ போன்று இருந்தது.

---

3. அக்காள்

துறைமுகம்

30

அன்றைய இரவு புலர்ந்திருக்க வேண்டாம் போலிருந்தது. அன்று மட்டுமல்ல; இனி ஒருபோதும். அது விடியாத நீண்ட இரவாகவே இருந்திருக்க வேண்டும். யுகங்கள் அளவு நீண்டநீண்ட இரவு. விடிந்ததால்தான் அந்தச் செய்தி எல்லோரும் தெரிந்தனர். கடை வராந்தாக்களில் குத்தி உட்கார்ந்து கொட்டாவி போட்டவர்கள், பாலத்தின் கைப்பிடிச்சுவரில் சாய்ந்து நின்றிருந்தவர்கள், சாயாக் கடைக்கு முன்னாலுள்ள பெஞ்சில் ஒரு காலைத் தூக்கிவைத்து முட்டுகளைப் பிறாண்டிக்கொண்டிருந்தவர்கள். எல்லோரும்.

கேள்விப்பட்டவர்கள் யாரும் நம்பவில்லை. ஹசரத் அலிகான் இப்னு ஆலிசன் கல்யாண இரவில் பெண்ணோடு உறங்கிவிட்டு, பெண்ணின் தங்க நகைகளைச் சுருட்டி எடுத்துக்கொண்டு கிராமத்துத் தரையில் புலர் ஒளி படரும்முன், குத்துபா பள்ளி மேடை மீதிருந்து மோதீன் 'சுபஹு' பாங்கு சொல்லுமுன் 'கம்பியை நீட்டிவிட்டார்' என்ற செய்தியை யாரும் நம்பத் தயாராக இல்லை . எப்படி நம்ப முடியும்? அஜ்மீர் அரசரின் ஆன்மீகச் சீடன் இப்படிப்பட்ட நீசச் செயல் செய்யமாட்டார் என்ற திடமான நம்பிக்கை மக்களுக்கு.

"கேட்டீளா, அறிவில்லாத நமக்கு அறிவு செல்லித்தரவந்த மொய்லியார் இந்த வேலெ செய்வாரா? செல்லுங்கோ பாப்போம்." பால் இல்லாத சுலைமானி[1] ஊதியூதிச் சுவைத்துக்கொண்டிருந்த வள்ளக்காரன் அனீபா ஒரு கேள்வியை வீசினான்.

சாயாக் கடையின் முன் முட்டு சொறிந்து கொண்டிருந்தவர்களுக்கு அவன் சொன்னது சரியெனப்பட்டது. "மொய்லியார் ஒறங்கிக் கெடக்கும் போ அஜ்மீர் அரசர் காஜா மொய்னுத்தீன் ஜிஸ்தி

---

1. கடும் சாயா

244 தோப்பில் முஹம்மது மீரான்

"மனாபியத்துலெ[2] வந்து மொய்லியாரே தட்டி எழுப்பிக்கொண்டு போயிருப்பாங்கோ."

"அப்படியுமிருக்கும். எங்கேயாவது யுத்தம் நடக்குதோ?"

"அவுங்க எல்லாம் நடதொறந்திட்டு போயிட்டு வாறேன் எண்ணு செல்லிட்டா போவாங்கோ. திடீரெணு மறஞ்சிருவாங்கோ, டமாரெணு கண்ணுக்கு முன்னெ நிப்பாங்கோ."

"அந்தப் பெண்ணுக்கெ பொன்னுருப்படிகளெ காணல்லியேப்பா."

"செ ... செ ... நிங்கொ என்னத்தெ செல்லியோ கேட்டீளா, மொய்லியாரு பொன்னுருப்படிக்குக் கொதிச்ச[3] ஆளா?"

அனிபா குரல் தாழ்த்திப் பேசினான். "ஒனக்குத் தெரியாதா சங்கதி –" நாலாப் பக்கத்திலிருந்து உருப்படி. ஏரவ வாண்டி யாக்கும் பெண்ணுக்குப் போட்டு, பெண்ணு ஒருக்கி இருத்தினது. மொய்லியாரு திடீரென மறஞ்சதெ சாக்காக்கி பொடிக்கண்ணு உருப்படிகளை அபேஸாக்கிட்டான். மொய்லியாருக்கெ பேருலெ பழியெ போட்டுட்டான். இவன் வெளங்குவானா?"

"விஷயம் அப்படியாக்கும். சரிதான். பொடிக்கண்ணு இதுவும் செய்வான், இதுக்கெ அப்புறவும் செய்வான். செய்யக்கூடிய மொவன்தான் ..."

"ஏய், அப்பொ பள்ளிலெ வந்த பெண்ணோ?" தூணில் தொங்கிய கயிற்றில் பீடி பற்றவைத்துக்கொண்டிருந்த ஒற்றக் கண்ணன் கேட்டான்.

"அது தெரியாதா விஷயம். தலையிலெ கிறாப்பு வச்சிட்டு நடந்து ஊருக்கு மளெ பெய்யாதெ ஆக்சினானே, அந்தக் கிறாத்லெ பெறந்த செறுக்கன். அவன் எங்கெயிருந்தோ ஒருத்தியெ புடிச்சிட்டு வந்துரிக்கியான். நல்ல பெரிய மொய்லியாரெ நாலு பேருக்கு முன்னெ அய்பாக்கெ[4] ஏவனேயோ புடிச்ச புள்ள உண்டாக்குன ஒருத்தியெ வாடவக்கு புடிச்சிட்டு வந்திருக்கான்."

"அப்படி வரட்டு, அச்சல வாலா ... அவன் அதும் செய்வான். அதுக்கு மேலேயும் செய்வான். நம்மொ முஸ்லிம் பெண்புள்ளியொவளுக்கெ கய்யெ தொடுக்கு வேண்டி, நீக்கம்பு தீனத்துக்கு[5] ஊசி குத்தூக்குணு செல்லி, ஒரு காலமாடனெ புடிச்சிட்டு வந்தானில்லியா ... ஓர்ம உண்டா? மறந்தா போச்சு."

---

2. கனவில்
3. ஆசைப் பட்ட
4. கேவலப்படுத்துவதற்கு
5. காலரா

“ஓ . . . மறக்கல்லெ, சரிதான்.” கூடிநின்றிருந்தவர்களின் ஒட்டுமொத்தமான தீர்ப்பு. கிராம மக்களை நேர்வழி நடத்தவந்த அலிகான் இப்னு ஆலிசம் திடீரென மக்கள் கண்களிலிருந்து மறைந்த செய்தி எங்கும் சுழன்று வீசியது. குழந்தைகள் அறிந்தனர். முதுகெலும்பு ஒடிந்து கட்டிலில் முனகிக் கிடக்கும் கிழவர்கள் அறிந்தனர். சமையல் கட்டின் கரிபடிந்த சுவருக்குள் புகையால் மூச்சுத்திணறி நிற்கும் குமரிகள் அறிந்தனர்.

சிலருக்கு முஸ்லியார் ஊரை விட்டுப்போன துக்கம். சிலருக்குப் பொடிக்கண்ணன் மகள் புருஷனை ஓர் இரவிலேயே இழந்த மகிழ்ச்சி.

வீட்டில் செம்மண் மெழுகிய தரையில் பொடிக்கண்ணு ஒரு மரப்பலகையை நீக்கிப்போட்டு மூங்கில் தூணில் சாய்ந்து உட்கார்ந்திருந்தார். வானத்தின் நடுவில் சூரியன் குந்தி உட்கார இன்னும் நேரமாகும். யானைக்கால் நோய் பிடித்த கால்களைத் தூக்கிவைத்து மெல்லமெல்ல நகரும் சூரியன். பொடிக்கண்ணு இடையிடையே வானத்தை நோக்கினார். உயரம் கூடிய தென்னையின் தலைக்கு நேர் மேலாகச் சூரியன் வந்தால்தான் ளுஹர்– உச்சி, பாங்கு. அல்லது தரையில் வீழ்ந்துகிடக்கும் வெயில் வாசற்படி மேல் ஊர்ந்து ஏற வேண்டும். அப்படியானால்தான் மோதினார் தொண்டையைத் திறப்பார். மோதீனாரின் தொண்டை பிளந்தால்தான் பரீதுப்பிள்ளையின் தோளில் தொங்கும் நீண்ட வாயில் சால்வை காற்றில் அசையும். அவர் பள்ளியை நோக்கி வரும்போது எதிரில் பணிவுடன் சென்று தன் சங்கட நிலைமையைச் சொல்ல வேண்டும்.

மூங்கில் தூணில் சாய்ந்து உட்கார்ந்திருந்த பொடிக்கண்ணு, கலங்கி மறியும் மனசின் நிம்மதிக்காகச் சற்றுக் கண்களை மூடினார். மனம் கொந்தளிக்கிறது. மணவறைக்குள் மகளுடைய கல்பு வெடித்தொலிக்கும் விம்மல். ஏக்கம். எப்படி மனம் கொந்தளிக்காமலிருக்கும்?

அந்த அழுகையையும் விம்மலையும் கேட்கக்கேட்க இதயத்திற்குள் ஒரு எரிமலைக் குழம்பு. இரைத்துப் பாய்கிறது. அந்தப் பாய்ச்சலின் சக்தியில் மலைகள் பிளக்கின்றன. அந்தப் பிளப்பு வழியாக ஒழுகிப் பாலை மணல்களைச் சுட்டுப் பழுக்கவைத்துக் கொண்டு பாய்கின்றது.

“அல்லா . . .” வீட்டிற்குள் கேட்டது ஒரு நெஞ்சம் சிதறும் ஓசை. அந்த ஓசையைக் கேட்டு அங்கேயே உட்கார்ந்திருக்க பொடிக்கண்ணின் நெஞ்சு பொறுக்கவில்லை. நடந்தார். பள்ளிக்கு நேராக. அங்குமிங்கும் பார்க்கவே இல்லை. கவலையால் பாரம் தொங்கிய முகத்துடன் நடந்தார். பள்ளிவாசல் சுவரில் சாய்ந்து

நின்றபோது தெற்குத் திசையிலுள்ள கபுறு கூனல்களைக் கண்டார். புதுமணல் விரித்த கபுறுகள். புதுமணலின் நிறம் மாய்ந்த கபுறுகள். மணல் அரித்துப் போய்த் தரைமட்டமான கபுறுகள். உள்ளே இடிந்து விழுந்து குழிபோல் காட்சி தரும் கபுறுகள். மீசான் பலகைகள்[6] இற்றுப்போன கபுறுகள்.

கறிவேப்பிலை மரத்தின் ஒல்லியான கொப்பில் உட்கார்ந்திருக்கும் மய்யித்துக் குருவியின் சலசலப்பு:

“குழி வெட்டட்டா? குழி மூடட்டா?”

இறக்கப் போகிறவர்களுக்கு நேராகத் தொடுக்கும் கேள்வி.

மய்யித்துக் குருவி மரக்கொம்பில் உட்கார்ந்து இடைவிடாது கத்துமேயானால் ஊரில் மய்யம் விழும்.

யார் மய்யம்?

இங்கு ‘இத்திக்காணும்’ இடம் நேரமெ கிடைத்திருக்குமே யானால் இது எதையுமே அனுபவித்திருக்க வேண்டாம்.

பள்ளி மேடையிலிருந்து ஒலித்த பாங்கோசையில் சிந்தை சிதறியது. தன்னுணர்விற்குத் திரும்பினார்.

இடைவழியில் பரீதுப்பிள்ளையின் மரமிதியடி கால் உப்புக் குற்றில் மோதும் சப்தம். அவர் தோளில் தொங்கவிட்டிருக்கும் வாயில் சால்வையிலிருந்து கிளம்பும் அத்தர் மணம்.

“காக்கா.” பொடிக்கண்ணின் கண் கலங்கியது.

“என்னப்பா?”

“அறிஞ்சிளா?”

“அறிஞ்சேன். அல்லாஹு அவளுக்கெ தலையிலெ எழுதினது. அஜ்மீர் அரசர் காஜா முயீனுத்தீன் ஜிஸ்திறஹு மத்துல்லாஹி அலைஹிக்கெ சிச்சய பிள்ளக்கெ கூடெ ஒரு ராத்திரியாவது பெண்டாட்டியாட்டு இரிக்கெ அவளுக்குப் பாக்கியம் கிட்டிச்சே. அவொ குடுத்து வச்சவோதான். சபூர் செய். மொய்லியாரு வருவாரு. இவங்கெயெல்லாம் இப்படித்தான்பா. திடீரெனு வருவாங்கோ. திடீரெனு போயிருவாங்கோ.”

“நா எரவெ வாண்டிப் போட்ட பொன்னுருப்படியாக்கும். எரவெ தந்தவங்கெளெல்லாம் அறிஞ்சு நேரம் வெளுத்தப்பம் ஊட்டுக்கு வந்துட்டாங்கோ. நா . . . ஒரு கெதியும் இல்லாதவன் காக்கா . . .” பொடிக்கண்ணின் கண்கள் குடுகுடுவென வடிந்தன.

---

6. மய்யம் அடக்கம் செய்யுமிடத்தில் கால்பக்கமும் தலைப்பக்கமும் ஊன்றி வைக்கும் பலகைகள்

“எல்லாத்துக்கும் அல்லா உண்டுணு நெனச்சிட்டிரி. எரவ உருப்படி தந்தவங்கொ நெருக்கினா ஊட்டெ வித்துக்குடு. தோதா தந்தா, உட்டெ வேணுமானா நா வாங்குலாம். நீ வேறெ விக்க செரமப்படண்டாம்.”

“காக்கா நீங்கொ எல்லாம் சேந்து நடத்திவச்ச கல்யாணம். இப்பம் என்ன கைவிட்டாலோ . . .”

“ஒன்னாலெக் கெட்டிக் குடுக்க முடியாதெ வச்சிருந்த ஒரு கொமரெ நாங்கெ எல்லாம் சேந்து கரை ஏத்தினோம். மொய்லியாரு போனதுக்கு நாங்கொ இப்பம் என்ன செய்ய? ஒனக்கட்டெ உள்ள உருப்படியெ போடணும். எரவ வாண்டிப் போட நாங்களா சென்னம் . . .”

எல்லாம்வல்ல ரப்பில் ஆலமீனாகிய தம்புரானின் திருச்சன்னிதியில் முட்டு மடக்கித் தலைவணங்க பரீதுப்பிள்ளை பள்ளிக்குள் ஏறிச் சென்றபோது, ரப்பில் ஆலமீனாகிய தம்புரான் கைவிட்ட பொடிக்கண்ணு தளர்ந்து தரையில் விழாமலிருக்க பள்ளிச் சுவரில் சாய்ந்தார். மீண்டும் தெற்குத் திசையை நோக்கினார். கபர் கூனல்கள் கண்களுக்குத் தெரிந்தன. ஒவ்வொன்றிலும் கண்களை ஊன்றினார். இங்கு எந்த இடத்தில் அமையப் போவுது தன்னுடைய கபர்?

அப்பவும் கறிவேப்பிலை மரத்தின் ஒல்லியான கொப்பில் உட்கார்ந்திருக்கும் மய்யித்துக் குருவி சலசலத்தது.

‘குழி வெட்டடட்டா? குழி மூடட்டா?’

இந்தக் கேள்வி யாருக்கு நேராக?

❍

முஞ்சிறை திருமலைக் கோயிலின் அடிவாரத்திலுள்ள சப் ரிஜிஸ்தர் ஆபீஸில், ஸ்ரீ சித்திரைத் திருநாள் பால ராமவர்ம மகாராஜாவின் உருவம் பதித்த பத்திரத்தில் மீரான்பிள்ளையின் இடதுகைப் பெருவிரலில் தேய்த்த மையைப் புரட்டியபோது அந்த விரலில் இரத்த ஓட்டம் நின்றுவிட்டது.

வீட்டில் யாரிடமும் எதுவும் பேசவில்லை. போவது எங்கு என்றும் சொல்லவில்லை. ஈனா பீனா கூனாவின் காரியஸ்தனின் பின்னால் ஒரு ஆட்டுக்குட்டியைப் போல் இறங்கி நடந்தார். மரண ‘விலாச’த்தில் ஏறி முஞ்சிறையில் இறங்கினார். சப் ரிஜிஸ்தர் ஆபீஸுக்கு நேராக நடந்தார். காட்டிய இடங்களிலெல்லாம் இடது கைப் பெருவிரலைப் பதித்தார். கைவிரலில் எஞ்சிய மையைக்கூடத் துடைக்காமல் வண்டி ஏறி வீட்டுக்கு நடந்தார்.

எப்போதும்போல் கட்டிலில் முட்டுக்கட்டி உட்கார்ந்தார். நெஞ்சிலிருந்து ஒரு பளூ இறங்கியது. பளூ இருந்த இடத்தில் காட்டுத்தீ. அதன் வெக்கையில் நா குழைந்தது. நெருப்புக் குழம்பின் பிரளயப் பெருக்கில் கலங்கி மறியும் மனசை நெஞ்சு எலும்புகளுக்கிடையில் அடக்கிக்கொண்டு மழையில் நனைந்த ஒரு குருவிக் குஞ்சைப்போல் கூனிக்குறுகி உட்கார்ந்தார்.

ஒரு நெடிய வியாபார வாழ்க்கை முடிவுற்ற அந்த நிமிடத்தில் கால் பெருவிரலை ஊன்றிக்கொண்டு பல ஆண்டுகளுக்கு முன் வியாபார வாழ்க்கையைத் துவங்கிய நிமிடத்தைத் திரும்பிப் பார்த்தார்.

ஹோ! நீண்டநீண்ட பல ஆண்டுகள்!

கடற்கரையில் நெத்தோலிப் பாடுள்ள நேரம். திருமணம் நடந்து முடிந்த புதுமோடி. மடியிலிருந்து பச்சை நெத்தோலி ஏலம் போட்டு வாங்கிக் கடற்கரை மணலில் பலர் காயப்போட்டு அன்று மாலையிலேயே மறு ஏலத்தில் விற்பனை செய்வதைக் கண்டபோது ஆசை. சம்பை வியாபாரம் செய்ய வேண்டும். கருவாடு வாங்கிக் கொழும்புக்கு ஏற்றுமதி செய்தால் நல்ல லாபம் கிடைக்கும். அதற்குத் தேவையான முதலீடு கையில் இல்லை.

கதீஜாவின் கையில் கிடந்த இரண்டு கொத்துக் காப்புகளை வாங்கிப் புதுக்கடையில் செட்டியாரின் அடகுக்கடையில் அடமானம் வைத்துக்கிடைத்த பணம்தான் தன்னுடைய முதலீடு. இரயும்மன்துறையில் மடிக்கு ஏராளம் நெத்தோலி. மாலையில் ஏலம். மாலை ஏலத்தில் வாங்கிய நெத்தோலி ஒரு வள்ளத்திற்கான பாரம். சாக்கில் நெத்தோலியை நிரப்பிக்கட்டி வள்ளத்தில் ஏற்றும்போது இரவு மணி பனிரண்டு. நல்ல நிலவு. வலியாற்றில் வெள்ளப்பெருக்கு. பாரம் அதிகமானதால் வள்ளம் விளிம்புவரை தண்ணீரில் மூழ்கிவிட்டது. இரவானதால் யாரும் அதைக் கவனிக்கவில்லை. நடு ஆற்றில் வந்தபோது அலை நீர் புகுந்து வள்ளம் மூழ்கிவிட்டது. வள்ளம் மூழ்கிய இடத்தில் அடையாளத்திற்காகக் கழையை ஊன்றிவிட்டு வள்ளக்காரன் நீந்திக் கரையேறினான்.

சிப்பி மூழ்கி எடுக்கும் குழியாளிகள் புத்தன் துறையிலிருந்து வர மூன்று நாட்கள் ஆகிவிட்டன.

பலமணி நேரம் மூழ்கித் தடவிச் சரக்குகளைக் கரை ஏற்றினர்.

வெளியே எடுத்த சரக்கைக் கண்டபோது கெட்ட வாடை வீசியது. நெத்தோலியில் ஒட்டியிருந்த மணலெல்லாம் உதிர்ந்துபோய் வெளிறிக் காணப்பட்டன. போட்ட பணமெல்லாம்

போச்சு. மழைக்காரைக் கண்டபோது மேலும் கவலை. வெயில் இல்லாவிட்டால் அப்படியே குழி வெட்டிப் புதைக்க வேண்டியதுதான். நூற்றாண்டுகளுக்குமுன் ஆற்றுப் பள்ளிப் பாறையில் ஒரு மாலை நேரம் உட்கார்ந்து ஓய்வெடுத்த நாகூர் சாகுல் ஹமீது ஒலியுல்லாவிடம் தேடிய காவல் பலித்தது.

மழைக்காருகள் கலைந்தன. நல்ல வெயில் அடித்தது. இரண்டு நாள் வெயிலில் நெத்தோலி சுக்குப்போல் காய்ந்துவிட்டது. வீச்சம் போய்விட்டது. அந்தச் சரக்கை அப்படியே அனுப்ப முடியாது. மணல் உதிர்ந்து விட்டதால் அதிகம் எடைக் குறைவு வரக்கூடும். மேலும் அதே அளவு நெத்தோலி வாங்கிக் கலந்துதான் ஏற்ற வேண்டும். மீண்டும் இரண்டு காப்புகளுடன் செட்டியாரைத்தான் அணுக வேண்டியதாயிற்று.

புதுதாக வாங்கிய சரக்குடன் அதைக் கலந்து நல்லபடியாகப் பாய் போட்டுக் கட்டிக் கொழும்புக்கு ஏற்றி அனுப்பிய இரண்டு வாரங்களில் விற்று முதல் பட்டியல் கையில் கிடைத்தது. நல்ல லாபம். அந்த லாபக் கொதியால் தொடர்ந்த வியாபாரம் நீண்ட பல வருடங்கள். ஓர் ஆயுளின் ஆரோக்கியமான ஆண்டுகள். அந்த ஆண்டுகளில் இனி இழப்பதற்கு எதுவும் இல்லை. கதீஜாவின் பொன் பண்டங்கள், ஒரே மகளுக்குப் போட்டுக் காணச் சேர்த்து வைத்த நகைகள், மனைவியின் பேரிலுள்ள சொத்துகள், தம் குடும்பச் சொத்துகள், கடைசியாக அந்தியுறங்க உப்பா பேரப் பிள்ளைக்குத் தந்த இல்லடம்.

கொடும் வெயிலில், கொட்டும் மழையில், தோலைத் துளைக்கும் கடும் பனியில், ஊனின்றி, உறக்கமின்றிச் செக்கு மாட்டைப் போல் உழைத்த பல ஆண்டுகளிலான வியாபாரம் லாபமா? நஷ்டமா?

முற்றத்தில் புல் தரையில் புட்டான்கள் துள்ளித் திரிந்தன. வண்ணான் கால் கட்டை அவிழ்த்துத் துரத்திவிட்ட புண்பிடித்த ஒரு கழுதையின் எலும்புக் கூடு. அது அசைந்தசைந்து முற்றத்தில் புல் தரையில் முகம் தாழ்த்தியது. பிறகு தலையை மெதுவாக உயர்த்தியபோது அதன் கண்களிலிருந்து நீர் வடிவதை மீரான்பிள்ளை கண்டார். அதையே உற்றுநோக்கினார்.

உழைக்கவலிமைஇல்லாதபோதுயாரும்உரிமைகொண்டாட இல்லாத அநாதையான கழுதை.

மீரான்பிள்ளை கழுதை மீதிருந்து பார்வையைத் திருப்ப வில்லை. கண்களுக்குப் புலப்படாத ஏதோ ஒரு நூல் அவர் இதயத்தை அந்தக் கழுதையுடன் பிணைத்தது.

"நிங்கொ எங்கெ போயிருந்தியோ?" கதீஜா கேட்டாள். "முஞ்சிறைக்கு" பிறகு அந்த நா உயரவில்லை. தொண்டை, சப்தத்தைப் பறி கொடுத்துவிட்டது.

கதீஜா வேறு எதுவும் கேட்கவில்லை, முஞ்சிறைக்கு என்று சொன்னபோது நடுங்கவுமில்லை. பொட்டி அழவுமில்லை. இனி நடுங்குவதற்கு நெஞ்சு நரம்புகளுக்கு வலிமை இல்லை. நடுங்கி நடுங்கித் தளர்ந்து கழன்றுபோன நரம்புகள். வடிக்கக் கண்ணீருமில்லை. கண்களுக்கு பின்பக்கமுள்ள இரு குளங்களும் இறைத்து இறைத்து வறண்டுவிட்டன. தரையில் வெடிப்புகள்.

கதீஜா இடுப்பில் கட்டியிருந்த கறுப்புக் கொடியில் தொங்கிய வீட்டுச் சாவியைக் கழற்றிக் கணவனின் கையில் கொடுத்தாள். பல ஆண்டுகளாக கதீஜாவின் பொன் அரைஞாணில் தொங்கிக் குலுங்கிய சாவி. பிறகு வெள்ளி அரைஞாணில் தொங்கிச் சப்தமெழுப்பிய சாவி. கடைசியாக வளையல்காரனிடமிருந்து கையால் அளந்து வாங்கிய கறுப்புப் கயிற்றில் தொங்கி மௌனமாய்ப் போன சாவி.

"இனி இந்தத் தாக்கோல் ஈனா பீனா கூனாக்கெ பெண்டாட்டிக்கெ பொன்னரைஞாணத்திலே தூங்கட்டு." கதீஜா வீட்டிற்குள் திரும்பி நடந்தாள்.

அன்று மாலை, ஈனா பீனா கூனாவின் காரியஸ்தன் கக்கத்தில் வளைந்த பிடியுள்ள குடையை இடுக்கிக் கன்னத்தின் பக்கவாட்டில் வெற்றிலையை ஒதுக்கிகொண்டு வீட்டிற்குள் ஏறிவந்தபோது, மீரான்பிள்ளை கண்ட பாவனையைக் காட்டிக் கொள்ளவில்லை.

ஜன்னல் அழிகள் வழியாக முற்றத்தில் புல் தரையை நோக்கியபடியே உட்கார்ந்திருந்தார். கழுதை நொண்டிநொண்டி மெதுவாக நகர்ந்துநகர்ந்து சற்றுத்தொலைவில் ஒரு வாகை மரத்தின் அடியில் நின்று மீரான்பிள்ளையின் வீட்டை நோக்குவதுபோல் தலையை உயர்த்தியது. அதன் உடம்பிலுள்ள புண்களை ஈக்கள் மொய்த்தன.

காரியஸ்தன் வந்ததும் கட்டிலில் ஏறி உட்கார்ந்தான் உட்கார்ந்தபடியே வீட்டிற்குள் முற்றத்தில் வெற்றிலை எச்சிலை நீட்டித் துப்பினான். கால்மீது கால்போட்டுக் கம்பீரமாக உட்கார்ந்தான். காலரில்லாத அரைக் கைச் சட்டையின் பொத்தானை எடுத்துவிட்டான். நெஞ்சில் ஊதினான். உட்கார்ந்திருந்தவாறே கண்ணால் வீட்டைத் தடவினான். தட்டுப் பலகையை, உத்திரத்தை, வாரிக்கையை . . .

“எப்பம் ஊட்டெ விட்டு எறங்கூது?” காரியஸ்தன் கேட்டான்.

மீரான்பிள்ளை காரியஸ்தனை வெறித்துப் பார்த்தார்.

காரியஸ்தன் மடியை அவிழ்த்தான். மடியிலிருந்து ஒரு ஆமைப் பூட்டையும் சாவியையும் எடுத்துக் கட்டிலில் வைத்தான்.

மீரான்பிள்ளை பூட்டையும் சாவியையும் காரியஸ்தனையும் திரும்பத் திரும்பப் பார்த்தார், ஒரு மனநோயாளியைப் போல் பிறகு ஜன்னல் அழிகள் வழியாகத் தெருவில் பார்வையைத் திருப்பினார்.

கழுதை அங்கேயே நிற்கிறது.

இரவு கால் நீட்டிப் படுக்க இடம் தேடுதோ?

“சென்னது கேட்டுதா?” காரியஸ்தன் நினைவுபடுத்தினான்.

மீரான்பிள்ளை காரியஸ்தனை முறைத்துப் பார்த்தார்.

காரியஸ்தன் சற்றுத் தயங்கினான்.

கொஞ்ச நேரம் நிசப்தம்.

காரியஸ்தன் அந்த நிசப்த நூலை அறுத்தான்.

“நான் ... பாவம் நீங்கொ இந்த ஊட்டுலெ இருந்தா எனக்கு என்னெ, எறங்கிப்போனா எனக்கென்னே. ஒரு வாரத்திலெ மோலாளி வருவாரு. உங்களெ எறக்கி உட்டிட்டு ஊட்டெ களுவிப்போட காயிதம் போட்டிருக்காரு. மோலாளி வந்துதான் இந்த ஊட்டுலெ வச்சு மௌலூது ஓதிப் பாவங்களுக்குச் சாப்பாடு குடுக்கணும்.”

“எக்கெ மொவன் மம்மாசீம் வந்த ஒடனெ நாங்கொ ஊட்டெ உட்டு எறங்கித் தாறோம்.” சொன்னது கதீஜா, வீட்டிற்குள்ளிருந்து.

“புள்ளேய் அவன் வந்த உடனே எறங்கிருங்கோ...” காரியஸ்தன் ஆமைப் பூட்டையும் சாவியையும் கையில் எடுத்தான். குடையைக் கக்கத்தில் இடுக்கிக் கொண்டு படியிறங்கினான்.

காரியஸ்தன் இறங்கிச் சென்றதும் மீரான்பிள்ளை காறிக் கனைத்துத் துப்பினார், கோபவேசமாக.

கழுதை நகரவே இல்லை. அதே இடத்திலேயே நிற்கிறது. அந்திக் காற்றில் அதன் உடல் நடுங்குவதை மீரான்பிள்ளை கவனித்தார்.

அதன் வாழ்க்கையின் அந்திப்பொழுது.

○

தெருவில் முரசு கொட்டும் ஓசை. சிறுவர்களின் கூக் குரல். ஆனவிளுங்கி அவனுடைய கழுத்தில் தொங்கவிட்ட வட்டமான முரசில் வளைந்த கம்பால் அடித்து மக்கள் கவனத்தை ஈர்க்கிறான். பிறகு உரக்கக் கத்தினான்:

"ஊரிலுள்ள மகாஜனங்களே, இதுமூலம் உங்களுக்கு தெரியப்படுத்துவது என்னவென்றால், நம்மொ ஊர்க்காரரும், அஞ்சு ஆண்டுகளுக்கு முன் மக்கம் சென்று புண்ணிய ஹஜ் செய்தபின் முதல்முதலாக ஊர் திரும்பும் கொழும்பு வியாபாரியான அல்ஹாஜ் ஈனா பீனா கூனா முதலாளிக்கு தமது முஹல்லா சார்பாக வரவேற்புக் குடுக்க நம் ஊர் முஹல்லம் முடிவு செய்துள்ளது. கார்ஸாண்டு முதல் மாலிக் இபுனு தினார் பள்ளிவாசல்வரையும் பள்ளிவாசலிலிருந்து ஹாஜி அவர் களுடைய ஊடுவரையும் பச்சைக் கொடி தோரணம் போடவும் கடற்கரை மணல் விரிக்கவும் ஊர் மக்கள் அனைவரும் தலைவரியாக ரண்டு ரூபாய் வீதம் பள்ளியில் செலுத்த முஹல்லா தலைவர் பரீதுப்பிள்ளை முதலாளி உத்தரவு. தலைவரி செலுத்தாதவர்களை ஊர்விலக்கு செய்வார்கள் என்று இதுமூலம் தெரியப்படுத்துகிறோம். இப்படிக்கு மூனா நாவன்னா பரீதுப்பிள்ளை முதலாளி."

ஆனவிளுங்கி, தெருவில் நின்று கூவிச் சொன்ன குரல் மீரான்பிள்ளையின் காதுகளில் அலை மோதியது. மீரான்பிள்ளை காதுற்றார். முரசின் சப்தம் அகன்று அகன்று செல்வதைக் கவனித்தார்.

"இவனுக்கெ ஒரு ஹஜ், நூறு நூறாயிரம் ஹஜ் செய்தாலும் தீராத பாவம் செய்த மகாபாவி. இவனுக்கு ஒரு வரவேற்பா?" மீரான்பிள்ளையின் மனம் குமுறியது. ஆனவிழுங்கி ஒவ்வொரு முக்கிலும் மூலையிலும் நின்று முரசு கொட்டி மக்களைத் திரட்டி விளம்பரம் செய்தான். பரீதுப்பிள்ளையின் திடீர் அறிவிப்பைக் கேட்ட மக்களின் நாவுகளில் நீர் ஊற்றுகள். மூக்குகளில் நெய்ச்சோறின் கமகம வாசம். பொரித்த பப்படம். செந்துளுவன் பழம்.

ஈனா பீனா கூனா கொழும்பிலிருந்து வரும்போதெல்லாம் ஒரு பெரிய சுபுஹான மௌலூது[7] ஓதி ஊர்ச் சாப்பாடு கொடுப்பது வழக்கம். கெங்கேமன் சாப்பாடு.

ஈனா பீனா கூனாவின் மௌலூது சாப்பாடு புகழ்பெற்றது. கிராம மக்களெல்லாம் கடற்கரை வழி கைவீசி நடந்துவருவார்கள்.

7. நபிகள் நாயகத்தின் பேரில் பாடப்பட்ட புகழ்ப்பாடல்.

உச்சிவெயில் தலையைத் துளைபோடாமலிருக்கத் துண்டால் வட்டத் தலைப்பாகை கட்டிச் சாரிசாரியாய் வருவார்கள்.

இரை எடுத்துவிட்டுப் பல்லிடைகுத்தி ஏப்பம்போட்டு நெளிந்து நடப்பவர்கள். கடல்காற்றின் குளுமையில் தென்னை மரநிழலில் படுத்துறங்குபவர்கள். சொரி மணலில் குஸ்தி பிடிப்பவர்கள். வயிற்றுத் தோலில் தளர்ந்து கிடக்கும் நரம்புகள் புடைக்க உணவருந்திவிட்டு நடக்கமுடியாமல் திணறுபவர்கள். ஈனா பீனா கூனாவின் வீட்டு வாசலில் ஆட்களைக் கட்டுப்படுத்த நிறுத்தியிருக்கும் கப்படா மீசைக்காரன் சேமதின் கண்களை ஏமாற்றிக்கொண்டு வேடம் மாறி இரண்டு மூன்று தடவை உணவருந்தச் செல்லும் சில ஒஜீபன கப்பல்கள்.[8] மிச்சம் சோற்றைத் துண்டின் முனையில் அள்ளிக்கட்டிச் செல்லுபவர்கள்.

அந்தச் சுபமுஹூர்த்தம் வர மக்கள் எதிர்பார்த்தனர். அந்த நாளின் புலரியை மக்கள் கனா கண்டனர்.

காசீம் பஸ் நிலையம் வரும்போது இரவு நேரம் தாழ்ந்து விட்டது. காசீம் கையிலிருந்த தினப்பத்திரிகையைச் சட்டைக்குள் இடுப்பில் திணித்தான். இரவு நேரங்களில் மிரண்டு பாயும் இடிவண்டி எந்நேரம் வருமென்று தெரியாது. சி.பி. யின் போலீஸ் படையின் துளைத்திறங்கும் வெறிப் பார்வைகள். பேய் நாய்களைப் போல் கடித்துக் கிழிக்க அலையும் மலபார் ஸ்பெஷல் போலீஸ். சி.பி.யின் கடுமையான கட்டளை. கையில் பத்திரிகை கொண்டு நடப்பவர்களையும், சந்தேகமான புள்ளிகளையும் 'கண்டால் அறியும்' புள்ளிகளையும் பிடித்து நொறுக்கித் தெளிவெடுக்க வேண்டும்.

காசீம் கல்ரோடு வழியாக நடந்தான். பாலத்தைக் கடந்தான்.

"தம்பி..."

முக்கு திரும்பும்போது யாரோ கூப்பிட்டதுபோல். காசீம் நின்றான்.

இருவர் காசீமை நெருங்கினர். நெருங்கிவந்தபோது மீன் வாடை.

இருளில் கூர்ந்து நோக்கினார்.

மீராசாவும் மம்மாத்திலும்.

"கேட்டீளா . . ."

"என்ன . . ."

8. உணவுக் கப்பல்கள்

“ஈனா பீனா கூனா ஊருக்கு வாறாராம். ஆனவிளங்கி ஊருலெ முரசடிச்சு சொன்னான். அவரெ வரவேற்க தலவரி ரண்டு ரூவா குடுக்கணுமாம், இல்லையானா ஊர் வெலக்காம்.”

“அப்படியா ?”

“ஓ வாப்பா முஞ்சிறைக்குப் போச்சு.”

“உள்ளதா ?”

“ஓ . . .”

“ஊட்டெ வீட்டு எறங்கியாச்சா ?”

“இல்லெ.”

காசீம் சிறிது நேரம் மௌனமாக நின்றான்.

“போலீஸ் வேன் இண்ணு வந்துதா ?”

“வந்துதுண்ணா ? பகல் ரண்டு மூணு வட்டம் வந்தது. ராத்திரியும் ரண்டு மூணு வட்டம் வந்தாச்சு. போன தம்பியெ காணல்லியேண்ணுதான் நாங்கொ மோந்தி இருட்டன நேரமே இஞ்செ இரிக்கியோம்.”

“யாரையாவது புடிச்சானுவளா ?”

“இல்லெ. ஆரையோ தேடி நடக்குதானுவோ . . . செலப்பம் ஈனா பீனா கூனா கொளும்பிலெ இருந்து காயிதம் போட்டு ஓங்கெ பேரெ செல்லி குடுப்பாரு. மாறிமாறி என்னயெல்லாமோ குசுகுசுக்கானுவோ. கொஞ்சம் கவனமா நடக்கணும் தம்பீ.”

“காட்டிக்குடுத்தா குடுக்கட்டு. புடிச்சா புடிச்சிட்டுப் போட்டு. என்ன செய்ய முடியும். நா ஒருத்தன் போனா இப்பம் எதிர்ப்பு இல்லாமெ போலாம். நாளெஒருத்தன் எதிர்க்க வரமாட்டனா ?”

“வருவான்.”

“வருவவன் இவனுவளுக்கெ தாய் வேர் அறுப்பான்.”

“அப்படீண்ணா என்னெ தம்பி ? எக்கெ பீரு அடிக்கடி தாய் வேரு அறுப்பேணு செல்லீட்டெ நடக்கான்.”

“அவன் அறுப்பான். மரம் கொண்டுள்ள தொந்தரவு நீங்க, மரத்துக்கெ கொப்பெ வெட்டுனா போதாது. தளிர்க்கும். ஆணி வேரோடு புடுங்கி எறியணும். அதோடெ அந்த மரம் கொண்டுள்ள தீங்கு நீங்கும். அதுதான் தாய் வேர் அறுக்கூது.”

“மனசிலாச்சு.”

“அப்பம் ?” மீராசா கேட்டான்.

"ஈனா பீனா கூனாக்கெ காரியஸ்தனோ, அவனுக்கெ எடுபிடி ஆளுவளோ, ஈனா பீனா கூனாயோ அல்ல நமக்கு எதிரி. அவனுக்கெ பணத்திமிரும், அவன் சம்பாதிச்சு கூட்டுத தீய வழிகளும், அதுக்குத் தாளம் கொட்டுத பள்ளிவாசல் நிர்வாகங்களும். இந்த ஊரெயும் இந்த ஊர் மக்களையும் தரித்திரியத்துக்கெ வாயிலெ எடுத்து எறிஞ்சது இந்த மூணும்தான். அந்த மூணையும் ஒழிக்கணும். இதுதான் ஏழைகளாக்கப்பட்ட நம்மொ ஜன்ம எதிரிகள்."

"மனசிலாச்சி . . ." மீராசா தலையை ஆட்டினான்.

"நம்மொ ஒண்ணு சேரணும். எதுக்கணும். சப்தம் கொண்டும் சரீரம் கொண்டும்தான் இப்பம் எதுக்க முடியும். எதித்தாலும் தோல்வி நமக்குத்தான். நாளெ நமக்குத்தான் வெற்றி. மனசிலாச்சா. சுதந்திர இந்தியாவிலெ பாவப்பட்ட நமக்குத்தான் ஜயம் . . ."

"தம்பி"

"என்னெ?"

"கெடந்துறங்கெ எடமில்லெயே . . ."

"கடப்புறம் நீண்டு கெடக்குதே . . . நாளெ அதிலெ ஆளுக்கு ஒரு புரை கெட்டிக் கெடப்போம். காலம் மாறும்போ இனி பட்டா நிலத்திலெ வீடு கட்டுவோம்."

தொலைவில் இடிவண்டியின் ஹெட்லைட் தெரிந்தது. மூவரும் இருளில் மூழ்கினர்.

31

அந்தக் கிராமத்து வெண்மணலில், புல்முனை களில், பசுமையான மரத் தலைப்புகளில், புலர் ஒளியின் பொன் விரல்கள் ஓடித் திரிந்தபோது கிராமம் விழித்தது.

கொட்டாவி விட்டுச் சோம்பல் முறித்துக் கொண்டு மக்கள் இளம்வெயில் காய வெளித்தலங் களில் கவடுகளில் கைகொடுத்துக் குந்தி உட்கார்ந் திருக்கும்போது, ரங்கூன் பீர்ஷா வீட்டு வெள்ளைச் சுவரில் காவி மண் கலக்கி நெடு நீளத்தில் ஏதோ எழுதியிருப்பது அவர்களுடைய பீந்தை ஒட்டிய கண்களுக்குத் தெரிந்தது. சிலர் பீந்தையை விரல் முனையால் தோண்டி எடுத்துத் துண்டில் துடைத்துக் கொண்டு கூர்ந்து பார்த்தனர். புருவங்களில் சுருக்கங்கள். புரியவில்லை. போர்த்தியிருந்த துண்டிற்குள் சுருண்டு ஒதுங்கினர்.

தலையைத் துணியால் மறைத்து சுப்ஹு தொழ போனவர்களும் தொழுதபின் திரும்பியவர்களும் பள்ளிச் சுவரைப் பார்த்தபோது ஒரு மின்தாக்கம் ஏற்பட்டதுபோல் திடுக்கிட்டனர். பள்ளிச் சுவரிலுமா?

சர்வ சக்தனாகிய அல்லாஹுவின் திரு இல்லச் சுவரில் காபிரீங்களின் காவியால் எழுதப்பட்ட நீண்ட வரிகளில் கண்களை ஓட்டினர். ஒரு அற்றம் முதல் மறு அற்றம் வரை. சிலர் வாசிக்க முனைந்தனர். ஒரு பிடிப்புமில்லை. அங்கொன்றும் இங்கொன்று மாகச் சில எழுத்துகள் மட்டும். முன்னால் எங்கோ பார்த்த நினைவிலுள்ளவை.

"எந்த இபுலீஸுக்குப் பெறந்த பயன் இந்தப் பள்ளிச் சுவரெ நாசக் கோட்டயாக்கி நஜீசாக்கிப் போட்டிருக்கான்?" ஒருவருக்கொருவர் நோக்கினர்.

"என்னெ எளுதியிருக்கு... மஅனா[1] தெரியுதா..?"

---

1. பொருள்

“இஞ்செ ஆருக்குத் தெரியும்?” கையை விரித்தனர்.

“முஹல்ல நிர்வாகமே . . .

இந்தக் கிராமத்து மக்களைச் சுரண்டிக் கொள்ளை போட்டு இந்தக் கிராமத்தையே வறுமைக்குழியில் தூக்கி வீசிய கொடுங்கோலன் ஈனா பீனா கூனாவுக்கா வரவேற்பு? அந்த அநியாயக்காரனை வரவேற்கப் பாவங்களை மிரட்டித் தலைவரி திரட்டாதே . . .”

நேரம் லுஹர் – மதியம் ஆனதும், சுவர் வாசகத்தின் பொருளை மக்கள் உணர்ந்தனர், உணர்ந்த மக்கள் கோபத்தால் ஜொலித்தனர். பற்களை நெரித்தனர். பரீதுப்பிள்ளை சினம்கொண்டு சீறினார்.

மக்களிடையே கொந்தளிப்பு.

மக்கமா நகர் சென்று ஹஜ் எனும் புனிதக் கடமையை நிறைவேற்றி, அன்று பிறந்த குழந்தையைப் போல் பாவமற்றவராய்த் தாயகம் திரும்பும் அல்ஹாஜ் ஈனா பீனா கூனா முதலாளியைக் கொடுங்கோலன், அநியாயக்காரன் என்று கூப்பிட்டவனைச் சும்மாவிடக் கூடாது. எழுதிய கையை முறிக்க வேண்டும். சொன்ன நாக்கைத் தறிக்க வேண்டும். வெள்ளிக்கிழமை ஜூம்ஆ பள்ளியில் கூப்பிடவிட்டு விசாரித்துத் தகுந்த தண்டனை கொடுக்க வேண்டும். மக்களின் வீராவேசப் பட்டாசுகள்.

மாலிக் இப்னு தீனார் ஒய்வெடுத்து ஆயிரமாண்டு காலப் பழக்கமுள்ள கறுத்த கல்லில் பரீதுப்பிள்ளை தளர்ந்து உட்கார்ந்தார். நெற்றி வேர்த்தது. உடல் வேர்த்தது. வழுக்கை உச்சி வேர்த்தது. தலைக்குள் நெஞ்சுக்குள் புகையும் கொதிக்கும் சிந்தனையின் நீராவி.

இவனெ என்னெ செய்வது?

பெரும் தொல்லை. தன்னுடைய ஒவ்வொரு திட்டத்தையும் கடுமையாகச் சாடுகிறான். எதிர்க்கிறான். ஊர்ச் சட்டங்களை மீறுகிறான். இந்த ஊரின்மீது தனக்குள்ள அதிகாரத்தையே கேள்வி கேட்கிறான். பல தடவை தலைகுனிய வைத்துவிட்டான். இவனை இப்படியே விடக்கூடாது. முளையிலேயே கிள்ளி எறிய வேண்டும்.

எப்படி?

எப்படி இந்த நஜீஸை ஒழித்துக் கட்டுவது?

சுவரில் எழுதியதைப் பற்றிக் கூடி முடிவெடுக்க அன்றைய தினமே முஹல்லா நிர்வாக உறுப்பினர்கள் நாற்பது பேரும் கூடினர். பரீதுப்பிள்ளையை அனுசரித்துப் போகக்கூடிய நாற்பது

ஆட்டுக்குட்டிகள். பரீதுப்பிள்ளையின் பின்னால் 'ம்பே ம்பே' என்று கத்தித் திரியும் பால்குடி மாறாத ஆட்டுக்குட்டிகள்.

மாலிக் இபுனு தீனார் பள்ளியில் உள் தளத்தில் கோரம்பாயில் வட்டமாக உட்கார்ந்தனர். காசீமை ஒழித்துக்கட்ட பல வழிகளையும் ஆராய்ந்தனர். பல மணி நேரம் நீண்டுபோன சர்ச்சைகள்.

"இதுதான் ஒரே வளி. வேறெ வளியே இல்லை." பரீதுப்பிள்ளை முடிவாகச் சொன்னபோது ஒவ்வொரு தலையும் அசைந்தது. அசைந்த தலைகளில் நெற்றி மேல் அல்லாஹுவை சுஜூது[2] செய்த கறுப்புத் தழும்புகள். நாளை மஹ்சர் மைதானி[3]யில் கேள்விக்கணக்கின்போது, இந்தத் தழும்புகள் ரத்னக் கற்கள் போல் ஜொலிக்கும்.

☾

புரைகள் கட்டுவதற்கான கம்பும் ஓலையும் கடற்கரையில் சுமந்துகொண்டு போட்டது மீராசாவும் மம்மாத்திலும் பீரும் சேர்ந்து. கடலில் பெரும் அலைகள் அடிக்கும்பொழுது கடல் நீர் புகாத ஓரளவு பாதுகாப்பான சற்று மேடான இடத்தைத் தேர்வு செய்தனர். அடார்த்தியாக வளர்ந்தோங்கி, குலைகுலையாகக் காய்த்து நிற்கும் ஈனா பீனா கூனாவின் பட்டா நிலத்தின் தெற்கு எல்லை வேலியை ஒட்டிய கடற்கரைப் புறம்போக்கு.

திருவனந்தபுரத்தில் ஸ்ரீ பத்மநாப சுவாமி கோயிலுக்குள் கருவறையில் 'அனந்த சயனம்' கொள்ளும் ஸ்ரீ அனந்த பத்மநாபனுக்குச் சொந்தமான புறம்போக்கு நிலத்தில் புரைக்குக் கால் நாட்டினர். மூங்கில் கம்புகள் குறுக்காகவும் நெடுக்காகவும் வைத்துக் கட்டினர். ஓலையைப் பரப்பினர். எல்லாம் சில மணி நேரம் கொண்டு.

மழையில் நனையாமல், வெயிலில் சுருளாமல், காற்றில் பதறாமல், பனியில் நடுங்காமல், கால் மடக்கிச் சுருண்டுறங்க ஒரு சொந்த இடம் என்ற நிலையில் இரு புதுக்கூரைகள்.

"உம்மச்சா கடப்புறத்துலெ பெர கெட்டியாச்சு." காசீம் உம்மாவை ஆறுதல்படுத்தினான்.

ராஹிலா சற்று விலகிநின்று பார்வையை எங்கோ செலுத்தினாள். அந்தப் பார்வை ஏதோ அனந்த தொலைவில் எதையோ தேடுவது போலிருந்தது.

காசீம் அவளை மௌனமாகப் பார்த்தான். அவளுடைய தனிமை ஏக்கத்தின் உட்பொருள் புரிந்து அந்தப் பார்வையில்

---

2. தரையில் நெற்றி பதிப்பது
3. மறுமையில் மக்கள் ஒன்றுகூடும் மைதானம்

எழுதிய சோகக் கவிதை வரிகளை வாசித்து, அந்தச் சோகலயத்தில் சற்று நேரம் அப்படியே நின்றான். நெஞ்சிற்குள் ஏதோ வந்து அழுத்துகிறது. அந்த அழுத்த சக்தியைத் தாங்க முடியாமல் முகத்தைத் திருப்பினான்.

“தங்கச்சி, நீ வருத்தப்படாதே. நமக்கு முன்னே காலம் நீண்டு கிடக்குது.”

காசீம் சொன்னதைக் கேட்டபோது அவளுடைய கண்களின் அணைச் சுவர்கள் வெடித்துச் சிதறின. சீறிப் பாய்ந்த கண்ணீரில் எதிர்காலம் இருண்டது. முகத்துக்கு முகம் தெரியாத காரிருள். இருட்டில் தடவி நடக்கும் உம்மாவும் வாப்பாவும். தளர்ந்துபோன இரு பலிமிருகங்கள்.

“நமக்கு நாளெ காலமெ கடப்புறத்திலெ பெரயிலெ மாறித் தங்குவோம்.”

“நாளெ செவ்வாச்செ இல்லியா ?”

“நாளும் நச்சத்திரமும் பாத்துதான் இந்தக் கதிக்கானோம். வாப்பா கருவாடு கட்டு கொளும்புக்கு ஏத்தும்பளும் நாளும் நட்சத்திரமும் பாத்துதான் ஏத்திச்சு.”

“ஒரு இல்லடம் விட்டு வேறெ இல்லடத்துக்குப் போவூதில்லியா.”

“செரி. பொதனாச்சய்க்கே போவாம்.”

புதன் கிழமை புலர்வதற்காக எல்லோரும் பாய்விரித்தனர். காசீம் அன்று வழக்கத்திற்கு மாறாக நேரமே வீட்டை அடைந்தான். அதிகாலையில் எழும்ப வேண்டியிருப்பதால் சீக்கிரமே பனை ஓலைப் பாயில் சுருண்டுறங்கினான்.

உறக்கம் ஏனோ மீரான்பிள்ளையின் இமைகளிலிருந்து விலகி நின்றது. விலகிநின்று அவரை வக்கனம் காட்டியது.

மீரான்பிள்ளை கட்டிலில் முட்டுக்கட்டி உட்கார்ந்தார். இடையிடையே வீட்டிற்குள் காதைக் கொடுத்துச் சில சலனங்களை உற்றுக்கேட்டார்.

எல்லோரும் ஆழ்ந்த நித்திரையில். ஆண்டாண்டுக் காலமாகப் படுத்துறங்கிய வழுவழுப்பான சிமெண்டு தரை பகிர்ந்து கொடுக்கும் குளிர்ச்சியின் கடைசிச் சுகானுபவம்.

சுடுகாட்டு ஆற்றின் அக்கரையில் சாய்ந்த கொல்ல மாமரத்தின் கீழ்ப் பகுதியிலுள்ள பாறைக் கூட்டங்களின் மீதிருந்து வரும் ஓநாய்களின் ஓலம். நிழல்களைக் கண்ட தெரு நாய்களின் குரைப்பு. பாதிராக் காற்றில் குருத்து ஓலைகள் ஒன்றோடொன்று உராயும்

தாளம். சுவரின் வெடிப்புகளிலிருந்து சில்லூருகள் இசைக்கும் ரீங்காரம். அந்த அந்திய யாமத்தின் நெஞ்சிடிப்புகள்.

ஒரு நெடிய பரம்பரை வாழ்ந்து கை கெட்டபின் பாதம் வெளியே தூக்கிவைக்கப் போகும் நாளின் கடைசி யாமம். அதன் நாடித் துடிப்பைக் கூர்ந்து கேட்டபடியே உட்கார்ந்தார். நிமிடத்துக்கு நிமிடம் அவருடைய நெஞ்சத்தின் இடையேயிருந்து குமிழியிட்டு உயரும் தேம்பலைச் சிரமப்பட்டு அடக்கிக்கொண்டார்.

ஜன்னல் வழியாக வெளியே உற்றுப் பார்த்தார், கும்மிருட்டு. வாகை மரத்தின் கீழ் நின்றிருந்த கழுதையை நினைத்தார். அதன் கறுப்புக் கண்களிலிருந்து வடிந்த ஜீவநீரைப் பற்றி நினைத்தார். அந்த நீர்வழியாக அணுஅணுவாய்ப் பிரியும் அதன் உயிரைப் பற்றி நினைத்தார். தாங்கமுடியாத பெரும் பளுவை முதுகில் ஏற்றி மைல் கணக்கில் நடந்த அதன் ஆரோக்கியமான நாட்களை நினைத்துப் பார்த்தார். அந்தப் பளுவைத் தாங்கியதால் ஏற்பட்ட புண்ணால் முதுமையால் ஆரோக்கியம் கெட்டபோது அதன் கால்கட்டுகளை அவிழ்த்து உதைத்து வெளியே பற்றிவிட்ட நன்றிக் கேட்டை நினைத்துப் பார்த்தார்.

அந்தக் கழுதைக்கும் தமக்கும் இடையேயுள்ள வேறுபாடுதான் என்ன? உழைத்துழைத்து உக்கிப்போய் நோய் பிடித்து வெளியேற்றப்பட்ட நாலுகால் மிருகம் அது. தாமோ? உழைத்து உழைத்து வஞ்சிக்கப்பட்டு வெளியேற்றப்படும் அந்திம வினாடியில் நிற்கும் இருகால் மிருகம்.

மீரான்பிள்ளையின் கண்களிலிருந்து அவரை அறியாமலேயே குடுகுடுவென விழிநீர் வழிந்தது. ஒரு நீண்ட வாழ்க்கையின் கடைசி அத்தியாயங்களை மனசில் புரட்டியபோது ஒழுகி இறங்கிய சுடு கண்ணீர். கதீஜாவை நிக்காஹ் செய்த வியாழன் அஸ்தமித்த வெள்ளி இரவு. அந்த மாதவ இரவில் கியாஸ் விளக்கின் ஸீ...ஸீ...என்ற இன்பமான தாள ஒலி. கழுத்தில் போட்டிருந்த பிச்சிப்பூ மாலையின் நேர்த்தியான வாசம். அந்த வாசனை லகரியில் கதீஜாவின் மாமிசத் துடிப்புள்ள கன்னத்தில் தடவியபோது நரம்புகளில் ஏற்பட்ட சிலிர்ப்பு. அவளுடைய சுருமா கண்களைக் கண்களால் துளைத்த போது அந்த உதடுகளில் வாசல் திறந்த சொர்க்கம். இதற்கெல்லாம் மௌன சாட்சிகளாக நின்றிருந்த இந்த வீடும் இதன் சுவர்களும். அன்றைய சிரிப்பொலிகளை எதிரொலிக்கச் செய்த சுவர்களும் தூண்களும் தட்டுப் பலகைகளும். காசீமைப் பிரசவித்த நாள். ராஹிலாவைப் பிரசவித்த நாள். அந்த நாட்களில் கதீஜாவின் இன்ப வேதனை நெளிச்சலுக்கு மறைவாக நின்ற அறைகள். குழந்தைகள் தவழ்ந்த நடுத்திண்ணை. மணித் தண்டை அணிவித்த

துறைமுகம்

குழந்தைக் கால்கள். தத்தித்தத்திக் கன்னி நடை பயின்ற நடுமுற்றம். காசீமையும் ராஹிலாவையும் செல்லமாகத் தாலோலமாட்டி வளர்த்த நாட்கள். எத்தனை எத்தனை நினைவுகள். துக்கத்தின் இனிமையான நினைவுகள்.

மீரான்பிள்ளை கட்டிலிலிருந்து எழுந்தார். வீட்டிற்குள்ளே சென்றார். கதீஜா ராஹிலாவை அணைத்துக்கொண்டு கிடப்பதைக் கண்டார். சிறிதுநேரம் அப்படியே நின்றுவிட்டார். அந்தத் தலைமுடி நரைத்துப்போன, எலும்பு உருவத்தில், சுருண்ட வார்கூந்தலையும் மாமிசக் கதுப்பழகையும் கண்டார். கன்னக்குழியுடைய பதினேழு வயசுக்காரியைக் கண்டார். தொட்டிலில் பிஞ்சு விரலை சூம்பிக்கிடக்கும் ராஹிலாவைக் கண்டார்.

காசீமின் பக்கம் வந்தார். காசீம் திரும்பிப் படுத்துக் கொண்டான். ஒரு கனமான பாரத்தைச் சுமக்கப்போகும் அவனுடைய குழந்தைப்பருவச் சேட்டைகளைப் பற்றிய நினைவில் சிறிது நேரம் காசீமை நோக்கியபடியே நின்றார்.

தென்னை மட்டைகளில் மாட்டுவண்டி செய்து கயிறு கட்டி இழுக்கும் காசீம். ஒரு தடவை ஒரு நோன்புப் பெருநாளை முன்னிட்டு இரண்டு கோழிகளை வாங்கிக் கட்டிப்போட்டிருந்தது. மட்டையில் செய்த மாட்டுக்குப் பதிலாக இரு கோழிகளையும் பிடித்து அதன் கழுத்துகளை மட்டையின் குறுக்காக வைத்திருந்த கம்புடன் சேர்த்து இறுகக்கட்டி வண்டி இழுத்தான். செத்து மலர்ந்த கோழிகளைப் பார்த்துக்கோ கைகொட்டிச் சிரித்து ரசித்த அவனுடைய பாலியகால விளையாட்டுகள். சேட்டைகள்.

“மோனே ...” மனசிற்குள் ஒரு பாச அருவி ஓசையில்லாமல் ஒழுகியது.

மீரான்பிள்ளைகொந்தளிக்கும் உணர்ச்சிகளை அடக்கிக் கொண்டார். நிரம்பிநின்ற கண்களை ஒத்தினார். வாசல் பக்கம் வந்தார். வாசல் கொண்டியை எடுத்தார்.

முற்றத்தில் வால் சுருட்டி உயர்த்தி முறைக்கும் மதம் பொட்டிய கும்மிருட்டு.

வாசலை மெல்ல அடைத்துவிட்டு முற்றத்தில் இறங்கினார். கால் கட்டை அவிழ்த்து வெளியேற்றப்பட்ட கழுதையின் நீர் வடியும் பார்வை மனசிலிருந்து நீங்கவில்லை.

“நானும் உன்னைப்போல்தான்.” இறங்கி நடந்தார். அந்தத் தளர்ந்த வயோதிகக் கால்களுக்கு ஒரு பதினாறு வயதுப் பையனின் விறுவிறுப்பு கிடைத்தது எப்படியோ? பாதி ரா காற்றின் கடும்

குளிரைப் பொருட்படுத்தவில்லை. முன்னால் மலை போல் உயர்ந்து காணப்பட்ட இருட்டைக் கிழித்துக்கொண்டு முன்நோக்கி நடந்தார். நாற்பது வெள்ளை யானைகளுடன் பள்ளிவாசல் கட்ட வந்த மாலிக் இபுனு தீனாரின் பாதத் தடங்கள் பதிந்த அந்தக் கிராமத்து மண்துகள்கள், நடுக்கத்துடன் வாசித்துக்கொண்டிருந்த ஆயிரமாயிரம் அத்தியாயங்கள் கொண்ட அந்த இதிகாசத்தின் கடைசிப் பக்கம் புரள்வதை அந்த நடுநிசி இருள் பார்த்து நின்றது.

மா இப்னு மாலிக் தீனார் பள்ளியிலிருந்து சுப்ஹு பாங்கோசை உயரும் முன் கதீஜா விழித்தாள். ராஹிலாவை உணர்த்தினாள். செப்புக்குடத்தில் கிணற்றிலிருந்து நீர் நிரப்பினாள். நிரம்பிய குடத்தை நடுத்திண்ணையில் வைத்தாள்.

படுத்துறங்கிக் கிடக்கும் வாப்பாவை உசுப்ப ராஹிலா திண்ணைக்கு வந்தாள்.

வெறுமையான கட்டில். சுருட்டிவைத்த பாய்.

வெளியே செல்லும் வாசல் திறந்து கிடப்பதைக் கவனித்தாள். வாப்பா சுபஹுக்கு முன் ஒருபோதும் வெளியே போவதில்லையே?

“உம்மா வாப்பாயெ காணயில்லெ.” ராஹிலா கூப்பிட்டுச் சொன்னாள். கதீஜா வந்தாள். வீட்டின் பின்பகுதியெங்கும் தேடிப் பார்த்தார்கள்.

இல்லை.

காசீமைத் தட்டி எழுப்பினாள்.

“வாப்பாயைக் காணயில்லெ.”

காசீம் பதற்றத்துடன் வாப்பாவின் கட்டிலைப் பார்த்தான். சுருட்டிவைத்த பாயைக் கண்டான். உம்மாவையும் ராஹிலாவையும் மாறிமாறிப் பார்த்தான். திசையில்லாமல் முசாபராய்ப் போன மம்மாத்திலின் வாப்பாவின் கதை நினைவுவந்தது. உம்மாவையும் ராஹிலாவையும் ஆறுதல்படுத்தினான்.

“வாப்பா எங்கேயும் போவாது. வரும், நீங்கோ ஓதுங்குங்கோ.”

ஒரு வீட்டிலிருந்து வேறு வீட்டிற்குக் குடிசெல்லும்போது சுபஹு பாங்கொலி காதில் விழுந்துகொண்டிருக்கையில் இடுப்பில் நிறைகுடத்துடன் புது வீட்டை நோக்கிச் செல்ல வேண்டும். அதுதான் மரபு.

பாங்கொலி கேட்டதும் காசீம் ராந்தல் விளக்கைக் கையில் தூக்கிப்பிடித்தான்.

"இறங்குங்கோ."

ராஹிலா இடுப்பில் குடமும் தண்ணீருமாகக் காக்காவின் பின்னால் சென்றாள். கதீஜா பால் காய்ச்சுவதற்கான சாமான்களைத் தன்னோடு எடுத்துக்கொண்டாள். வீட்டை விட்டுக் கால்களை வெளியே வைக்கும்போது அவள் கண்கள் நனைந்தன.

அன்றைய அதிகாலையிலேயே மம்மாத்திலும் புதுக் குடிசையில் குடியேறினான்.

குடிலுக்குள் ராந்தல் ஒளி பரவியது.

நடு வீட்டில் கூட்டடுப்பு பற்றவைத்துப் பால் சுடவைத்துப் பாளையன் கோட்டன் பழம் சீவிப் போட்டனர்.

மீரான்பிள்ளையின் வரவிற்காக எதிர்பார்த்தனர்.

இளம் வெயில் மூத்தது. கடல்புரம் மணலுக்குச் சூடு கூடியது. நேரம் வெளுத்ததும் கடல் காகங்கள் பறக்கத் துவங்கின. கள்ளப் பருந்துகள் வானில் வட்டமிட்டன.

கடலின் அனந்த விசாலத்தில் சில வள்ளங்களும் கட்டுமரங்களும் நகர்ந்தன. மீனவர்கள் கரையில் நின்று தோளில் கிடந்த துண்டை எடுத்து வீசிவீசி அந்த வள்ளங்களுக்குத் திசை காட்டும் பரபரப்பில்.

கடல் திரைகள் ஓங்கி உயர்ந்து அடித்தன. அலைநீர் கரைக்கு மேல் காய்ந்த மணல்வரை புகுந்தது. கரையில் ஆங்காங்கே காய்ந்து சொட்டிப்போய்க்கிடந்த நொங்குக் கூந்தைகளையும் குடல் வெளியேறிக் கிடந்த பேத்தை மீன்களையும் புதுக் குடிசைகளுக்கு முன் குவித்தது. நண்டுகள் ஓடி ஒளிந்துகொண்ட பொந்துகளிலிருந்து நீர்க் குமிழ்கள் மேல்நோக்கிப் பொங்கின. நீருடன் ஒழுகிய மணல் கொண்டு மூடப்பட்ட பொந்துகளிலிருந்து நண்டுகள் தலைகளை வெளியே நீட்டின. முன்னும் பின்னுமாக ஓடி நடந்தன.

மீண்டும் ஒரு பெரிய அலை ஓங்கி அடித்துக் கரையைப் பார்த்து அலறி வந்தது. துணி வீசிக் காண்பித்து நின்றிருந்த மீனவர்கள் பயந்து பின்வாங்கினர். அந்தப் பெரிய திரை ஒரு மனித சடலத்தைக் கரை ஏற்றிவிட்டு திரும்பிப்போனது.

மீனவர்கள் சடலத்தை வளைத்து நின்று பார்த்தனர்.

மீன்கள் கொத்திச் சதை கழன்று தொங்கும் உறுப்புகளுடனான ஒரு ஆண் சடலம்

கூர்ந்து நோக்கினார்கள்.

கவுரியல்!

எல்லோரும் திடுக்கிட்டுப்போயினர்.

முட்டளவு காக்கி நிக்கர் போட்டுச் சிவந்த முனையுள்ள காக்கி நிறத் தொப்பி மாட்டிய போலீஸ்காரர்கள் கடற்கரைக்கு விரைந்தனர். சடலத்தைக் கைப்பற்றினர். அரசு மருத்துவமனையிலுள்ள டாக்டர் பிரேத பரிசோதனை செய்தார்.

புதுக் குடிசைகளுக்கு நேர் கீழ்ப் பக்கமுள்ள செமித்தேரியில்[4] கவுரியல் தனக்காகப் பறித்த குழியில் அவனுடைய சடலத்தைப் போட்டு மண்ணிட்டு மூடினர். மனிதா, நீ மண்ணிலிருந்து படைக்கப்பட்டவன். நீ மண்ணிற்கே திரும்பிச் செல்கிறாய்.

நாட்கள் மூன்று கடந்ததும் மீரான்பிள்ளை திரும்பி வரவில்லை. மூன்று நாட்களான பின்னும் அந்தப் புதுக் குடிசைக்குள் அடுப்பில் தீ எரியவில்லை. நெஞ்சங்கள்தான் எரிந்தன.

பீரு கடற்கரை குருத்து மணலில் தலைகுத்திக் கரணமடித்தான். மம்மாத்தில் சர்க்கரைக் கஞ்சிப் பானையைத் தூக்கிக் கொண்டு கடற்கரை நீளத்தில் ஒவ்வொரு குடிசையையும் பார்த்துக் கூவினார்.

“சர்க்கரைக் கஞ்சி”

காலியான கஞ்சிப் பானையைக் கொண்டு மம்மாத்தில் வீட்டிற்குள் நுழைந்தார். சற்றுத் தொலைவிலுள்ள நுளக்குடிக் கிணற்றில் சென்று கைகால்களை அலம்பினார்.

காசீம் பல இடங்களுக்குச் சென்று வாப்பாவைத் தேடிப் பார்த்தான். பயனில்லை. நிராசையுடன் வீட்டை அடைந்த நேரம்.

பகல் சூடு தணிந்த கடற்கரை மணலில் தலை குத்திக் கரணமடித்துக்கொண்டிருந்த பீரின் சிறு கண்களுக்குத் தொலைவில் காக்கி உடை தெரிந்தது. காக்கித் தொப்பியின் கூரிய முனையில் சிவப்பு. பீருக்கு பெரும் ஆச்சரியம். ஆனால் ஒரு நடுக்கமும்.

ஜூப்பா அணிந்த ஒருவரும் உடன் வருகிறார். கக்கத்தில் குடையைஇடுக்கிக்கொண்டுஈனாபீனாகூனாவின்காரியஸ்தனும்– எடுபட்ட சைத்தானும்.

---

4. மய்யவாடி

என்ன எளவுக்குத்தான் வரியானோ?

பீரு திடுக்கிட்டு நின்றான்.

"வாப்பா . . ." பீரு கூப்பிட்டான்.

துண்டால் முகத்தைத்துடைத்துக்கொண்டிருந்த மம்மாத்தில் உள்ளே நின்றபடியே கேட்டார்.

"என்னடா?"

"இஞ்செ வந்து பாருங்கொ."

மம்மாத்தில் தலைவாரிக் கம்பில் இடிக்காதபடி குனிந்து வெளியே வந்தார். பீருவிரல் சுட்டிக்காட்டிய திசையை நோக்கினார்.

காரியஸ்தனும் பார்வர்த்திக்காரரும்[5] இரண்டு போலீஸ்காரர்களும். மம்மாத்தில் எதுவும் புரியாமல் பக்கத்திலுள்ள குடிசையை நோக்கிக் குரல் கொடுத்தார்.

"தம்பி காசீம் . . . இஞ்செ வந்து ப்ாரு."

காசீம் தலைகுனிந்தபடி வெளியே வந்தான். அவனும் எதுவும் புரியாதவாறு மேற்குத் திசையை நோக்கி நின்றான். நெஞ்சங்களில் படபடப்பு. எதுக்குத்தான் வாறானோ?

"ஏய் இந்த சர்க்கார் புறம்போக்கிலே அனுவாதமில்லாதெ வீடுகட்டினது ஆராணுவ்வா?" ஒரு போலீஸ்காரன் அவனுக்குரிய கவுரவத்துடன் மிரட்டினான்.

"நான்தான் கெட்டினேன் ஏமானே . . ."

"ஆருட்டெ அனுவாதம் வாங்கிக் கட்டினா?"

"இது சர்க்கார் புறம்போக்கு நிலம். நிலமும் வீடும் இல்லத்த பாவப்பட்ட நாங்கொ சர்க்கார் நிலத்திலெ இல்லாமெ வேறு எங்கெ வீடு கெட்ட?"

"இந்தப் புறம்போக்கு நிலம் . . . இதுக்குப் பக்கத்துலெ உள்ள பட்டா நிலத்துக்குச் சொந்தக்காரருக்கு உரிமைப்பட்டது. தெரியுமா? வீட்டெ பிரிச்சு மாற்றி வேறெ எங்கேயாவது கொண்டு போய்க் கெட்டு."

"வேறெ எங்கெ கெட்ட? இந்தக் கணக்கிலெ எந்த சர்க்கார் புறம்போக்குக்கெ பக்கத்திலையும் ஒரு பட்டா நிலம் உண்டு . . . ஒரு புல்லுகூட முளைக்காத இந்தக் கடப்புறத்தைக்கூடெ சொந்தம் கொண்டாடுவங்களுக்கு நிங்கொ பக்கபலமாக வந்தா பாவப்பட்ட நாங்கோ எங்கெயாக்கும் அந்தி உறங்கூது, ஏமானே?"

---

5. கிராம அதிகாரி

“அதுமிதும் பேசண்டாம். மரியாதய்க்கு நாளையே வீட்டெ பிரிச்ச மாற்றிக்கோ . . . இல்லெயானா போலீஸ்காரங்கொ மட்டுமாறும் . . .” எச்சரித்தான்.

“அப்படிச் செல்லுங்கோ அங்ஙத்தே . . .” காரியஸ்தன் சொன்னான். மேலும் தொடர்ந்தான்.” அங்ஙத்தே ... இவன் ஆளு சாமானியப்பட்டவனில்லே . . . பெரிய விப்ளவகாரி[6]”

“அப்படியாடா . . .” போலீஸ்காரன் காசீமை முறைத்தான்.

“ஆமா நா விப்ளவகாரீதான். அனியாயத்துக்கு எதிராகப் போராடுவேன்.”

“புன்னப்றா வயலார் சமரத்திலெ[7] நீ புடி கிட்டாப் புள்ளிப் போலெ தெரியுதே.”

“அப்படித் தெரிஞ்சா புடிச்சிட்டு போங்கொ ஏமானே.”

“அதுக்கு நேரம் வருமெடா. கம்பி எண்ணாதெ. மரியாதய்க்கு புரயெ பிரிச்சு மாற்றிக்கொ.” போலீஸ்காரன் கப்படா மீசையை முறுக்கினான்.

பார்வர்த்திக்காரர் ஒரு பெரிய காகித மடிப்பை விரித்துப் போலீஸ்காரரிடம் காட்டிச் சொன்னார்.

“இந்த சர்வே, ஈனா பீனாகூனா முதலாளிக்கெ பட்டா. இதெ தொட்டாக்கும் இந்தக் கடற்கரை புறம்போக்கு. இந்தப் புறம்போக்குக்கெ உரிமை இந்தப் பட்டா பூமிக்காரனுக்குத்தான். தாலூக்கிலெ இருந்து இந்தப் பட்டா பூமிக்காரன் பேரிலெ ரெவனியூ நடவடிக்கை எடுத்து இந்தப் புறம்போக்கெ அவருக்குப் பதிச்சு குடுப்போம்.”

காசீமுக்குக் கோபம் பொத்தென்று வந்தது.

“ஓஹோ உள்ளவனுக்குத்தான் மேலும் மேலும் நிலங்களைப் பதிச்சுக் குடுப்பீளோ. இல்லாதனுக்கு ஒரு விரல் ஊணுதுக்குக்கூட இடம் குடுக்க மாட்டீளோ?”

“பொத்தடா வாயெ.” போலீஸ்காரன் உறுக்கினான். “நாளெ இந்த இடத்திலெ இந்த ரண்டு பெரயும் காணக் கூடாது. சொல்லிப் போட்டேன்.” எச்சரிக்கை செய்தான்.

போலீஸ்காரன் தொப்பியைக் கழற்றி மீண்டும் தலையில் கவிழ்த்தினான்.

---

6. புரட்சிக்காரன்
7. போராட்டத்திலெ

“யாமானே கருக்கு[8].” காரியஸ்தன் குனிந்து பணிவுடன் நீட்டினார்.

“இப்பம் வேண்டாம் சாயிப்பே.” காசீமுக்கு நேராக விரல் சுட்டிச் சொன்னான். “டேய், சாயங்காலம் ஸ்டேசனுக்கு வந்து யாமானெப் பாரு.”

காசீம் எதுவும் பேசவில்லை. தலைக்குள் பற்பல சிறகோசைகள்.

நடந்துசெல்லும் போலீஸ்காரர்களையும் பார்வர்த்திக்காரரையும் காரியஸ்தனையும் இமை மூடாமல் நோக்கி நின்றான். நெஞ்செலும்பிற்குள் இரைப்பு. இங்கையுமா கிடக்க உடமாட்டான்?

“தம்பி . . .” மம்மாத்தில் கூப்பிட்டார்.

“உம் . . .”

“இந்தப் புல்லு முளைக்காத்த கடப்புறத்திலையும் கெடக்க உடமாட்டான் போலெ தெரியுதே . . .”

“உடமாட்டான் . . .”

“என்ன செய்ய?”

“பெரயெ பிரிக்கண்டாம். வாறதெ பாப்போம். இப்பம் நமக்குத் தேவை கெடக்கூதுக்கு ஒரு இடம். ஜெயிலெ கெடப்போம். வேறெ வழி இல்லெ. பாம்பு துரத்தியிட்டே வருதே . . .”

“துரத்துத பாம்பெ அடிச்சுக் கொல்லணும்.”

“அதுதான் தாய் வேர் அறுக்கூது.”

“ஓஹோ அப்படியா சங்கதி . . ?” மம்மாத்தில் கொஞ்சம் நேரம் பேசாமல் நின்றார். அவருடைய பார்வை கடலின்மீது, தொடுவானக் கோட்டிற்கும் அப்புறம். அங்கு ஒரு நாடு உண்டு. சிலோன். அதன் தலைநகரம் கொழும்பு. அங்குள்ள நெருக்கடி நிறைந்த தெருக்கள். அதில் ஒரு தெருவில் ஒரு கடையில் நாற்காலியில் சாய்ந்து உட்கார்ந்து ‘குடைவண்டி’ தடவும் வழுக்கைத் தலையுள்ள ஈனா பீனா கூனா. அவருடைய உரோமம் படர்ந்த வெள்ளை நிறக் குடை வயிறு. மம்மாத்திலின் கண்கள் ஜூவாலை விட்டு எரிந்தன. நரம்புகள் இழுபட்டு முறுக்கேறின. மனசிற்குள் ஆயிரமாயிரம் பயங்கரச் சித்திரங்களின் ஊர்வலம். ஒரு நெடுநீளமான கத்தி. சொரியும் குடல். கொப்பளிக்கும் இரத்தம்.

கடலில் புரண்டு கரையை நோக்கி வீசிய ஈரக்காற்றில் குளிர்ந்த குருத்து மணலில் மம்மாத்திலும் பீரும் காசீமும்

---

8. இளநீர்

படுத்துறங்கினர். புரண்டுபுரண்டு படுத்தனர். அவர்களுடைய நெஞ்சங்களுக்குள்ளே குதித்தொழுகிய உணர்ச்சிப் பிரவாகத்தின் வெப்பம் தாங்காமல், அவர்களுடைய கண்களைத் தழுவி உறக்கம் தந்த நித்திரை அதன் மிருதுக்கரங்களை நீக்கிவிட்டது. காற்றில் பாறிய மண்துகள்கள் அவர்களுடைய கண்ணிலும் காதுகளிலும் நுழைந்து அருவருப்பூட்டின. குடில்களுக்குள்ளேயும் பெண் நெஞ்சங்களிலும் உணர்ச்சிகளின் நீர்வீழ்ச்சிகள். அந்த நீர்வீழ்ச்சி யின் சக்தியில் பூமி குழிந்தது.

பாதி ரா இருட்டைக் கிழிக்கும் சூட்டுப் பந்த வெளிச்சம் தொலைவில் தெரிந்தது. இந்த நடுநிசியில் மனித வாடையற்ற இந்த இடத்தில் சூட்டுப்பந்தம் ஆட்டி ஆட்டி வருவது யார்? கவுரியலை அடக்கம் செய்த செமித்தேரியிலிருந்து ஆவிகள் புறப்பட்டு வருகின்றனவா? அல்லது குடிசைகளில் படுத்துறங்கும் பாவங்களை உயிரோடு சுட்டுப்பொசுக்க ஏவப்பட்ட நீசப்பாவிகளா?

“காக்கா எளும்புங்கோ. தீப்பந்தம் தெரியுது” காசீம் மம்மாத்திலை உசுப்பினான்.

மம்மாத்திலும் பீரும் குதித்தெழுந்தனர்.

சூட்டுப்பந்தம் நெருங்கிவந்தது. தரையில் சூட்டைக் குந்தி அணைப்பதைக் கவனித்தார்கள்.

“ஆரு ...” மம்மாத்தில் குரல் கொடுத்தார்.

“நான்தான்”

“மீராசாக்காயா?”

“ஓ ...”

“இந்த நேரம்”

“காரியஸ்தன் போலீஸ்காரனெ கூட்டிட்டு வந்ததாட்டு அறிஞ்சேன். ராத்திரி ஒங்களெ வல்ல தொந்தரவும் செய்ய வந்தாலும் வருவானு நெனைச்சு வந்துபாத்துட்டு போலாமேனு வந்தேன்.”

“வந்தா, வெட்டி கடல்லெ தாத்துப் போடுவோம்.” மம்மாத்தில் சொன்னார்.

“காசீம் விசயம் தெரியுமா?” மீராசா கேட்டான்.

“தெரியாது ...”

“லாக்கப்பிலெ மம்மதாஜி மரிச்சுப் போனாரு.”

எல்லோரும் நடுங்கினர். "உள்ளதா?"

"மய்யித்தெ சுடுகாட்டிலெ கொண்டுபோய் எரிச்சு போட்டானுவோ . . ."

"இதெப்போ?"

"எப்போணு தெரியாது. களியக்காவிளை சந்தைக்குப் போனப்பம் வளிலெ வச்சு அறிஞ்சேன்."

"ஹோ! பாவம் மனுஷன்."

"தம்பி. இன்னொரு விஷயம். மனசிலெ இரிக்கிட்டு. ஒங்களெ விப்ளவகாரீணு பரீதுப்பிள்ளை போலீஸிலெ எளுதிக் குடுத்திரிக்கியாரு. அஞ்சாறு நாளத்தக்கு மறஞ்சு நிண்ணா கொள்ளாம்."

"புடிச்சா புடிக்கட்டு காக்கா. எக்கெ வாப்பா தெசை தெரியாதெ போயிட்டுது. வீடும் கூடுமில்லெ. நானும் போனா எக்கெ உம்மாயும் தங்கச்சியும் ஏங்கியேங்கி மரிக்கவோ அதுகளும் தெசையில்லாமெ எறங்கிப் போகவோ செய்யுங்கோ. அப்படி ஒரு குடும்பம் நசிச்சு இல்லாத போட்டு."

காசீம் சொன்னதைக் கேட்டு மீராசா மௌனமாகி விட்டான். அந்த மௌன மனசில் ஒரு காலத்தில் கொடிகட்டிப் பறந்த மீரான்பிள்ளை நிமிர்ந்து நின்றார், மலை போல் உயரமாக. சம்பைக் கட்டுகளுடன் லாரிகள் புகை கக்கிக் கல்ரோட்டில் சீறிப் பாய்ந்துபோன காலங்களை நினைத்தார். இன்று வீடும் கூடுமில்லாமல், இரவு நேரங்களில் மனித நடமாட்டமற்ற கடற்கரையில் தன்னந்தனியாக உயர்ந்த இரு குடிசைகளில் ஒன்றில் தவித்து நிற்கும் அந்தக் குடும்பத்தைப் பற்றிய நினைவில் அவருடைய இடை நெஞ்சிற்குள்ளிலிருந்து பொங்கிய ஏக்கத்தை அடக்கமுடியாமல் திணறி நின்றார்.

"நா வாறேன்."

மீராசா சூட்டுக்கட்டைப் பற்றவைத்தான். வீசிவீசித் தீ வளர்ந்து நடந்து மறைந்தான்.

32

காலை பரபரவென்று வெளுத்தது.

கடற்கரை ஓரங்களில் வளர்ந்தோங்கி நின்ற தென்னைகளின் தலைக்கு மேல் சூரியன். சூரியன் துப்பிய சூட்டில் கடற்கரை மணல் சூடானது. அந்தச் சூடு உடம்பில் தட்டியபோது அயர்ந்துதூங்கிப்போன மூவரும் விழித்தனர். எரியும் கண்களைக் கசக்கி விட்டனர். கண் கூசியதால் மேற்குத் திசையைப் பார்த்துத் திரும்பி உட்கார்ந்தனர். கண்களைத் திறக்க முடியவில்லை. உறக்கமின்மையிலான எரிச்சல்.

“பெரயெ பிரிச்சிட்டுப் போறீளா . . . நாங்கோ பிரிச்சு எறியட்டா?” குரல் கேட்டுத் திரும்பிப் பார்த்தனர்.

காரியஸ்தனும் சில எடுபிடிகளும். வேறுசில ஊர் மக்களும்.

“பிரிக்க முடியாது . . .” காசீம் சொன்னான்.

“நாங்கொ பிரிச்செறிவோம்.”

மம்மாத்தில் குடிசைக்குள் ஓடி ஏறினார். ஒரு பெரிய வெட்டுக் கத்தியுடன் இறங்கிவந்தார்.

“பிரிச்செறியுங்கடா பாப்போம்.” மம்மாத்தில் கர்ஜனை செய்தார்.

“பிரிச்செறிஞ்சா என்னடா செய்வா?”

“ஒனக்கெ தலையை எடுப்பேன் . . .”

குடிசைக்குள் பெண்களின் அவலமான அழுகைக் குரல்.

பீரு குனிந்தான். இரு கைகளில் மணல் அள்ளி எடுத்துவிட்டு நிமிர்ந்தான். காரியஸ்தனின் முகத்திற்கு நேராக வீசினான். “நாய்க்குப் பெறந்த பயலெ, நீதானா எங்கெ ஊடெ ஒடச்சா?”

காரியஸ்தனின் வாயிலும் கண்ணிலும் மணல். காரியஸ்தன் மணலைத் தட்டினான். சட்டையை உதறினான். “பிரிச்செறியுங்கடா . . .” காரியஸ்தனின் அலறல்.

எடுபிடியாளில் ஒருவர் நின்ற நிலையில் மம்மாத்திலின் வீட்டுக் கூரைக்கு நேராகக் கையை நீட்டினான். மம்மாத்தில் வெட்டுக் கத்தியை ஓங்கியபடி அவனுக்கு நேராகக் குதித்தார். காசீம் காரியஸ்தனை நோக்கிக் கையை ஓங்கி நெருங்கினான்.

“மோனே . . .” காசீம் ஏதோ மின்தாக்கம் ஏற்பட்டதுபோல் நின்றுவிட்டான். ஓங்கிய கை அப்படியே நின்றது. திரும்பிப் பார்த்தான். உம்மா குடிசையை விட்டு வெளியே குதிப்பதைக் கண்டான். பின்னால் ராஹிலா.

“நமக்கு இந்தப் பெர வேண்டாம். இதையும் ஈனா பீனா கூனா, அவனுக்கெ நெஞ்சிலே ஏத்தி நிறுத்தட்டு. நீ சண்டைக்குப் போவண்டாம். நானும் ராஹிலாயும்தானே எங்கெயாவது போறோம்.”

கதீஜா விறுவிறென்று நடந்தாள். அவள் பின்னால் ராஹிலாவும்.

“உம்மச்சா.” காசீம் உரக்கக் கூப்பிட்டான்.

அவள் நிற்கவில்லை.

“உம்மச்சா.” காசீம் பின்னாலே ஓடினான்.

இந்த அவலமான காட்சியைப் பார்க்க மம்மாத்திலின் மனம் வலிமை இழந்தது. கையிலிருந்த வெட்டுக் கத்தியைக் கீழே போட்டார். மணலில் உட்கார்ந்துவிட்டார்.

“நீங்கொ பிரிச்செறியுங்கடா.” காரியஸ்தன் அழைத்துவந்த கூலி ஆட்களிடம் மம்மாத்தில் தாழ்ந்த குரலில் சொன்னார். குடிசை வாசலில் கைவிரல்களைப் பிணைத்துத் தவித்த நிலையில் நின்ற மனைவி மக்களைப் பார்த்துக் கூறினார். “குட்டியேய். அவன் ஊடெ பிரிச் செறியட்டு. நிங்கல்லாம் வெளியே போங்கொ.”

மம்மாத்தில் உட்கார்ந்தபடி கால் முட்டில் தலையைச் சாய்த்தார். ஒரு குழந்தையைப்போல் விம்மிவிம்மி அழுதார். பெண்களின் சிவந்த கண்களிலிருந்த நீர் இற்றிற்று வீழ்ந்தது.

வாப்பா தரையில் வீசிய வெட்டுக்கத்தியைப் பீரு ஓடிச்சென்று தூக்கினான். அவனது சுள்ளிக் கையால் அதைத் தூக்கி உயர்த்த முடியவில்லை. மிகச் சிரமப்பட்டு வெட்டுக் கத்தியை உயர்த்திப் பிடித்தான்.

“நான் தாய் வேரு அறுப்பேன்.” அந்தச் சிறு கண்களில் ஒரு காடு பற்றி எரிந்தது. ஆகாயம் முட்ட உயரும் தீ ஜுவாலைகள். குருத்து நாமுனையில் வீர சபதம்.

மம்மாத்தில் தலையை வெடுக்கென உயர்த்தினார். குடிசையை உற்று நோக்கினார். கண்களில் இரத்தக் களரி. ஒரு வெறிநாயைப்போல் குதித்து எழும்பினார்.

“போங்கடா . . .” குடிசைகளைப் பிரித்துக்கொண்டிருந்த கூலி ஆட்களைப் பிடித்துக் குப்புறத் தள்ளினார். கவ்விக் கிழித்தார். அவரே கண்மூடித் திறக்குமுன் இரு குடிசைகளையும் வெறித்தனமாகப் பிரித்து வீசினார். பீரின் கையிலிருந்த வெட்டுக்கத்தியை ஓடிச்சென்று பறித்தார். குடிசைகளிலுள்ள ஒவ்வொரு ஓலையையும் கம்பையும் நெறுநெறுவென்று வெட்டி நொறுக்கினார். எல்லாவற்றையும் அள்ளிக் கொட்டினார். வாய் திறந்த கடல் அலையின் குகைக்குள் வீசினார். “போட்டு எல்லாம் போட்டு . . . ஒண்ணும் வேண்டாம்.”

மம்மாத்தில் கடற்கரையிலிருந்து திரும்பி நடந்தார். காரியஸ்தனும் கூலிப்பட்டாளங்களும் ஊர்மக்களும் இடம் விட்டிருந்தனர்.

“பீரு . . .”

“வாப்பா . . .”

“நீ என்னடா சென்னா?”

“தாய் வேரு அறுப்பேன்.”

“அறுப்பியா . . .”

“அறுப்பேன் . . .”

“நீ வளரணும். நின்னெ வளத்தூதுக்கு வேண்டி நாங்கொ இனி மரிச்சு மரிச்சாவது ஜீவிப்போம் மோனே . . .” மம்மாத்தில் நெஞ்சில் உறுதியெடுத்தார்.

○

யாருக்குமே வேண்டாத ஒரு பாவூடு[1]. வெகுகாலமாக ஆள் தங்கலில்லாமல் அடைத்தே கிடக்கின்ற ஒரு பேய் வீடு. இரவு நேரங்களில் அந்த வீட்டிற்குள் வளை குலுக்கம் கேட்கலாம். யாரோ நடனமாடும் கால் சலங்கையோசை. சிரிப்பு, அழுகை, நீலவெளிச்சம். பற்பல அவலக்குரல்கள். அபயக்குரல்கள். அந்த வீடு கட்டிக் குடிபுகுந்த நாளில் ஒரு இளம் பெண் அந்த வீட்டிற்குள்

1. பாழ்வீடு

ஒரு அறையில் தூக்கில் தொங்கினாள். அதிலிருந்து அது ஒரு வாழ்க்கையற்ற வீடென அதில் யாரும் தங்கவில்லை. அந்த வீடு யாருக்குமே வேண்டாம்.

இரவு தலைசாய்க்க, ஒரு அடுப்புக்கூட்ட இடமில்லாமல் அலைந்தனர் காசீமும் உம்மாவும். அபயம் கொடுப்பாரில்லை. ஊர்விலக்கு. இடம் கொடுப்பவருக்கும் ஊர்விலக்கு ஏற்படுத்தும் மிருகத்தனமான ஊர் நிர்வாகம்.

"உம்மச்சா." காசீமின் குரலில் உறுதி.

"உம்"

"இனி நஷ்டப்படுக்கு ஒண்ணுமில்லெ. பேய் அடிச்சுக் கொண்ணா கொல்லட்டு. நமக்கு அந்தப் பாவூட்டுக்கெ முன்னெ உள்ள சாய்பிலெ போய்க் கெடப்போம். பெறவு எங்கேயாவது எடம் பாத்துப் போலாம்."

"உம் . . ." கதீஜா மனத்தை ஆயிரம் கயிற்றால் கட்டி இறுக்கி ஒப்புக்கொண்டாள்.

அந்தப் பாவூட்டின் முன்னாலுள்ள இறக்குவாரியின் கீழ் ஒரு மூலையில் மூன்று கற்களைக்கொண்டு அடுப்புக் கூட்டப் பட்டது. மூன்று நான்கு இரவுகளை அங்கேயே அந்தி உறங்கிக் கடத்தினர். காசீம் வெளியே எங்கும் செல்வதில்லை. பாதுகாப்பில்லாத இடம். குமரிப் பெண் ஒருத்தியை அங்கு விட்டுவிட்டு வெளியே செல்லக் கூடாது என்ற பொறுப்புணர்வு அவனுக்குண்டானது.

இரவு பகல் என்றில்லாமல் இடிவண்டி கரும்புகை சீற்றிக்கொண்டு அந்த வீட்டிற்கு முன்னாலுள்ள புழுதி மணலைக் கிளறிக்கொண்டு அங்குமிங்கும் வெகுண்டு ஓடியது.

காசீமுக்கு இரவு நேரங்களில் தூக்கமே இல்லை. கண் மூடினால் பயமுண்டாக்கும் பல காட்சிகள். பல அபசப்தங்கள். காசீம் விழித்திருக்கும் துணிச்சலில் உம்மாவும் ராஹிலாவும் இடையிடையே கண் மூடினர். காசீம் தூக்கம் வராமலிருப்பதற்காகப் புத்தகம் எடுத்துத் தகர விளக்கின் மௌன ஒளியில் வாசித்துக்கொண்டிருந்தான். சிறு காற்றில் அசையும் தீ நாளத்தின் நுனியிலிருந்து எழும் கரும்புகை அவனது மூக்கிற்குள் நுழைந்தது. அவ்வப்போது மூக்குச் சிந்திப் புகைவாடையின் அருவருப்பைப் போக்கிக்கொண்டிருந்தான்.

இருள் கவ்விக்கொண்ட தெரு. தெருவைக் கவ்வி விழுங்கிய இருட்டின் குடை வயிற்றைப் பிளக்கும் ஒளியின் இரு கூரிய

வாள்கள் வேகமாக நீண்டுவந்தன. அத்துடன் இடிவண்டியின் இரைச்சலும். பாவூட்டின் முன்னால் இடிவண்டி விறைத்து நின்றது. வண்டியிலிருந்து போலீஸ்காரர்கள் குதித்து இறங்கியது, வீட்டைச் சுற்றி வளைத்தது, எல்லாம் நொடி நேரத்தில்.

சிமெண்டு தரையில் பூட்ஸ் உராயும் கரகர ஓசை கேட்டுக் கதீஜாவும் ராஹிலாவும் நடுங்கி விழித்தனர். பதற்றத்துடன் பார்த்தனர். காசீமும் புத்தக வரிகளிலிருந்து கண்களை எடுத்து, நிமிர்ந்து பார்த்தான். துப்பாக்கி ஏந்திய மலபார் ஸ்பெஷல் போலீஸ்.

"எழும்புடா." முரட்டுத்தனமான கட்டளை.

காசீம் எழுந்தான்.

"என்னடா கையிலெ?"

காசீம் கையிலிருந்து புத்தகத்தை நீட்டிக் காண்பித்தான். டார்ச்சு விளக்கின் ஒளியில் புத்தகத் தலைப்பு தெரிந்தது.

"மாவீரன் பகத்சிங்"

"ஓஹோ பிரிட்டிஷ் சாம்ராஜ்யத்திற்கு எதிராகப் போராடித் தூக்கில் போடப்பட்ட தேசத்துரோகியின் வாழ்க்கை வரலாறா?"

"ஆமா." காசீம் துணிச்சலுடன் தலையசைத்தான்.

"மீரான்பிள்ளை மகன் முகம்மது காசீம் நீதானடா?"

"நான்தான்"

"நீ பிரிட்டிஷ் விரோதிதானே?"

"இந்தியாவிலுள்ள பிரிட்டிஷ் ஆட்சிக்கு விரோதி."

"நீ பாவங்களுக்காக முதலாளிமாரெ என்னவும் செய்வியாடா?"

"பாவங்களுக்குத் தீங்கு செய்யக்கூடிய முதலாளிமார் ஆரானாலும், அந்த முதலாளிமாருக்கு எதிராகப் போராடுவேன்."

"போராடுவா?"

"போராடுவேன்."

"தொறாயிலெ உள்ள ஒரு பெரிய சம்ப ஏற்றுமதி முதலாளியான கவுரியலெ நீதானே கொண்ணு கடலெ போட்டா?"

அந்தக் கேள்வி காசீமைத் திடுக்கிடவைத்தது. இருந்தாலும் அவன் நிதானமிழக்காமல் பதில் சொன்னான்.

"அல்ல. கவுரியல் முதலாளியாகத்தான் இருந்தாரு. எனக்கெ

வாப்பயெ கடனாளியாக்கினது போலெ கவுரியலுக்கெ மொதலெ அபகரிச்சு அவரெ பிச்ச எடுக்க வச்சு போட்டான் கொளும்பு கமிஷன் கடை முதலாளி. வறுமை தாங்காமெ, பைத்தியம் புடிச்சுத் திரிஞ்சு கடலெ விளுந்தாரு. நா அவரெ கொல்லவே இல்லை ...”

“நீ என்னடா ரொம்ப அதிகம் பேசுதா?”

காசீமின் கன்னத்தில் போலீஸ்காரனின் முரட்டுக் கை ஆக்கமாக விழுந்தது – பளார்.

“எக்கெ புள்ளே.” கதீஜா கூப்பாடு போட்டாள். கதீஜாவின் கூப்பாடு கேட்டுச் சிலர் வீட்டுவாசல்களைத் திறந்தனர். வாசல் இடுக்குவழியாகத் தலையை வெளியே போட்டுப் பார்த்தனர். யாருக்கும் இறங்கிவரத் துணிச்சலில்லை. அவரவர் வாசல்களிலே நின்று வேடிக்கை பார்த்தனர்.

காக்கி உடைகள். கையில் நீளமான துப்பாக்கிகள், நீலநிற இடிவண்டி. அதன் இரும்பு வலைகள்.

“இந்தப் படுவா உள்ளே போக வேண்டியவன்தான்.” வேடிக்கை பார்த்த எல்லோருக்கும் குதூகலம்.

இடிவண்டி இன்னும் வேறு யாரையோ தூக்கிப்போட்டு உதைப்பதற்காகப் புழுதி கிளப்பிக்கொண்டு பறந்தது.

காசீமின் கையில் விலங்கு மாட்டப்பட்டது.

“நடடா.”

காசீம் நடக்கும் முன் உம்மாவையும் ராஹிலாவையும் திரும்பிப் பார்த்தான்.

“உம்மச்சா கரையாதெ. நம்மொ செய்த குற்றம், நம்மொ பெறந்ததுதான்.”

காசீம் நடந்தான். நாலைந்து போலீஸ்காரர்கள் துப்பாக்கி ஏந்தியபடி பின்தொடர்ந்தனர்.

மம்மாத்திலும் பீரும் மீராசாவும் ஓடிவந்தனர். அவர்களும் நெருங்கப் பயந்துபோய்ச் சற்று விலகித் தயங்கி நின்றனர்.

ஈனா பீனா கூனாவின் இரு நிலைக் கட்டடம் ஒளிமயமாக இருந்தது. மேல் மாடியில் தொங்கவிட்டிருந்த விளக்கொளி தெருவில் பரந்து கிடந்தது.

“நில்லுடா ...”

காசீம் அந்த விளக்கொளியில் நின்றான்.

“வயலார் புன்னப்றா போராட்டத்திலெ நீ எத்திரெ

போலீஸ்காரங்களெ 'வாரிக்குந்தம்' கொண்டு குத்திக் கொலை செய்தா?" ஒரு போலீஸ்காரன் காசீமின் தலைமுடியை எட்டிப் பிடித்து ஒரு குலுக்குக் குலுக்கினான்.

"அந்தப் போராட்டத்துக்கும் எனக்கும் எந்தத் தொடர்பும் இல்லெ."

"இல்லையாடா ..." வேறு ஒரு போலீஸ்காரன் கால் தூக்கி மிதித்தான்.

அந்த ஓங்கிய மிதியின் சக்தியில் காசீம் ஈனா பீனா கூனாவின் இர நிலைக் கட்டடத்தின் பளபளப்பான சுவரில் போய் மோதினான். மோதியபடி திடுக்கிட்டு நின்றான். ஹா ...! பரிச்சயமான மணம். அந்தச் சுவரில் முகம்பட்டபோது அந்தச் சுவரில் அவனுடைய வாப்பாவின் நெஞ்சு வியர்வையின் மணம். அந்த மணம் அவனுடைய மூக்கிற்குள் குபுகுபுவென்று புகுந்தது. மீண்டும் அந்தச் சுவரில் முகத்தைக் கொண்டணைத்தபோது அவனுடைய வாப்பாவின் மார்புமீது குழந்தைப் பருவத்தில் முகம் சேர்த்த அனுபவம். அந்தச் சுவரில் கடலளவு கண்ணீரின் உப்புச் சுவை. இரத்த வாடை. மீண்டும் அந்தச் சுவரில் முகத்தைச் சேர்க்க முனைத்தான். அதற்குள் ஒரு போலீஸ்காரன் அவனுடைய சட்டைக் காலரைப் பிடித்துப் பின்னால் இழுத்தான்.

"எழும்புடாநாய்க்க மோனே. ஏன் சுவரை நக்குதா?"

"ஊரெ விட்டு ஓடிப்போன எனக்கெ வாப்பாக்க வேர்ப்பு வாடை அந்தச் சுவரிலெ இருக்குது ..." சொல்லி முடிக்கு முன் காசீம் தளர்ந்துவிட்டான். சுற்றிலும் பார்த்தான்.

மம்மாத்தில் ...

பீரு ...

மீராசா ...

கைகட்டிக் கண்கலங்கி நிற்கின்றனர்.

மீராசாவைக் கண்டபோது மம்மதாஜியின் துர்மரணத்தைப் பற்றி நினைத்தான். எப்போதும் புன்சிரிப்புடன் கூனிக்கூனி நடக்கும் பாவம் மம்மதாஜி. எதுவும் தெரியாத அப்பாவி. அவருடைய அந்தியம் சில வேளை தனக்கும் வரக்கூடும்.

பணத்திமிரின் பேயாட்டமும், அநீதிகள் இழைக்க மதத்தை உயர்த்திக் காட்டும் மதவெறியர்களின் இரும்புக் கரங்களும், அதற்குரிய கொடூரச் செயல்களைக் கட்டவிழ்த்து விட்டிருக்கின்ற நீசச்செயல்களை நினைத்தான். இனி ஒருபோதும் திரும்பி வரப்போவதில்லை என்ற எண்ணம் அவனுடைய மனவெளியில்

மின்னல்போல் பளிச்சிட்டது. கொலைக்கயிறு தொங்கும் மரணமேடையில் புன்னகையோடு நின்றிருந்த பகத்சிங்கின் வீர உருவத்தை மனசில் வரைந்தான்.

"ஏமானே, என்னெ வண்டீலெ ஏத்தாதுக்கு முன்னெ எனக்கெ ஒரே ஒரு ஆசையெ அன்னா நிக்குத எனக்கெ சொந்தக்காரங்கட்டெ சொல்ல அனுமதிக்கணும் . . ." காசீம் பணிவாக வேண்டினான்.

"என்னடா ஆசை?"

"நா அவுங்கட்டெ சொல்லும்பம் நிங்கொ கேளுங்கொ . . ."

"இங்கெ வாருங்க ஓய் . . ." மம்மாத்திலை போலீஸ்காரன் பக்கத்தில் அழைத்தார்.

மம்மாத்தில் பயந்து பயந்து நெருங்கினார்.

"காக்கா." காசீம் சொல்லத் துவங்கினான். "எனக்கெ உம்மாயெயும் தங்கச்சியெயும் ஒங்கெ உம்மாயும் தங்கச்சியும் போலெ நெனைச்சுக் காப்பாத்துங்கோ. எனக்கு ஆயுஸ் இருக்குமானா வருவேன். இல்லேண்ணா, ஒங்கட்டெயெல்லாம் எப்போதாவது பணவசதி வந்தா, இந்தக் கிராமத்து மண்ணிலெ ஒரு தியாகி மண்டபம் கட்டணும். அந்த மண்டபத்துக்கெ சுவரிலெ எனக்கெ வாப்பாக்க பேரும் கவுரியலுக்கெ பேரும், ஐதுரோஸ் முதலாளிக்க பேரும் எழுதணும் . . . உங்க வாப்பாக்க பேரும் அதுபோலெ, சம்ப வியாபாரத்திலெ வஞ்சிக்கப்பட்டு நொடிஞ்சுபோன எல்லாருக்கெ பேரெயும் எழுதணும். அடுத்த தலைமுறையையாவது இந்த 'ரத்த ரட்சசுகளிட்டெ' மாட்டாமெ இருக்கட்டு . . ."

இடிவண்டி பாய்ந்து வந்தது. பின்பகுதியிலுள்ள வாசல்கள் இரண்டு பக்கமாக மலர்ந்தன.

"ஏறுடா"

காசீம் ஏறும் முன் ஒரு தடவைகூடக் கண்குளிரப் பார்த்தான்.

மம்மாத்தில் . . .

பீரு . . .

மீராசா . . .

பாரம்பரியம் மிக்க ஒரு அழகிய கிராமத்தின் பலி மிருகங்கள். உங்களுக்காக இனி ஒரு விடியல் எப்போதோ?

"பீரு" . . . காசீம் விலங்கு பூட்டிய கரங்களை உயர்த்தினான்.

“காக்கா”

பீரும் கையை உயர்த்தினான். அந்த உயர்ந்த கை, ஒரு வெட்டுக் கத்தியைப் போல் கூரியதாகப் பளபளத்தது.

“நான் தாய் வேர் அறுப்பேன் ...” பீரு மனத்தில் சொன்னதை, காசீம், பீரு உயர்த்திய கையில் அதன் மொழியை வாசித்துப் புரிந்து கொண்டான். அந்த யாமத்தை நடுங்கச் செய்யாத பீரின் மௌனக் கர்ஜனை காசீமின் காதில் முழங்கியது. ஒரு இடி முழக்கம்போல், பீரங்கி முழக்கம்போல்.

போதும். எனக்கு மனநிம்மதிதான். எனக்குப் பின் பீரு உயர்ந்து வருவான். மலைகளைக் குத்திப் பிளந்துகொண்டு உயர்ந்து வருவான். இந்த அரபிக் கடலைப்போலப் பொங்கிவருவான்.

பாதி ரா இருளில் உருண்டைக் கற்கள் பதித்த கிராமத் தெரு வழியாக இடிவண்டி விரைந்தது. இடிவண்டியின் பின்பகுதியிலுள்ள சிவப்பு விளக்குகள் கண்களிலிருந்து மறையும்வரை மூவரும் வடியும் விழிகளுடன் நோக்கி நின்றனர்.

அந்தக் கிராமத்திற்குள் சுழன்று வீசிய ஒரு சூறாவளிக் காற்று ஓய்ந்துபோன திருப்தியில், காலை சுபஹுன் பாங்கொலி கேட்டுக் கிராமம் விழித்தது.

ஓராயிரம் ஆண்டுகளுக்கு முன் நாற்பது வெள்ளை யானைகளுடன் வந்த மாலிக் இபுனு தீனார் உட்கார்ந்து அவருடைய பிருஷ்டத்தின் சூடு தணியாத கறுப்புக் கல் அந்த விடியலில் சிரித்தது. அந்தக் கல்மீது உட்காருபவர்களின் தலைகள் இனி ஒருபோதும் வேர்த்துக் கொட்டாது. அந்த கறுப்புக் கல்லின் வழுவழுப்பு வழியாக விஷப்பாம்புகள் ஏறி இறங்கும். படம் விரித்துச் சீறிச்சீறி அந்தக் கிராமத்தின் புழுதி வாடையை முகர்ந்து, தங்கு தடையின்றி நடுத்தெருக்களில், சந்து பொந்துகளெங்கும் ஊர்ந்து திரியும்; படம் விரித்து ஆடும்.